LƯU ĐÀY VÀ QUÊ NHÀ

LƯU ĐÀY VÀ QUÊ NHÀ
Ngự Thuyết

Bìa: Uyên Nguyên Trần Triết
Dàn trang: Đỗ Huỳnh Đăng Ngọc
Nhân Ảnh xuất bản 2025
ISBN: 9798349415043

NGỰ THUYẾT

LƯU ĐÀY VÀ QUÊ NHÀ

TRUYỆN

tái bản

NHÂN ẢNH | 2025

MỘT SỐ NHẬN ĐỊNH VỀ NGỤ THUYẾT

(Trích dẫn từ "Lưu Đày và Quê Nhà" xuất bản lần thứ nhất Văn Mới 2002)

Dấu Chân II, tôi thích nhất phần I, thích cả hai truyện, "Tóc Trắng, "Mùa Thu và Cây". Anh tìm ra được một kỹ thuật mạnh, mới, độc đáo. Kỹ thuật rất thích hợp với nội dung đề tài. Đã mấy năm nay tôi chưa gặp được truyện nào, của ai, đọc thích bằng. Tiếc là từ lúc Dấu Chân II ra đời tới nay chưa thấy ai phát huy đúng mức (trên các báo chí) ...

Anh, tuổi đã cao, đã nghỉ hưu, mà cái viết còn phong độ ngon lành quá. Viết cứ phơi phới, phon phon. Thấy mà ham!

Võ Phiến

Tôi nói ngay, tôi tự cho là người đồng điệu với Ngự Thuyết khi nhà văn mạn đàm về âm nhạc. Chúng tôi đã đề cập đến các nhạc sĩ cổ điển thiên tài, đã thử phân tích tài năng ký âm của họ. Tôi nhận thấy lối viết văn của Ngự Thuyết có điểm gần gũi với môt kỹ thuật trong âm nhạc. Ông thiên trọng các chủ đề, chăm chú ghi những biến thể chính, biến thể phụ, tạo điều kiện cho các chủ đề giao thoa với các biến thể (Tóc Trắng, Lưu Đày và Quê Nhà, v.v ...). Ông không viết theo lối tuyến tính như thường gặp. Tôi thấy thấp thoáng hình ảnh của Alain Robbe Grillet, của Michel Butor. Tôi thấy kỹ thuật âm nhạc giao hưởng đã ghi được nhiều âm thanh độc đáo của thời đại pha trộn những cuồng nộ điên đảo của cuộc sống. Đây là một hướng đi mới của văn học Việt Nam mà Ngự Thuyết chú trọng, điều đó chứng tỏ con người Ngự Thuyết luôn luôn đi tìm những cái mới chứ không tự trói buộc vào những giá trị cổ điển như nhà văn Nguyễn Mộng Giác có lần nhần xét. Với ý thức đó, tôi thấy Ngự Thuyết sẽ còn đi rất xa trên con đường nghệ thuật sáng tác và viết văn.

Ngự Thuyết có đề cập tới vấn đề chủ đích của văn học. Ông đã có lý khi chủ trương tôi viết là tôi viết trước hết cho tôi. Nhà văn là người viết văn để cho đời tự ý thưc được mình, do đó, việc tự ý thức phải bắt đầu tiên khởi từ nhà văn, nếu không, câu văn viết ra chỉ là văn quảng cáo, tuyên truyền, hoặc chạy theo thị hiếu, thường rất giả tạo. Tôi hoàn toang chấp nhận lời nói sau đây của Ngự Thuyết: "Tôi thì viết để trút bỏ một ám ảnh, viết để làm vơi đi những băn khoăn, viết để soi chiếu một sự thật nào đó theo cái nhìn của mình, viết để tìm một an ủi. Và khi có người đọc tri kỷ thì thêm vào đó viết để san sẻ. Toàn là những lý do rất cá nhân. Ngoài ra, và điều này cũng chi phối tôi rất nhiều, viết vì nghe theo một tiếng gọi mơ hồ, bí mật, nhưng dai dẳng, của ngôn ngữ. (Ngự Thuyết, Lưu Đày và Quê Nhà, Nxb Văn Mới, 2002, t. 28).

Rõ ràng, tôi thấy Ngự Thuyết trân quý các nhà văn học chữ nôm thế kỷ 18, và đầu thế kỷ 19 như Chân Nguyên và Di Lư (ông biết hai nhà thơ này qua tôi), như bà Đoàn Thị Điểm và Nguyễn Gia Thiều, nhất là Nguyễn Du và Hồ Xuân Hương. Các nhà thơ kiệt xuất này chẳng những không chặn đứng sức phản triển của văn tài Ngự Thuyết mà còn là những cái đà thúc đẩy tinh thần sáng tác càng ngày càng mạnh mẽ của ông.

Đối với Ngự Thuyết, nội dung và hình thức là một thể nhất quán bao trùm mọi đề tài, trong đó tâm thức lưu đày được trình bày khá nhiều dưới những dạng khác nhau. Nếu Bùi Giáng không thể nào tìm ra được cố quận, thì con người, nói như thầy Khổng, chỉ đi quẩn quanh trong một cuộc lữ hành bất tận. Đây là tư duy nòng cốt của Ngự Thuyết. Đây không phải là những tư duy triết học khô cứng kiểu Mircea Eliade. Nó là một hiện thực làm cho Ngự Thuyết băn khoăn và còn "vang vọng lâu dài vào hồn, vào tim của những thế hệ mai sau". Tôi tin rằng Ngự Thuyết sẽ là một nhà văn lớn nếu ông tự giải quyết được cho mình những bức xúc mà Lưu Đày và Quê Nhà đang giày vò tâm tư ông.

Giáo Sư Lê Hữu Mục

Viết tại Lan - Nhi Viên , Fountain Valley, ngày 6-04-2005

Nhiều bạn văn đọc truyện Ngự Thuyết có những ý kiến khác nhau về văn chương của anh. Riêng tôi, những truyện tôi thích nhất trong các tác phẩm của anh đều là những truyện rắc rối , phức tạp, đôi khi dài dòng. Anh kể những điều bi thảm nhưng không nhằm chứng minh điều gì, làm hụt hẫng những bạn đọc mong anh cùng với họ tranh đấu cho lý tưởng chung. Nhân vật truyện của anh cũng không phải là những mẫu người cần thiết cho hành động.

Phần lớn nhân vật trong truyện Ngự Thuyết như kẻ mộng du, đứng chênh vênh giữa thực và mộng, tỉnh và mê. Họ vừa thoát ra khỏi một cơn mê dài để rồi nhập vào một mê lộ khác, quờ quạng không biết đâu là lối ra. Chính thế giới nhân vật của Ngự Thuyết đã làm cho tôi hoang mang, và dư âm của cảm giác ấy cứ đeo đẳng mãi không rời ...

Tận cùng thống khổ thì văn chương là tấm ván cứu rỗi chẳng khác gì tôn giáo. Do đó mới có nhà văn Ngự Thuyết. Văn của anh là đời sống của những người bất hạnh quanh anh, qua đôi mắt quan sát và ghi nhận của riêng anh ...

Nguyễn Mộng Giác (Chủ bút tạp chí Văn Học)

Văn phong Ngự Thuyết trăn trở và tìm tòi. Trăn trở trong nội dung, tìm tòi trong hình thức. Trăn trở có gốc nguồn nơi gắn bó với miền Nam, vùng đấy đã đem lại kiêu hãnh cho ông, ít nhất những năm đầu Đệ Nhất

Cộng Hòa. Cũng tại đây lần đầu được nếm mùi tự do, dù sự tự do chưa được hoàn toàn vì chinh chiến. Ông đã yêu vùng đất ấy, mặc dù những khuyết điểm tất có của nó vì hoàn cảnh.

Tình yêu Ngự Thuyết dành cho con người và đất nước miền Nam không phải chỉ có những ngày đẹp trời, mà bền vững với thời gian, cho đến ngay bây giờ khi chế độ cũng như cảnh sống cũ đã không còn nữa. Với tình yêu và trăn trở ấy, ông viết cho những người đồng hương khốn khổ tại miền Nam hậu "giải phóng", hay bơ vơ tại Mỹ những thập niên đầu khi cuộc sống còn nặng tính tỵ nạn.

Ngự Thuyết viết công phu. Có người còn nghĩ Ngự Thuyết viết phức tạp. Nhưng không công phu không phức tạp sao được, khi chuyện muốn viết không phải là chuyện mua vui mà là những kinh nghiệm sống không thiếu đau thương và nặng tư duy của kẻ sĩ. Còn nữa, Ngự Thuyết không theo những vết bánh xe văn học cũ, mà tự tìm một bút pháp riêng cho mình. Mỗi tác phẩm là một thí nghiệm, một tìm tòi, một khám phá về cách viết. Mạch lạc hay mờ ảo, chặt chẽ hay lơ là, ngắn gọn hay lê thê, tất cả đều có chủ tâm có dụng ý. Thích hay không tùy khẩu vị, nhưng người đọc không thể không công nhận cái đặc thù nơi ông phản ánh một cá tính văn học rất rõ rệt ...

Mai Kim Ngọc

Những sáng tác của Ngự Thuyết phong phú chi tiết, đậm đà tình cảm, và lôi cuốn người đọc vào thế giới của ông. Các sáng tác gần đây nhất của ông cho thấy điều đó. Ông đi rất gần cuộc sống và hơi thở của thời đại. Ngự Thuyết đang là một trong những cây viết sung sức nhất trong văn học hải ngoại ...

Nguyễn Xuân Hoàng (Chủ bút tạp chí Văn)

Anh là một nhà văn chỉ viết sau khi đến định cư ở Mỹ, nhưng tôi rất thích. Sâu sắc, dí dỏm, chân thành. Đó là tất cả con người của anh. Đã làm cho những ai quen biết và bạn bè yêu mến anh. Văn của anh cũng thế. Chắc chắn sẽ được sự yêu mến của bạn đọc. Tôi thường mang sự thích thú trang trải cho bạn bè bằng cách copy những bài anh viết gởi đi.

Nguyễn Trung Hối (Chủ bút tạp chí Chủ Đề)

Trong buổi ra mắt sách Sóng Trôi *của nhà văn Ngự Thuyết tại California, nhà văn Nguyễn Mộng Giác có nhận xét: "Huế của tác giả* Sóng Trôi *là một Huế khác, không lãng mạn, trữ tình như chúng ta thường thấy, mà là một Huế quằn quại, trăn trở ..." Nhận xét như thế có lẽ vì những cảnh sống đau thương, những tâm tư u ám sau 75 hiển hiện quá rõ nét trong tác phẩm đó chăng. Nhưng về sau càng đọc kỹ nhà văn Ngự Thuyết, độc giả lại càng có cảm giác lạ lùng bởi sự chen lẫn giữa một nhà thơ trữ tình và một nhà văn trăn trở. Dưới ngòi bút điêu luyện và đa dạng của ông, trong bất kỳ hoàn cảnh nào, dù là cảnh phân ly đau đớn* (Mẹ Biệt Ly, Khăn Vắt Lên Vai), *cảnh vượt ngục khốn khổ* (Đào Thoát), *dù đang nói đến một sự việc thông tục như bản năng người tù thèm thuồng một miếng thịt* (Nước Dâng Đầy) *hay tâm trạng hoang mang ray rứt của cả một lớp người* (Đi Tìm, Bước Thấp Bước Cao, Quê Hương, Đường Chiều) ... *ở đâu và trong tình huống nào, người đọc vẫn thấy được những nét trữ tình của hồn thơ thấp thoáng.*

Qua tác phẩm của ông, mặc dù người đọc không bắt gặp những mối tình lãng mạn cổ điển hoặc đắm say cuồng nhiệt, nhưng cái vỏ bên ngoài hững hờ lạnh nhạt của các nhân vật không che giấu được nét chấm phá của những cảm xúc sôi nổi, nồng nàn cùng những vẻ tình tứ rất kín đáo lắng sâu bên trong (Mùa Xuân Đang Về, Chợ, Mai, Xuân Nồng). *Bài phỏng vấn giữa ông và nhà thơ Nguyễn Mạnh Trinh còn mở cho ta nhìn rõ hơn vào tâm hồn thơ mộng cùng tình cảm đậm đà, gắn bó mà ông vẫn dành riêng cho nàng thơ muôn thuở.*

Nguyệt Thư

"Lưu Đày và Quê Nhà" là một chủ đề quan trọng trong văn chương lưu vong. Ngự Thuyết lại là một nhà văn do hoàn cảnh lưu đày bức xúc mới nghĩ đến việc cầm bút qua những tập truyện Sóng Trôi *và* Đào Thoát. *Tôi đã ngồi uống cà phê nhiều lần với anh trong quán xá*

Cali, bàn gẫu với nhau về nhiều điều. Mới đây lại nghe anh đang bận rộn với việc ấp ủ hình thành một truyện dài, theo anh, viết trong một cung cách mới, với nhan đề như chủ đề nói đến ở trên. Tôi nghĩ đến một tựa sách tương tự của Camus Lưu Đày và Vương Quốc*, mà tôi từng viết* Vương quốc *là* điểm hẹn *trong hành trình đưa nhân vật từ cõi lưu đày (tiểu thuyết của Camus tuyệt không có ý đồ tôn giáo) đi tới.* Quê nhà *hẳn là một* điểm hẹn *của Ngự Thuyết?*

Đặng Phùng Quân

Những trăn trở, bức xúc giữa cuộc đổi đời, những lao đao tù ngục, những vượt thoát, ngập ngừng ở hay đi, tình yêu quê hương và tình yêu đôi lứa đan quyện, gắn liền như hơi thở cần thiết tồn sinh.

Ngự Thuyết vượt ra khỏi cấu trúc mang tính ước lệ ... Ngày nay, giữa dòng văn chương hải ngoại, cổ vũ, khám phá cái mới đương là cao trào phổ quát, Ngự Thuyết đã ghé vai chia sẻ, tham gia ...

Diên Nghị

... Vẫn những đề tài quen thuộc như những người viết có cùng cảnh ngộ với ông: các kỷ niệm xa, chuyện ở tù, chuyện đời sống của người mới qua Mỹ ..., nhưng truyện của Ngự Thuyết mang một nét riêng. Đây đó, qua miêu tả những việc bình thường trong đời sống, ông lộ ý

muốn đào sâu vào cái thế giới mung lung của tâm thức con người...

Trong những truyện tù, tác giả không cố tình cường điệu để bi đát hóa sự việc, các bề mặt của ông sẽ thoáng cho thấy cái thế giới sóng ngầm dữ dội và phức tạp bên dưới. Đó mới là điều đáng kể, thảm cảnh về mặt tinh thần, tâm thức của xã hội miền Nam sau 75 còn lớn lao và đáng nói hơn là những chuyện thiếu ăn, đổ vỡ, và sự tàn bạo, thô lỗ, lật lọng của chính quyền mới nhiều...

Một trong những truyện thành công của ông trong cuốn Đào Thoát *là* Đà Lạt, *một loại hồi ức tuổi thơ. Mỗi người có một tuổi thơ, một đời sống gia đình, học đường và trò chơi riêng của mình, rất khó chia sẻ để tìm đồng cảm nơi người khác. Nhưng đọc* Đà Lạt *thì mỗi người đều cảm thấy mình có phần trong đó, dù môi trường tuổi thơ của mỗi người có thể ở những nơi khác trên nước Việt Nam chứ không cứ là Đà Lạt. Nói về cái riêng mà thành ra cái rất chung, giống như hình ảnh cậu bé đi học nhảy chân sáo qua vươn Lục Xâm Bảo của A. France đã làm rung động biết bao hoài niệm của con người khắp nơi.*

Phạm Phú Minh (Chủ bút tạp chí Thế Kỷ 21)

... Chữ nghĩa của ông xôn xao như sóng biển, như gió trên đồi; trong một chuyện vặt, tình cảm của ông có thể trải dài trên cả năm, mười trang giấy. Ngự Thuyết mở cửa chuồng cho con ngựa, mở yên cương, quất cho nó một roi, phóng! Nó phóng vào vô tận, đâu cũng là đồng cỏ

xanh dưới chân nó. Rồi nó biến đâu mất sau năm mươi trang giấy. Đồng cỏ mênh mông, yên lặng, nằm nghe tan dần tiếng vó ngựa rầm rộ, rồi yên lặng, lắng nghe có bước chân ai rón rén, thập thò trước một cái gì như hang dế. Đà Lạt! Đà Lạt là tiếng ngựa rầm rộ của kỷ niệm chở chú kỵ sĩ tí hon về làm thơ trước hang dế.

Cao Huy Thuần

... Khoảng sáu bảy năm trước đây, trong một buổi họp bạn ở nhà một người bạn văn, giữa hai ly rượu vang và một dĩa gỏi tôm thịt trình bày rất khéo, có nhiều màu thật tươi và ngon mắt, tôi hỏi Ngự Thuyết: "Anh có làm thơ không?" Anh nói có, rồi đọc cho tôi nghe một bài. Tôi bảo anh chép ra cho tôi. Anh không ngần ngại, chép vào một mẩu giấy bài Anh Đào Vỡ. *Giữa cái huyên náo vui nhộn của một bữa tiệc đông người, sau một hớp rượu vang hạng tốt mà tôi đã uống chầm chậm cho lòng mình lắng xuống mà xem bài thơ, tôi đã để tâm đến bốn câu sau đây:*

Tôi rời Đà Lạt anh đào vỡ
Quay quắt hồ xưa khua sóng trôi
Ngàn thông ngơ ngác rừng nghiêng ngả
Ghềnh thác đồi non chôn tuổi tôi

Bốn câu hay thiệt! Dĩ nhiên ý chính là nhớ tiếc, nhuốm một chút ngậm ngùi. Anh đào vỡ ... *hay chính là cái tan tác trong lòng người ra đi ...* quay quắt *mà không dùng đến chữ "nhớ" (thường chúng ta vẫn nói "nhớ quay quất") khiến niềm xót xa thêm đậm nét. Rồi đến* Ngàn thông ngơ ngác rừng nghiêng ngả... *thanh âm của chữ nghĩa quả có cái ma lực của nó: câu thơ bảy chữ có đến năm chữ bắt đầu bằng "ng", hình như tôi cũng "ngây ngất" luôn theo nhạc điệu* ...Ghềnh thác đồi non chôn tuổi tôi ... *tuổi nào đây, nếu không phải là tuổi thơ và tuổi chớm yêu ... Ấy là chưa nói đến chất thơ của hình ảnh ... sóng trôi ... man mác lắm. Tôi hiểu. Ngự Thuyết chở trong lòng nỗi mất mát lớn trong đời anh: mất Đà Lạt.*

Xem một cuốn trường thiên tiểu thuyết, nếu muốn tìm hiểu thêm nhân vật, thường chúng ta vẫn tò mò về chính đời sống của tác giả đã đành. Có một loại tò mò soi sáng được khá nhiều nét đẹp chập chờn trong tâm lý của nhân vật, đó là cái nhìn đọng lại ở thời kỳ tác phẩm được viết ra. Tác giả có thể để ra hai ba nămhay lâu hơn nữa để hoàn tất một thiên truyện dài. Biết được dăm điều đã xẩy ra trong khoảng thời gian ấy, mà lại là những điều quan trọng đối với tác giả, tất cái nhìn thẩm định giá trị của tác phẩm sẽ sâu sắc hơn. Ấy là chưa nói đến tai biến gây ảnh hưởng mãnh liệt suốt đời một tác giả: Hàn Mặc Tử với chứng phung, Tolstoi mồ côi mẹ từ tuổi thơ, Milton bị mù lòa.

Cũng vậy, đọc một tập truyện ngắn hoặc một tập đoản văn gồm nhiều bài tùy bút, bút ký, tôi vẫn thích ví tâm tư của người viết với con đò ngược xuôi trên một dòng sông ở đó mỗi truyện, mỗi bài là một cái bến, một tâm trạng. Tôi đã bắt được nhiều tâm trạng của Ngự

Thuyết, những tâm trạng rất "con người", và do đó, gần gũi với người đọc qua hai tập Đào Thoát *và* Sóng Trôi. *Tôi xin dành phần khám phá những tâm trạng ấy cho những ai chưa đến với Ngự Thuyết hoặc có đến rồi mà tự hẹn sẽ trở lại một lần nữa. Tôi chỉ xin nói rằng sau tháng Tư năm 1975, Ngự Thuyết còn chở luôn cái mất mát chung - cũng lớn không kém nếu không hẳn là lớn hơn cả cái "mất Đà Lạt" của riêng anh - của hàng triệu người. Chập chờn đằng sau và trùm lên trên những tâm trạng khác nhau trong hầu hết các truyện và đoản thiên của anh vẫn là vùng bóng tối mênh mông của niềm khắc khoải, chua xót bắt nguồn từ hai nỗi đau kia.*

Mỗi ngòi bút sống chết với ám ảnh riêng tư của nó. Ngự Thuyết đã từng sống chết với cái ám ảnh riêng của mình. Trong con người anh cái ám ảnh ấy chính là vùng bóng tối mênh mông mà tôi vừa nói đến trên đây. Nhưng hậu quả của những mất mát lớn trong đời anh không dẫn đến những lời rên la than khóc. Tôi có cảm tưởng những mất mát lớn sau tháng Tư năm 1975 đã mài sắc ngọn bút, tô đậm nét mực của anh. Những gì anh viết ra, đã được viết ra với đầy đủ lắng đọng trong tâm tư của một người đã nhâm nhi kinh nghiệm sống, chất sống của cuộc đời mình, nhâm nhi từ cái ngọt bùi cho đến cái đắng cay. Nếm chất ngọt, dễ. Nuốt vị đắng, khó. Ngự Thuyết đã uống hết cái "chén tân khổ" giữa bữa tiệc đời mà không hề oán hận kẻ đã rót cái đắng cay ấy vào tâm hồn mẫn cảm của anh. Cái độ lượng đó, lòng nhân ái ấy có thể là bẩm sinh, có thể lúc đầu anh dùng nó như một vũ khí tự vệ trước nghịch cảnh. Tỏa ra trong văn chương chữ nghĩa, hai đức tính này, cùng với khổ đau mà anh đã lịch nghiệm, là một kết hợp khiến cho người đọc đặt cuốn sách xuống mà cảm thấy mình bị xúc động rồi bồi hồi suy nghĩ về nhân vật, về hoàn cảnh, về cốt truyện, về tác giả. Nếu tôi không lầm thì xúc động ấy, bồi hồi ấy chính là ấn chứng rõ rệt của sự thành công của tác phẩm, của tác giả.

Trúc Chi
27/9/02

Việc nhà đã tạm thong dong
Tinh kỳ giục giã đã mong độ về...

Nguyễn Du

I

Một sáng chủ nhật tại một góc phòng của một quán cà phê đông khách, chủ nhân là người Việt Nam, nằm ngay trung tâm của "thủ đô tỵ nạn". Hai người bạn của ông Khê và ông chiếm ba chiếc ghế, ngồi quanh một cái bàn tròn, còn lại một ghế trống. Họ sàn sàn tuổi nhau, nói chuyện với nhau có vẻ tâm đắc. Họ đang chờ các món điểm tâm.

Ông Khê gọi một ly cà phê đen và bánh ngọt, hai bạn của ông một người gọi cà phê sữa, bánh *croissant,* người kia gọi đĩa trứng gà *au plat*, bánh mì tây và một ly nước chanh vắt. Trong khi chờ các món ăn mang đến, một trong hai người bạn đưa ý kiến:

"Thuốc lá nhé!"

Người kia đáp:

"Cũng tốt thôi. Nhưng ở đây hút được không."

Ông Khê góp ý:

"Không thấy bảng cấm là mình có quyền hút. Ô, mà xem kìa, ở quầy thấy có bày bán thuốc lá, tức là được hút."

Ông đứng dậy đến quầy hàng lấy một bao thuốc lá và một bao diêm quẹt.

Họ đã bỏ thuốc lá từ lâu, nhưng thỉnh thoảng kéo nhau vào tiệm gặp nơi nào không cấm hút thuốc, họ lại cùng nhau nhâm nhi vài điếu gọi là để nhớ lại thời trẻ. Họ căn dặn nhau hút "chợt chạt ngoài môi" chứ không ém khói, nuốt khói; "hít mà không hút", như một câu tuyên bố để đời của một vị tổng thống được nhắc đi nhắc lại trên truyền thanh, truyền hình, báo chí vài năm về trước. Họ cho rằng làm như thế sẽ không bị ghiền trở lại mà lại được thưởng thức cái thú phì phà khói ngày xưa khi còn ở Việt Nam.

Hồi đó, sáng chủ nhật nào họ cũng hẹn nhau đến La Pagode trên đường Tự Do, Sài Gòn, ngồi "đấu láo" cho đến trưa. Tại quán "Cái Chùa" ấy, họ chỉ ăn uống qua loa. Cà phê, thuốc lá là chính, hút hết điếu này đến điếu khác, thường là thuốc lá nội hiệu Bastos xanh, thỉnh thoảng Mélia vàng, hoặc Camel, Lucky Strike của Mỹ. Còn Salem hoặc Kent họ thấy nhẹ quá, để cho đàn bà hút thì đúng hơn.

Qua làn khói, họ tha hồ ngắm con đường Tự Do rộn rịp, ngắm thiếu nữ Sài Gòn chưng diện đủ thứ y phục thời trang. Chiếc áo dài hết dài gần chấm gót lại thụt ngắn lên gần đến đầu gối; cổ cao, rồi cổ thấp, cổ kín, rồi cổ rồi hở, mà đã hở càng ngày càng hở nhiều; bên sườn thì nơi hai tà áo giáp với thắt lưng để lộ càng ngày càng lớn ra khu tam giác của cái hông; chiếc quần trắng càng ngày càng mỏng in rõ chiếc quần lót bên trong càng ngày càng nhỏ. Trong khi đó lối ăn mặc đồ đầm cũng rất thịnh hành trong giới trẻ, những chiếc *mini jupes* càng lúc càng bị những cặp đùi tròn giành sân lấn đất.

Họ thích La Pagode nơi đó họ có thể ngồi ì "rửa mắt" trong bao lâu cũng được, không bao giờ bị chủ quán cho người đến hỏi han quấy rầy. Lại thỉnh thoảng có dịp nghe lóm, và chiêm ngưỡng các nhà văn, nhà thơ, nhà nhạc, nhà ca, nhà họa cũng thường tụ tập nơi đó chuyện trò.

Mấy mươi năm xa quê hương, lưu lạc nhiều nơi, cuối cùng tình cờ gặp lại nhau tại miền Nam Cali này, họ vui mừng vô hạn. Họ ít khi thăm viếng nhau tại nhà, có gì cần, gọi nhau bằng điện thoại. Họ đặt ra một thông lệ là cứ mỗi sáng Chủ Nhật kéo nhau tới một quán ăn nào đó để hàn huyên, ăn uống là chuyện phụ. Chuyện của họ thường là những kỷ niệm cũ. Hiếm khi họ nói với nhau về những dự định cho tương lai, và không bao giờ hỏi han nhau về lương tiền, về công việc làm ăn.

Còn hiện tại? Toàn là chuyện tầm phào để giết thì giờ, những tin tức thời sự, thể thao, giải trí, hoặc bàn bạc xem có thể cùng nhau đi xa khi có kỳ nghỉ cuối tuần dài, hoặc trong những kỳ nghỉ phép hàng năm. Sở thích của họ có khác nhau, nhưng cả ba người đều mê du lịch.

Sáng hôm đó, câu chuyện của họ đưa đẩy đến một vấn đề nóng bỏng: về thăm quê hương, về Việt Nam. Ông Khê cũng đang băn khoăn về vấn đề này. Ông chưa có một quyết định nào rõ rệt, nên chỉ ngồi yên nghe hai người bạn thảo luận sôi nổi.

Cũng giống như một số khá đông người Việt Nam ta, nói là thảo luận nhưng thật ra họ cãi cọ nhau, ai cũng chỉ muốn giữ riêng ý của mình. Họ muốn nói hơn là nghe. Họ muốn độc thoại hơn là trao đổi. Phải chi trời sinh con người có một lỗ tai, hai cái mồm thì thuận hơn, ông Khê cười thầm ngẫm nghĩ. Ngược lại, các giống thú như chó, mèo, trâu, bò, voi, cọp chẳng hạn, nói năng không bao nhiêu, một cái miệng là đủ, và hai lỗ tai để nghe ngóng, đề phòng, cảnh giác.

Một người bạn hùng hồn:

"Mình đã đi nhiều nơi, sao không thử về Việt Nam một chuyến. Hồi còn bên đó, đánh nhau liên miên, có nhiều nơi tôi muốn thăm cho biết mà không thể tới. Với lại thiên hạ đang về hà rầm làm mình sốt ruột. Lúc này về dễ lắm. Chính quyền bên đó không biết có ý đồ gì nhưng tuyệt nhiên không hề làm khó dễ ai cả. Thế thì mình cũng nên sắp đặt xin nghỉ phép cùng một lúc để cùng đi với nhau cho vui nhé!"

"A, ông bạn tôi ơi! Sao anh bộp chộp thế!"

"Bộp chộp cái gì? Tôi nói có bằng chứng đàng hoàng. Thằng Tâm trước kia làm ở Phòng Nhì, thằng Trung mang lon đại tá, thằng Cảnh ở bên này viết báo đả kích chánh quyền cộng sản lu bù mà cũng ..."

"Thì mặc xác tụi nó. Mình khác."

"Tại sao lại khác?"

"Cậu vô tâm lắm. Đã từng đem cả mạng sống tìm mọi cách trốn cho thoát khỏi cái ách cộng sản, may mà không bỏ thân trên biển cả, nay lại vác mặt mo trở về!"

"Có gì mà ầm ĩ thế. Về thăm vài ba tuần rồi lại đi. Mình có ở luôn bên đó đâu mà sợ ..."

"Vấn đề không phải là sợ hay không sợ, mà là lòng tự trọng, thủy chung, có trước có sau. Trước kia tụi nó bảo bọn mình là đồ phản quốc, lưu manh, đĩ điếm, chạy trốn chui, trốn nhủi theo chân đế quốc Mỹ. Nay nó gọi bọn mình là Việt kiều yêu nước, là khúc ruột ngoài ngàn dặm, là bộ phận không thể thiếu trong lòng mẹ Việt Nam. Nghe mùi mẫn quá. Có đứa còn gọi biến cố tháng tư 75 là bước ngoặt vĩ đại dẫn đến cuộc viễn du của trên hai triệu người, cuộc viễn hành lớn lao nhất trong lịch sử giống nòi! Nghe như mật rót vào tai! Nhưng phải biết đâu là thực, đâu là bịp, ai là thù, ai là bạn... Lời nào là chân thành, lời nào là dụ dỗ. "

"Thì mình có về để thỏa hiệp hay cộng tác với

ai đâu mà phải ... phải lắm chuyện đến thế. Về chơi tung hê, thoả thuê trong một thời gian ngắn. Thế thôi."

"Thế thôi! Nói nghe gọn bâng! Những người nhổ bãi nước miếng xuống đất rồi thè lưỡi ra liếm lại mà không biệt gớm thì có khác gì ... khác gì súc vật! Về! Về! Về để cúi gầm cái đầu trước bọn gian manh đó hả?"

"Này, bạn bè cũng phải giữ mồm giữ miệng. Cậu bảo ai là súc vật? Thế cậu mới là người hả? Cái thứ đầu óc chật hẹp, chó má!"

"Đồ vô liêm sỉ!"

Để đáp lại, anh bạn kia vồ lấy chiếc ghế trống đưa lên. Vài người ngồi ở bàn bên cạnh xô ghế đứng giạt ra, ông chồm tới đưa tay cản lại.

Rồi ba người lại ngồi xuống im lặng một hồi lâu. Bỗng một người đứng dậy đòi về. Ông vội đứng dậy vui vẻ ấn nhẹ vai anh ấy xuống. Thế là cả ba lại cố vui vẻ trở lại. Câu chuyện chuyển qua đề tài khác, không hào hứng cho lắm. Họ đăm chiêu lấy lệ một chốc, rồi cười cười, nói nói, như không có việc gì xẩy ra cả. Tiếng nói của họ lại hòa lẫn vào tiếng rì rầm không dứt của quán cà phê một buổi sáng Chủ Nhật đông khách.

Còn ông thì sao? Về? Tại sao về? Những câu hỏi đó đã đến với ông cách đây một vài năm. Gần đây, ông càng nghĩ nhiều đến điều đó. Về để thăm quê cũ chứ! Xa quê, nhiều khi nhớ đến thắt ruột. Vậy sao?

Có khi đang lái xe hàng giờ trên xa lộ tai mải nghe nhạc, mắt mải nhìn con đường dài hun hút trước mặt; có khi ngồi bên cửa sổ lầu 20, 30 của một khách sạn tại một thành phố lạ buổi chiều nhìn xuống những dòng xe nhỏ li ti như những đàn kiến bò ngược bò xuôi; có khi đứng trước bãi biển xem người ta nằm sấp, nằm ngửa trên những tấm trải nhỏ, dưới những chiếc dù lớn, phô những cặp đùi dài; có khi rảo bước trên hè phố tấp nập của một thị trấn xa xôi mới đến lần đầu; có khi nửa khuya giật mình tỉnh dậy vì tiếng còi hụ chát chúa; có khi nằm trằn trọc mãi trên giường cố ép giấc ngủ... bỗng một hình ảnh, một âm thanh, một mùi hương, một màu sắc, không đâu vào đâu, tưởng đã mất hẳn trong ký ức, lại hiện về thật bất ngờ, lẫn lộn, không theo một thứ tự nào cả -- con chó già của o dượng hay sủa ban đêm bị "bên tê" đâm què một chân, lông nó vàng, đuôi cong ngược, uể oải đi lui đi tới trong cái sân lát gạch, buổi trưa nắng, tìm chỗ nằm nghỉ, trước khi nằm xuống, đưa mũi ngửi ngửi, rồi quay người quanh hai ba vòng; chiếc xe lăn vành rỉ sét mà một người bạn đồng đội của ông đã có lần sử dụng, nằm ở cuối hành lang gần bãi đáp trực thăng trong một quân y viện miền Cao Nguyên khi chưa bị thất thủ; con chim chèo bẻo nhỏ bay xẹt qua xẹt về tấn công con quạ to gấp đôi, mấy chiếc lông đen của con quạ bị bứt ra bay bay trong gió; tiếng hò ru em của chị người làm át tiếng khóc của đứa bé, tiếng khóc càng to tiếng hò càng lớn theo nhịp tao nôi đưa nhanh; đôi mắt dài của Thủy, mắt phượng mày ngài, ám ảnh suốt đời, liếc nhìn ly rượu trên tay sóng sánh trong ánh đèn màu một đêm Đại Nhạc Hội; một thôn nhỏ xa xôi, êm đềm nép bên dòng Cửu Long tranh mọc tràn trề, xanh mướt; những lũy tre vang dội tiếng chim vào mùa hè, quằn quại trong mưa gió mùa đông; mùi tóc cháy khét của thằng em họ sau một ngày đi câu cá rô, cá ngạnh dưới xóm Rột trong một kỳ nghỉ hè; mùi đất bùn trộn phân trâu và rơm băm nhỏ trét vào phên tre những ngày tản cư qua làng ngoại bên sông Bồ; mái tóc đẹp, nửa vầng trán, cặp lông mày tỉa thật tự nhiên, thật khéo, và con mắt đen lay láy nhìn bạo dạn như đã thân thiết nhau từ bao giờ, thỉnh thoảng in lên trên kính chiếu hậu khi có ánh đèn chiếu vào chiếc xe ban đêm chạy qua mấy khu phố tối tăm, có vài quán rượu còn mở cửa, tiếng cười nói bên trong vang ra; lớp bụi đỏ trên con đường đất đá mới mở bay mù mịt bám lên mái tóc của chàng, và bàn chân của nàng mang đôi giày quai mảnh như sợi tơ chàng nhìn thấy lúc chàng loay hoay cúi sát đầu xuống sàn xe tìm chiếc lược nàng đánh rơi; những con đường đầy xác pháo đỏ đưa đến các ngôi chùa đèn nhang nghi ngút, thơm tho vào dịp Tết; và còn nhiều nữa nói sao cho hết, nhưng cũng phải nói thêm vài lời về dòng sông xanh ấy, dòng sông mà nước của nó là những hạt ngọc tan thành lệ như một nhà thơ đã mơ mộng ví von.

Và cũng có rất nhiều khi, trong một thời gian dài,

hàng tháng, hàng năm, ông quên tất cả. Ông quên cả ông, nói gì đến ông quê hương, đất nước.

Ông thích bạn. Cũng như những người sống lưu vong khác, ông giao du với nhiều nhóm bạn khác nhau -- bạn thời thơ ấu, thời trung học, thời đại học, bạn chiến đấu ngày xưa, bạn cùng sở bây giờ, bạn cà phê, bạn đi xe đạp thể dục, bạn đi du lịch v.v... Người nào ông cũng mến, nhưng bảo là bạn thân, ông chỉ có mấy người.

Có những người bạn luôn luôn nhớ nước, thương nòi, và họ khuyên ông đừng về. Hay nói cho đúng hơn, đừng về trong giai đoạn này. Họ tham gia vào những hội đoàn đấu tranh vì tự do, dân chủ, nhân quyền cho đất nước. Họ tâm nguyện sẽ quang phục quê hương, bằng cách này hay cách khác, kể cả bằng vũ lực như trong những năm đầu tiên sống lưu vong. Khi nào thành công, họ mới tính chuyện về, cũng không muộn.

Họ bảo ông là người chủ bại, tiêu cực. Nhưng vẫn còn may cho ông, họ xem ông thuộc "phe ta" và đối xử tử tế, trong khi họ tấn công dữ dội những người khác lơ mơ như ông.

Ông biết điều đó và vì thế họ cũng được ông qúy mến. Ừ thì mình chẳng làm nên tích sự gì thì hãy để người khác lo toan. Nếu mọi người đều như mình, mọi chuyện trên đời này sẽ không khá lên được. Ích kỷ và vô trách nhiệm! Nhiều khi ông tự đánh giá mình như thế. Biết vậy nhưng ông không thay đổi, hay nói cho đúng hơn, ông đa nghi, ông muốn giữ cái thái độ "chờ xem". Cuộc sống lưu vong này, ông tự nhủ, sao mà rối rắm quá. Có khi phân vân không biết đâu là thật, đâu là giả, đâu là phải, đâu là trái.

Cho nên, về hay không về?

Ông đi đã lâu, hơn một phần tư thế kỷ. Khi bỏ nước ra đi ông nghĩ rằng mình sẽ sống lưu vong cho đến hết quãng đời còn lại, *"Sống nhờ đất khách, chết chôn quê người"*. Không bao giờ trở về, và cũng không bao giờ có ý nghĩ rằng chánh quyền trong nước sẽ mở rộng cửa để "kẻ thù cũ" có thể dễ dàng trở về như bây giờ.

Ông đã có một cuộc sống khá ổn định ở xứ người, ít nhất về phương diện vật chất. Ông thích đi đây đó, ông thích du lịch. Mỗi năm ông đều có một chuyến đi xa trong nước Mỹ mênh mông này, hoặc đi đến nhiều nước khác. Như thế đã đủ thỏa mãn được cái máu "giang hồ vặt" hay chưa, hay là còn phải trở về quê mới hả dạ? Mà về quê thì đâu có thể gọi là "giang hồ vặt" được, ông ngẫm nghĩ.

Vậy thì về vì lý do gì? Lý do tình cảm gia đình, bạn bè? Là con một, không có anh em, chị em, cha mẹ đều qua đời, ông chỉ còn vài người bà con xa. Bạn bè thì, cũng như ông, kẻ trước người sau, đều đã ra đi, hoặc đã chết, hoặc hiện đang sống tại nhiều nơi trên thế giới mà thỉnh thoảng ông tình cờ gặp, hoặc tìm thăm viếng nhau. Thế thì có cần phải về hay không?

Có lẽ cũng nên về đại một chuyến biết đâu từ đó có những câu trả lời cho những câu hỏi lâu nay vẫn làm ông bận tâm. Và cũng còn một chút vướng bận khác, về để gặp mặt đứa con gái của Thủy hiện sống tại Sài Gòn mà ông vừa biết được tin tức. Đứa con gái tên Thi. Vâng, thì cứ về để tìm thăm đứa con gái của Thủy là cũng đủ bõ công rồi. Chỉ có vậy thôi sao, hay còn lý do thầm kín khác mà ông không muốn thổ lộ với ai, lý do mà ông luôn luôn ấp ủ trong lòng -- nhớ quê hương.

Lại nữa -- đúng, tụi bạn bảo ông là người "lừng khừng, lạng quạng" thật không sai chút nào -- lại nữa, về thì có khác gì một tên bại trận về đầu thú mong được kẻ địch ngày xưa làm ngơ? Mà liệu chúng nó có làm ngơ hay không, hay trong thâm tâm vẫn chất chứa hận thù, có dịp là tìm cách rửa hận? Nếu thế thì chính mình tự nguyện về để chui vào rọ đã đặt sẵn! Sự việc có thể sẽ xẩy ra như thế chứ, nghĩa là sẽ bị bắt nhốt bất cứ lúc nào. Mà cũng có thể khác. Không có gì rõ ràng, thế mới phiền, ông lầm bầm.

Ông nhớ một lần đến thăm một người bạn tình cờ gặp lúc anh ta tổ chức họp mặt ăn tất niên. Bạn ông, một nhà văn có tiếng, mời ông ngồi lại chơi -- dù sao ... dù sao anh và tôi cũng là bạn bè với nhau lâu ngày, còn đối với những người kia thì dù sao cũng là người "đồng hương đồng khói", đầu lạ sau quen. Anh cứ tự nhiên ngồi lại nhé.

Ông ghét hai chữ "dù sao" mà nhà văn đó cũng như những người bạn thân của ông thường đem ra dùng với ông. Tại sao lại "dù sao"? Miễn cưỡng tiếp tôi? Tôi là người bất xứng?

Dường như đa số những người quen biết ông đều "tội nghiệp" cho ông hơn là qúy trọng ông. Đã muốn bỏ đi, nhưng nghĩ đến buổi chiều cuối năm quá dài không biết đi đâu, không biết làm gì để lấp cho kín thời gian trống rỗng đó, ông đành ngồi lại, tự nhủ "dù sao" mình cũng đã lỡ đến đây thì không nên bỏ đi, mất lịch sự. Ngồi lại "dựa cột mà nghe", đừng mở miệng, là yên chí lớn. Các nhà văn, nhà thơ họ thâm lắm, họ hay nói khó lắm, mình góp ý "ba xàm ba láp" không khéo lại trật đường rầy, làm trò cười cho thiên hạ, ông tự căn dặn.

Hôm đó có mặt một nhà thơ "phản kháng" từ trong nước. Được biết nhà thơ ấy được Mỹ mời qua "tham quan". Mỹ mời, nghe cũng oai đấy chứ. Nhưng Tổng thống Mỹ mời, hay quốc hội Mỹ mời? Hay một viện Đại Học mời qua lá thư của ông Viện Trưởng? Hay một ông Khoa Trưởng Khoa Nhân Văn chẳng hạn mời? Sau mới biết một chi nhánh nhỏ thuộc một trong những tổ chức Cựu Chiến Binh Mỹ từng chiến đấu tại Việt Nam mời thi sĩ qua tham dự buổi thuyết trình về một đề tài nghe quen quen: Hội Chứng Việt Nam Hậu Chiến Tranh.

Trên danh thiếp ông thi sĩ ấy có ghi rõ, "Nghề nghiệp: Thi sĩ". Nghe cũng lạ lạ. Hình như các nhà văn, nhà thơ hải ngoại không có thói quen ấy. Cũng phải thôi, những người viết ở hải ngoại đều có nghề riêng để kiếm sống trên xứ lạ quê người. Viết lách là chuyện riêng, chuyện khác.

Nhà thơ đó dành một chút thì giờ ghé thăm những bạn văn thuộc xu hướng "Chống Cộng Một Cách Ôn Hòa".

Trong lúc vui câu chuyện, nhà thơ tâm sự rằng ông rất ngạc nhiên thấy người miền Nam, nhất là giới cựu quân nhân, thù dai lắm, "chứ không như chúng tôi. Chúng tôi đã quên ngay hết mọi chuyện lấn cấn cũ, tâm trí lâng lâng, thảnh thơi, để lo cho ngày mai của đất nước."

Thật là thơ mộng! Thi sĩ này đã "xử lý" vấn đề một cách thật đôn hậu, đơn giản, trong sáng, nếu quả thật trong thâm tâm ông ấy nghĩ như thế. Nói chuyện chính trị mà như nói chuyện riêng tư giữa cá nhân với cá nhân.

Nhưng nghĩ cho cùng, có lẽ ông thi sĩ này nói đúng, ông ngẫm nghĩ. Chiếm đất của người ta, chiếm nhà của người ta, cho người ta vào tù, vào rọ, đẩy người ta đi tới cái gọi là "kinh tế mới", là những nơi khỉ ho cò gáy, chó ăn đá, gà ăn muối, người thì cạp đất, không, làm gì có đất để mà cạp, toàn là sỏi và đá trồng trọt gì nổi, hất người ta văng ra ngoài biển, sống chết như trở bàn tay, có khi "quá đà" chiếm luôn cả vợ người ta nữa, không lẽ bây giờ lại bày đặt cằm thù người ta. Không lẽ vừa hiếp dâm vừa la làng! Chí Phèo phần nào thôi chứ! Nếu cần phải căm thù thì nạn nhân mới là kẻ lâm vào cái tư thế đó chứ!

Tuy thế, cũng có trường hợp thủ phạm có thể "giả vờ căm thù một cách thành thật" và tưởng tượng ra những tội lỗi "trời không dung, đất không tha" của nạn nhân, có thế mới nuốt mau trôi những gì chiếm được. Và từ đó một vấn đề khác nữa nẩy sinh -- người về phải luôn luôn đề cao cảnh giác rằng mình là người có tội, luật pháp có thể tung ra những mẻ lưới chụp lấy mình bất cứ lúc nào.

Ôi dào, có gì đâu mà rắc rối thế, có người vẫn nói với ông như vậy. Người ta vẫn về ào ào có sao đâu. Hơn nữa cậu có dính dáng gì đến "chính chị, chính em" đâu, khỏi lo. Muốn dễ là mọi chuyện biến thành dễ, muốn khó là nó khó ngay. Câu nói đó làm cho ông không yên tâm chút nào. Dù sao, lại dù sao, lỡ có gặp khó khăn, cứ chìa tiền ra, nhiều nhiều một chút, là mở được mọi ổ khóa kiên cố nhất, kể cả ổ khóa nhà giam. Người ta đồn đãi như vậy. Trong tâm trạng rối rắm đó, cuối cùng ông quyết định về.

Hơn hai mươi lăm năm sống ở nước ngoài, ông Khê bây giờ đã là một người đàn ông đứng tuổi, từng trải, mệt mỏi, và vẫn tiếp tục cuộc sống độc thân. Ông về thăm quê hương lần này trước sự bất bình của mấy người bạn thân. Nhưng rồi họ cũng cho ông vài lời khuyên, chẳng hạn phải mua vé theo đoàn du lịch để được đi nhiều nơi và nhất là được an toàn;

chẳng hạn đừng đi đâu một mình, biết đâu có thể bị bắt giam ; chẳng hạn đừng bao giờ để lộ ra rằng mình là Việt kiều, sợ bị tính tiền theo giá cắt cổ, sợ bị trấn lột; chẳng hạn đừng bao giờ đề cập chuyện chính trị dù với người thân nhất. Tai vách, mạch dừng. Vân vân và vân vân.

Nhưng ông nghĩ khác. Ngoài chuyện chính trị mà ông sẽ không dính dáng tới -- ông biết đụng vào điều húy kỵ này là dễ bị chụp nhiều cái mũ lên đầu cùng một lúc -- ông muốn xông pha, dạn dày nếu cần. Ông có nghe nói đến cái lối du lịch của "Tây ba lô". Đó là một số những thanh niên nam nữ người nước ngoài đam mê du lịch. Họ sẵn sàng nằm đường nằm chợ qua đêm nếu không tìm được khách sạn rẻ tiền; họ ăn uống đơn sơ, tùy nghi; nếu phải vào tiệm ăn, họ đòi được tính tiền các món ăn theo bảng giá; mua hàng không có bảng giá thì họ lại kỳ kèo mặc cả. Tóm lại họ tính toán rất kỹ miễn sao có thể để dành tiền để được đi nhiều nơi, biết nhiều chuyện, và không bị đánh lừa.

Ông tiếc là ông không còn trẻ để làm như họ. Cuối cùng ông quyết định không đi theo "tua", chỉ đi một mình để muốn làm gì thì làm, muốn ghé đâu thì ghé, khỏi phải lệ thuộc người nào khác. Và ông sẽ ghé thăm Hà Nội trước. Ông tính rằng sẽ ghé miền Bắc, qua miền Trung, vào miền Nam. Và từ đó, giã từ Việt Nam, về Mỹ.

Ông lẩm bẩm, về Việt Nam, rồi lại về Mỹ. Vậy về

đâu?

Sau gần 20 giờ bay, phi cơ đáp xuống phi trường Nội Bài, Hà Nội.

Hà Nội! Cái tên đã gây nhiều ấn tượng mạnh trong lòng ông từ lâu, từ hồi nhỏ của những năm thời trung học, từ hồi mới vào đời của những năm chiến tranh tàn khốc. Hà Nội, ông đã nghe nói đến nhiều, đọc nhiều, mà chưa hề nhìn thấy tận mắt. Và bây giờ Hà Nội đang nằm ngay trước mắt.

Hà Nội mùa hè. Nắng đổ lửa! Mồ hôi thấm ướt chiếc aó lót, thấm lan ra chiếc áo sơ mi mỏng dán sát vào người, ông như đang ở trong phòng tắm hơi. Ông lấy làm lạ rằng thời tiết miền Bắc lại oi bức đến thế. Miền Bắc với vĩ độ cao hơn lẽ ra phải lạnh hơn, mát hơn miền Trung hoặc miền Nam mà ông biết nhiều. Hay là năm nay thời tiết bỗng dưng thay đổi đột ngột, cả nước Việt Nam biến thành cái lò lửa? Và Huế, và Sài Gòn hẳn còn nóng dữ dội hơn nhiều? Ông nói lên cái ý nghĩ đó với người tài xế kiêm hướng dẫn. Anh ta nhún vai:

"Việt kiều người nào cũng bảo thời tiết bên này thay đổi. Đông lạnh, hè nóng, năm nào chả thế."

Thế à, thiên nhiên vẫn thế, chỉ có mình khác thôi! Xa quê hương lâu ngày, đã quen với tuyết và giá, nay đâm ra xa lạ với mùa hè nhiệt đới chăng. Nhưng ông cũng ngạc nhiên nhận thấy rằng tiết trời như thế mà vùng Hồ Gươm, Chùa Một Cột, Gò Đống Đa, cây lá vẫn um tùm, tươi tốt, những lớp màu xanh nhiều cung bậc chồng lên nhau, làm nền cho nhau, trùng trùng điệp điệp. Xanh tươi như mùa xuân tại nơi ông đang sinh sống trên đất Mỹ.

Một cơn gió thổi tới, những ngọn cây xao động, ông thảng thốt. Bỗng dưng mấy câu thơ cổ hiện lên trong trí nhớ: *Quốc phá sơn hà tại/ Thành xuân thảo mộc thâm*. Vâng, nước mất núi sông vẫn còn đó, xuân về cây cỏ vẫn mọc đầy! Mà con người thì già đi, bớt vui đi nhiều, và mất mát càng nhiều hơn nữa.

Nổi bật lên trên những màu xanh đó, là hoa phượng đỏ vùng Gò Đống Đa, Hồ Gươm. Như những nụ hôn của thời còn trẻ, của tuổi học trò những mùa hè biệt ly, nhìn qua trường con gái bên kia, hành lang ngoài lớp học bỗng không còn vang vọng tiếng guốc, tiếng cười nói tíu tít, vắng bóng những tà áo trắng ôm lấy những thân hình yểu điệu, những mái tóc chấm ngang vai. Còn lại chăng là hoa trong sân trường đua nhau nở rộ mà thôi, hoa học trò, hoa phượng, như những chiếc môi hồng đang hé nụ trong nắng rực rỡ.

Vâng, suốt mấy mươi năm nay ông mới gặp lại hoa phượng giữa mùa hè Hà Nội xa lạ, mà cứ tưởng mình đang trở về ngôi trường cũ nằm trong khuôn viên của trường Đồng Khánh, nằm trọ ở đó gần 10 năm, khi Tây chưa chịu trả lại ngôi trường Khải Định to lớn dành cho nam sinh. Mấy câu thơ của Sông-Hương bỗng nhiên hiện lên trong trí nhớ:

Như chuyện cổ tích đẹp
Hai ngôi trường song song
Lớn lên cùng năm tháng
Soi chung một dòng sông

Chung giọt mưa trên ngói
Chung vạt nắng giữa sân
Có những năm anh trọ
Trong trường em vôi hồng...

Bỗng tiếng ve rộ lên từ mọi phía, rồi thưa dần, rồi vỗ nhịp từng hồi, rồi lại vang dội lên như hối thúc, như giục giã cho cơn nắng già dặn thêm, chói chang thêm, cho lòng ông bồn chồn thêm. Tiếng ve râm ran tưởng chừng như đã tắt hẳn trong ký ức từ bao năm qua nay cũng đang vang dội.

He về cùng một lúc với tiếng ve và hoa phượng.

Trên trời xa, vài cụm mây trắng nõn như bông đang uốn éo tháo gỡ xiêm y, thay hình đổi dạng. Dăm cánh chim bay vút lên không trung rồi lướt trên mặt hồ mênh mông vang vọng tiếng sóng xôn xao -- Có phải đây là Hồ Tây? Có phải đây là Tây Hồ? Có phải đây là Hà Nội? Ông như đang sống trong cơn mộng.

Người tài xế kiêm hướng dẫn đột ngột hỏi:

"Ta vào thăm lăng Bác chứ? Rồi còn phải đi thăm nhiều nơi khác."

Ông hơi giật mình, thảng thốt đáp:

"Đây ... đây có gần chùa Trấn Quốc không? Nếu gần, chở tôi đến đó ... nhé, nhé. Còn nhiều nơi khác cần phải đến xem ... Sợ không đủ thì giờ."

Nói xong ông im lặng chờ phản ứng của anh tài xế mà ông nghĩ là muốn ông phải thăm lăng Bác. Anh ta thản nhiên đáp:

"Thì đến thăm chùa vậy. Mời ông lên xe."

Chạy chỉ một đoạn ngắn, chưa đầy mười phút, chiếc xe du lịch nhỏ đã đến cổng chùa Trấn Quốc.

Ông kín đáo quan sát người tài xế. Tóc anh ta hoa râm lưa thưa trên đỉnh đầu, khuôn mặt xương xẩu thường hay đăm chiêu, vầng trán rộng nhiều nếp nhăn, đôi mắt mệt nhọc cố làm ra vẻ hài lòng, miệng thường cố nở một nụ cười không được tự nhiên, giọng nói hơi gắt thoát ra từ hai hàm răng khép một nửa.

Ăn mặc xuyềnh xoàng, áo sơ mi nâu nhạt tay ngắn để lộ hai cánh tay hơi gầy, gân máu nổi lên những lằn xanh, quần *kaki* bộ đội không thẳng nếp, đôi giày da cũ kỹ. Lại cái dáng đi lừng khừng, hai vai xiêu lệch, hai bàn tay thỉnh thoảng nắm chặt lại thành nắm đấm đập đập vào nhau.

Cũng trạc tuổi ông, trên dưới năm mươi, và luôn luôn giữ ý gọi ông là ông. Gọi nhau bằng anh xưng tôi có phải tiện hơn không, ông thầm bảo. Có một bức tường vô hình dựng lên giữa hai người, chưa ai chịu san bằng.

Bức tường ấy đã xuất hiện ngay từ hôm phi cơ ông đáp xuống phi trường Nội Bài cách đây hai hôm. Hôm đó, sau khi làm xong các thủ tục giấy tờ, quan thuế, ông kéo chiếc va li khá nặng ra khỏi tòa nhà phi cảng, vừa đi vừa nghĩ đến nét mặt của nhân viên hải quan phụ trách xét giấy tờ của đoàn hành khách từ nước ngoài về có ông trong đó.

Ông đã được bạn bè dặn trước là muốn khỏi bị hải quan làm khó dễ khi nhập cảnh, cứ việc để sẵn 20 đô la trong thẻ thông hành khi trình giấy tờ. Ông cố ý không làm theo lời dặn xem thử chuyện gì xảy ra. Nhưng mọi chuyện cũng êm xuôi. Chỉ có điều là khi nhân viên quan thuế trả lại ông giấy thông hành, ông để ý thấy vẻ mặt anh ta buồn buồn. Ông tự hỏi không hiểu anh ấy buồn vì không được tiền hối lộ hay vì nguyên nhân nào khác.

Ông đang ngẫm nghĩ thì thì một người tài xế lái chiếc xe đón khách chạy trờ tới, đậu lại, vội vã mời ông lên xe. Ông lên xe ngay, không mặc cả. Ông nhớ rõ cái chau mày của anh tài xế khi một người quen, hay thuộc cấp cũ của anh ta, đon đả gọi "Thưa trung tá! thưa trung tá!". Trước cái chau mày, người gọi biết ý im ngay, và ông cũng vờ như không nghe thấy gì. Nhưng người tài xế tỏ ra có phần hậm hực với ông hơn.

Thế ra anh tài xế này là trung tá, chắc chắn đã về

hưu. Tốt, ông thầm bảo, có lẽ hắn không thuộc loại ác ôn, côn đồ, hoặc sâu mọt, tham nhũng. Bằng không, hắn đã chọn nghề khác thay vì lái xe du lịch rước khách. Ông nghĩ tiếp, 25 năm, 30 năm về trước, nếu gặp nhau như thế này tôi và anh hẳn đã tìm mọi cách loại trừ nhau ngay. Lúc đó chắc anh còn là sỹ quan cấp úy quyết "sinh bắc tử nam", tôi thì lặn lội trong rừng tìm anh quyết "cho anh được toại nguyện". Nay mỗi người một hoàn cảnh. Anh khó chịu vì anh biết tôi vờ như không biết anh là cựu trung tá. Tôi cũng biết rằng anh biết tôi vờ, nhưng tôi cứ vờ, vờ như thế có nghĩa rằng tôi muốn lịch sự với anh. Lẽ ra anh phải hiểu như thế. Chứ sao lại tỏ vẻ khó chịu?

Chênh chếch bên tay phải con đường vào chùa Trấn Quốc từ ngoài nhìn vào là hồ Tây. Đó là con đường nhỏ, ngắn, lát gạch đỏ. Hai hàng cau mọc ở hai bên đường đang còn non, còn thấp, không quá đầu người là bao. Cau này mới được mười tuổi cùng. Một thứ hương thơm rất thanh và rất nhẹ, chắc là hương cau vừa trổ bông, bay là đà ngang tầm cao của khách thập phương. Con đường ngắn dẫn vào một khoảnh sân chật hẹp, xúm xít mấy ngọn tháp cổ, nằm ngay mặt tiền của ngôi chùa. Không là ngày rằm, ngày vía, ngày hội, nhưng khói hương ngùn ngụt uốn éo trong không gian trưa bay lên từ những chiếc bát nhang lớn lộ thiên cao đến đầu người, đặt ngay trước mặt chùa. Thiện nam tín nữ lầm rầm khấn khứa, vái lạy, du khách chen nhau đi rảo quanh, chụp hình tới tấp, hỏi han rối rít, theo sau là đoàn người đi ăn xin sỗ sàng, lỗ mãng.

Bao quanh chùa có hồ nước cạn, sen mới thả mọc lác đác. Một cụ già gầy gò lần từng bước dưới hồ nước lên ngang ngực, chiếc áo sơ-mi rách rưới ướt đẫm, hai tay run rẩy cầm chơm bắt cá.

Tình cờ mắt ông đập vào tấm bảng ghi hàng chữ lớn: "Cấm xuống hồ". Ông đưa mắt nhìn người tài xế rồi nhìn ông già dưới hồ. Anh tài xế nhún vai đáp cộc lốc:

"Vô tư mà."

Ông không hiểu người tài xế muốn nói gì. Không tiện hỏi thêm, ông nói cho có nói:

"Chùa này cũng đẹp."

"Vâng."

"Mà này, anh cho tôi biết tên của anh nhé, để gọi cho tiện."

Anh tài xế vờ đi như không nghe. Ông không lấy thế làm khó chịu.

"Bây giờ đi đâu?" Ông hỏi tiếp. "Hay ta hãy đến thăm đường Cổ Ngư, con đường tôi vẫn thường nghe nói đến nhiều. Hay đúng ra, được biết từ trong sách vở, tiểu thuyết."

"Vâng."

Nói xong, anh tài xế đi nhanh đến chỗ xe đậu,

cho nổ máy, ngồi chờ. Ông chụp thêm vài tấm hình, rút tiền cho mấy người ăn xin "hung dữ", rồi lên xe.

Buổi chiều, đường phố đông nghẹt. Xe cộ, đại đa số là xe hai bánh, tuôn ào ào như thác lũ. Ông rất lấy làm lạ là xe cộ chạy hỗn loạn mà vẫn tránh nhau được, tai nạn vẫn không thấy xẩy ra, hay chưa xẩy ra, và lạ hơn nữa về sự kiên nhẫn của anh tài xế. Không sốt ruột khi đường kẹt khiến xe đậu thật lâu ngay giữa lòng đường, không nổi nóng khi bị xe đằng sau qua mặt cắt ngang, không thèm tránh khi xe ngược chiều sấn tới bấm còi rối rít.

Hơn nửa giờ sau, xe ông đến một con đường ngắn và đẹp, hai bên đường là những hàng me lá xanh mướt và hàng phượng hoa đỏ thắm, chạy giữa hai cái hồ, hồ Trúc Bạch nho nhỏ, không được sạch sẽ lắm, và hồ Tây rất lớn. Bảng chỉ đường có tên đường Thanh Niên. Người tài xế nhìn thẳng trước mặt nói:

"Đường Cổ Ngư đây thưa ông. Ông có muốn xuống xe xem hay không?"

"Nhưng đây là đường Thanh Niên mà!"

"Thanh Niên là tên mới của Cổ Ngư. Tên đường đổi nhiều lắm."

"Này, cho tôi biết quý danh đi chứ!"

"Ông nói gì?"

"Tôi muốn biết tên của anh để gọi cho tiện."

"Hình như ông đã nói câu đó. Ừ thì cứ gọi tôi là Thiệu thiếc gì đó cũng được."

Thiệu chứ sao lại Thiệu thiếc. Chơi xỏ tổng thống của tôi hả, ông cười thầm, rồi tiếp tục câu chuyện:

"OK. Nghe nói hai bên đường Cổ Ngư có nhiều cây ổi. Nhưng ổi đâu cả?"

"Ông nói gì?"

"Ổi. Cây ổi ấy mà. Những cây ổi trên đường Cổ Ngư đâu cả?"

"Ông nói đúng, trước kia có nhiều ổi trên đường Cổ Ngư," người tài xế uể oải đáp. Rồi nói như đang nói cho mình nghe. "Thuở bé trèo sấu, trèo me, trèo ổi. Thay đổi nhiều quá. Họa chăng phố cổ còn đó."

Phố cổ? Của Hà Nội ngày xưa, ông thầm nghĩ. Mà ngày xưa là xưa đến bao giờ? Thời Lê Trịnh chăng? Không phải, thời đó còn có tên Thăng Long. Hay thời Thiệu Trị? Hay cuối thời Tự Đức, triều Nguyễn? Có lẽ cũng không phải. Quân xâm lăng Pháp đã bắt đầu đe dọa nhiều nơi, đánh Bắc Kỳ lần thứ nhất, đánh Bắc kỳ lần thứ hai, làm gì có cảnh thanh bình, êm ả, như được diễn tả trong những câu nói dân gian như thế này:

Hà Nội băm sáu phố phường
Hàng Mứt, Hàng Đường, Hàng Muối trắng tinh...

Thế thì tại sao gọi là Phố Cổ. Hay là phố cũ? Ông lại kín đáo nhìn người tài xế, định hỏi thêm vài điều.

Nét mặt anh ta đã trở nên bất động, vô hồn, vô cảm. Cái anh này không muốn mình gợi chuyện, lại vờ vĩnh! Ông tặc lưỡi và nói nhanh:

"Bây giờ đã chiều rồi. Kiếm gì ăn rồi đưa tôi đi đâu thì đưa. Hay về khách sạn cũng được để nghỉ ngơi lấy sức cho ngày mai. Phố cổ, phổ cổ, nghe như nghe chuyện cổ tích. Tôi cũng thích đến đấy tham, tham cái gì nhỉ, vâng, tham quan. Nhưng để ngày mai sáng sủa xem cho thấy rõ."

"Nhưng phố cổ chạy xe khó lắm. Nhiều đoạn cấm ô tô."

"Vậy thì thế này nhé, sáng hôm sau anh cứ đưa tôi đến đó, rồi thả tôi xuống. Tôi đi bộ tham, tham quan tiện hơn."

"Vâng, cũng được. Sáng ngày mai tôi đưa ông đến chợ Đồng Xuân, rồi chờ ông tại góc sau bên phải của chợ. Bên phải từ chợ nhìn ra. Ông cứ đi trong bao lâu tùy ông, tôi chờ. Ông Hỏi chợ Đồng Xuân ai cũng biết."

"Anh Thiệu này ..."

Người tài xế nhìn ông có vẻ ngạc nhiên. Ông thủng thẳng nói:

"Tôi gọi anh đấy. Anh ... anh quên tên anh rồi sao? Này, anh có biết đường đi đến nơi ... ngày xưa người ta gọi là xóm Khâm Thiên, xóm ả đào không?"

"Biết quá đi, chứ lị!"

"Tốt lắm. Nhưng chuyện đó tính sau. Sáng mai cứ thả tôi xuống Phố Cổ để tôi tha hồ đi la cà cái đã. Chiều mai đúng 5 giờ anh đến chợ Đồng Xuân đón tôi nhé. Đồng hồ tôi bây giờ là 7 giờ 25 tối."

"Vâng."

"Đúng giờ anh nhé!"

Người tài xế cau mày khó chịu:

"Ông khỏi cần phải nhắc. Nghề của tôi mà không đúng giờ là rách việc."

Ông vui vẻ vờ hỏi:

"Rách việc nghĩa là gì?"

"Hỏng việc," anh tài xế đáp lối nhát gừng.

Đúng là cái anh chàng không biết chiều khách một chút nào cả, ông thầm nghĩ. Đã thế, mình phải nói đùa thêm nữa xem sao:

"Có khó khăn gì đâu, rách thì vá nó lại. Như vá áo quần mà. Anh có bao giờ mặc áo vá chưa?"

"Ông nói cái gì?"

"Tôi hỏi anh có bao giờ mặc áo vá chưa?"

"Có chứ sao không."

"Thế à. Thì cũng như tôi thôi."

Anh tài xế bắt bẻ:

"Ông thích đùa? Ở Mỹ mặc đồ vá?"

Ông cười khẩy:

"Đó là tôi nhắc lại chuyện ngày xưa, *Áo anh rách vai/Quần tôi có hai miếng vá,* trong bài hát gì đó tôi quên mất tên. Bài đó chắc chắn anh biết, nhạc kháng chiến mà. A còn chuyện này nữa, con trai, con gái Mỹ thích mặc đồ rách rưới hơn. Vai rách, đùi rách, đầu gối rách."

Người tài xế lại cau mày chăm chăm nhìn ông tỏ vẻ không tin.

Như những lớp tổ ong xúm xít, như những đường mối đi ngoằn ngoèo ngang dọc, những dãy phố nhỏ cũ kỹ ôm lấy những con đường hẹp và ngắn. Quá ngắn! Có những con đường rẽ chỉ dài vài mươi thước thôi. Những mái nhà nâu thẩm tàn phá bởi mưa nắng và sương gió của cả hàng trăm năm trời chăng đang uốn cong mình dưới tia lửa mặt trời mùa hạ.

Năm ba cụ già mặc cánh cụt một tay cầm thau nước, tay kia vẩy vẩy rảy nước xuống vỉa hè bọc đá xanh ngay trước cửa hiệu của mình. Bụi bốc lên nhờ nhờ mặt đất.

Chạy dài hai bên đường là hai con rảnh lộ thiên bề ngang rộng hơn một gang tay trên đó rác rến, tàn thuốc lá, bao thuốc lá, bịch ny lông rách, trôi lờ đờ theo dòng nước đen và cạn, đổ xuống những lỗ cống được che đậy bằng tấm vỉ sắt cong queo, rỉ sét. Rải rác đây đó là những nắp cống tròn đúc bằng sắt trên đó lờ mờ những dòng chữ Pháp. Ông ngẫm nghĩ thế thì Phố Cổ, hay đúng hơn, Phố Cũ, được xây dựng vào đầu thời Pháp thuộc vài thập niên cuối của thế kỷ thứ 19? Và đông nghịt những người và người, và hàng hoá, và xe hai bánh.

Ông nhớ tuổi thơ và những ngôi làng nghèo nàn. Ông liên tưởng những khu phố chật hẹp, thân mật, người đứng bên này đường nghiêng mình một chút là có thể đưa tay nắm lấy tay người đứng bên kia đường. Ông nghĩ đến những ngôi trường nhỏ bé nơi đó mỗi tấm kính vỡ, mỗi khoảng tường nứt nẻ, loang lổ, mỗi viên gạch trên lối đi mòn khuyết, mỗi chiếc bàn học lốm đốm những vết mực tím cùng những chữ khắc tên vụng về, tất cả đều trở thành kỷ niệm quý báu.

Ông bỗng lại liên tưởng đến những ngôi trường tiểu học, trung học của nước Mỹ. Rộng lớn quá, ngăn nắp quá. Và luôn luôn được chùi rửa, kỳ cọ sạch bóng, xoá mất hết mọi dấu vết cũ. Để luôn luôn được mới mẻ. Nhưng khô khan và lạnh lùng.

Mải miết theo đuổi ý nghĩ riêng, ông chợt thảng thốt nghe tiếng rao phở. Tiếng rao nhỏ, ngắn, giữa trưa nắng, khác hẳn tiếng rao phở văng vẳng âm u trong những đêm đông mưa phùn gió bấc ở Huế, những gánh phở Bắc-- gọi như thế là vì những người gánh gánh phở bán dạo hồi đó toàn là người Bắc.

Ông đưa mắt tìm gánh phở. Mắt ông đập vào bảng tên đường: Phố Hàng Cót. Trên lề đường nhỏ hẹp, bên cạnh người đàn bà đứng tuổi ngồi trên chiếc ghế thấp chỉ cách mặt đất khoảng một gang tay (Huế gọi là cái đòn), trước mặt đặt một cái rổ nhỏ đựng mấy cái lọn tóc để bán -- mẹ ông ngày xưa mỗi lần búi lại đầu tóc đều chắp thêm một lọn tóc -- là một gánh nhỏ như đồ chơi của trẻ con, một đầu gánh có mươi cái chén sành ố màu, mươi cái muỗng thiếc cong queo, đầu kia một cái nồi bé tí. Không phải là gánh phở rồi. Thì ra gánh đậu hủ, người Bắc gọi là tào phở.

Người gánh bán là một thanh niên gầy gò, mặt mày xanh xao, ăn vận "nhếch nhác" trong bộ đồ bộ đội, chân mang giép nhựa trắng, đầu đội nón cối bạc màu. Ông thấy lạ, bước tới gợi chuyện. Không đói, không khát, nhưng ông cũng gọi cái gì ăn để nói chuyện với nhau cho tự nhiên:

"Anh cho tôi một tô phở nhé!"

"Phở? Thưa tào phở ạ."

"Vâng, tào phở."

Không có ghế ngồi, ông đứng trên lề đường ăn chén đậu hủ nóng muốn bỏng miệng.

"Thêm một chén nữa."

Ông vừa ăn vừa quan sát. Người thanh niên trông hiền lành, lễ phép, dáng dấp nhanh nhẹn, vồn vã, chân đi khập khiểng.

"Bao nhiêu tiền?"

"Thưa năm trăm ạ. Mời ông xơi nước."

Nói xong, từ một bình ny lông trông giống như cái bình hai lít dùng để đựng dầu hôi trong Nam ngày xưa, anh rót nước lạnh vào một cái ly bằng nhôm móp méo, không có nước đá, và đưa tận tay cho ông. Ông cầm lấy ly nước, ngạc nhiên hỏi:

"Năm trăm đồng?"

Anh bán hàng phân bua:

"Thưa một bát hai trăm rưỡi, hai bát xin ông năm trăm."

Ông không ngờ tào phở lại rẻ đến thế. Ông lẩm nhẩm tính, một đô la tức là một trăm *cents* khoảng 15 nghìn đồng, vậy một *cent* tức là 15 nghìn chia cho một trăm tức là 150 đồng ... thì ... một chén chưa đầy 2 *cents* Mỹ.

Ông lấy tờ giấy 10000 đồng đưa cho anh bán hàng. Anh ta loay hoay mở gói bạc quấn trong giấy ny lông tìm tiền thối. Ông vội nói anh giữ lấy tất cả đi. Lại đến phiên anh bán hàng ngạc nhiên, lúng túng, và nói bằng một giọng cảm động:

"Con xin ông."

Ông lân la hỏi anh ta đủ thứ chuyện, chuyện gia đình, vợ con, làm ăn, sinh sống. Anh vào bộ đội năm hai mươi tuổi, bốn năm trú đóng ở biên giới phía bắc, đánh quân xâm lược Trung Quốc, bị thương nặng ở chân, ở lưng, mảnh đạn chạm vào phổi, được giải ngũ, vẫn còn độc thân, "phải gượng sống qua ngày, một mình một thân còn không lo nổi, nói chi đến chuyện đèo bòng vợ con, thưa ông. Vả ... con ... tật nguyền ... không thể lấy vợ được. Với lại ... chẳng là lĩnh lương hưu 170 nghìn mỗi tháng sống cũng vất vả đấy, cho nên con gánh cái gánh tào phở đi bán kiếm thêm tiền. Cũng may, cách đây hai tháng được tăng lương hưu lên 200 nghìn."

Ông lại lẩm nhẩm tính, chỉ khoảng 13 đô la một tháng.

"Anh tên chi?"

"Con tên Đoàn ạ."

"Anh mấy tuổi?"

"Thưa gần ba mươi."

Ông muốn nói chuyện thêm nhưng cảm thấy có một cái gì đè nặng lên cổ, lên ngực.

"Chào anh Đoàn tôi đi nhé!"

"Con không dám, thưa ông."

Những ý nghĩ cũ về đất Bắc, người miền Bắc, thay đổi dần trong ông từ khi ông gặp người tài xế. Bây giờ lại thay đổi thêm. Bánh xe lịch sử quay cuồng đã nghiền nát biết bao nhiêu thân phận con người trong đó hẳn đã có cuộc đời của anh thương binh này, và cả của người tài xế kia, cũng như của chính mình. Ông chợt khám phá ra rằng giữa ông và đám người nghèo khổ, đông đúc, bàng bạc, chen chúc nhau trong lòng Hà Nội, có một sợi dây ràng buộc nào đó mà ông không hề tìm thấy khi ông tiếp xúc với nhiều sắc dân khác nhau trên những xứ sở ông đã đi qua.

Rời khu phố Hàng Cót, ông đi thẳng đến phố Hàng Gà, Hàng Điếu, quẹo trái xuống Hàng Bồ, băng qua phố Hàng Cân thì đến phố Hàng Đào. Phố Hàng Đào! Cái tên gọi đó khơi dậy nhiều liên tưởng trong trí ông. Ông nghĩ đến những hình ảnh trong văn chương, nhất là trong Tự Lực Văn Đoàn, những cô gái xinh đẹp Hàng Đào của một thời xa xưa nào -- hình như không xa lắm -- đứng bên những tấm lụa đào tha thướt trong cửa hàng ngăn nắp, thơm tho, mơ màng chờ đợi những chàng trai vừa trả xong nợ sách đèn. Đối với các cô, "Phi cao đẳng, bất thành phu phụ!" Phải "đại đăng khoa" rồi mới được tính chuyện "tiểu đăng khoa" với các cô!

Nay ở phố Hàng Đào cũng như những phố khác, đủ mọi thứ hàng hoá được bày bán. Đồng hồ, đồ chơi trẻ con rẻ tiền, máy tính "cao cấp", va li da, va li nhựa, giày, giép, xà phòng, chậu thau nhựa, chậu thau nhôm, hàng mã, nhang đèn, v.v... Có cả các tiệm hớt tóc, tiệm may, tiệm chụp ảnh, tiệm sửa xe (Chuyên sửa chữa xe máy, nắn khung, càng, bảo dưỡng xe mới, cũ), hoặc tiệm giặt áo quần (Giặt ép là khô, giặt ép là hơi).

Trên lề đường ngay đằng trước cửa hàng "bán cờ, vẽ biểu ngữ, làm biển, trang trí hội nghị, hội thảo, khai trương", một ông già mình trần mồ hôi nhễ nhại ngồi quạt lò lửa nướng ngô khói lên nghi ngút. Mấy trái bắp đã nướng xong được lột vỏ một nửa đặt nằm song song nhau trên cái mẹt tre đan. Cạnh ông già là một cô gái lam lủ ngồi sau cái rổ trong đó có ba, bốn khoanh chả quế nho nhỏ đặt bên một mớ xôi gấc đựng trong lớp lá chuối xanh.

Ông đến mua hai trái bắp nướng, rồi mua luôn xôi gấc chả quế, tất cả cho vào cái gói làm bằng giấy báo cũ. Không hỏi giá, ông đánh bạo rút tiền ra trả chung cho cả ông già và cô gái, để họ chia nhau sau, mà trong lòng cứ sợ trả thiếu. Nhìn nét mặt của ông già và cô gái, ông biết là ông trả rộng rãi. Thấy họ vui, ông vui lây.

Lại đi sâu vào vài phố nhỏ khác gặp mấy quán bán thịt cầy, ông hơi ngạc nhiên. Thay vì nói bóng bảy "Hạ Cờ Tây", "Nai Đồng Quê", như trong Nam ngày trước, các bảng hiệu ở đây ghi nguệch ngoạc: "Quán Thịt Chó."

Cứ thế ông đi hết phố này đến phố khác, đi qua gầm cầu Long Biên, gầm cầu Chương Dương, Ô Quan Chưởng, qua những đường Hàng Đậu, Hàng Khoai, Hàng Lược, Hàng Bồ, Hàng Bạc, Chả Cá, Gia Ngư, Cầu Gỗ ... đi, đi, mệt nhoài. Hết băm sáu phố phường chưa, dưới cơn nắng như thiêu như đốt, lòng rộn lên những cảm xúc khó nói thành lời. Nhiều lúc ông có cảm giác ông đang đi trong cơn mộng du, thần trí mê mẩn, thể xác đờ đẫn, tay chân cử động theo quán tính.

Cuối cùng ông men theo phố Hàng Trống. Trước mặt hiện lên Hồ Hoàn Kiếm. Hai người Âu, hay Mỹ, mình trần, quần cụt, đầu cạo trọc, ngồi yên lặng trên một lối đi bên bờ hồ theo thế bán kiết già, mắt nhìn thẳng đằng trước, mồ hôi tuôn ra như tắm. Mấy đứa trẻ con đứng quanh tò mò ngắm nghía, chỉ trỏ. Có đứa đưa tay sờ vào vai, vào lưng người đánh trần rồi thụt tay nhanh như sờ phải than hồng.

Đằng sau nhóm người đó là tiệm kem *Bốn Mùa* có chua thêm tiếng Pháp *Quatre Saisons.* Ngôi tiệm trông thật mát mẻ, được trang hoàng lộng lẫy, khách vào ra sang trọng, một số là người nước ngoài. Sự so sánh với gánh tào phở nghèo nàn của anh Đoàn không thể không đến với ông.

Đứng tần ngần ở đấy khá lâu, ông trông giống như một người lỡ độ đường. Khát đến khô cả cổ họng nhưng ông chưa muốn vào tiệm kem ngay.

Ông nhìn quanh ngẫm nghĩ. Còn những nơi nào mình cần đến thăm nữa? Hãy đến 80 phố Hàng Bông, hay 80 đường Quan Thánh nhé, nơi ngày xưa, khi ông chưa ra đời, một văn đoàn lừng lẫy đặt làm trụ sở. Nhưng nó nằm ở nơi đâu? Có xa lắm không? Đi bộ được không? Những nhà văn trụ cột của văn đoàn ấy suốt đời băn khoăn tìm kiếm một cái gì đó, rồi kẻ theo phe này, người theo phe nọ, kẻ bị thủ tiêu, người tự sát ...Nay đều đã thành người thiên cổ.

Nghĩ đến đó, ông không ngăn được tiếng thở dài. Rồi nào Chèm, nào Vẽ, nào Kim Liên, nào Ô Cầu Giấy, nào Ga Hàng Cỏ, những tên gọi ông đã gặp nhiều lần trong những cuốn tiểu thuyết ông đọc ngày xưa.

Nhưng thôi nhé, lại sắp phải giã từ Hà Nội của mùa hè thiêu đốt, của tiếng ve sầu và cánh phượng biệt ly, và của cả những nếp sống xa hoa hoặc đọa đày. Ông ngẫm nghĩ, sự cách biệt giữa những cuộc đời đó quá xa.

Nhưng Hà Nội đâu phải chỉ có mùa hè. Người ta vẫn nói Hà Nội có đủ bốn mùa xuân, hạ, thu, đông. Và những mùa khác nữa chứ. Còn mùa Tết với hoa đào, với giò thuỷ tiên và những cơn rét ngọt. Còn mùa lũ lụt với những cơn rét đậm, với con sông Hồng thịnh nộ cuồn cuộn dâng nước đỏ ngầu lên mép bờ đê Yên Phụ, Nghi Tàm. Và đặc biệt là mùa Thu, mùa thu của một nhà thơ nổi tiếng *"Mới tạnh mưa trưa chiều đã tà"*, *"Với áo mơ phai dệt lá vàng"*. Và *"mùa Thu tiến vào Hà Nội theo những chòm mây từ dãy Ba Vì, Tam Đảo để soi bóng xuống Hồ Tây, và cũng đồng thời theo chân những dáng người thân thương gánh những gánh cốm Vòng êm ả đi từng bước nhỏ bắt đầu từ cửa Ô Cầu Giấy"* -- một nhà văn yêu Hà Nội tha thiết đã viết như thế.

Hay nói như Trịnh Công Sơn, một nhạc sĩ vừa

nằm xuống, trong một bài ca đầy thương nhớ:

Hà Nội mùa thu
Mùa thu Hà Nội
Mùa hoa sữa về thơm từng cơn gió
Mùa cốm xanh về thơm bàn tay nhỏ
Cốm sữa vỉa hè thơm bước chân qua ...

Hà Nội mùa thu thơ mộng đến thế sao? Ông mong là như vậy nhưng đồng thời cũng nghĩ thêm rằng những tình cảm lai láng ấy có lẽ phải xuất phát từ những người được nuôi dưỡng ở đó trong một thời gian tối thiểu nào đó. Còn ông? Chắc chắn ông không nhìn Hà Nội bằng cái nhìn bàng quang của một du khách nước ngoài. Trái lại, lòng ngổn ngang trăm mối.

Sau một ngày đi bộ dưới cơn nắng dữ dội, ông mệt lả người. Tuy thế, buổi tối hôm đó ông cũng ráng đi xem Hồ Tây ban đêm. Ông đi bộ một mình, dặn tài xế ngày hôm sau đến khách sạn gặp ông sớm. Quá nửa đêm ông mới trở về khách sạn, ăn uống qua loa, chán nản lên giường ngủ vùi.

Sáng hôm sau theo thói quen ông vẫn dậy sớm, tắt ngay máy lạnh, đến bên cửa sổ kéo tấm màn tuyn trắng mỏng lên, và mở cửa cho gió tràn vào. Gió ban mai mát rười rượi, một cảm giác dễ chịu cho đến lúc này mới xuất hiện.

Ông nhìn kỹ căn phòng. Hai cái giường ngủ tươm tất nằm kế bên nhau. Cạnh giường là cái bàn viết có đèn đọc sách, đèn ngủ, điện thoại, đồng hồ báo thức. Sát tường là cái tủ áo cao gần đụng trần nhà, một cánh cửa của nó được đính vào một tấm gương to hình bầu dục, cánh cửa kia khắc họa công phu ở bốn góc hình mai, lan, trúc, cúc, cẩn xà cừ. Tiếp đến là một tủ trà làm bằng gỗ gụ chạm trổ hình rồng, hình phượng rất tinh vi. Một cái T.V. khá lớn đặt bên cạnh chiếc bàn bằng gỗ cẩm lai trên đó có sẵn một bình đựng nước đá cục, một bình thủy nước nóng, một bình pha cà phê, một cái ấm pha trà, một bộ tách trà xinh xắn, và một lọ thủy tinh nhỏ cao cổ cắm một chiếc hoa hồng tươi.

Từ ngày về thăm quê hương, ông để ý người ta thường chưng một đoá hoa hồng như thế.

Ở hai đầu bàn là hai chiếc ghế dựa cũng bằng gỗ cẩm lai. Đặc biệt là cái làn bằng mây đan đựng đầy vải thiều Bắc Giang, những trái vải vừa chín tới, da xanh loang lổ hồng, đỏ, và mọng, nằm cạnh chiếc ghế cao bên cửa sổ. Khác những nơi ông đã đến, phòng này có cả máy lạnh lẫn quạt trần. Lại thêm hai cái quạt nhỏ xinh xắn bằng ngà voi đặt trên hai chiếc gối trắng tinh.

Mọi thứ gọn gàng, trân trọng, ngăn nắp, với những nét riêng biệt, thân mật của một căn phòng trong một ngôi nhà ấm cúng, chứ không mang cái cung cách thực dụng thường gặp trong một khách sạn phương tây.

Căn phòng ngủ này nằm trên lầu ba nhìn xuống một con đường khá lớn nếu so với những con đường nhỏ và ngắn của khu phố cũ mà ông đã đi qua ngày hôm trước.

Ông ngồi nhâm nhi uống trà, chờ người tài xế. Đúng giờ hẹn, anh tài xế đến. Không chào hỏi chiếu lệ, anh tài xế đứng ngay trước cửa, nói:

"Tôi nói như thế này thật là không phải. Nhưng ... mãi tối hôm qua tôi mới nhớ ra là tôi có việc cần phải về Hà Nam gấp."

Ông ngẩn người:

"Thế thì kẹt cho tôi quá!"

"Không sao. Tôi sẽ tìm xe khác cho ông."

Ông tỏ vẻ khó chịu:

"Thì giờ của tôi được bao nhiêu đâu..."

"Có xe ngay," anh tài xế cướp lời. "Hôm nay theo chương trình, ông sẽ đi Hạ Long phải không. Sẽ có xe khác đưa ông đi ngay. Xe đi Hạ Long thiếu khối gì. Sau đó sẽ xúc tiến đi nơi khác. Nếu cần đi đâu, ông cứ việc nói với người thay thế tôi."

Ông thở dài nhẹ nhỏm, đặt tách trà nóng xuống bàn, vui vẻ hỏi:

"Bất ngờ quá nhỉ. Nhưng, có chuyện này ta cứ nói thật với nhau nhé. Tôi có làm điều gì phiền anh không? Để anh bỏ tôi nửa chừng?"

"Có gì đâu mà phiền hà! Ông trả tiền, tôi làm theo ý ông, thế thôi. Tiền trao cháo múc. Nhưng dù sao tôi cũng là người vi phạm hợp đồng, cho nên ... đối với hai ngày vừa qua, ông muốn trả tôi bao nhiêu cũng được. Không thành vấn đề cho lắm."

"..."

"Ông cứ tính toán đi. Để đỡ mất thì giờ, ông tính trước một mình, thế nào cũng được. Tôi đi gọi xe khác cho ông. 15 phút tôi trở lại."

Nói xong người tài xế bước vội ra khỏi cửa. Ông gọi giật lại:

"Anh Thiệu này! Tôi muốn bàn với anh một chuyện!"

Anh tài xế đứng lại nhìn ông cố giấu vẻ khó chịu. Ông thủng thẳng đi vòng qua phía bên kia bàn, kéo ghế ra, rót thêm một tách trà, đặt trước anh tài xế, chậm rãi nói:

"Mời anh ngồi lại đây uống với tôi chút trà cái đã. Còn sớm chán. Người Bắc gọi là chè phải không? Uống chè Tầu! Anh thấy chưa, tôi xa quê đã lâu vẫn phân biệt được một số tiếng Bắc, tiếng Nam. Tiếng Trung tôi cũng biết, tôi muốn nói tiếng Huế."

Anh tài xế lẳng lặng ngồi xuống ghế, vớ lấy tách trà uống một hơi cạn chén. Ông cười thân mật:

"Anh uống nóng giỏi quá!"

Ông với tay định châm thêm trà, anh tài xế xua tay từ chối. Ông tưởng cũng nên nói đùa một câu, và ông nhận thấy ngay rằng câu nói đùa của mình nghe vô duyên quá:

"Tôi mà uống nóng như anh thì sẽ vào nhà thương gấp."

" ... "

"Là vì cái lưỡi của tôi sẽ bị luộc chín như cái lưỡi heo bán tại một sạp nhỏ bên ngoài chợ Đồng Xuân. A, cái chợ Đồng Xuân tôi nghe nói từ thuở nhỏ. Hà Nội thì chợ Đồng Xuân, Huế chợ Đông Ba, Sài Gòn chợ Bến Thành. Thế mà hôm qua tôi đã đến đó nhưng chưa vô. Chỉ đứng ngoài nhìn vào."

"Thế ư."

"Anh biết tại sao không. Một là vì đi bộ quá nhiều, mệt đứ đừ, vào trong đó bí hơi. Hai là ... tôi nhận thấy đủ mọi thứ mặt hàng đều đã được bày bán trên khắp các phố phường rồi, thì việc gì phải vào chợ cho mất công. Đứng xa nhìn vào thấy được tổng quát. Anh đồng ý không?"

"Vâng."

Ông tiếp lời:

"Có chuyện này hơi ngoài đề, nhưng tôi phải nói ngay, không chốc nữa quên mất. Rằng là tuổi chúng ta sàn sàn nhau, có lẽ ta gọi 'anh tôi' với nhau nghe gọn hơn. Đồng ý anh nhé!"

Anh tài xế chau mày, những nếp nhăn hằn sâu trên trán. Anh ngoảnh mặt nhìn ra ngoài cửa sổ, gằn giọng đáp:

"Thế à? Nhưng ... nhưng tiền gọi, chứ đâu phải tôi gọi. Ông trả tiền, tôi làm phận sự, như tôi đã nói. Cho nên ... tôi xưng hô 'ông tôi' cũng đúng thôi. Vả lại, như thế nó có tính cách chuyên nghiệp hơn."

Ông nói lãng qua chuyện khác:

"Tôi mới bắt đầu tập uống trà đây, nghĩa là mới được vài ngày thôi. Ở bên Mỹ không có thì giờ uống trà. Cho nên tôi chưa quen uống nóng. Mà uống trà phải nóng mới ngon, có đúng vậy không anh?"

"Tùy người. Nhưng tôi phải đi ngay. Không khéo mất hết thì giờ qúy báu của ông, của tôi. Lại rách việc."

Ông đứng dậy, đến đầu giường lấy điện thoại gọi thêm bình nước nóng và thức ăn sáng cho hai người, rồi trở lại ghế ngồi vồn vã nói:

"Tôi không gấp đâu. Mình có thể đổi lại chương trình chút ít. Thay vì đi Hạ Long hôm nay thì ... thì hôm khác đi cũng được. Hà Nội còn có biết bao nhiêu nơi tôi không biết, nói gì đến Hạ Long ..."

"Nhưng tôi gấp," anh tài xế ngắt lời. "Tôi phải đi

Hà Nam nội nhật ngày hôm nay."

"Vâng tôi biết chứ. Xin anh nán lại thêm một chốc nữa thôi." Ông cố ý khề khà. "Tôi còn có điều này muốn nói với anh là ... Cũng đơn giản thôi. Chẳng qua là ... có lẽ anh còn nhớ hôm trước lần đầu tiên ta gặp nhau, tôi vô tình để lọt vào tai mấy câu người ta nói với anh ... Được biết trước kia anh là trung tá bộ đội. Tôi trước kia cũng trong quân đội miền Nam, vào giờ chót. Sao? Sao? Đúng vậy, vào giờ chót. Thì cứ gọi nhau một cách tự nhiên như, như ... ngày xưa. Không phải thời gian vừa qua, mà xa ... xa xưa lắm khi ta không hề thù ghét nhau. Có phải vui hơn không. Ông iếc làm chi. Rườm lời!"

Ông bỗng nhận thấy mình nói năng lung tung quá. Không chờ người tài xế đáp, ông đứng dậy, đi đến tủ áo loay hoay tìm chiếc máy hình và ví tiền. Mắt ông chạm vào gói giấy báo trong đó có bắp nướng, xôi gấc, chả quế mà ông vô ý để vội vào tủ áo từ tối hôm qua. Ông lấy mấy thứ đó ra, để tại một góc bàn trong khi anh tài xế đang cau mày nhìn mông ra ngoài cửa sổ.

Người phục vụ của khách sạn lễ mễ mang một cái khay lớn gồm có phích nước nóng, hai mẩu bánh mì, hai đĩa trứng rán thịt muối, mấy thỏi bơ, hai ly sữa tươi, hai quả chuối.

"Ta ăn sáng cái đã, rồi anh đi Hà Nam, còn tôi tính sau. Hà Nam? Nghe quen quen. Anh đến ngay tỉnh lỵ chứ?"

"Không."

"Thế thì ngoại ô? Hay miền quê?" ông cố kéo dài câu chuyện.

"Tôi về quê, vùng Bình Lục, Yên Đổ."

"Yên Đổ?" ông lẩm bẩm. "Tam Nguyên Yên Đổ. Trong Sài Gòn trước kia chúng tôi có đường Yên Đổ nay không biết có còn hay không. Con đường đó nhiều cây cối, nhiều biệt thự trang nhã, đẹp nhưng vắng. Thế Hà Nam, Bình Lục, Yên Đổ có xa đây lắm không anh?"

"Gần thôi. Từ đây đi Hà Đông, rồi qua khỏi Hà Tây là đến Hà Nam..."

"Thế tôi cũng đi Yên Đổ với anh nhé," ông vừa nói vừa cười. "Với lại, cứ xưng hô anh tôi cho tiện."

"Ông ... ông ... vâng, anh nói gì?"

"Tôi muốn đi Hà Nam, Yên Đổ cho biết. Tôi chưa biết tỉnh nào, thành phố nào của miền Bắc cả, trừ Hà Nội vừa mới đến hôm qua."

"Nhưng về Việt Nam," anh tài xế cũng cười cười đáp, đến lúc đó mới thấy anh cười, "mà không đi Hạ Long thì cũng coi như chưa về. Người ta vẫn nói thế. Anh nên đi Hạ Long, về sau khỏi hối tiếc."

"Hạ Long quá nổi tiếng, có lẽ có nhiều đoàn du lịch

tổ chức đi, thì đi lúc nào chả được. Mà phải có nhiều thì giờ hơn nữa để tiện thể đi thăm Chùa Hương, Sa Pa, chẳng hạn ... Chuyến sau về thăm hẵng hay. Nếu được, đi lên miền biên giới xem Ải Nam Quan bây giờ nằm ở nơi nào. Nằm thụt vào nước Tàu bao xa? Anh biết gì về chuyện Ải Nam Quan không?"

Anh tài xế cau mày, đôi mắt lộ vẻ khác thường. Ông biết ý nói lảng qua chuyện khác:

"Để khi khác ta lại trở lại vấn đề này nhé. Còn bây giờ... Hơn nữa đến những tỉnh nhỏ mà không có người hướng dẫn là, là lúa vàng ngay ..."

"Anh nói gì?"

"Ô, tôi xài tiếng lóng đó mà. 'Lúa vàng!', tiếng lóng của ba bốn mươi năm về trước bỗng nhiên hiện lên trong đầu tôi thật bất ngờ. Bây giờ đem ra xài chắc cũng ít người hiểu tôi muốn nói gì. 'Lúa' có nghĩa ... là thất bại, là hỏng, là kẹt. Là rách việc. Chẳng là có một giáo sư dạy tiếng Pháp tên là ông Lúa ... Ô sao tôi ba hoa dài dòng quá. Tôi phải vào đề ngay, anh ... mình cần đi gấp mà. Vâng phải có người hướng dẫn riêng nếu muốn đi thăm những nơi ít ai biết, không có tua du lịch. Cho tôi đi Hà Nam, Yên Đổ với anh nghe!"

"Cũng được. Nhưng tôi phải báo cho anh biết trước rằng ... chả có gì đáng xem đâu."

"Không sao," ông vội vàng tiếp lời. "Rồi từ Hà

Nam, Yên Đổ, ta chia tay. Tôi sẽ đi xe lửa từ đó thẳng vào Trung được chứ? Mà ở Hà Nam có bến xe lửa không? Ô tôi lại nói nhầm rồi, phải nói có ga tầu hỏa hay không, mới đúng giọng Hà Nội của anh chứ!"

Người tài xế mỉm cười:

"Có."

Trước khi đi Yên Đổ, anh tài xế đưa ông đi một vòng thăm bảy, tám cái hồ khác, như hồ Thủ Lễ, Ngọc Khánh, Thành Công, Đống Đa, rồi mới đến các hồ Văn Chương, Thiền Quang, Ba Mẫu, Bảy Mẫu gần đường Lê Duẩn, Giải Phóng, để xuôi Nam cho tiện. Còn Hồ Tây, hồ Trúc Bạch, và hồ Hoàn Kiếm, ông đã đến thăm hôm trước. Anh ta giải thích Hà Nội có nhiều hồ lắm, có đến ba bốn chục cái hồ. Theo thời gian, hồ cạn dần hoặc bị lấp đi để làm đất trồng trọt, hoặc làm nhà cửa. Nay chỉ còn lại mươi cái hồ nổi tiếng.

Bảo là đi xem hồ, tiện đường anh tài xế cũng chịu khó đưa ông đi đến các nơi như Văn Miếu, Vườn Bách Thảo, Nhà Hát Lớn, Chùa Quán Sứ, mỗi nơi ghé qua một chốc.

Toa xe lửa toa hạng ba. Ghế ngồi chật chội, không có số. Ông ngồi bên cạnh cửa sổ. Mấy ngọn đèn trần vừa được bật lên toả ánh sáng màu vàng nhợt nhạt. Bên ngoài trời tối dần mà trong toa xe không khí vẫn ngột ngạt và oi bức. Cũng may có cơn gió nhẹ đều đều thổi tới. Ông đảo mắt nhìn quanh. Thì ra ở một góc toa đằng xa, một chiếc quạt máy cỡ lớn đang xoay xoay. Xe lửa hạng ba mà được như thế này thì cũng không đến nỗi nào, ông ngẫm nghĩ.

Ông nhớ lại lúc chia tay với anh tài xế.

"Chúng nó nhếch nhác quá!" anh tài xế nói một cách bực tức. "Tôi đâu ngờ câu chuyện lại xẩy ra như thế. Thôi, anh chịu khó đi hạng ba nhé. Phiền quá, anh lại phải ngủ ngồi suốt đêm. Mãi đến trưa ngày mai mới đến Huế nếu không có sự cố nào khác."

"Không sao, không sao."

"Tôi đã sắp đặt đâu vào đấy," anh tài xế vẫn còn bực bội. "Thế mà cuối cùng lại bị chúng nó bắt chẹt. Biết thế tôi lấy vé tầu TN cho anh."

"Tầu TN là...?"

"Đó là tầu Thống Nhất chạy từ Bắc vào Nam. Loại thường thôi, không được sạch sẽ, lại phải ghé nhiều ga nhỏ, cho nên hơi chậm. Nhưng còn hơn anh phải ngồi hạng ba tầu này. Chó thật!"

Thấy anh tài xế băn khoăn mãi, ông cười giả lả:

"Mình đến trễ, hết vé hạng giường nằm, hết cả vé hạng nhất, hạng nhì, thì đành phải đi hạng ba. Ai sao mình vậy, chịu thôi."

"Không phải thế đâu," anh tài xế gắt. "Tôi biết

chúng nó còn khối vé mà không chịu chìa ra. Bắt chẹt mà. Thấy cái bộ vó ngoại kiều của anh chúng nó muốn khai thác. Mà cũng tại anh. Nếu anh dẹp cái thắt lưng đen đựng tiền quấn quanh bụng, thì anh với cái dáng xuềnh xoàng ấy cũng chẳng khác chúng tôi là bao."

"Anh nói đúng, tôi vô ý lắm. Tôi sẽ tháo cái thắt lưng hãm tài này ngay sau khi tôi lên toa xe."

"Tôi ghét chúng nó ở chỗ chúng thích tiền thì cứ nói thẳng đi. Sao lại cứ im ỉm, khinh khỉnh như ta đây không màn đến chuyện tiền bạc. Chúng nó muốn anh phải tự giác tự nguyện dâng tiền thêm cho chúng nó. Tốn thêm một ít tiền có lẽ anh cũng không nề hà, nhưng tôi ghét cái lối bắt chẹt đó lắm. Khổ nỗi bây giờ vé ghế mềm cũng không có."

"Ghế mềm?"

"Cũng là ghế ngồi hạng ba nhưng có đệm. Chỗ tựa lưng cũng có đệm. Đỡ cho cái lưng, cái mông. Còn ghế trơ gỗ này thì cứng như đá. Phải ngồi suốt đêm trên cái ghế này, ngày mai anh sẽ ê ẩm cả người. Tôi đã trải qua kinh nghiệm ấy. Tuổi mình lớn, chịu sao nổi"

"Đã lỡ rồi thì đành vậy. Nhưng không sao, tôi có thể ráng chịu được. Không sao đâu. Vô gì nhỉ ... vô tư mà."

"Anh dùng sai chữ vô tư rồi!"

Ông nhớ lại mẩu đối thoại đó và nhớ nét mặt cau có và cái giọng nói qua kẽ răng của người tài xế. Ông trở lại với ý nghĩ rằng anh này đã chọn sai nghề.

Sau khi đến Hà Nam, anh tài xế tách khỏi con đường lớn, lái xe qua nhiều con đường nhỏ lát đá, rồi chạy trên con đường đất khá lâu. Ở vài ba đoạn đường quá xấu, ông thấy có bảng ghi: Cấm xe trọng tải quá 5 tấn. Lạ nhỉ, ông lẩm bẩm. Sợ sập cầu mới dựng bảng cấm như thế, chứ sao cấm cả xe chạy trên đường bình thường. Cuối cùng xe đậu trước cổng một ngôi nhà ngói cũ kỹ, ba gian hai chái, bao quanh bởi một mảnh vườn khá khô cằn vì thiếu nước.

"Đây là nhà từ đường của họ tôi," anh tài xế nói. "Tôi vào giao bức thư và giải quyết vài công việc lặt vặt trong vòng nửa giờ là xong. Mời anh vào nhà nghỉ ngơi, xơi nước."

"Anh cứ tự nhiên. Tôi chờ ngoài này không sao. Tôi thích thế. Để nhìn trời, nhìn đất."

"Tùy anh."

Nói xong, anh tài xế đi vội vào nhà.

Ông mở cánh cửa xe cho có gió vào, định ngả đầu dựa vào thành ghế chợp mắt một chốc. Suốt mấy hôm, đêm nào ông cũng nằm trằn trọc đến hai ba giờ sáng, và năm sáu giờ đã dậy, mắt cay sè, người có khi lâng lâng như đi hỏng chân. Nhưng ngay bây giờ thì nóng quá, không thể nào ngủ được, ông bước ra khỏi xe nhìn xa.

Giữa đồng bằng mênh mông đột ngột nổi lên một ngọn núi khá cao, có lẽ cao gần bằng núi Bà Đen ở Tây Ninh. Hay cao hơn, ông không biết chắc.

Ngay trước mắt ông, xóm làng nghèo nàn, đồng ruộng cằn cỗi phơi mình dưới nắng hè gay gắt. Những nếp tranh tiều tụy nằm bên những lũy tre còm cõi, những lùm chuối rách rưới, những ao bèo héo quắt, khô cạn. Dăm ba con vịt lông xám xơ xác rúc mỏ xuống những vũng nước bùn cạn queo, mấy con gà mái chuối gầy gò đi kiếm ăn quanh quẩn đụn rơm èo uột.

Cũng na ná như những làng quê miền Trung ngày trước khi ông còn ở Việt Nam, nhưng trông khổ sở và buồn bã hơn nhiều. Trên con đường làng, có đoạn lát đá vụn, có đoạn đất thó, năm bảy người, đàn ông, đàn bà, kẻ mang dép nhựa, kẻ đi chân đất, đầu đội nón vải, nón lá, oằn mình gánh những gánh cát lẫn đá nặng trĩu, đòn gánh cong vòng như hình cách cung. Người dân quê bây giờ tuy có khác dân quê năm bảy mươi năm về trước, không còn mang tấm áo nâu, mảnh quần vá, không còn kéo cày thay trâu bò, nhưng có lẽ cũng không khá hơn là bao. Cuộc sống của dân quê còn quá lầm than, ông ngẫm nghĩ.

Bỗng ông nghe tiếng nói con gái đằng sau lưng:

“Sao bác không vào nhà nghỉ ngơi xơi nước cho khỏe người, mà lại đứng đây cho nắng nó thiêu đốt?”

Ông bật cười, quay nhìn. Một cô gái đang ngồi trên một chiếc xe đạp cũ từ bao giờ, một tay với vịn một nhánh cây thấp, một tay giữ ghi đông xe, một chân đặt trên bàn đạp, chân kia chống đất. Trời nóng hừng hực. Chiếc áo chẽn sơ mi mỏng trên người cô gái ướt đẫm mồ hôi làm nổi lên lớp da hồng từng đám nhỏ.

Ông ngẫm nghĩ thì ra bây giờ chữ "bác" được dùng thoải mái, không như trước kia chữ "bác" phải được độc quyền dùng để chỉ bác Hồ, mà đã nói đến bác Hồ thì phải nói cho đủ bộ, Bác Hồ vĩ đại.

Thoáng một chút ngạc nhiên, ông nhìn cô gái xinh xinh, vui vẻ trả lời:

"Chào cô. Tôi thích đứng ngoài này, thoáng hơn. Nhìn quanh quẩn cũng thấy lạ lạ, quen quen."

Tự nhiên cô gái cười tít mắt như thể hai người đã quen biết nhau từ trước. Ông cho rằng gái quê vốn vui tính như thế. Ông cũng cảm thấy vui vui. Chỉ vào thân cây gần đấy, ông hỏi vớ vẩn:

"Cây này là cây gì vậy? Giống cây nhãn quá, phải không cô?"

"Thưa đúng là cây nhãn đấy, bác ạ."

Người miền quê, ông ngẫm nghĩ, vẫn giữ được cái nếp nói năng lễ phép với người lạ, khác hẳn đám thanh niên, thiếu nữ ở các đô thị bây giờ, mở miệng ra là chửi thề, văng tục. Ông hỏi tiếp:

"Nhưng sao không thấy bông thấy trái gì cả?"

"Thưa nhãn năm nay đầy hoa nhưng gió lớn rụng hết. Tháng này là mùa nhãn chín đấy bác, nhưng bói đâu cho ra một quả để bác nếm thử xem. Nhãn vùng này có tiếng là ngọt, hạt lại bé tí."

Giọng nói của cô gái hơi nặng, không chải chuốt như thiếu nữ Hà Nội thuở nào, nhưng cũng dễ nghe. Cô khoảng 18, 19 tuổi, ngón tay thứ tư và ngón út đeo ba chiếc nhẫn, móng tay dài, dáng người khá thon thả, mái tóc cắt ngắn uốn sơ sài, khuôn mặt nhẹ nhàng lanh lợi, môi và má hồng lên dưới nắng hè. Hay có chút phấn son?

"Thế thì năm nay cô không được ăn nhãn ngọt hạt bé tí rồi."

"Thật ra dù được mùa, chúng cháu cũng ít được ăn lắm ạ. Để bán chứ, ăn hết vốn sao."

"Bán có được giá không cô?"

"Năm nào được giá, hơn bốn nghìn một ký đấy bác ạ. Cũng khá đấy chứ bác?"

Như một phản xạ, ông lẩm nhẩm tính trong đầu quy ra thành tiền đô la. Cũng chẳng được là bao, vài ba mươi cents. Không muốn nói lên ý nghĩ đó với cô gái, ông đổi đề tài:

"Ở đây thoáng gió quá. Cô thường đến ngồi đây hóng mát phải không?"

"Cháu đâu được nhàn hạ như thế. Chẳng là trời oi quá, cháu đạp xe quanh quẩn một chốc thôi, thưa bác."

"Thế hôm nay cô không đi học hay sao? Mà cô tên gì? Xin lỗi, tôi quá, quá đường đột?"

"Có gì đâu bác! Cháu tên Hồng. Cháu có đi học chứ sao lại không, nhưng cũng có lúc rỗi. Không những đi học mà còn phải tranh thủ đi làm nông nữa cơ chứ."

"Cô mà làm nông!"

"Tại sao không hở bác. Cháu đã lớn, cũng được chia ruộng như những người khác chứ."

"Thế ra vùng này có tục lệ chia ruộng?"

"Theo cháu biết, vùng nào cũng có tục lệ đó."

"Thế mỗi người được chia bao nhiêu?"

"Vùng này người đông, đất ít, hạn chế ruộng đất. Mỗi người được chia một sào. Cháu đã lớn, cũng một sào."

"Một sào là cái gì?" ông thành thật hỏi.

Cô gái cười khanh khách:

"Một sào là một sào chứ còn là cái gì nữa! Có lẽ cháu nói thế này bác khắc biết. Một sào mỗi mùa thu hoạch được một tạ gạo. Chả đủ sống. Rồi nào tiền thuế, tiền điện, tiền nước, cho sào ruộng chứ không phải cho nhà dùng đâu nhé, còn lại không bao nhiêu. Cho nên phải kiếm việc làm thêm nữa chứ."

"Cô bận học mà còn phải đi làm ruộng, rồi còn làm thêm việc khác. Sao không thuê người khác làm?"

"Phải tự mình làm chứ. Thuê thì phải trả công, sẽ hết nhẵn cả tiền. Cháu phải tranh thủ vừa đi học, vừa làm nông, vừa làm ren."

Ông ngạc nhiên:

"Sao cô làm nhiều thứ thế, thì giờ đâu?"

Cô gái cười thật tươi:

"Thì giờ ư? Phải tranh thủ. Làm ngày không đủ, tranh thủ làm đêm, làm thêm ngày nghỉ! Câu nói tưởng như đùa nhưng là châm ngôn đấy bác."

Ông nghĩ thầm cô bé này cũng có học vấn đấy, và hỏi thêm:

"Còn làm ren nữa? Là làm cái gì?"

"Là ren áo quần, khăn tay, khăn bàn, món nào ren được là ren. Ai thuê là mình làm thôi."

Đôi mắt cô gái chớp lia lịa. Ông không biết đó là cái tật hay cô muốn làm duyên. Miệng nói tươi tắn, vẻ mặt trong sáng, thành thật.

"Nhưng còn làm nông nữa! Cô làm khâu nào trong nghề nông?"

"Thì mùa cấy cháu đi cấy, mùa gặt cháu đi gặt, mỗi năm hai mùa. Những công việc đồng áng lặt vặt khác bố mẹ cháu làm giúp."

"Công việc lặt vặt là công việc gì?"

"Cháu nói là nói thế thôi. Chứ bố mẹ cháu làm rất nhiều việc. Nào cầy, bừa, nào gieo mạ, nào bắt sâu, nào tát nước. Nhọc nhằn lắm."

"Tôi nghe nói người ta cải tiến làm ruộng mỗi năm ba, bốn mùa, mỗi mẫu thu hoạch năm sáu tấn. Có máy móc làm thay."

"Đấy là cách làm ruộng trong Nam của bác. Lại đất phì nhiêu. Nhưng bác ở trong Nam ra chơi, hay bác là... bác là...Việt kiều? Chứ ngoài này đất cằn lắm. Làm hai mùa đất cũng mệt quá rồi."

Ông không trả lời cô gái, lại hỏi thêm:

"Đất mệt chứ người không biết mệt hay sao? Nhưng móng tay cô để dài như thế làm sao mà đi cấy, đi gặt?"

Cô gái buông tay khỏi nhánh cây nhãn, nhìn ông một cách tinh nghịch và cười rũ người:

"Khó gì cái chuyện đó thưa bác! Thì cắt móng tay trước khi đi cấy, đi gặt. Xong việc nhà nông ta lại ung dung mặc đồ ren mỏng, để móng tay dài, đạp xe quanh quẩn chơi. OK?"

Ông giật mình:

"OK? Cô biết tiếng Anh?"

"Vâng, cháu cũng biết tiềm tiệm. Bố mẹ cháu đã sớm biết lo liệu cho cháu học tiếng Anh từ bé tại nhà trường. Từ cấp một đã học."

"Cấp một mà đã học tiếng Anh! Tôi tưởng lên cấp hai mới học ngoại ngữ, à, tiếng nước ngoài chứ?"

"Vâng, vẫn học đấy. Vùng này ai cũng học tiếng Anh sớm lắm, vào trường là học ngay ... "

"Làm ruộng, đi học, đi ren, bận bịu quanh năm suốt tháng, cô còn đâu thì giờ vui chơi, giải trí, xem đài. Mà nhà cô có ti vi không?"

"Nhà cháu không có, nhưng cháu vẫn tranh thủ đến ngôi nhà ở đầu xóm xem. Nhất là vào thời gian này xem bóng đá. Đang mùa bóng đá giải hành tinh đấy bác ạ."

Ông đi từ ngạc nhiên này đến ngạc nhiên khác:

"Cô biết cả coi đá banh?"

"Đá băn? Sao lại băn. Phải gọi là đá ban, đá banh, hay đá bóng chứ lị. Trong Nam bác gọi là bóng tròn phải không ạ? Thưa vâng, cháu cũng biết xem chứ. Sống ở thời đại này mà không biết thưởng thức bóng đá là thiếu văn hoá!"

Ông nghi ngờ, hỏi ướm thử:

"Hay quá, phái yếu mà cũng biết coi đá banh! A,

tôi phát âm chữ banh trật rồi, không giống cô. Thế theo cô đội nào sẽ đoạt giải năm nay?"

"Cháu có thể khẳng định rằng đội Ý. Thế bác đội nào?"

Ông lúng túng. Suốt mấy mươi năm trời bận bịu ông quên hẳn môn thể thao mà ngày xưa ông say mê. Ông trả lời đại:

"Tôi chọn đội Hoà Lan."

Cô gái cười ngặt nghẽo:

"Bác muốn nói đội Hà Lan? Đội Hà Lan chơi cũng hay nhưng chẳng may không được vào vòng chung kết năm nay!"

Ông cười trừ:

"Ô, tôi nhầm."

Cô gái nhanh nhẩu:

"Không những cháu biết xem mà còn có thể gọi là sành nữa cơ. Cháu có nói ngoa không? Cháu mê cầu thủ Ý, nhất là Bagiô, những cú dứt lạnh lùng như nét đẹp của anh. Anh ấy đã hết chơi, một mất mát lớn cho nền bóng đá của Ý và của cả loài người. Nhưng cũng còn may là đã có Tôti thay thế Bagiô trong niềm vui thưởng thức bóng đá của cháu rồi đấy ạ!"

Cô bé nói một hơi giọng trầm bổng, trôi chảy, như người đứng trước sân khấu. Ông đứng ngẩn người nghe, ngạc nhiên và thích thú.

Người tài xế từ trong nhà bước ra vội vàng. Cô gái nháy một mắt chào ông rồi ngoảnh đầu đạp xe đi chầm chậm, miệng thì thầm hát, *"Biệt ly - Nhớ nhung từ đây ..."* Thuận tay cô bức mấy chiếc lá nhãn nằm ngay trên đỉnh đầu tung lên cho bay trong gió.

Ông nhìn theo. Trời nóng, gió hiu hiu. Vai và lưng cô gái ướt đẫm mồ hôi thấm ra ngoài chiếc áo phin chấm bông cụt tay và mỏng mảnh in rõ sau lưng hai sợi dây nịt vú. Anh tài xế cũng nhìn theo cô gái, mặt mày cau có thấy rõ. Ông ngạc nhiên nhận thấy rằng anh ta có vẻ có ác cảm đối với cô bé xinh tươi này.

"Bây giờ anh muốn đi đâu?" người tài xế hỏi.

"Nhưng đây là vùng nào?"

"Làng Yên Đổ."

"Yên Đổ!" ông reo lên ngạc nhiên. "Này anh, quanh đây có chỗ nào để ... để thăm không? Nhà lưu niệm một nhân vật lịch sử nào đó chẳng hạn." Ông nghĩ đến cụ Nguyễn Khuyến.

"Như tôi đã nói với anh ban sáng, vùng này nghèo lắm. Chẳng có danh lam thắng cảnh gì, chẳng có nơi nào đáng để đến tham quan cả."

"Hồi nãy trên đường đi, ngồi trên xe tôi đọc được trên các bảng chỉ dẫn nào thị trấn Núi Gôi, nào làng Đô Hai, làng Xuân Bảng. Vậy thì ... Nhưng anh đưa tôi đi đâu cũng được ... tùy anh. Miễn là sau đó có thể đáp xe lửa vô Trung nội ngày hôm nay là tốt rồi."

"Vâng."

Nhận thấy người tài xế ít nói, ông không muốn nghịch ngợm hỏi han gì thêm nhiều nữa. Con đường làng hẹp quá khiến anh tài xế phải xoay xở một hồi lâu mới có thể cho xe ra đường cái, rồi tiếp tục chạy nhanh dần trên con đường dài, nhả ra đằng sau một đám bụi mịt mù. Ông buột miệng:

"Anh xem kìa, lạ chưa. Giữa đồng ruộng phẳng lì tự nhiên mọc lên một trái núi. Núi gì vậy anh?"

"Núi An Lão," người tài xế đáp.

"Có ai ở trên đó không?

"Có chứ."

"Sống trên đó lấy gì ăn."

"Đó là căn cứ quân sự. Trước năm 54, cũng có đồn Tây đóng trên đỉnh núi ấy để khống chế cả một vùng rộng lớn. Lúc sáng khi anh bảo anh muốn đi Yên Đổ, tôi đoán có lẽ anh nghĩ đến cụ Nguyễn Khuyến chăng? Ngày xưa, cách đây chừng gần một thế kỷ, cụ Nguyễn Khuyến đã mấy lần lên chơi ngọn núi này."

"Thì mình cũng bắt chước cụ lên đấy chơi nhé anh. Nhưng đến núi An Lão thuận đường không?"

"Không. Với lại từ đây đến đấy không gần như anh tưởng. Thấy núi ngựa chạy ba ngày mà! Nhưng anh muốn tới thì cứ tới. Tới chân núi đứng đấy nhìn lên, chứ không có thì giờ leo núi đâu."

Trời tối nhanh. Ngồi trên xe lửa, nhìn ra ngoài cửa sổ, ông không nhận ra được gì. Ánh đèn lưa thưa, thấp thoáng của những làng xa trông như những vì sao lẻ loi ở cuối chân trời.

Từ bé ông đã thích đi đây đó bằng xe lửa để ông có thể ngắm cảnh từ cửa sổ toa tàu. Ngồi tựa cửa nhìn ra ngoài cho đến khi nào mỏi mắt thì đứng dậy, đi lui đi tới thoải mái, đi lần tới những toa khác cho giãn tay giãn chân, ngắm cái sinh hoạt thật sống động của những toa xe hạng nghèo, kẻ nằm người ngồi, ăn uống, hát hò, hoặc quây quần nhau giữa sàn xe đánh cờ tướng, đánh bài tây, có người ngang nhiên giăng võng ngay trên đầu hành khách, đạp chân đưa võng kêu kẽo kẹt mà không một ai lấy thế làm phiền.

Có đói bụng thì đi đến toa nhà hàng gọi một ly cà phê nóng, ăn một đĩa trứng ốp la, một lát bánh mì, hút một điếu thuốc lá thơm, có cao hứng bảo khui một chai bia lạnh, ngồi thật lâu nghe tiếng bánh sắt đánh nhịp ầm ầm trên đường sắt. Rồi lần từng bước quay trở về chỗ cũ đứng bên cửa sổ nhìn những cảnh trí mới thay nhau xuất hiện.

Nhưng đó là quá khứ. Nay khác hẳn. Hành khách đông quá, đi đứng qua các toa tàu thì thật là vất vả.

Xe chuyển bánh. Hành khách lục tục kéo cửa sổ xuống kín bưng. Ông vẫn vẫn để cửa sổ mở, ngồi yên, nhìn sâu vào đêm tối bên ngoài. Ông già bên trái ngồi im lìm như bức tượng. Cảm thấy phải bắt chuyện với người bạn đồng hành ngồi kế mình, ông mở lời:

"Ngồi như thế này cho tới sáng ngày mai coi bộ cũng mệt đấy. Phải không bác nhỉ?"

Không có tiếng trả lời. Ông nói tiếp:

"Tôi đi xe lửa như thế này là lần đầu, nghĩa là đi một chuyến dài từ Bắc vô Nam. A, a, có ghé Trung."

Ông già bên cạnh hắng giọng rồi duỗi người ra kê đầu lên thành ghế, nhắm nghiền mắt làm bộ ngủ. Ông bực mình rủa thầm, cái thằng cha này bất lịch sự quá. Có những tiếng nhao nhao chung quanh:

"Ô kìa cái ông kia!"

"Này, này, kéo cửa sổ xuống cho chúng tôi nhờ một chút đi nào!"

"Đi tầu hỏa lần đầu trong đời phải không? Sao mà cả đẩng thế!"

"Trông thì có vẻ Việt kiều, lại hà tiện đi toa hạng bét như thế này mới là chuyện đáng nói chứ."

Nghe ngang đó ông mới biết người ta đang nói về mình. Ông chau mày, bực mình, lúng túng chưa biết phản ứng như thế nào. Cô hành khách ngồi ghế đối diện quay đầu lại nhỏ nhẹ nói:

"Chú ơi, phải kéo cửa sổ xuống khi tầu bắt đầu rời nhà ga. Bằng không chốc nữa tầu chạy một quãng thế nào bọn chúng nó ngoài kia cũng sẽ ném đá vào. Có người bị đá trúng vào đầu đấy chú ạ."

Ông luống cuống vừa đứng dậy vừa nói:

"Thế à. Tôi đâu biết. Cám ơn cô lắm. Mà bọn chúng là bọn nào thế?"

"Cháu không biết ạ."

Kéo cửa sổ xuống xong, ông kín đáo quan sát cô vừa nói. Cô ngồi cạnh một người đàn ông còn trẻ ngay ở ghế đối diện. Họ hẳn là một cặp vợ chồng son, không thấy con cái đi cùng. Người chồng vừa lên xe đã ngủ, đầu tựa vào thành ghế, hai tay khoanh trước ngực, hai chân co lên ghế ngồi. Người vợ đưa lưng cho chồng dựa, hai chân duỗi dài ra ngoài lối đi chung giữa toa tàu.

Ông áy náy vô cùng. Lúc lên tàu, vì không quen khuân vác, mà cũng vì cái va li khá lớn và nặng, ông một mình không có ai giúp một tay nên không đưa nổi hành lý của mình lên cái kệ ngay phía trên đầu. Chỉ chậm một phút, những hành khách khác đã chuồi hành lý của họ vào đấy.

Đến giờ phút này ông mới vỡ lẽ ra rằng đi một mình trên những chặng đường dài như thế này quả là mạo hiểm. Phải chi có một người bạn đồng hành đỡ đần một tay. Phải chi có Hoạt cùng đi. Ông đành rán sức đẩy bừa cái va ly kềnh càng ấy vào chỗ trống giữa hai dãy ghế ngồi đối diện nhau, định bụng sẽ chuyển nó đi nơi khác khi có chỗ trống.

Nhưng càng lúc người vào càng đông, không còn một chỗ nào cho chiếc va li. Phần ông cố nhiên ông phải xoay xở tìm cách gác hai chân vào chỗ nào cho thoải mái, nếu cần thì gác chân lên trên chiếc va-li của mình. Chốc chốc lại phải đổi thế ngồi cho đỡ mỏi.

Cái bụng của ông lại đang muốn nổi loạn.

Nhưng đây là cái va li của mình thì mình phải chịu đựng nó, còn hai người hành khách trước mặt lại cũng vì mình mà không có chỗ để duỗi chân, thật là rầy rà quá chừng.

Bụng ông quặn đau. Mình ăn uống cái quái gì hồi chiều với anh tài xế, ông thầm hỏi. Buồn cười thật, tự nhiên lại muốn chiều chuộng cái anh chàng khó tính đó một cách thái quá. Từ trước đến giờ mình đâu có muốn chiều chuộng ai đâu. Đối với bạn bè biết tính nhau thì sao cũng được, nhưng đối với người lạ, mình không khéo léo, không quen xã giao, không biết lấy lòng người ta, nếu không muốn nói là thường hay bẳn gắt, khó chơi. Nhiều người nửa đùa nửa thật bảo rằng ông phải biết điều hơn một chút trong cách cư xử, bằng không họ sẽ xin "kính nhi viễn chi". Chỉ có thằng Hoạt là hợp với mình dù hai người tính tình khác nhau nhiều, ông dò xét lòng mình.

Ông lại nghĩ đến anh tài xế cựu trung tá. Bỗng dưng mình lại tìm mọi cách chiều chuộng anh ta. Cao hứng ông mua biếu cái kính râm đeo mắt lái xe cho đỡ nắng chói, tặng luôn chiếc đồng hồ đang mang trên tay gọi là để ghi nhớ chuyến đi về thăm quê cụ Tam Nguyên. Rồi mỗi lần xe dừng lại ở quán bên đường nghỉ ngơi, thì nào thịt chó, tiết canh, bánh khảo, bia chai, buổi trưa; nào phèo, nào phổi, nào dồi lợn chấm mắm tôm, rượu nếp, buổi chiều ... Toàn là những thứ xưa nay mình không thích. Cứ làm ra vẻ ăn uống "hồ hởi phấn khởi" để cho hắn vui lòng. Cho đến nỗi bây giờ mình mang họa!

Tại sao? Mình đang cố biến thành một người mới? Ông tự hỏi. Chắc chắn không phải thế. Chẳng qua, có lẽ, vâng, có lẽ sau mấy mươi năm mới về quê hương thì phải sửa đổi lại hành vi của mình đôi chút cho dễ coi, làm dáng đôi chút cho đẹp mắt. Mà cũng có lẽ vì mình có một ít tiền, trở về một đất nước nghèo khổ, rồi lại ra đi, cùng lắm là xài cho hết nhẵn số tiền mang theo, thì cứ việc trải lòng ra đối với bất cứ ai, nhất là những người khốn khó.

Giả dụ mình trở về ở hẳn chốn này, làm nghề lái xe du lịch cạnh tranh với anh chàng khó tính đó, hay ngay cả khi ôm một đống tiền về quê làm vốn để kiếm kế sinh nhai lâu dài, thì hẳn là mình không còn là con người hào phóng, rộng lượng, và tử tế như thế nữa.

Ông lại băn khoăn. Hình như mình cũng có đổi khác. Hình như mình cũng có cảm thấy được nỗi khổ của người cùng nòi giống, cùng tổ tiên, và muốn chia sẻ. Có khi mình đang muốn làm một cái gì cho quê hương, bắt đầu từ việc giao thiệp nhỏ nhặt hàng ngày như mấy hôm nay.

Mà quê hương là gì? Tổ quốc là gì? Đó là một biểu tượng, một lịch sử, một thực thể, một lá cờ, một câu hò, một món ăn, một dòng sông, một quá khứ, một kỷ niệm, một tương lai, một con người? Vâng, con người quan trọng lắm, người đang còn sống cũng như người đã ra đi vĩnh viễn. Có lẽ quan trọng nhất. Không có con người, ý niệm về quê hương, tổ quốc khó có thể hình thành. Thế nhưng hình như người ta thường thích đấu tranh cho một quê hương chung chung, thường yêu thương một tổ quốc chung chung, nhân danh một lý tưởng viển vông chung chung. Còn khi đối xử trực diện với một con người cụ thể, với anh hàng xóm, với người tài xế, với kẻ đi đường, với bạn đồng song, với người đồng hành, với kẻ thất thế, vân vân, người ta thường thiếu sót một tấm lòng.

Nhưng bây giờ thì tình thế đã đảo ngược. Mình không chia sẻ bớt nỗi khổ cho ai cả đã đành, trái lại đang gây phiền phức cho họ. Thật oái ăm, ông bần thần ngẫm nghĩ. Cái va li to tướng nằm chình ình ra đó choán hết cả lối đi, và choán cả khoảng trống cần thiết để người ta duỗi chân ra. Ông đang lo lắng chờ những tiếng phản đối hoặc cằn nhằn, trước nhất là từ cặp vợ chồng trẻ ngồi đối diện. Nhưng may mắn cho ông, họ chưa tỏ vẻ khó chịu gì cả. Mong là họ không cau có như ông già ngồi bên cạnh.

Tàu chạy nhanh dần. Tiếng bánh sắt nghiến vào đường sắt trổi lên một nhịp điệu dồn dập, ào ạt như trong một ban nhạc kích động. Ban đầu hân hoan, reo vui. Rồi hối hả, rồi hốt hoảng. Rồi gào thét điên cuồng. Trong đêm đen đặc. Trong đêm thăm thẳm. Trong đêm lạc lõng.

Người ông rã rời. Hai bả vai, lưng, và mông muốn gãy làm đôi. Ông trở mình mãi mà vẫn không tìm được một thế ngồi cho thoải mái. Cái cổ không giữ vững cái đầu, cột xương sống không giữ nổi thân hình, hai vai không giữ được hai cánh tay. Tại sao mình mệt mỏi đến thế này, ông lo sợ. Hay mình đã bị ngộ độc vì những món ăn thổ tả ban chiều. Hay vì sau mấy mươi năm quen sống trên "nhung lụa" bây giờ lại bị ngồi "ghế cứng" suốt cả thời gian dài? Hay chỉ vì cơn đau bụng âm ỉ? Hay vì mấy ngày này phung phí sức khoẻ nhiều quá, lại không ăn uống bồi bổ? Hay vì suốt mấy đêm không ngủ được bao nhiêu. Ông nhớ lại, ban đêm ông chỉ ngủ được một vài tiếng là cùng. Tại vì thời tiết, tại vì môi trường sống thay đổi, cho nên ông mất ngủ?

Vâng, mà cũng tại vì trong lòng ông luôn luôn có những đợt sóng ngầm mà chỉ khi nào một mình ông, không một người nào quen biết đi cùng, như bây giờ, đang ngồi trên toa tàu hạng ba này, ông mới thấy nó trào dâng lên dữ dội. Có thân nhân, có bạn bè bên cạnh, ông hòa đồng với họ, chiều ý họ, chia xẻ cái vui cái buồn của họ, thì giờ dành cho riêng mình,do đó, không còn bao nhiêu cả. Nay một mình, cơn điên loạn khủng hoảng bùng lên như ngọn lửa gặp gió.

Con tàu không còn yên ổn nữa. Nó như con thú sẩy chân sắp lao vào vực thẳm. Như quả tạc đạn bay nhanh sắp chạm vào mục tiêu để nổ tung, có ông trong đó. Nhiều lúc ông giật mình hoảng hốt.

Khuya dần. Ông ngủ thiếp đi từng chặp. Tiếng cọ xát của kim loại, của bánh sắt nghiến trên đường sắt, hòa với tiếng động cơ, tiếng gió xé, đập vào vách đá văng trở lại, hú lên từng hồi ma quái. Thức, ngủ, chập chờn. Những âm thanh hỗn loạn đó lại xoáy vào ruột gan của ông như những con rắn độc quấn nhau lại thành từng nùi rồi bung ra phá phách. Ông ói mửa thốc tháo.

Ông già ngồi bên cạnh bật đứng ngay dậy, đi thẳng đến cuối phòng lẫn trong đám người đang ngồi ngủ gà ngủ gật. Anh chồng ngồi trước mặt đã thức dậy từ hồi nào mở to mắt chăm chú nhìn ông. Thấy ông nhìn lại, anh vội co cái chân đang gác lên trên cái va li của ông. Anh ta quay người sửa lại dáng ngồi và rút từ trong túi áo sơ mi một điếu thuốc lá bèo nhèo châm lửa hút thật sâu, cầm hơi thật lâu, rồi phì phà nhả từng hơi khói thật dài. Chị vợ cũng đã thức dậy. Chị loay hoay cúi tìm một cái gì trong cái xách tay nhỏ. Xong chị nhìn ông, ái ngại:

"Khổ chưa! Toa tầu hạng ba không có trạm xá."

Ông mệt nhọc nhìn chị, hỏi:

"Chị nói gì?"

"Không có thuốc. Chú thử xức tạm chút dầu này xem sao."

Chị đưa cho ông ve dầu nhỏ, nói tiếp:

"Chú cứ xức ngay vào cổ, vào hai mang tai, vào mũi, vào trán, vào sau gáy, vào rốn nữa. Xong chú thấm dầu vào đầu ngón tay rà vào lưỡi. Ít thôi. Trong uống ngoài xoa xem có đỡ không."

Ông nhìn chị, cám ơn, cầm lấy ve dầu làm y như lời chị vừa nói. Lại ói mửa thêm một ít. Với chút dầu cay cay, nóng nóng, thơm thơm, ông cảm thấy nhẹ người đi phần nào. Ông lặng lẽ rút từ ngăn ngoài của chiếc va li một cái khăn lông lớn lau sạch chỗ dơ bẩn trên sàn tàu, và trả lại ve dầu.

"Chú cứ giữ lấy mà dùng, cháu còn chai khác."

Ông nén cảm động, thành thật cám ơn, và cho ve dầu vào túi áo ngực. Đó là một loại dầu màu đỏ thẫm giống như dầu Nhị Thiên Đường mà ông không hề thấy trong hơn 25 năm sống ở Mỹ. Đúng ra trong thời gian đó có một lần ông gặp một bà cụ từ Việt Nam mới qua đi đâu cũng mang theo ve dầu Nhị Thiên Đường trong người để dùng phòng khi trở trời trái gió, như cụ nói. Thế mà lạ quá, mỗi lần cụ lấy dầu ra xức trước mặt những người Mỹ sống ở đây, họ tránh xa ngay. Không phải chỉ giới trẻ không chịu nổi mùi dầu đó, những bà già da trắng lớn tuổi cũng sợ nó.

Ông lấy làm lạ nhưng không tiện hỏi, rồi ông quên bẵng chuyện đó. Còn riêng ông có thích thứ dầu ấy không? Hồi còn ở Việt Nam, ông cũng ít khi đụng đến nó. Họa chăng khi còn bé, trong những lúc nhức đầu, sổ mũi bất thường mà chưa có thuốc để uống, được mẹ bôi thứ dầu đó vào trán, vào mũi, vào bụng. Thì cũng cảm thấy êm êm. Bây giờ cầm lại chai dầu từ tay người đàn bà trẻ tuổi của xứ Bắc tình cờ gặp trên xe lửa, ông bỗng thấy bồi hồi như gặp được người thân đã thất lạc lâu ngày.

Toa tàu lắc lư, đu đưa, giật giật, thỉnh thoảng đánh thức đám hành khách trong chốc lát rồi lại tiếp tục đưa họ vào giấc ngủ mê mệt. Bỗng con tàu rú lên dữ dội. Ông giật mình tỉnh dậy hẳn. Một con tàu chạy ngược chiều vừa ào ào lướt qua, để lại tiếng còi tàu giật giọng. Chắc là sắp đến một ga nào, ông nhủ thầm.

Tâm trí ông dần dần quay lại những ngày vừa qua. Nhiều hình ảnh hiện lên như những đoạn phim quay chậm.

Đêm hôm đó, đêm Hà Nội dạo Hồ Tây, ông đi vòng vòng nhiều nơi. Mỏi chân đứng lại, rồi lại đi, vẫn không tìm được một ghế trống để ngồi xuống nghỉ chân. Hà Nội đêm Hồ Tây mùa hè hóng gió dành cho những cặp thanh niên nam nữ hôn nhau, quấn vào nhau, mở nút áo, nút quần cho nhau. Ông tò mò nhìn, rồi cảm thấy ngượng, đi chỗ khác. Lại nhìn thấy cảnh đó, rồi lại đi chỗ khác. Lại nhìn thấy. Cứ thế.

Suốt cả ngày đi rảo qua các phố cũ mệt nhoài, buổi tối lại tiếp tục đi và đi, đôi chân rã rời, miệng đắng và khát nước. Ông không biết những quán giải khát nằm nơi đâu. Ghế đá đều có người ngồi kín. Mãi đến khuya, ông mới tìm được một ghế đá để ngồi xuống nghỉ ngơi, mong ước rằng sẽ có thể được nhìn trời mây bao la của Hà Nội ban đêm trùm lên mặt hồ mênh mông, và lắng nghe quá khứ của ngàn năm kéo về, những đêm dài lịch sử, những bình minh của tổ quốc, những vinh quang, những tủi nhục.

Nhưng mong ước đó không đến với ông. Một người chẳng biết từ đâu xuất hiện đột ngột nói bên tai ông một thôi dài:

"Này chú, ... a, này anh giai, anh giai. Sinh viên thứ thiệt đấy nhé, hiện đang học đại học tổng hợp."

Ông bỡ ngỡ một thoáng, rồi hiểu ngay. Lại thêm một người khác sấn tới, tranh nói:

"Đại học ngoại ngữ, đại học thủy sản, đại học kiến trúc ... Nếu anh muốn, có ngay."

Người đầu tiên vội cướp lời:

"Nhưng anh phải nghe tôi nói trước nó đã nhé. Đại Học Sư Phạm nhé, cũng có. Cô giáo cấp ba tương lai đấy, trẻ lắm, đẹp lắm, mới tinh khôi. Không tính đắt đâu. Biết hát nữa, karaoke, hát hay lắm. Ca sĩ nghiệp dư mà. Cực kỳ quyến rủ ..."

Ăn nói trắng trợn, báng bổ, khoác lác, không cần biết người nghe có tin hay không, ông nghĩ thầm. Nếu được nghe những lời lẽ đó trong một dịp khác, có lẽ ông cũng tò mò muốn tìm hiểu thêm. Nhưng nay, lòng bồn chồn, ngổn ngang. Ông cố gắng đáp lại một cách hòa nhã:

"Cám ơn hai anh. Nhưng hôm nay tôi bận."

Một người nói:

"Khuya khoắt như thế này mà còn bận cái nỗi gì. Vô lý. Đi theo tôi ngay kẻo..."

Người kia chận lời:

"Anh giai ơi, đi theo tôi. Này cái thằng kia, tao cấm mày không được giở trò cướp giật."

Ông bực mình nói lớn:

"Hai anh có để cho tôi yên không nào?"

Cả hai tranh nói:

"Thì yên chứ sao không yên. Chỗ này yên ổn nhất, an toàn nhất. Trong một biệt thự sang trọng."

Ông nói như quát:

"Tôi gọi cảnh sát bây giờ!"

"Ô hay! Cảnh sát là cái thế quái gì vậy? Cái ông dở hơi này!"

Ông đứng dậy bỏ đi nơi khác. Những tiếng dai dẳng, tục tằn, đuổi theo ông một quãng đường dài.

Đi mãi, gặp đường Nghi Tàm ông đứng lại, quay nhìn xuống hồ. Ông cố nhìn thật xa, nhưng ban đêm ông không thể trông thấy bờ bên kia của Hồ Tây. Hôm đầu tiên khi đi trên đường Cổ Ngư anh tài xế có trỏ tay về phía ấy nói đó là vùng Chợ Bưởi, Nghĩa Đô. Ông chợt nhớ đó là quê quán của người bạn thân của ông hiện sống tại Porland, Oregon, Hoa Kỳ. Mỗi lần nhắc đến quê anh là anh rơm rớm nước mắt. Giá mình qua được bên đó để thăm quê giùm cho người bạn, mua một món quà lưu niệm đem về tặng. Ngày mai phải đến đó, ông tự nhủ.

Hà Nội đêm! Đêm tối mênh mông tung mẻ lưới khổng lồ trùm lên mặt hồ thao thức, trùm lên những đám thanh thiếu niên đờ đẫn, lên những đám người làm nghề dẫn mối lì lợm, lên những con đường buồn phiền, những địa danh huyễn hoặc.

Và ông cũng thảng thốt cảm thấy Hà Nội ban đêm hình như đang rình rập giăng bẫy bủa vây ông, dù ông đã nằm gọn trong vòng vây từ bao giờ! Ông vội móc đồng hồ từ túi quần sau ra xem -- ban đêm ông không dám đeo đồng hồ nơi cườm tay đứng lớ ngớ ở những nơi như thế này nghe nói dễ bị giật. Quá nửa đêm rồi.

Đám người trên những ghế đá thưa dần. Họ đi lẩn lút, mất hút trong đêm tối như những bóng ma. Ông chột dạ nhìn quanh thật lâu, không nhận ra đường về. Không thấy xe tắc-xi hay xe ôm. Ông có phần hoảng hốt lần mò đi vào nhiều ngõ tìm kiếm. Gió khuya lùa tới, lướt qua, bỏ ông ở lại đằng sau, bay luồn vào những con đường vắng vẻ, xa lạ, hun hút, rồi đậu lại, đu đưa trên những ngọn cây phượng, cây bàng, cây sấu, cây hoa sữa, nghe xào xạc, lạnh lẽo, âm u.

Gần 2 giờ sáng, ông mới tìm được đường về khách sạn.

Ông ngủ thiếp đi lúc nào không hay. Giật mình tỉnh dậy, thấy bụng vẫn còn lâm râm, thấy lưng mỏi nhừ, tay chân buông xuôi, uể oải, cái cổ không giữ vững cái đầu. Chắc khi ngủ quên, mình trông giống như tên tử tội sau nhát "chém treo ngành", đầu chưa rời cổ hẳn, gục qua một bên vai, miệng sùi bọt mép. Chợt nghĩ như vậy, ông vội đưa tay sờ mồm, thấy lờn nhờn dơ dáy. Vội liếc nhìn cặp vợ chồng ngồi đối diện. Họ đã ngủ say. Ông vội rút chiếc khăn tay từ trong túi quần.

Con tàu vẫn đang chạy nhanh trong đêm tối âm u, chiếc đèn trần tỏa ánh sáng yếu ớt, cái quạt đứng ở cuối toa bị vướng vào một chiếc nón cối treo kế bên cửa sổ, quay chưa được nửa vòng lại quay lui.

Tàu có lẽ đã ngừng lại ở nhiều ga rồi, ông ngẫm nghĩ, và ông để ý thấy có dăm ba hành khách đã xuống xe nhưng số hành khách mới lên xe càng lúc càng nhiều. Không có chỗ ngồi, số hành khách mới lên đó, già trẻ lớn bé đủ loại, kẻ đứng tựa lưng vào thành ghế, kẻ ngồi đại trên đống hành lý, hay ngồi bệt xuống sàn tàu, kẻ nằm dài trên những lối đi. Khung cảnh toa tàu hạng ba lúc đó trông không khác gì cảnh đám người chạy giặc.

Có cái gì như một niềm thê lương mênh mang choán ngập cả tâm trí ông. Ông buồn rầu nghĩ đến những thời quá vãng xa xôi. Tuổi nhỏ thất lạc, như trong một câu thơ của một nhà thơ mà ông thích, tuổi sàn sàn với ông, *Tuổi ấu thơ, hòn cù lao xa khuất.* Rồi lớn lên lúc nào không hay, và tình yêu, và chiến tranh, và tàn phá. Rồi quê cũ khổ ải đọa đày. Rồi tù tội. Rồi những ngày tháng lưu vong bơ vơ trên những xứ lạ. Tâm trí cứ thế đi lang thang qua nhiều chìm nổi.

Ông lại cố dỗ dành giấc ngủ. Nhưng không sao ngủ được. Bỗng hốt nhiên trong hồn trong tim, tiếng hú, tiếng gào, tiếng bánh sắt cọ xát trên đường sắt nghe như hàng ngàn lưỡi dao lưỡi kiếm đâm vào rừng dây kẽm gai rối nùi, rách tưa, chém vào hàng vạn tấm thân lao đao gục ngã; nghe như vô vàn lằn đạn xuyên vào những công sự phòng thủ bê tông nứt nẻ, đổ vỡ, xoáy vào những chiếc nón sắt tóe lửa, những cái đầu vỡ toang không băng bó, những lồng ngực thủng lỗ máu tuôn, những cánh tay văng xa lòi xương trắng hếu, những bàn chân gãy lìa dính vào chiếc giày trận dập nát; nghe như những tiếng nguyền rủa, quát tháo đầy nọc độc của bầy ác quỷ đang làm át tiếng thét tuyệt vọng kéo dài như không bao giờ dứt của những con thú đang bị dồn vào hang đá bức tử, của những hồn ma sầu thảm lảng vảng trên dương thế không chịu hóa kiếp. Bánh xe lịch sử quay cuồng nghiền nát mọi thứ trên đường đi của nó. Bụng ông lại sôi lên thắt lại từng cơn.

Ôi quê hương! Ôi Miền Nam!

Xe ngừng hẳn. Ông bừng tỉnh, cố gắng tập trung tinh thần lại. Cơn đau bụng giảm dần. Buổi sáng hiện lên mờ mờ ngoài kia qua khe cửa sổ. Buổi sáng và ánh mặt trời đang xua đuổi những cơn đồng thiếp đi nơi khác.

Dừng lại chỉ độ năm phút, con tàu tiếp tục lên đường. Ông mở hé cửa sổ. Gió sớm xuyên qua cửa sổ thổi vào toa tàu đem lại cho ông cảm giác hồi sinh. Tàu chạy nhanh dần, động cơ lại xục xịch khua hối hả, bánh xe nghiến thành những nhịp dồn dập, còi tàu chốc chốc hú lên vội vã, và gió lồng lộn bên ngoài rít lên từng hồi. Như thôi thúc, như giục giã. Thôi thúc, giục giã người đi xa lâu ngày hãy mau quay về chốn cũ! Sắp đến quê cũ rồi chăng, ông tự hỏi.

Ông già bên cạnh đã trở lại từ lúc nào, ngồi ngay ngắn, đầu tựa vào lưng ghế, hai tay khoanh trước ngực, mắt nhắm. Cặp vợ chồng đối diện ngồi dựa lưng nhau ngủ say, đầu cũng tựa vào nhau. Chị vợ mái tóc dài xỏa xuống che một bên ngực, cái kẹp tóc bằng nhựa rẻ tiền bị sút ra vướng vào mấy sợi tóc, nằm hờ trên vai, hai chân của chị co lại trên ghế ngồi, vẻ mặt bình thản gần như trẻ thơ. Anh chồng đội chiếc nón vải kéo che kín mặt, chân không có chỗ duỗi lại gác lên trên chiếc va li của ông, đôi giày vải đế cao su có lỗ rách lòi ngón chân cái.

Cái va li rầy rà quá! May mà mình gặp được cặp vợ chồng hiền lành. Nhưng mình cũng phải biết điều chứ. A, anh chàng này là con sâu hút thuốc, chốc nữa mình mua biếu hắn một bịch thuốc lá. Còn chị vợ? Ông chưa nghĩ ra một món quà nào cho thích hợp.

Trong toa vài ba người lần từng bước chen qua đám hành lý nằm ngổn ngang trên sàn tàu, hoặc hai tay vịn vào thành ghế đu người tiến đến buồng vệ sinh.

Tàu chạy chậm dần, động cơ khua xục xịch, rời rạc, mệt nhọc. Bánh sắt thắng lại kéo lê trên đường sắt tạo thành tiếng siết chói và gắt. Đám hành khách trong toa tàu đều tỉnh giấc. Những tiếng gọi nhau xì xầm, những cánh cửa sổ được đẩy lên kêu rẹt rẹt, những cái đầu thò ra ngoài nhìn tới nhìn lui.

Tàu dừng lại hẳn. Huế, có lẽ Huế đây rồi. Ông

cảm thấy tim đập nhanh thêm một chút. Ông cũng đẩy hẳn cửa sổ lên, quay đầu nhìn dáo dác. Một bảng hiệu khá to với dòng chữ kẻ: Ga Đồng Hới.

II

Thế là mình sắp trở lại Huế sau hơn ba mươi năm, ông nói thầm trong lòng. Đồng Hới, Đông Hà rồi Huế! Quảng Bình, Quảng Trị rồi Thừa Thiên! Tuy xa quê lâu ngày ông cũng nhớ rằng ba tỉnh miền Trung này mang nhiều sắc thái, cung cách na ná giống nhau, con người cũng như cảnh trí thiên nhiên, tiếng nói, cử chỉ cũng như cách ăn mặc, vóc dáng, và sắc diện. Cho đến nhà cửa, cỏ cây, làng mạc, núi sông, cũng có những nét chung chung.

Thế là mình đã vào hẳn một phần đất của miền Trung có chiều dài mà ít chiều rộng. Đông là biển, là Thái Bình Dương, tây là núi, là dãy Trường Sơn. Biển núi chạy song song, đồng bằng nằm giữa. Bắc và nam của giải đất được chắn ngang bởi Đèo Ngang và Đèo Hải Vân. Một miền xanh tươi nhưng nhỏ hẹp.

Ông sinh ở Huế, trải qua thời thơ ấu và niên thiếu tại đó, rồi đi xa. Ông nhớ một câu người ta thường nói, *"Huế không phải là nơi ở để thương nhưng đi để nhớ"*. Cứ cho đó là một danh ngôn, nhưng danh ngôn thường chỉ đúng một nửa, hoặc đúng trong hoàn cảnh này nhưng sai trong hoàn cảnh khác. Ông muốn nói ngay khi đang sống tại Huế, ông đã yêu qúy xứ sở ấy rồi, chứ không phải chờ đến khi xa Huế mới nhớ với thương.

Trước kia, khi miền Nam chưa sụp đổ, thỉnh thoảng ông về quê thăm nhà dù bố mẹ không còn. Ngôi nhà do người cô cùng mấy đứa con đã lớn trông coi. Cô ít nói, sống âm thầm như chiếc bóng, đi đứng lặng lẽ, nói năng nhỏ nhẹ, cử chỉ khoan thai. Mấy người con của cô thì phải đi làm suốt ngày, tối về trễ, mệt nhọc, ăn uống xong là vội vàng lên giường ngủ. Nhưng ngôi nhà tuổi nhỏ dường như vẫn đứng vững trước thời gian.

Cái bàn viết của bố ngày xưa vẫn ở bên chái phải nằm cạnh cửa sổ có chấn song nhìn ra vườn chuối, cau, cây ăn trái. Ngoài những hoành phi, câu đối treo đầy trong gian giữa dùng làm nơi thờ Phật, và trong hai gian phải và trái là nơi thờ tổ tiên, có hai tấm liễn bằng gỗ trắc thật lớn, và thật cao, cao từ sàn nhà đến gần chạm mái nhà, trên đó là những hàng chữ Hán cẩn xa cừ lên nước vân óng ánh, vẫn đứng nguyên chỗ cũ, được đóng sát vào hai chiếc cột gỗ lim chạm trổ.

Hồi đó bố nhiều lần giải thích cho chú bé nghe ý nghĩa những dòng chữ trên hai tấm liễn mà chú có hiểu gì đâu.

Một bộ ngựa gõ gồm ba tấm rộng, dài, dày và láng bóng vẫn được kê bên chái trái cạnh phòng ngủ của mẹ.

Phòng của mẹ! Phía đầu giường, trong chiếc tủ nhỏ nhiều ngăn kéo, ngoài các ngăn đựng đồ khâu, kim chỉ, gương lược, phấn son, còn có một ngăn mà mỗi lần đi học về chú bé chạy vội đến kéo cái ngăn ra thế nào cũng bắt gặp khi thì cái bánh thuẫn, khi thì tấm kẹo đậu phụng, khi thì ly chè đậu váng, khi thì khoanh chả bò hoặc chả heo, khi thì nắm xôi vò hoặc xôi gấc, khi thì vài trái ổi sẻ, khế ngọt còn tươi rói vừa hái ngoài vườn ... "Con ăn xong đừng bôi tay dơ lên gối mẹ nghe!"

Trên mặt tủ vẫn còn tấm ảnh lớn của bố mẹ và chú bé đặt dưới tấm gương trong. Còn cái ghế cao nữa chứ, cái ghế ba chân có cái tựa lưng dành riêng cho chú bé vẫn để cạnh bàn ăn sáu chỗ ngồi dù trong nhà chỉ có ba người, bố mẹ và bé. Cả con ngựa gỗ để bé cưỡi chồm tới chồm lui với hai con mắt tím lem luốt do bé bôi mực vào vẫn nằm yên bên cạnh chiếc ghế bành bằng mây đan nằm ở cuối hàng hiên.

Tất cả đều không thay đổi. Tất cả đều được những tấm lòng, những bàn tay chăm sóc chu đáo. Tất cả đều có linh hồn, đều âm thầm mang một đời sống bất diệt. Bố mẹ sống lại, ông bé lại. Cả cơn gió thổi xào xạc ngoài vườn chuối cũng là cơn gió cũ, cả đám mây bay lang thang trên trời cũng là đám mây xưa.

Thời gian, không gian quấn quýt nhau lôi kéo những năm tháng của thời tuổi nhỏ trở về.

Những mùa đông lạnh “thấu xương” mệ -- bà nội -- luôn luôn gập người ôm trong lòng chiếc lồng ấp than hồng dưới lớp tro trắng mỏng. Ông hàng xóm qua chơi với bố đầu trùm khăn bông kín cả tai, cả mặt, chỉ để lộ ra cái mũi không giống như mọi khi, nó sần sùi và đỏ như trái cà chua. Dãy thầu đâu, hay sầu đông, trước nhà cành nhỏ như những “bộ xương cứu chúa” rụng không còn một chiếc lá, không một con chim đậu.

Thế mà dưới con hói chạy song song với con đường nhỏ đất thó, có nhiều rong và bèo, từ sáng sớm lạnh cóng đã thấy chiếc thuyền con trên đó một ông già gầy gò, rách rưới, hai tay ngoay ngoảy chèo thuyền bằng hai mái chèo nhỏ như con dao phay. Con thuyền trườn tới trườn lui trên mặt nước phủ làn sương mỏng chốc chốc ghé lại bên cạnh những cây hóp cắm rải rác xuống đáy hói làm dấu cho biết nơi mỗi cọc hóp đó có đặt chiếc rớ nhỏ hơn chiếc áo cánh. Rớ được giở lên. Dăm con tép rong, it khi được tép giá, tép rong nỏ xíu chui rúc trong rong, tép giá to bằng cọng giá, không hề có tôm, và vài con cá cấn nhỏ bằng hột đậu ván màu sắc rực rỡ, nhảy tung tăng trong chiếc rớ. Mớ tôm cá đó được trút vào một cái oai nhỏ, không lớn hơn tô canh. Xong đâu đấy, chiếc rớ lại được đặt xuống đáy cọc, chiếc thuyền trôi qua cọc khác dưới dòng hói. Lại cất rớ lên, đặt rớ xuống.

Thuyền lại chèo hết cọc này tới cọc khác ven bờ hói, cứ thế từ sáng tinh sương cho đến xế trưa. Chẳng biết khi nào mớ "thủy sản" đó mới đầy oai.

Chú bé đứng lâu, mỏi chân ngồi xuống bên bờ hói, say sưa nhìn theo, cho tới khi mẹ gọi:

"Con vô trong nhà cả lạnh. Coi chừng đau đó nghe, chơ không phải chơi mô."

Mùa đông lạnh cũng là mùa của những cơn mưa dầm có khi kéo dài cả tháng. Ểnh ương không ngừng kêu ca suốt ngày đêm nghe âm vang thật xa và buồn buồn thật dài. Rồi mực nước của những dòng sông dâng lên cao, cao mãi. Tràn bờ, ngập hết đường sá, ruộng vườn. Lụt lại tới rồi. Đóng vội cửa nẻo kẻo guốc dép nằm trên nền nhà theo dòng nước bạc trôi đi mất. Kê giường, tủ, cho cao lên dần dần khi mực nước chưa chịu rút, trái lại cứ từ từ dâng. Nhưng đối với chú bé, lụt thật là vui. Vui nhất là được xem nấu cơm ngay trên phản, ngựa, được đu hay nhảy qua các bàn, các tủ để di chuyển từ nơi này đến nơi khác.

Ngược lại với Đông lạnh buốt là Hạ nóng bức. Những mùa hè "nắng thiêu đốt, nắng chảy mỡ". May lúc đó cũng là vào dịp học trò được nghỉ ba tháng hè, về quê chơi. "Nắng làm nứt đất cày, làm gãy sừng trâu."

Chú người làm ở trần ngủ trưa trên chiếc phản gỗ mỗi lần trở mình phát ra thứ tiếng như tiếng chân lội bùn bì bõm vì mồ hôi trong người chú tuôn ra đấy dán lưng vào ván. Thỉnh thoảng cơn mưa giông đột ngột đến, sấm chớp xé bầu trời, khiến ai xui xẻo lỡ độ đường không mang theo áo tơi lá bị "ướt như chuột lột".

Mấy cây nhãn sau vườn treo lủng lẳng mo nhãn lồng chín tới tỏa mùi thơm ngọt ngào lôi cuốn ong và chim. Chúng không phá nổi lớp mo cau bao bọc, nhưng Mệ cũng "biểu" người làm cầm sào dài ra xua đuổi.

Cạnh bờ sông, bờ hói, bờ ao, lũ trẻ núp dưới bóng mát cây bàng, cây tre, với tay đưa cần câu ra cho thật xa mong được câu cá lớn. Đó là những đứa có tay "sát ngư". Còn những đứa có tay "sát điểu" thì tay cầm ná cao su, túi mang đạn (những hòn đá nhỏ khá tròn trịa) đi rình bắn chim gi, chim sẻ, chim sâu, chim sáo. Nóng quá nhảy ùm xuống sông, xuống hói, xuống ao bơi lội vẫy vùng.

Mùa thu khai trường đi học chưa có đà, trong túi còn thủ những trái mù u (nhớ câu đố: bằng trái cau mà đau hai tật là trái chi?), những hòn bi chai, cái ná bắn chim; trong lòng còn luyến tiếc cánh đồng, cần câu, bờ sông, bãi biển; mắt còn mơ màng dõi theo những sợi tơ trời mỏng mảnh bay vật vờ trên nền trời xanh. Và than thầm sao ba tháng hè qua mau quá!

Nhưng mùa Tết mới vui hơn cả. Ai nấy trong lòng thì quên hết muộn phiền, ngoài mặt thì náo nức, hân hoan. Người sống tìm nhau đoàn tụ với người sống đã đành -- quanh năm tha phương cầu thực, cuối năm về quê ăn Tết – họ còn cùng nhau thành kính tưởng niệm những người đã khuất. Bàn thờ khói hương nghi ngút, hoa quả tươi tắn; nhà cửa được dọn dẹp tươm tất, sạch bóng; những bộ y phục mới toanh được mang ra dùng.

Bánh tét nấu trong đêm ba mươi vớt lên còn nóng hổi trông mập mạp, no nê, đầy hứa hẹn. Và mứt món, bánh trái, ê hề.

Phố xá, xóm làng vang lừng tiếng nổ, gần nghe chát chúa, xa nghe râm ran, đối đáp nhau như không bao giờ dứt, từ ống lói, pháo tre, pháo cối, pháo tràng, pháo quả, pháo chuột, và cả pháo xì quét mặt đường. Rồi những đoàn múa lân tưng bừng trống đánh liên hồi, lôi cuốn những đám đông bao quanh, kéo theo những đàn con nít ngây người ngó.

Rải rác đây đó mọc lên những sòng bài bình dân náo nhiệt, giật gân: bài vụ, bài tới, bài chòi, nhất lục. Người giàu sang hơn thì đổ xăm hường.

Đấy chỉ là dăm ba kỷ niệm lan man. Nhưng sẽ thiếu sót lớn nếu không nói đến chú Thìn, thần tượng của lũ trẻ.

Chú bảo chú là con rồng tái sinh, tuổi thìn mà. Khác với những người lớn trong làng, chú thường chịu vui chơi với lũ trẻ con, bày những trò lạ mà tụi nó thích thú vô cùng. Lấy hai chiếc đũa tre chống nghiêng cục gạch đặt trước một cái lỗ nhỏ rải vào đấy mấy hột gạo, hoặc vài con cào cào, châu chấu đã bị bẻ chân, ngứt cánh, để bẫy chim sâu, chim sẻ. Vót tre làm cái "xà róc" trông giống như cái bít tất để bắt cá rô, cá lúi. Cá vô, mắc kẹt, không ra được. Cá lúi nhỏ bằng ba ngón tay, mập, ngon, mùa lụt mới có, từ nguồn sông theo nước lụt đổ về thật nhiều. Tìm những cái hang sâu ở mép bờ hói hay bờ ruộng mùa ngập nước thò chân vô dộng, thụt, mươi mười lăm cái là lươn ngộp thở lờ đờ chui ra. Có khi gặp rắn nước, thì rút chân ra chạy lẹ. Rủi bị nó cắn cũng không sao, rắn nước không độc. Tập trèo cau, trèo dừa, không cần đeo vào hai cẳng chân cái nài số 8 làm bằng bẹ chuối tươi đập giập. Chặt thân cây chuối làm phao để tập bơi ngoài sông cái. Làm diều giấy khung tre đem ra ngoài đồng những hôm gió nhiều thả chơi v.v...

Chú còn hứa "sẽ khai tâm tụi bây mấy đường quyền cước". Chú cao lớn, hiên ngang, và rất ngầu. Chú biết múa dao, múa côn, và trổ những ngón võ gia truyền bí hiểm. Đi bằng hai tay đối với chú chỉ là chuyện "nhằm nhò gì" vì chú còn có thể lộn ngược đầu trèo cau, nghĩa là chân lên trước, đầu lên sau, rồi dùng hai bàn chân bẻ cau.

Buổi chiều nào rảnh rỗi, chú lại đi luẩn quẩn dọc theo những con hói tay lăm lăm cầm một khúc hóp dài như cái cần câu, thẳng bon, bóng loáng, đầu ngọn gắn "cái chỉa một bằng thép có ngạnh như lưỡi câu" mà chú gọi là cái đọt. Thấy con cá lớn đang lội dưới hói, chú “thẹ thẹ” tiến tới, đứng khuỷu một chân, nghiêng người, nâng cái đọt lên ngang vai, nhắm nhía phóng mạnh. 10 phát trúng 8,9. Trúng ngay bụng cá. Chú nói nếu mũi đọt trúng vào chỗ khác, con cá sẽ vùng vẫy, thoát thân.

Nhưng chú tha những con cá mẹ có bầy con bơi lội trên mặt hói. Thường thường đó là cá tràu, Nam gọi là cá lóc, Bắc gọi là cá quả hay cá chuối. Hễ thấy một bầy cá mới đẻ nhỏ tí xíu như cây tăm, nhiều vô số kể, cả hàng ngàn con, bơi loạn xạ trên mặt nước, thì biết ngay mẹ chúng nó bơi ngầm bên dưới canh phòng, bảo vệ, chống lại lũ cá khác, hay ếch, nhái xông tới đớp con mình. Giết chết con cá mẹ, chú nói, thì coi như giết cả đàn con, tội nghiệp.

Buổi chiều phóng đọt bắt cá, thì buổi tối hôm đó khói bay cuộn lên từ cái sân đất nện của nhà chú. Lũ trẻ rủ nhau đến đứng lóng ngóng đón gió để ngửi mùi cá nướng thơm lừng, nghe tiếng chó sủa ỏm tỏi. Đứa nào cũng làm bộ trốn thật kỹ sau hàng dậu nhưng chỉ mong được chú để mắt tới, kêu vô cho ăn năm ba miếng cá nướng lấy hên, như lời chú nói. Cũng theo lời chú, cây chỉa đó còn dùng để trừ những con “ma rà” lẫn lút dưới sông dưới hói chuyên môn kéo chân tụi con nít đi tắm sông một mình.

Chú có thể ăn hết một cánh tay chè đậu xanh đánh, đặc -- chú quỳ xuống đất dang thẳng cánh tay đặt sát mép bộ ngựa gõ, để người ta sắp chè lên từ vai đến bàn tay, và cứ thế dùng bàn tay kia móc lấy chè đặc từ trong từng chén một cho vào miệng nuốt hết chén này đến chén khác, một hơi sạch bách. Ít nhất cũng phải vài mươi chén chè.

Chú còn biết nhiều trò ly kỳ khác, nhưng đặc biệt nhất là, lũ trẻ kháo nhau, chú có tài đánh trần, mặc quần xà loõng chuyền từ cây tre này qua cây tre khác nhanh hơn vượn. Những cây tre quay cuồng, ngả nghiêng theo sức đu của chú. Chuyền hết lùm tre mọc dài song song với bờ hói qua nhiều thửa ruộng thì chiếc quần của chú đã rách tươm. Chú biến thành trần truồng như nhộng, máu rịn ra khắp mình mẩy, toàn thân màu đỏ, chỉ còn có mái tóc và hai con mắt là đen, và hai hàm răng là trắng. Cũng có chỗ đen đen khác nữa nhưng chú bảo chỉ nên hiểu ngầm thôi, không được nói ra cho ai biết. Lũ trẻ dạ dạ nhưng chẳng hiểu chú nói cái gì.

Lũ trẻ đứa nào cũng khoe đã được thấy chú chuyền tre. Thật ra có đứa nào thấy tận mắt đâu hay chỉ nghe nói thôi, nên chúng không ai bảo ai đều rán rình rập xem chú trổ tài một lần cho đã cái con mắt, cho bắt cái quả tang, như "chí nắm đè tay", mà chưa đứa nào có được cái may mắn đó.

Thì.

Một đêm mưa to gió lớn. Cắc! Bụp! Bùm! Veo! Người ta cứ bắn nhau hoài mà, có gì lạ đâu. Ban đêm nhiều khi nghe cả tiếng đạn đại bác bay vù vù trên không trung, cứ sợ nó mất đà "bất tử" và rơi xuống trên nóc nhà của mình. Lũ trẻ trong những tình huống như thế, dặn nhau niệm "Nam Mô Quán Thế Âm Bồ Tát" là tai qua nạn khỏi. Nhưng trong đêm mưa gió đặc biệt đó, sau những tiếng "cắc bùm" lẻ tẻ là mấy tràng đạn liên thanh nghe rợn cả người.

Ngày hôm sau lũ trẻ rụng rời. Chú Thìn bị bắn chết, xác vắt lên trên cây tre đực cứng như đá. Lũ trẻ lại kháo nhau rằng chú đang "dượt lén", không muốn cho ai thấy, cố luyện ngón chuyền tre cho thật siêu, không để gai tre cào vào người ... thì bị bắn. Người lớn thì bàn tán với nhau khác -- chúng nghe lóm -- rằng Việt Minh bảo chú là Việt gian phải giết chết, Quốc Gia bảo chú là Cộng phỉ phải loại trừ. Vậy ai đã giết chú, thần tượng của chúng nó? Lũ trẻ buồn bã và uất ức, thì thầm bàn tán với nhau mãi mà "khoai chẳng ra khoai, môn chẳng ra môn". Chỉ có một điều là từ ngày xẩy ra biến cố đó, tuổi thơ của chúng nó mang một vết thương khó lành.

Lớn lên thêm một chút, lũ trẻ có đứa ở lại làng quê sống trong vùng xôi đậu gánh chịu mọi nguy nan, khổ sở của thời loạn, có đứa may mắn hơn được dọn về thành phố để tiếp tục việc học hành.

Thành phố Huế vào thời gian ấy, những năm thời niên thiếu của ông, dù bị bao vây bởi những ngoại ô thiếu an ninh, vẫn mang một cung cách đài các, hoa lệ, thơ mộng. Những tổ chức văn hóa, giáo dục, kinh tế vẫn phát triển tốt đẹp. Trường học mở mang thêm. Sinh hoạt hàng ngày bừng bừng sức sống. Thời niên thiếu của ông đập cùng nhịp với trái tim đang hồi sinh của cố đô.

Cậu học trò con trai đầu vừa dưỡng rễ, quần soọc xanh, áo sơ mi trắng, vàng, nâu, giày xăng đan rọ heo, nón cối Rạng Đông, xe đạp giàn *Stronglight*, thường gọi đùa là giàn "lung lay", phanh *Lam,* ngày ngày đến trường đi ngang qua cầu Trường Tiền bắc ngang qua sông Hương, mắt không dám nhìn thẳng vào những tà áo trắng dài tha thướt ôm sát những thân hình ẻo lả đi thành hàng dài đầu đội nón lá, tay ôm cặp sách vở, chân mang guốc sơn, thường là guốc Đa Kao từ Sài Gòn gởi ra.

Ngôi trường thì cổ kính, con sông thì êm đềm. Những chuyến đi thăm những đền đài, miếu vũ, những chùa, những am, về bãi biển Thuận An mỗi mùa hè, đạp xe đạp qua cửa Ngọ Môn rồi vòng quanh Hoàng Thành, quanh núi Ngự Bình nghe nói ngày xưa thông xanh trùm đến đỉnh, nay chiến tranh đã tàn phá đi nhiều, hướng tới đàn Nam Giao đứng lại, quay người nhìn lui thấy ngay kỳ đài hùng vĩ bên kia sông Hương, đi sâu vào các lăng tẩm, tới đồi Vọng Cảnh, tới điện Hòn Chén. Những ngày nghỉ lễ dài, mon men tới tận chân núi Tâm Thai.

Còn núi Kim Phụng thường được gọi là Núi tím? Xa quá! Và nguy hiểm quá! Phe bên kia có thể có căn cứ địa ở đó, chiến khu ở đó? Chỉ còn một cách là, vào những giờ trống của buổi học, đứng trên cầu Trường Tiền nhìn về phía Bạch Hổ, Kim Long, Nguyệt Biều,

Thiên Mụ, rồi nhìn thật xa thì tầm mắt có thể chạm vào ngọn "núi tím" ấy. Đằng sau và làm nền cho núi Kim Phụng là dãy Trường Sơn in thành vết xanh dài và nhạt cuối chân trời. Tuổi niên thiếu nuôi ước mơ đi đến ngọn núi Kim Phụng màu tím một lần xem tận mắt coi thử ra sao. Giấc mơ không thành.

Nhưng đáng nhớ nhất vẫn là những buổi tắm sông gần như quanh năm, nhiều nhất là vào dịp nghỉ hè. Nước sông Hương trong và thơm, bơi ra giữa dòng có thể há miệng uống vài ba ngụm ngọt lịm. Sáng sớm mặt trời chưa mọc đã rủ nhau đi bơi lội xéo từ Thương Bạc qua chân cầu Trường Tiền phía bên kia sông. Ăn cơm trưa xong lại xuống Bãi Dâu chia phe nhau đá banh, một phe mặc áo, phe kia ở trần. Khát nước đã có dưa gang, dưa hồng mọc đầy những khu vườn gần đó ta cứ đến "cầm nhầm" -- tiếng Bắc Kỳ của mấy thằng bạn mới di cư vào học cùng lớp -- đói bụng đã có bắp nướng "rẻ như bèo" mua từ Bến Đò Cạn.

Và để kết thúc trận đá banh kéo dài hai ba tiếng đồng hồ bao giờ cũng là buổi tắm sông lần thứ hai trong ngày. Lần này tắm thật lâu, bơi thật xa, có khi bơi "quá đà" qua tận làng La Ỷ, giáp ranh với làng Nam Phổ. Mãi đến khi trời chạng vạng tối mới bơi về trở lại chỗ cũ, tìm mớ áo quần để lôi thôi trên bờ sông, vẫn còn đó, mặc vội vào, về nhà, lòng ngay ngáy sợ bị la đi mô suốt ngày tới "bảy đời vương" mới về.

Có lẽ cũng nên trở lại với hai chữ "quá đà" cũng

do mấy thằng bạn mới ấy giải thích: Những người di cư từ Bắc vào Trung, vào Nam được "phe ta" bảo rằng đã đuổi Tây đến sông Bến Hải mà vẫn còn sung sức, thì cũng phải quá đà chạy lọt tuốt vô Nam ở luôn.

Muốn đổi môn chơi, rủ nhau vào sân vận động Bảo Long đua xe đạp nước rút bằng xe đạp thường chứ không phải xe đua, té lên té xuống rách quần trầy chân vì *pédal*" của xe đạp thường quá thấp cọ vào mặt nghiêng của đường đua lòng chảo. Hay là vì đạp không đủ nhanh để tạo độ nghiêng cần thiết của xe khi vượt qua những khúc quanh? Nghe nói đây là sân đua lòng chảo độc nhất của Đông Dương thời Pháp thuộc do vua Thành Thái khánh thành. Và lại nhớ Phượng Hoàng Lê Thành Cát đạp xe quanh lòng chảo nhanh như gió. Lê Thành Cát, người Sài Gòn, từng sinh sống tại Huế một thời gian, từng là nhà vô địch đua xe đạp vòng quanh Đông Dương.

Lớn thêm một chút, học chưa xong cấp hai, hồi đó gọi là trung học đệ nhất cấp, ngoài việc học hành tại nhà trường, được khuyến khích đến các phòng triển lãm tranh của họa sĩ Tôn Thất Đào, họa sĩ Phạm Đăng Trí, họa sĩ Mai Lân, hoặc đến Hội Quảng Tri nghe em bé Thơ Thơ đàn dương cầm nhạc cổ điển Tây phương, nghe thầy Nguyễn Hữu Ba, thầy Anh Ngọc thuyết trình và biểu diễn cổ nhạc, tân nhạc.

Cũng đến đó để nghe nhà văn Tchya, vốn là giáo sư của trường, bàn về âm dương ngũ hành, học giả

Nguyễn Thiệu Lâu từ Sài Gòn ra nói về các phát kiến mới của khoa sử địa, giáo sư Nguyễn Đăng Thục cũng từ Sài Gòn ra triết lý về Văn Hóa Á Châu v.v... Nghe xong, chẳng hiểu gì, tự bảo lần sau hãy dùng thì giờ đó đến rạp xi nê Tân Tân, Gia Hội Hí Viện xem phim coi bộ thú vị hơn. Tuy thế, hễ có vị nào đến Huế tổ chức thuyết trình tại Hội Quảng Tri, lại tò mò tới nghe.

Và những mối tình học trò ngây ngô nữa chứ. Mối tình học trò? Câu đó có thể áp dụng cho một số bạn học cùng lớp. Còn chính bản thân? Học hành cũng được lắm, mặt mày cũng không đến nỗi "cụ trâu", nhưng không giao du với phái nữ. Không phải vì ghét bỏ hay coi thường họ, mà vì "nhát gái".

Một lần người bạn cùng lớp rủ tới nhà chơi vùng Kim Long. Mùa hè, trái chín trong vườn thơm ngát, mùi thơm lan ra tận con đường cái ngoài xa chạy song song với sông Hương, cùng thằng bạn đi hết cây này đến cây khác tìm những trái chín cây ngon nhất hái xuống ăn. Ăn xong, trong khi chờ nắng dịu bớt để cùng nhau xuống tắm bến sông Hương, thằng bạn lấy quyển nhạc, xách đàn ghi ta ra đệm, để hai đứa thi nhau hát. Những bài hát hồi đó, còn nhớ, thường là của Phạm Duy như *Đường Về Quê, Nhạc Tuổi Xanh, Nương Chiều, Bên Cầu Biên Giới*, của Nguyễn Hữu Ba, thầy dạy nhạc của hai năm đầu trung học, như *Lửa Rừng Đêm, Quãng Đường Mai, Thu Khói Lửa, Xuân Xuân,* hay của Lê Thương, Hùng Lân, Văn Giảng ...

Hai thằng đang hát hò vui vẻ với nhau bỗng hai cô em gái của thằng bạn đi đâu về. Hai cô e lệ cúi đầu chào rồi, không ai bảo, vội vàng đi dọn dẹp mớ vỏ cam, vỏ quýt, hột nhãn, hột đào mà hai đứa xả ra đầy cái bàn học. Thấy người đẹp thế là không còn tự nhiên được nữa, nói năng ấp úng, rồi vô cớ đứng dậy đòi về ngay. Khi đã đạp xe một quãng xa, mới lấy lại bình tĩnh và nhận thấy tất cả cái vô lý của hành động vừa rồi của mình.

Để chuộc tội, chủ nhật tuần sau trở lại thăm người bạn ấy. Mang theo một gói ô mai làm quà. Vừa đạp xe vừa hình dung vẻ đẹp của hai cô. Cô chị đẹp như Thúy Kiều, cô em như Thúy Vân -- cứ cho là thế, dù không biết Kiều và Vân nhan sắc như thế nào, và mình phải là Kim Trọng. Đầu óc cứ thế chìm đắm trong tưởng tượng. Càng đến gần nhà, càng hồi hộp. Có tình ý gì mới hồi hộp chứ. Vậy đó là tình yêu? Vô lý! Sao tới nhanh thế. Tình yêu cũng phải có thì giờ để ấp ủ, nuôi nấng mới có thể thành hình chứ, tôi tự hỏi.

Qua một cái cổng xây bằng gạch, dẫn xe đạp đi trên con đường nhỏ khá dài có hai hàng chè tàu làm hàng rào hai bên, tiến sâu vào gặp cái bình phong làm bằng gạch tô vẽ hình con cọp trông thật hung dữ, oai phong. Rẽ qua khỏi bình phong bước vào một cái sân rộng lát đá xanh, thì gặp cô chị. Trông thật đẹp và lạ hẳn trong chiếc quần lụa trắng và áo cánh cụt tay màu xanh da trời đang cầm cây chổi tém lá rụng vào một góc sân. Vừa thấy "nó", cô gái hoảng hốt buông ngay cây chổi rơi xuống đất, và chạy biến vào nhà bếp. Thế là không kịp dựng xe đạp, lại vội dắt xe đạp quay trở ra.

Trên đường về, nghĩ mãi không hiểu nổi thái độ của cô gái. Trả thù vì tuần trước mình vừa thấy người đẹp là đã đứng dậy đòi về ngay? Hay vì thẹn? Vì sợ? Dù vì gì đi nữa, từ đó về sau, càng cảm thấy phái nữ là một ẩn số không có giải đáp.

Núi đồi, sông hồ, biển khơi, chùa chiền, lăng miếu, hoàng thành, những vườn cây trái chín thơm tho, những cánh đồng lúa xanh rì, những ngày đi học đạp xe qua cầu Trường Tiền, những chuyến đi bơi thật lâu và thật xa, và cả hình ảnh người con gái quét lá trên sân, tất cả, cùng với những giấc mơ thầm kín không dám tiết lộ cho ai hay, tạo thành khúc nhạc tuổi xanh thật trong sáng, êm đềm.

Nhưng những ngày ngây thơ và trong sáng đó không kéo dài được lâu. Chiến tranh như cơn bệnh dịch truyền nhiễm khắp nơi, như vết dầu loang thấm nhanh trên tấm bản đồ đã rách nát. Tuổi trẻ không còn vô tư, những nét lo âu bắt đầu in hằn lên trán. Lo "học gạo" để thi đậu Tú Tài cho "chuyện nào yên đi một chuyện", những người lớn tuổi học trễ trả chưa xong nợ sách đèn thì phải vào Thủ Đức theo lệnh động viên, một số ít người theo phe bên kia lo giã biệt gia đình đi tập kết ra Bắc, những người đẹp, những hoa khôi của các lớp ần lượt lên xe hoa.

Nhiều thầy đang dạy cũng rời nhà trường lo việc quốc gia đại sự, đi vào Nam tham gia các đảng phái, quốc hội, hoặc guồng máy chánh quyền mới vừa được củng cố để đối phó với tình hình khẩn trương.

Tuổi mới lớn bắt đầu biết yêu thì cũng đồng thời nếm mùi chia ly. Những bữa tiệc giã từ lớn nhỏ, lớn là làm gà làm vịt khao tại nhà, nhỏ là tô bún bò, tô phở ăn tại tiệm, hoặc nghèo hơn là ly cà phê Phấn, cà phê Lạc Sơn, tùy theo giao tình thân sơ và túi tiền thường rất ít ỏi, được tổ chức thật đơn giản và cảm động. Để khó có ngày gặp nhau lại.

Nay ông sắp về chốn cũ. Mọi thứ có còn như xưa hay không, như những chuyến về trước đây? Không, làm sao còn được, ông biết chắc như thế. Những thay đổi ghê gớm đã đổ ập lên mọi số phận của người, của vật. Những giấc mơ của tuổi thơ, tuổi trẻ đã đổ vỡ tan tành. Ngôi nhà được biết đã bị cháy một phần và phần còn lại biến thành một trụ sở quốc doanh gì đó.

Ngay cả bến sông có quán xá tấp nập, có con đò ngang chèo qua lại hai bờ suốt ngày đêm, Bến Đò Chợ Dinh, như tên gọi, nối liền kinh thành với những làng quê trong đó có làng quê của ông, nghe nói nay cũng không còn. Chiếc cầu khá lớn đã bắc ngang sông mang tên Cầu Chợ Dinh. Hai câu thơ cổ buồn ảo não như đang văng vẳng đâu đây – chiếc cầu bên trên dòng nước chảy mãi khiến bến đò cũ nằm trơ trọi, khiến cái quán trên bên đò đứng rủ không người lui tới để cho gió thu chiều chiều lọt vào:

Cầu thệ thủy ngồi trơ cổ độ
Quán thu phong đứng rủ tà huy

Vậy còn lại những gì? Bỗng dưng mấy âm thanh ngắn ngủi bật ra. Còn chứ, còn *"Con sông xưa, thành phố cũ"*. Ông đọc câu này ở đâu nhỉ, trong cuốn sách nào nhỉ, tác giả là ai nhỉ? Vâng, ông lẩm bẩm, còn quá khứ, còn "xưa", "cũ".

Trời sáng thêm một chút. Con tàu từ phía bắc tất tả chạy vào nam. Đẩy cửa sổ lên quay nhìn bên trái thấy biển, thấy mặt trời đang dần dần nhô lên từ đáy nước đằng xa, thật xa. Gió vi vu. Không khí se se, lành lạnh, dù đang mùa hè. Con tàu chạy chầm chậm ngang qua chiếc cầu sắt, ì ầm, ì ầm, rồi tiếng máy khua nhanh theo nhịp điệu cũ, tàu lại chạy nhanh dần. Thì ra mỗi khi qua cầu, tàu giảm tốc độ.

Dòng nước xanh biếc bên dưới cầu từ thượng lưu chảy nhanh về mang theo thật nhiều những cánh bèo màu xanh đậm. Xa xa mấy con đò xám đen ẩn hiện trong sương mù. Hai bên bờ sông, những lùm tre xanh thong thả đu đưa trong gió sớm. Nhiều màu xanh khác phụ vào tô lên nhau, màu da trời, màu nước, màu cây lá, màu ruộng lúa ... tạo thành một bản hòa tấu xanh, chập chờn âm thanh và màu sắc. Âm thanh vang vang trong đầu, màu sắc bày ra trước mắt.

Chốc chốc một làn mưa mỏng như giải lụa màu nguyệt bạch từ đâu kéo tới trong khoảnh khắc ngắn rồi bay đi làm nhạt nhoà những màu sắc của cảnh vật, thiên nhiên vốn đã mơ hồ. Những mái tranh nâu thẩm bây giờ chỉ còn là mấy nét chấm phá nhoè nhoẹt như trong một bức tranh Tàu. Bản hoà tấu xanh tan ra thành sương khói. Không gian bao la như đang ấp ủ một mùi hương rất nhẹ. Mùi hương hay mùi quê hương?

Ông chợt nhớ ra, đúng rồi, đó là khung cảnh làm nền cho một bức tranh quen thuộc đã nằm lâu trong ký ức, đó là bức tranh bìa của bản nhạc *Về Miền Trung* của Phạm Duy mà người vẽ là họa sỹ Phi Hùng. Tại sao mình có thể nhớ được những chi tiết mơ hồ và xa xôi ấy, ông không thể nào hiểu nổi.

Những năm cuối trung học lại lũ lượt kéo về cùng với tiếng hát Hà Thanh, con chim sơn ca của xứ Huế, cô nữ sinh trường Đồng Khánh, cô Phật tử Gia Đình Hương Từ đặt trụ sở tại Đình Thế Lại nhìn qua Mang Cá cách một nhánh sông đào chảy về phía Bao Vinh. Lục Hà, tên thật của Hà Thanh, có nghĩa là con sông xanh như ta vẫn tưởng? Nhưng không phải, đúng ra đó là tên một loài sen, loài súng màu lục.

Xuân du phương thảo địa
Hạ thưởng lục hà trì

(Mùa xuân đi chơi trên cỏ thơm
Mùa hạ thưởng thức ao hoa súng)

Hà Thanh, hồi đó, vừa đoạt giải nhất "Tuyển Lựa Ca Sĩ" của Đài Phát Thanh Huế qua hai bài hát *Dòng*

Sông Xanh của Johann Strauss, lời Việt của Phạm Duy, và *Về Miền Trung* cũng của Phạm Duy:

Về Miền Trung
Miền thùy dương, bóng dừa ngàn thông
Thuyền ngược xuôi suốt một dòng sông dài
Ôi quê hương xứ dân gầy
Ôi bông lúa
Con sông xưa, thành phố cũ ...

Bốn người ghé lại một quán nhỏ bên đường. Đã xế trưa mà nắng vẫn nung nấu. Vừa ngừng xe vào quán, Hạnh đã phải giở chiếc nón bện bằng lát rộng vành đang đội trên đầu phe phẩy quạt. Vài giọt mồ hôi hiện lên trên trán của cô, vai áo ướt. Ba người đàn ông cởi nút áo phanh ngực gọi bia lia lịa. Quán vắng. Họ chia nhau ngồi trên những chiếc ghế đẩu quanh một cái bàn gỗ tạp thấp trống trơn, không khăn bàn, không ly tách. Hạnh vui vẻ nói với ông Khê:

"Em đi ra hướng bắc lần này là lần đầu tiên đây."

"Còn vô nam?" Ông Khê tiếp lời. "Em uống gì?"

"Dạ, nước đá lạnh. Vô nam hả, có vô mấy lần rồi chứ, thưa anh. Con đường đẹp ghê!"

Không chờ gọi, chủ quán đang đứng ở quầy hàng gần đấy mang ngay một ly nước đá lạnh đặt trước mặt cô trong khi ba người đàn ông tu bia lạnh ngay từ trong chai. Ông Khê nhìn Hạnh nói khẽ:

"Đồng ý, đẹp ghê."

Hạnh dường như có chút thèn thẹn nhìn mông ra ngoài con đường trải nhựa đen phơi mình dưới cơn nắng chói chang, cười bâng quơ. Như sực nhớ, cô quay qua ông hỏi tiếp:

"Sau này khi đã vô ở luôn trong Sài Gòn , anh còn có dịp nào đi từ Huế vào Đà Nẵng? A ... mà ... em nhớ ra rồi, anh có đi. Có một lần ... anh mang về mấy cái tượng đá trắng anh mua ở Non Nước, Ngũ Hành Sơn. Anh mua cho mẹ em, cho em ... Chỗ đó gần Hội An phải không anh?" Ngẫm nghĩ. "Để em lấy mấy chai nước suối mang theo phòng khi lên vùng mộ xa xôi vắng vẻ không quán xá lỡ khát lấy ra uống."

Lòng bồi hồi, ông nói như nói một mình:

"Thế à? Lâu ngày quá mà vẫn cứ còn nhớ như in."

Quang ngồi yên cau mày nghe hai người đối đáp, có vẻ sốt ruột nhún vai chen vào:

"Huế Đà Nẵng thì có xa xôi gì mà đi với không đi, mà nhớ với quên. Cái lối nói cho có nói, hỏi cho có hỏi. Cái đó gọi là hỏi giả đố."

"Hay chưa!" Hạnh lườm Quang. "Có quên người ta mới hỏi chớ. Giả đố, giả đò cái gì!"

Ông cười trừ với Quang:

"Trước kia, trước 75, mỗi lần anh có dịp về công tác tại Đà Nẵng, anh đều đáp máy bay từ Sài Gòn thẳng ra Huế, ở lại một hôm, rồi đi xe hơi từ Huế vào Đà Nẵng. Cốt để nhìn lại con đường. Chỉ một đoạn đường không dài lắm mà có đủ mọi thứ phong cảnh của quê nhà. Đồng bằng, ruộng lúa, những con sông, con suối, đồi, núi, biển, và con đường quốc lộ, con đường xe lửa chạy song song ... Cảnh đẹp như tranh. Nhất là ngọn đèo cao ngất có nhiều mây phủ, đèo Hải Vân. Lên tới đỉnh đèo, luôn luôn xuống xe đứng nhìn lui lại phía Huế. Bãi biển vòng cung mờ mịt trong mây. Như cảnh tiên ..."

Quang đặt mạnh chai bia đang uống lên mặt bàn, đứng dậy, ngắt lời:

"Nhưng chỉ có phong cảnh mà thôi hay sao? Ngang qua Truồi, có dâu, bánh bột lọc, tới Cầu Hai ăn cá, cá dưng, cá dìa, cá mú ... Cá Đầm Cầu Hai ngon nhất nước. Lăng Cô thì sò huyết, mực tươi, mực khô. Muốn làm quà cho bà con, bạn bè, mua mắm sò, mắm cá thu, dầu tràm. Ngày mai ta đi Cầu Hai ăn cá biển. Còn thì giờ lại kéo lên Bạch Mã chơi." Quang nói giọng lên bổng xuống trầm như đang diễn thuyết.

Hạnh trông tươi đẹp như con chim sáo, hai tay thay nhau phe phẩy vẫy chiếc nón lát có vẻ chả đem lại chút hơi mát nào. Cái vẫy tay nhanh chậm, mạnh nhẹ tùy theo nhịp vui trong lòng. Cô reo lên:

"Ô Bạch Mã, em chưa tới. Đẹp lắm phải không anh Khê? Mà có xa lắm không?"

"Không," Quang tranh đáp. "Từ các quán ăn ở Cầu Hai đi tới một chút, gặp ngả ba rẽ phải, băng ngang qua ngôi chợ nằm dọc theo con lộ nhỏ, rồi đi thêm một đoạn ngắn nữa là đến chân núi Bạch Mã. Cái chợ đó cũng hay hay. Người ta họp chợ ngay trên con đường cái choán cả mặt đường lẫn hai bên đường. Xe cộ muốn qua phải chờ người ta dọn dẹp. Họ dọn dẹp mau lắm."

"Rồi từ chân núi lên đến đỉnh?" Hạnh hỏi tiếp.

Quang tay cầm lại chai bia, tu một ngụm, miệng thao thao:

"Thì cũng khoảng gần 20 cây số là cùng. Lên dốc quanh co. Tới nơi tha hồ mát, mát đến lạnh. Nhiệt độ trung bình trong năm thấp hơn ở Đà Lạt. Rồi tham quan núi, rừng, suối, thác, và hàng ngàn biệt thự ... "

"Sức mấy. Mô mà nhiều rứa," Minh lơ đãng ngắt lời. "Cỡ trên một trăm là cùng thôi."

Ông im lặng ngồi nghe. Một cảm giác ấm áp nhen nhúm từ khi ông gặp lại mấy người bà con thân thuộc này. Hạnh tiếp lời:

"Trên một trăm biệt thự cũng là nhiều quá rồi. Ai ở trong nớ rứa?"

"Không, không có ai ở trong đó cả," Quang nói. "Trước kia, lâu lắm, thời Pháp thuộc, đó là những nhà nghỉ mát của bọn vua chúa, thực dân, quan lại, hay của bọn tư sản. Nay hầu hết các biệt thự đó đều bị phá hủy, cháy sém, có cái chỉ còn trơ nền nhà. Cảnh vật hoang tàn nhưng có cái đẹp của nó. Nhất là cảnh núi non. Đất nước ta thật tuyệt vời. Trên cả tuyệt vời, ít nơi so sánh nổi. Và thật hùng vĩ!"

Tu thêm một ngụm bia, Quang nói tiếp:

"Từ nhiều nơi trên đỉnh Bạch Mã, nhìn thấy gần hết cái Đầm Cầu Hai. Nhìn xa hơn, những hôm trời tốt, có thể thấy luôn cả thành phố Huế và những làng quê khác ... Đâu đâu cũng rừng vàng, biển bạc ... Nước ta kể từ khi ..."

Ông kín đáo nhìn Quang, ngẫm nghĩ. Hạnh ngắt lời:

"Thôi, tốp bớt đi ông ơi. Nói chuyện khác!"

Quang đáp:

"Thì chuyện khác. Lẽ ra đi Bạch Mã thì hay hơn, nhưng anh Khê cứ nhất quyết đòi đi thăm mộ, thăm mộ, thăm mộ. Mai đi Bạch Mã vậy."

"Ô, mai không được rồi," ông vội đáp.

Không nhìn ông Khê, Quang nhún vai, nói dấm dẳng:

"Anh bận lắm sao? Hay vì lý do khác? Nếu vì lý do tài chánh thì ... đừng lo. Tôi có thể trả mọi chi phí cho chuyến đi Bạc Mã ngày mai. Dư xăng!"

Ông hơi giật mình ngạc nhiên trước lối ăn nói sỗ sàng của Quang. Ông chưa kịp phản ứng thì Hạnh đã chen vào:

"Quang! Hôm nay anh ăn phải cái chi mà ăn nói ba hoa rứa. Ai không biết anh là triệu phú, tỷ phú mà phải khai ra. Đại gia mà."

"Không ba hoa đâu," Quang tiếp. "Còn điều này nữa, tôi nói chung chung thôi nghe, không có ý nhắm vào ai cả. Việt kiều về nước rất khoái đi thăm mộ. Tức là ... tỏ ra muốn về nguồn, về cội, gì gì đó, phải không?"

Minh và Quang là hai anh em ruột, nhỏ tuổi hơn ông nhiều, Hạnh là vợ của Quang, và em họ của ông. Khi đến Huế, ông rất vui mừng tìm được nhà của vợ chồng Hạnh, và hẹn với Hạnh cùng Quang, Minh đi thăm viếng vài nơi. Và nhất là đi thăm Mộ Ngài khá xa thành phố. Mọi người đồng ý.

Ông băn khoăn. Ông bắt đầu cảm thấy nơi Quang có cái gì khác lạ, rồi nhủ thầm, cũng phải thôi. Xa nhau lâu ngày, biết bao thay đổi. Hơi ngần ngại, ông phân trần:

"Anh quên nói cho các em biết rằng hôm nay là ngày chót anh ở Huế. Sáng mai sớm anh đi Sài Gòn, mua vé rồi. Ở trong đó có chút việc cần giải quyết trong vài ba ngày rồi lại đi. Còn chuyện này nữa, chú Quang và anh cứ giành nhau trả tiền ăn tiền uống như từ hôm qua đến giờ thì thật là phiền phức. Cứ để anh lo mọi chi phí, không là bao đâu. Anh đã dự trù một số tiền cho chuyến về thăm, thì phải tiêu cho hết. Đừng ... này nọ, mất vui."

Minh, em của Quang, vốn tính ít nói, bây giờ cũng lên tiếng:

"Em đồng ý với anh Khê."

"Thế tao thì sao? Mày có bao giờ đồng ý với tao đâu!" Quang cự nự. "Tại sao vậy mày?"

"Tại anh lối lắm!" Minh đáp cộc lốc.

"A cái thằng này! Lối là cái gì? Muốn thăm mộ Ngài thì mình đang đi đây này. Lối cái gì. Nhớ là mày dẫn đường đó nghe. Mày đã có lần đi theo ông bác thăm mộ Ngài gì gì đó, chớ tao không biết đường đâu."

"Được rồi. Em dẫn đường," Minh lầm bầm.

Nghỉ ngơi khoảng mươi phút và mua thêm cái bật lửa, nhánh hoa, bó nhang, mấy chai nước, xong mọi người lại lên đường. Rời khỏi quán, như lúc nãy, ông ngồi sau Minh, Quang chở Hạnh. Hai chiếc Honda loại tốt chạy êm trên con Quốc Lộ I dưới cơn nắng hừng hực mùa hè. Chỉ một mình Hạnh đội nón, một tay giữ nón trước những cơn gió lồng lộng.

Ông cố nén xúc động. Tiếng chim kêu, tiếng gà gáy, tiếng chó sủa, tiếng bước chân nặng nề của mấy con trâu đi ven bờ cỏ, tiếng người kêu ơi ới văng vẳng từ xa, cả tiếng gió lùa trong bụi tre, lướt trên cánh đồng, đều biến thành những âm thanh đầy ma lực. Trong không khí, trong tia nắng, ông cảm thấy như cũng có âm thanh, có tiếng reo vui, tiếng buồn phiền, tiếng giận hờn, lời trách cứ. Trong không gian, không khác gì từ bao nhiêu năm tháng đã trôi qua, vẫn thoang thoảng mùi cỏ cây, hoa trái dịu dàng, mùi đồng ruộng, ao chuôm ngai ngái, mùi rơm rạ nồng nàn, mùi sông nước tràn tề, man mác. Và cả mùi tóc của mẹ ngày xưa trên chiếc gối trắng bây giờ cũng nhè nhẹ bay theo khiến ông đang biến thành trẻ thơ mang đầy nhớ thương. Ông muốn những xúc động mà ông cố nén xuống sẽ ở lại thật lâu trong lòng.

Thế là ông đã trở lại quê nhà sau hơn một phần tư thế kỷ. Đó là điều ông không ngờ tới. Bây giờ đây ông đang đi trên những con đường này, gặp lại những người tưởng không thể bao giờ gặp lại, những bà con, bạn bè, quen biết, không còn bao nhiêu, phần đông đều mừng rỡ một cách chân thành, nhưng cũng có người nhìn ông bằng con mắt hoặc u ám hoặc lạnh nhạt hoặc ganh tị hoặc đối nghịch. Một đứa cháu ông thương nhớ nhiều đã nói với ông bằng một giọng buồn buồn, "Cháu tưởng chú không bao giờ về chứ, chú ... chú đi luôn là phải hơn." Cháu nói gì vậy hả cháu? Chú chưa hiểu hết được ý cháu.

Còn đối với chánh quyền địa phương? Không ai hỏi ông, không ai gặp ông, và ông cũng không gặp ai cả. Giấy tờ nộp cho công an phường khóm thì đã có mấy đứa em họ lo liệu cho hết. Ông lờ vờ như con đà điểu chỉ ngại nếu gặp chuyện rắc rối là sẽ dúi đầu xuống cát.

Họ phóng xe về phía cầu An Hòa. Cảnh vật cũ

ông tưởng đã quên đi nhiều, nhưng không, vùng này, hình như chỉ riêng vùng này thôi, ít thay đổi. Ông nhận ra những khúc quanh quen thuộc, mấy ngôi chùa cổ, những con hói nho nhỏ luồn lách qua những lũy tre xanh, những hàng hóp, chạy theo những đường đê dẫn vào xóm làng xa tắp.

Vừa qua khỏi cầu An Hòa một quãng ngắn, ông sực nhớ một điều, liền bảo Minh và Quang dừng xe lại. Vẫn còn ngồi trên xe, một chân chống đất, tay chỉ về hướng con đường nhỏ và dài rẽ qua trái, ông hỏi:

"Mình theo con đường nhỏ đó là vô làng nào hả các em?"

Quang trả lời:

"Vùng này làng nào cũng giống làng nào, khó phân biệt quá. Tôi không biết."

Hạnh mau mắn:

"Các anh cứ đứng ở đây. Em chạy đến hỏi ông già đang đi đằng kia là xong."

Ông phân vân:

"Khoan đã. Có thể đó là làng La Chữ chăng? Anh nhìn thấy quen quá. Con đường nhỏ tách khỏi Quốc Lộ, rồi cây cầu bắc ngang qua con hói nước trong, cạnh cầu có cái am nhỏ núp bóng dưới cây bàng cổ thụ, bên kia cầu những thửa ruộng trải dài dọc theo con đường đất đá đỏ..."

Bỗng Minh la lên:

"Đúng rồi. Đúng là làng La Chữ rồi. Anh đi lâu ngày mà còn nhớ, giỏi quá!"

"Minh!" Quang nói to. "Mày có nhớ chắc không?"

"Chắc mà. Em có thằng bạn trung học gốc làng La Chữ rủ em tới đây chơi mấy lần rồi."

Ông mừng rỡ:

"Thế thì ghé thăm La Chữ một chút nghe mấy em."

"Chi vậy?" Quang có vẻ sốt ruột. "Bà con mình có người nào ở La Chữ đâu mà ghé cho mất công. A, phải rồi, hay là anh đi tìm cố nhân. Bồ cũ ở vùng này hả?"

"Bồ gì mà bồ! Anh có hai người bạn họ Hà ở Mỹ, gốc làng La Chữ. Họ Hà Xuân và Hà Thúc. Anh muốn thăm ngôi làng nổi tiếng hay chữ này, chụp vài tấm hình. Từ đây vô đó cũng không xa mấy. Rồi khi trở lại Mỹ, kể cho họ nghe về làng của họ, chắc họ thích lắm."

Quang vẫn tỏ vẻ khó chịu. Ông nói tiếp:

"Hôm trước ở Hà Nội anh cũng định đi Nghĩa Đô thăm giùm cho một người bạn khác gốc Hà Nội. Cuối cùng không đi được. Cho nên lần này phải thăm La Chữ cho hai thằng bạn đó."

Minh vui vẻ:

"Dạ, thì ghé thăm đi."

Hạnh phụ họa:

"Dạ, vô cho biết. Mà làng La Chữ nổi tiếng về cái gì hả anh?"

"Đó là một làng văn học gần kinh đô Huế ngày xưa. Trường Thi đã được dời về đó trong một thời gian dưới triều Nguyễn."

"Vào đời vua nào?" Hạnh hỏi.

"Cuối đời vua Tự Đức và đầu đời vua gì gì đó anh quên mất khi Tây sắp sửa chiếm Huế. Có lẽ vì vậy Trường Thi phải dời đi khỏi kinh đô chăng, bạn của anh đoán như thế."

"Bạn của anh đoán sai rồi." Quang tiếp lời. "Thực dân Pháp nó chiếm Nam Bộ, Bắc Bộ trước. Cuối cùng nó tới chiếm Huế thì vua Tự Đức hoàn toàn bị bó tay, tức quá mà chết. Giai đoạn Nhà Nguyễn làm mất nước vào tay thực dân Pháp tôi có nghiên cứu kỹ nên biết rõ. Nghĩa là trong giai đoạn dầu sôi lửa bỏng như thế, thì giờ đâu để ông vua đó lo việc dời Trường Thi. Bạn của anh sai bét."

Sao bỗng dưng Quang nó hùng hổ thế, ông ngẫm nghĩ. Ông bỗng như sực tỉnh. Hay là vì mình vô tình có những cử chỉ không thích hợp, có cái nhìn hơi lâu, hơi bất thường lên khuôn mặt thân yêu đó ... chẳng hạn. Xa nhau lâu ngày, ông vẫn cứ nhớ Hạnh cô em họ như hồi mới lớn chưa chồng. Đẹp, ngây thơ, duyên dáng, giọng nói êm ái, thủ thỉ, con mắt trong sáng, đi, đứng, ngồi, cái gì cũng dịu dàng, khép nép, thanh tú.

Ông quay lại nhìn Quang, một chút áy náy, ăn năn. Rồi vui vẻ cười với Quang:

"Mà bạn anh đoán cũng có thể đúng đấy, chú Quang ơi. Người địa phương nói về địa phương của mình, dù có tô điểm thêm chút ít, vẫn thường đúng hơn những gì sách sử để lại. Sử sách có khi chỉ là sản phẩm của tưởng tượng."

"Lịch sử mà do tưởng tượng?" Quang gặng hỏi. "Mà ai tưởng tượng vậy?"

Ông cười cười:

"Hay nói đúng hơn, do kẻ chiến thắng viết theo ý họ."

Quang càng hùng hổ:

"Anh cũng chẳng khác gì bạn anh, lầm to. Sử sách của ta từ khi nhân dân cướp được chính quyền luôn luôn khách quan, công bình, vô tư, và đầy sáng tạo."

Ông buột miệng:

"Sáng tạo ra sử mà bảo là khách quan?"

Quang đáp:

"Khách quan chứ. Khách quan trong quá trình biện chứng của nó ... Vấn đề này còn dài, có dịp ta sẽ nói tiếp. Ngoài ra, anh nói đúng. Nói tới địa phương của mình ai cũng ưa thêm bớt, màu mè. Chỉ khi nào thế giới đại đồng, không còn biên giới giữa các quốc gia, và con người trở thành con người mới, không giai cấp, mình vì mọi ngươi, mọi người vì mình, họa chăng ... lúc đó anh có thể tin lời bạn anh nói."

Hạnh có vẻ bồn chồn, gượng cười:

"Trời nóng quá. Cái nóng đuổi riết không tha. Mới dừng xe lại, nó ập tới ngay. Thôi, thôi, xin các anh! Nói chuyện khác đi Quang. Anh Khê ơi, mà Trường Thi là cái gì hả anh?"

Ông biết Hạnh không còn lòng nào quan tâm đến chuyện trường thi nữa. Hỏi cho có hỏi, cho giảm bớt căng thẳng. Ông cũng nhận ra cái anh chàng Quang này "có lập trường kiên định" lắm, khó thông cảm, khó đối thoại. Ông cũng trả lời cô em họ cho có trả lời:

"Là nơi thi cử."

"Nhưng, ví dụ được chọn làm nơi thi cử phong kiến gì gì đó là một chuyện," Quang chen vào. "Còn nhân dân trong cái làng ấy có học tốt, có đi đúng đường lối, có tiến bộ, có tích cực, có vân vân hay không, lại là chuyện khác. Đó là vấn đề nguyên tắc. Đó là quy luật."

Lạc đề, nói như vẹt, không hiểu mình nói gì, ông ngẫm nghĩ. Đã thế, mình thử đùa dai:

"Người ta bảo Huế ngày xưa có mấy ông hoàng học hành tiến bộ và đi đúng đường lối lắm, chẳng hạn như Tuy Lý Vương, Tùng Thiện Vương. Ngoài Hoàng Tộc, còn có mấy họ đỗ đạt lớn, nổi tiếng, làm quan to. Chẳng hạn như họ Hà Thúc, Hà Xuân, họ Thân Trọng, họ Nguyễn Khoa, vân vân. Nhà từ đường họ Hà Xuân, Hà Thúc đặt tại làng La Chữ. À mà còn câu phương ngôn nổi tiếng này nữa, nghe có tin nổi không, *'Thân không nhà/Hà không dân'*."

Quang phá ra cười:

"Không nhà, không dân mà gọi là nổi tiếng! Anh Khê đi lâu ngày quên cả tiếng mẹ đẻ. Nhưng nghĩ lại cũng đúng thôi. Quan lại phong kiến bóc lột trước kia làm gì có dân. Ngoài ra..."

Ông hơi bực mình, ngắt lời:

"Không phải. Câu đó có nghĩa như thế này: người họ Thân Trọng, gốc làng Nguyệt Biều thì phải, không ở nhà tranh, nhà lá, chỉ ở trong những dinh cơ lớn lao. Còn người họ Hà làng La Chữ thì hết đời này đến đời khác đều làm quan, không có ai là bạch đinh cả."

"Quang ơi," Hạnh nhỏ nhẹ. "Anh hố rồi! Thôi, anh em mình rẽ vô thăm làng La Chữ một tí rồi đi."

Có lẽ vì bị hố, Quang cau có nói lớn:

"Thăm? Khi về rồi hãy thăm. Bây giờ đi thăm mộ cái đã. Thêm râu ria hoài sẽ làm rách việc. Làm cái gì cũng phải tuân theo đúng đường lối, kế hoạch cụ thể, theo đúng phương hướng đã nhất trí từ trước."

Minh lầm bầm:

"Rách việc, cụ thể, nhất trí. Nghe mệt cái lỗ tai."

Quang sừng sộ:

"Mi biết cái mẹ gì mà cũng ưa phát biểu linh tinh!"

Nói xong, không chờ ai đồng ý, Quang ngồi ngay người lại, rồ máy phóng nhanh. Hạnh ngồi sau níu lấy vai Quang la to khoan khoan. Tiếng la chìm nhanh trong tiếng máy xe nổ dòn. Minh nhìn ông Khê, chờ đợi. Ông thảng thốt, ngập ngừng trong giây lát, nhìn lại Minh, ra dấu chạy theo.

Từ đấy, có lúc Quang dẫn đầu, có lúc Minh chạy trước. Chạy hơn nửa tiếng, gặp một chiếc cầu khá dài. Ông chồm người tới hỏi:

"Cầu gì đó Minh?"

"Cầu An Lỗ."

Vừa qua khỏi cầu Minh rẽ trái chạy trên con đường dọc theo một con sông khá lớn. Quang và Hạnh theo sát đằng sau. Ông lại chồm người lên hỏi tiếp:

"Vùng này là vùng nào?"

"Đây là xã Hiền Sĩ. Tới một chút nữa là làng Cổ Bi."

Những địa danh đó đã nằm yên ở một góc nào trong trí nhớ nay bỗng vang lên trong đầu. Ông nghe quen quá. Bên cạnh đường, con sông xanh biếc chạy song song có nhiều đoạn nước chảy khá nhanh. Con đường nhỏ chạy theo con sông những đoạn dài.

"Sông nước trong ghê. Chắc nó không nhỏ hơn sông Hương là bao. Sông gì đó em?"

"Sông Bồ."

Ông ngoảnh đầu nhìn. Bờ sông nhiều đoạn quá cao so với mặt nước, trông như bờ vực. Trên những cồn cát hoang nổi lên ven sông, hay giữa lòng sông, không thấy một bóng người, một chòm cây. Đây đó trên sông là năm ba chiếc đò rách rưới, mui khum khum hình bán nguyệt, chiếc đậu, chiếc trôi theo dòng nước trông chẳng khác gì những cánh bèo khổng lồ. Bên kia sông, những mái tranh già nua, bé nhỏ, xám xịt phơi mình dưới nắng. Về phía thượng lưu, đồi nọ đồi nối tiếp đồi kia miên man bất tận, và xa hơn nữa, ở chân trời, là những vệt xanh lam nhiều lớp mờ mờ ẩn hiện. Đó là dãy Trường Sơn.

Sông Bồn, sông Bồn, ông nhắc đi nhắc lại. Bỗng dưng nhớ những câu thơ thuộc lòng từ thời còn học trung học. Ông lẩm nhẩm đọc, cảm thấy nỗi tịch liêu của một thi sĩ sống cả ngàn năm về trước thấm vào lòng mình. Rồi ông muốn đọc cho Minh nghe, muốn chia sẻ. Một thứ tình cảm thân thương đối với Minh đã dậy lên trong lòng, dù Minh với ông không có chút liên hệ bà con nào cả. Thứ tình cảm ấy cũng đã nẩy sinh khi vài tuần trước đây ông cùng người tài xế trải qua mấy ngày ở Hà Nội, Hà Nam, Bình Lục, Yên Đổ.

Ông đọc những câu thơ ấy lên thành tiếng đủ cho Minh nghe:

Sông Bồn gần chốn cát lầm
Lau già trúc cỗi âm thầm quanh hiên
Tiếng chi đó nghe liền sớm tối
Quyên kêu sầu vượn nói véo von
Hoa xuân nở trăng thu tròn
Một mình tay chuốc chén son ngập ngừng...

"Thơ nghe buồn quá, anh." Minh vẫn cho xe chạy nhanh, quay đầu nói. "Nhưng con sông này là sông Bồ chứ không phải sông Bồn."

"Vậy hả? Gió tạt anh không nghe rõ." Mà sông Bồn và sông Bồ có lẽ cũng cô quạnh như nhau, ông ngẫm nghĩ.

Ông nhớ tới thời còn đi học tiểu học tại Huế. Thời đó, loạn lạc liên miên, tai ương dồn dập. Đường sá thường bị đào hào, đắp ụ, xe cộ thường bị đặt mìn, xe lửa cũng như xe hơi. Cho nên ông ít có dịp đi xa thành phố, không biết có con sông Bồ chảy qua đây. Rồi đất nước chia đôi. Tiếp theo là những ngày thanh bình ngắn ngủi, ông lại vào Sài Gòn. Ông hỏi tiếp:

“Hồi nãy lúc qua khỏi cầu An Lỗ, nếu không rẽ trái mà rẽ phải, thì tới mô?”

“Sịa.”

“Còn cứ chạy thẳng?”

“Thì tới cây số 27 nơi trước kia có sư đoàn 101 Dù Hoa Kỳ trấn đóng. Rồi đi ra quận Phong Điền.”

“Tức là giáp ranh với Quảng Trị?”

“Chưa anh. Còn phải đến Phò Trạch, Mỹ Chánh, Diên Sanh, rồi mới tới Quảng Trị.”

“Em giỏi lắm. Biết hết.”

“Sau 75 em có đi lao động ngoài Quảng Trị, Đông Hà gần hai năm. Cực khổ nhưng có lẽ còn đỡ hơn mấy đứa bạn đi tù cải tạo. Mỗi tháng em đạp xe đạp về Huế thăm nhà một lần.”

Mỹ Chánh! Phố Buồn Hiu! Đại Lộ Kinh Hoàng! Cổ Thành Quảng Trị! *Cờ bay, cờ bay, trên thành phố thân yêu vừa chiếm lại đêm qua bằng máu*! Tiếng hát xa xưa vang vang. Ông cố nén tiếng thở dài.

Đúng là sông Bồ, trí nhớ trở về dần dần.

Hồi đó, lúc chỉ là một đứa bé con, nó đã nghe nói tới con sông Bồ chảy qua quê ngoại của nó là làng Vân Cù, nơi mỗi lần về thăm, nó được mọi người, nhất là cậu mợ, cưng như cưng trứng, cái làng xa xôi ấy luôn luôn gợi những kỷ niệm mơ hồ và êm đềm, nhưng đồng thời cũng ly kỳ, lạ lùng, bí mật, những thửa ruộng hẹp và dài "xanh lè" chạy theo con sông "trắng bạch" như hai con thanh xà, bạch xà trong tuồng hát bội, người chị họ bảo thế, những cây sắn to và cao, người anh họ lớn tuổi phải dùng cuốc chỉa ba cào cho hết mấy lớp đất bên trên để có thể nhổ nó lên còn nguyên hai khoanh củ, không gãy một củ nào, thế mới biết được cái tài nhổ sắn của anh, trông giống như hai nải chuối khổng lồ, sắn người khác nhổ lên chỉ có một khoanh, anh khoe, đem vô nấu, kêu con nít cả xóm tới ăn không hết, mấy con gà đá cựa dài, chân dài, cổ dài màu đỏ như huyết bầm, lông cụt trụi lụi, đuổi chó hàng xóm chạy re, gà nhà mình chó cũng phải sợ, ghê chưa, còn đàn ngỗng lông trắng phau ngày thì dọa con nít, đêm thì canh ăn trộm, hai con mèo mà anh gọi là linh miêu lông đen, mắt vàng, nuôi không phải để bắt chuột, chuột đã trốn biệt hết từ lâu, mà để bắt chim két, chim nhồng thường hay bay tới phá mấy cây ớt, mấy cây khế, lũ heo bụng bự trong chuồng háu đói kêu rống lên như bị thọc huyết khi nồi cám heo sôi lên bốc mùi hôi hôi, nồng nồng, đụn rơm cạnh cái sân đất nện cao gần tới đọt cau vừa nóng vừa xót làm chỗ chơi cút bắt, ù mọi, vật lộn của tụi nhỏ, mấy con trâu đen làm việc xong nằm lười nhai cỏ thở phì phò như thổi kèn cạnh bụi tre lá ngà sau vườn kêu kẽo kẹt như đưa võng suốt ngày đêm, nhưng điều khiến nó ngạc nhiên nhất là nhà cậu mợ cũng như nhà của tất cả mọi người khác trong làng đều làm bún đem đi bán cho mọi nơi, bún tươi, bún khô, bún con, bún lá, bún mớ, bún sợi, nhà ai nghèo không có thịt, tôm, cá, giò heo cứ lấy bún đó ăn với nước mắm ớt tỏi chanh đường cũng đủ tuyệt trần, cho nên đi đâu, từ làng trên đến xóm dưới, ngày cũng như đêm, đều nghe tiếng chày đạp giã bột làm bún nghe thùm thụp như người ta nện đất, những lúc nó không biết làm gì, chạy tới đứng bên chị họ chìa chân ra đạp giúp, chị khen nhờ em chị chỉ đạp nhẹ thôi, mà cái chày to tướng, nặng trịch cũng phải ngóc đầu lên cao, buông chân ra là nó nện mạnh "như trời sập" xuống cái cối bột gạo, chị một chân đạp, một tay vịn vào cái sào treo ngang trên trần nhà, nó thấp quá với tay không tới sào ngang cũng một chân đạp, một tay níu áo chị để đứng cho vững, rồi là những chuyến đi xa, đi tới làng Triều Sơn coi chằm nón, nón lá, nón quai găng tức là nón Gò Găng, tới làng Nam Thanh coi nung gạch, coi khói trắng phun lên trời cao từ ống khói mái lò, đi xa thêm sẽ tới làng Hương Cần giàu có, trồng quýt ngọt như đường phèn, bỏ ra mấy "trự" là mua được cả rổ, ăn đến phình bụng, nhưng chưa bao giờ nó được qua bên tê sông Bồ tới làng Phù Lương, nghe nói đó là quê ngoại của ông vua hung dữ, ngang tàng, ghét Tây, ghét Y Pha Nho, nhưng lại thương gái, mê cả tượng đá đàn bà, ngứa tay rờ vô một cái vú đá của bà tiên trên núi Non Nước Ngũ Hành Sơn trong xứ Quảng, khiến cho vú đó tịt luôn, sữa hết chảy, còn lại vú kia nước rỉ đều đều cho đến ngày nay và mai sau, đúng là chân mạng đế vương mà, nghĩa là chi hè, rứa mà bọn Tây dám "đổ hô" ông vua đó mắc bệnh điên để "thỉnh" vua đi mô bên Phi Châu không ai biết, điên thì "mời" vô nhà thương chơ răng lại bắt đem đi xa tít mù cà cưỡng, tụi Tây rứa là ngu hết chỗ nói, rồi lại tới phiên con ông vua đó, chắc chắn là học giỏi, không điên mà cũng bị đưa đi "sum họp" với vua cha bên Phi châu cho tròn chữ Hiếu ...

Thời thơ ấu và quê ngoại nằm luôn trong trí nhớ dù chiến tranh tàn phá, hủy hoại mọi thứ. Dân làng chạy tan tác khắp nơi. Tản cư. Hồi cư. Rồi tản cư. Người cũ thưa dần, người mới tụ lại. Bà con không còn một ai. Cậu mợ qua đời lâu lắm rồi.

Nhưng sông Bồ vẫn còn đó. Sông Hương và sông Bồ, hai con sông lớn, ôm ấp lấy Thừa Thiên Huế, rồi cùng với sông Ô Lâu rủ nhau đổ ra Phá Tam Giang trước khi về Biển Mẹ. Tự dưng ông nhớ mấy câu thơ:

Gió khua con nước nước trôi nhanh
Nắng rải mênh mông sóng dập dềnh
Phá Tam Giang ba con sông biếc
Hẹn gặp nhau rồi ra biển xanh

Tháng ba quân Cộng tràn vô Huế
Trôi giạt về đây nghe có em
Mùa khô biển mặn chưa vùi lấp
Bãi cát vàng những gót chân êm...

Này Sông Hương, sông Bồ, sông Ô Lâu! Có khi nào hờn dỗi nhau không, xin cho hỏi? Sao cô chị xinh đẹp, duyên dáng, đài các, tiếng tăm vang lừng khắp chốn như thế, trong khi hai cô em đơn sơ, mộc mạc, có lúc gắt gỏng, cộc cằn, sống lủi thủi, âm thầm nơi quê xa như không muốn ai ngó tới.

"Sắp tới chưa Minh?" Ông hỏi.

"Không còn xa mấy. Mộ ngài ở Hiền Sĩ."

Minh vừa nói vừa cho xe giảm tốc độ, và quay đầu nhìn kỹ những con đường xóm bên phía phải. Bên trái là sông Bồ chạy song song. Quang chở Hạnh từ đằng sau vượt qua, nói vói:

"Tới chưa? Răng lâu rứa?"

Hỏi thế nhưng Quang vẫn lái nhanh trên con đường nhỏ chạy ven sông. Con đường trông như con rắn khoan cặp nia, cặp nong dài dằng dặc bò qua những lũy tre, những ruộng đồng, làng xóm, có đoạn đã được tráng nhựa đen, có đoạn đá dăm lởm chởm, có đoạn cỏ mọc lan vàng vọt. Thỉnh thoảng gặp những lớp rơm rạ phơi đầy mặt đường, xe cứ việc loạng choạng lăn bánh qua. Ông vội la to cho Minh và Quang nghe:

"Chạy cẩn thận! Coi chừng cán lên rơm của người ta."

"Không sao," Minh đáp. "Rơm rạ phơi trên đường cốt để xe cán lên. Cho mau khô."

Bỗng Minh la to dừng lại, dừng lại. Bọn họ rẽ vào một xóm vắng, và dừng xe trước một lều tranh thấp và nhỏ bỏ hoang. Dường như dùng làm chuồng trâu thì phải.

"Lạ thiệt," Minh thắc mắc. "Qua khỏi hai lùm tre lớn là mộ Ngài. Sao bây giờ không thấy. Chắc mình lộn xóm."

Quang cũng vừa dừng xe lại, càu nhàu:

"Mày bảo biết.đường mà? Biết cái kiểu gì vậy?"

Minh đáp:

"Đừng nóng. Từ từ."

Mọi người lên xe chạy tiếp. Vào ba xóm nữa cũng không tìm ra. Bỗng Quang nói lớn:

"Tốp, tốp. Không lộn đâu, Minh! Tao nhớ ra rồi."

Minh cự nự:

"Anh chưa đi thăm lần nào cả thì nhớ cái chi."

"Mà vẫn cứ nhớ mới tài," Quang trả lời chắc nịch. "Tao nghe nói, tao nhớ ra rồi, mộ Ngài đã bị tụi Mỹ nó cào sạch. Bây giờ đến đây không tìm ra tao mới tin đó là sự thật."

Ông ngạc nhiên:

"Mỹ cào mộ?"

Mọi người dựng xe cạnh một con đường mòn chạy men theo những khoảnh vườn trồng khoai lang, sắn, cà tím, bắp... Nắng quá, thiếu nước, cành lá vàng cháy, ủ ê. Ông đảo mắt nhìn quanh. Hạnh kiếm được một phiến đá phẳng, ngồi xuống, giở nón lát ra quen tay vẫy nhẹ. Bỗng Quang bước tới gần ông, nghiêm mặt nói:

"Anh ngạc nhiên lắm sao? Có điều gì mà bọn Tư Bản không dám làm."

Hạnh lườm Quang:

"Anh nói ngang xương như rứa ai mà hiểu nổi. Em biết anh định nói chuyện chi rồi, nhưng em phải kể lại cho có đầu có đuôi. Chú Minh lúc đó còn nhỏ chưa biết chi, mà anh Khê thì ở tuốt trong Sài Gòn ít khi về thăm nhà. Có một độ đánh lớn tại vùng này, vào năm 70 thì phải. Mỹ có đặt mấy cái đồn nhỏ gần đình làng Hiền Sĩ. Còn Sư Đoàn Dù của họ đóng xa hơn ... Quang, Quang, để em nói cho hết, đừng ngắt lời."

"Nhưng những chuyện đó em làm sao biết được," Quang hằn học.

"Đó là chú của em kể cho nghe chớ không phải em bịa đặt đâu."

"Nghe em kể chuyện con cà con kê," Quang nói tiếp, "anh sốt ruột quá. Việc đã xẩy ra hơn 30 năm về trước, nay nói lại theo lời đồn đãi chắc gì đã đúng."

"Còn anh thì nói theo lời gì? Em không dựa vào tin đồn đâu. Đây là chuyện có thiệt mà! Em đã nói với anh là chú em kể lại cho em nghe, chứ có phải em nghe lời đồn đãi đâu. Hồi đó báo chí cũng có đăng."

Không đợi cho Quang nói thêm, ông can thiệp:

"Thì cứ để cô Hạnh nói cái đã nào!"

Quang buông tay xuống thọc vào túi quần *jeans* đi lui đi tới, đưa mũi giày đá văng mấy hòn sỏi nằm trên đường. Một lớp bụi đỏ bay lờ vờ. Chiều đã xuống. Nắng bớt gay gắt. Hạnh đứng dậy tránh lớp bụi, và làm như không để ý đến thái độ của chồng, tiếp tục câu chuyện:

"Dạ, em xin tiếp. Chú Định, anh Khê nhớ chú Định chứ, lúc đó là đại uý quân đội Cộng Hòa, đóng ở huyện Phong Điền, không xa làng Hiền Sĩ là bao. Em kể ngang đâu, à đánh nhau lớn. Du kích thường hay tới đây núp sau mộ Ngài bắn tỉa vô đồn Mỹ, gây một số thương vong. Mộ ngài to lớn, vững chắc như cái pháo đài. Trong một trận đánh lớn, Mỹ đem máy bay tới dội bom tiêu diệt một số du kích ẩn núp trong ngôi mộ, rồi sau đó cho xe ủi đất tới san bằng ..."

Quang định lên tiếng, Hạnh nói át:

"Nhưng Ngài công đức và linh thiêng lắm nên dân địa phương đã tìm được bia mộ của ngài, cất giữ, rồi giao lại cho bà con mình. Nay ngôi mộ đã được xây lại đàng hoàng tại vị trí cũ, tuy không to lớn bằng. Với lại giả sử bà con mình chưa kịp xây lại đi nữa, Ngài cũng đã từ lâu được thờ phụng trong Thái Miếu như là vị khai quốc công thần triều Nguyễn. Ngài là con thứ 10 của chúa Nguyễn Hoàng, lập nhiều công trạng lớn lao, về sau được vua Gia Long thụy phong Nghĩa Hưng Quận Vương."

Minh hỏi:

"Thụy phong là cái gì?"

"Chị không biết," Hạnh đáp. "Nghe nói rứa, chị lặp lại."

Ông giải thích:

"Thụy phong là phong ... phong tước cho người đã qua đời."

Quang quay qua Hạnh lên tiếng:

"Tưởng gì cái cô Hạnh này. Nói quanh co vòng vo cho lắm rồi cũng đi tới chỗ Mỹ cào mộ."

Ông hỏi Minh:

"Vậy thì vùng này hồi đó là vùng xôi đậu?"

"Nơi nào mà không xôi đậu. Vùng tạm chiếm, như cái tên của nó, là vùng xôi đậu." Quang tranh đáp. "Để tui nói cho nghe. Trước đây chiến khu Cách Mạng nằm sâu trong kia. Cứ theo con đường ven sông Bồ đi vào, rẽ qua phía làng Cổ Bi, rồi đi sâu thêm sẽ gặp suối nước nóng Thanh Tân, nay là khu du lịch có tiếng. Đi thêm mươi cây số nữa là tới chiến khu Hòa Mỹ. Đó là một căn cứ lớn của Cách Mạng. Đó cũng là quê hương của người dân tộc Pahi. Hồi

Mậu Thân sau khi tạm thời rời Huế, bộ đội và những người mới theo đều tập trung về Hòa Mỹ trước khi rút lui vào Trường Sơn để bảo toàn lực lượng."

"Theo hay bị bắt đi theo?" Minh cười cười.

"Tùy," Quang gắt. "Muốn biết rõ mày cứ đi tìm những người đó mà hỏi. Chuyện hiển nhiên như thế mà cũng thắc mắc."

Ông không thể giữ im lặng, nói:

"Có lẽ họ đi theo."

Quang nhìn chừng chừng dò xét. Ông tiếp:

"Vì những người không được cho đi theo, không được cho ở lại, hoặc không chịu đi theo, đều đã bị chôn sống trong nhiều đám mồ tập thể. Cả hàng ngàn nạn nhân bị Cộng Sản chôn sống trong tết Mậu Thân."

Quang quay ngoắt người lại trợn mắt nhìn ông, nói như hét:

"Anh nói cái gì? Anh có ý đồ gì? Hả, hả?"

Ông chau mày nhìn thẳng vào mặt của Quang, chưa kịp phản ứng, thì Hạnh đã hoảng hốt nói lắp bắp trong nước mắt:

"Hai anh ... hai anh ơi, hai anh nói cái chuyện chi chi rứa hả hai anh? Nghe em nói đây ... Mình quá lâu ngày nay mới được gặp lại nhau như thế này. Gặp một lần ... rồi biết có còn gặp nhau lần thứ hai nữa hay không! Thì, thì ... Minh ơi, có lẽ Minh đi lộn xóm rồi. Chiều chị một chút đi, đừng đứng ở đây nói qua nói lại nữa! Đi đi hai anh, đi đi Minh. Đi tới thêm một xóm nữa coi thử ra sao. Nghe anh Quang! Nghe anh Khê! Thương em một chút đi!"

Tiếng nói đầy xúc động ấy có tác dụng như một làn gió mát làm dịu bớt cơn sốt đang bùng nổ. Trời tối dần. Minh nhìn ông buồn bã:

"Lỗi ở em. Em cứ ỷ y tưởng rằng không có gì thay đổi nên không lo hỏi trước. Trở lại đây mọi thứ đều khác xưa. Nhà cửa, đường sá, cây cối phần lớn đều lạ hoắc. Chịu khó đi tìm một chốc nữa nghe anh!"

Ông Khê lạnh lùng. Minh lo âu. Quang như cái bóng lặng câm. Hạnh thỉnh thoảng buông tiếng thở dài.

"Thôi, để dịp khác thăm," ông nói như nói cho mình ông nghe.

"Nhưng mai anh đi rồi," Hạnh nói giọng nghèn nghẹn. "Em biết anh cần thăm mộ Ngài lắm. Em biết anh là hậu duệ dòng chính của Ngài mà. Cố tìm thêm chút nữa, anh ơi."

"Thôi, cô Hạnh," ông buồn bã đáp. "Tối quá, có thấy gì nữa đâu."

Xa xa con sông Bồ âm thầm thao thức ôm lấy những cồn cát hoang vắng giữa lòng sông. Những chiếc đò rách nát hẳn đã tìm được chỗ đậu qua đêm trên một bến cô liêu nào. Không có trăng. Sao mọc lưa thưa lúc mờ lúc tỏ qua những đọt tre xơ xác ngả nghiêng. Gió từ thượng nguồn con sông thổi về lành lạnh. Chiến khu Hòa Mỹ nằm khuất nơi đâu? Những người thuộc sắc tộc Pahi quanh năm sống bám vào miền đất hiểm trở ấy bây giờ hẳn đã yên giấc ngủ từ khi mặt trời vừa tắt? Dãy Trường Sơn chìm sâu trong bóng tối mịt mùng.

Từ một ngọn đồi thấp ông quay nhìn về hướng thành phố Huế. Có ánh đèn thấp thoáng. Có dáng núi đồi quen thuộc. Có dòng sông chảy mãi trong ông dù ông lưu lạc ở phương trời nào. Có xóm làng, láng giềng, ngôi đình, cây cau, bụi chuối, đụn rơm, lũy tre. Phải chăng tất cả vẫn còn ở đó? Hình như không phải thế. Tất cả đang biến hình thành nắm cát khô rã rời trong lòng bàn tay chực vuột ra khỏi những ngón tay càng ngày càng gầy guộc.

Nhiều năm trước ông đã bỏ nước ra đi. Ông nhớ một nhà văn trẻ tuổi người Đức, Bernhard Schlink thì phải, viết đại khái rằng đào thoát không phải chỉ là bỏ đi mà còn tìm thấy một nơi nào đó để đến. Nay ông đã xa quê hương và đến nơi đó, và lại quay về đây tìm chốn cũ.

Có muốn và có thể ở lại mãi nơi chốn cũ này hay không? *Homecoming! Odysseus! Lưu lạc mấy mươi năm mới trở về được quê hương, rồi liệu có thể tiếp tục ở lại đấy mãi mãi?* Người ta có thể nào hai lần tắm trên cùng một dòng nước!

Ông lại nghĩ đến ngôi nhà từ đường trang nghiêm nơi ngày xưa thờ phụng tổ tiên, ông bà, cha mẹ của ông, nơi ông cất tiếng khóc đầu tiên trong đời, nơi tung tăng tuổi ngây thơ, và cũng là nơi cách đây nhiều năm đã bị cháy sém một phần và hiện đang bị chiếm cứ. Nhưng không phải chỉ có thế. Quê hương, đất nước đã và đang thay hình, đổi dạng đến một mức độ khó lường. Đó có còn là chốn thiên thai của mong nhớ, của ước mơ? Hay có khi đã nằm yên trong mộ phần của tâm hồn thỉnh thoảng trở mình sống lại réo gọi?

III

Trước đây, khi mới đến Hà Nội, ông đã ngạc nhiên trước những màu xanh của cây cỏ vùng Hồ Gươm, Gò Đống Đa, Chùa Trấn Quốc, Chùa Một Cột... Rồi miền Trung, cũng xanh tươi không kém.

Bây giờ ngồi trên xe đò lại nhìn những màu xanh khác nhau của đồng quê miền Nam. Xanh lá lúa, lá dừa, lá chuối, lá xoài, lá ổi, lá sua đủa, lá trầu, lá cau, lá hột điều, lá sen, lá súng, lá cỏ non ... lá lá, vâng, lá của cây lá, loại cây có nhiều bẹ lá xòe ra như cánh quạt dùng để lợp nhà. Ông thầm nghĩ đất nước ta đúng là một bản hòa tấu màu xanh chạy dài giữa biển đông xanh và những dãy núi phía tây, dài nhất là rặng Trường Sơn, cũng xanh. Ta ít có núi đá khô khốc, trơ trụi.

Có người ví nước Ái Nhĩ Lan là một hòn đảo xanh như ngọc, nhưng liệu có xanh tươi như quê hương tôi hay không, ông bồi hồi cảm xúc. Đó là màu của hy vọng, của hòa bình? Nhưng con người thì muốn làm khác. Thay vì hy vọng, là đau thương, tuyệt vọng; thay vì hòa bình, là đánh đá nhau hoài trong suốt dòng lịch sử mấy ngàn năm. Lịch sử Việt Nam là lịch sử chiến tranh!

Ông chọn được một chỗ ngồi hàng thứ hai bên tay trái cạnh cửa sổ trên một chiếc xe đò đầy hành khách. Con đường trải nhựa đen chạy len qua những vùng biển xanh của cây, lá. Nhưng không thấy lá tranh! Lá tranh ở đâu? Tranh mọc đầy Trảng Lớn, Bà Đen, Long Giao, Chứa Chan, Suối Máu, Đồng Bang, Cà Tum ..., những trại tập trung mà những người tù cải tạo miền Nam thường nhắc tới. Tranh mọc nhiều ở miền Trung, miền Bắc, tranh tràn ra khắp đồng quê và rừng núi, tranh của mấy cánh rừng già ông đã qua. Và đặc biệt là tranh của Bến Tranh như tên gọi của nó!

Nhưng đã tới Bến Tranh đâu nào, ông trấn an. Một chốc nữa thôi là tái ngộ Bến Tranh nhé. Hai chữ tái ngộ lâu quá không được nhắc đến, không được sử dụng, nay bỗng dưng vang vang trong đầu như tiếng dội. Ông muốn lặp lại hai chữ đó nhiều lần.

Xe cộ chạy ào ào như nước lũ, tranh nhau, vượt nhau, chèn nhau, nhiều lúc muốn quẹt vào nhau, muốn ép nhau văng xuống những thửa ruộng bên đường. Nhưng rồi đâu cũng vào đấy, tai nạn chưa xẩy ra. Chiếc xe chở ông cũng chạy nhanh quá, sắp vượt qua chiếc cầu bắc ngang qua sông Vàm Cỏ Tây.

Chiếc cầu quá hẹp. Ông hồi hộp. Xong! Thế là xe không lọt xuống sông, không quẹt vào lan can cầu!

Ông đã dần dần bớt sợ cái lối xe chạy ẩu tả, bạt mạng, như thế này. Sống chết có số, ông ngẫm nghĩ, lo lắm thêm mệt xác. Khi xe qua khỏi Tân An, qua khỏi lăng Hậu Quân Nguyễn Huỳnh Đức, ông bắt đầu chú mục nhìn mé trái của con đường. Tân Hiệp đó rồi, chắc sắp đến Bến Tranh. Bến Tranh! Bến Tranh!

Bến Tranh bây giờ ra sao nhỉ kể từ khi ông bỏ nước ra đi? Rồi thảm họa đến với Thủy, đã lâu rồi, nhưng có lẽ gia đình ba của Thủy vẫn còn đó? Ông cụ chắc còn sống, nếu thế cũng trên 70 tuổi. Thế sao ông lại nhận được thư từ Vàm Láng? Ông thắc mắc mãi.

Ông sẽ xuống xe tại ngã ba quốc lộ và đường vào Bến Tranh, đứng đấy chờ khoảng 15 phút, rồi sẽ lên một chiếc xe chở hành khách loại nhỏ, hoặc đi xe ôm, chạy một quãng, qua một cây cầu nhỏ sẽ đến chợ. Ngôi nhà ba của Thủy gần đấy. Ông đã hỏi lại đường đi nước bước dù ông chưa quên.

Xe vẫn chạy nhanh. Ông cảm thấy xe chạy như giông như bão ngay cả khi phải tránh các xe chạy ngược chiều, rồi chen nhau, rồi vượt nhau trên con đường hẹp. Nguy hiểm nhất là ở những khúc quẹo. Lại qua những vùng biển xanh của lá, qua những chiếc cầu ngắn, qua những con sông, con rạch. Và đây rồi, ông thoáng thấy bản chỉ tên cầu Bến Chùa. Hay Bến Chùa là tên mới của Bến Tranh?

Nhưng Ngả Ba Trung Lương đã hiện lên kia rồi, nghĩa là xe đã vượt quá con lộ rẽ trái vào Bến Tranh. Vậy thì Bến Tranh ở đâu?

Vài người trên xe hỏi nhau, đáp nhau. Tới Ngả Ba Trung Lương, chạy thẳng thì vào Mỹ Tho, nhưng quẹo mặt hướng về Long Định, Cai Lậy, thì tiến đến An Hữu, Hòa Khánh, xong tới bắc Mỹ Thuận. Nay không còn bến bắc nữa, chiếc cầu mới "rất đồ sộ, hoành tráng, hiện đại" vừa được xây dựng xong, cũng mang tên cầu Mỹ Thuận.

Còn Cái Bè, Cái Thia, hai thị trấn khá lớn ven sông Cửu Long, thì nằm sâu về phía trái của con đường cái sau khi qua khỏi Cai Lậy. Thế thì Bến Tranh ở đâu? Ông Khê thò đầu ra, nhìn lui lẩm bẩm. Người phụ xế đập tay rầm rầm vào cửa xe la lớn, nguy hiểm quá, nguy hiểm quá, thụt đầu vô ngay lập tức cái ông thần này! Ông lẩm bẩm, vậy thì mình phải đi thêm một chuyến nữa để cho ra tìm Bến Tranh. Bây giờ cứ thử đến xem cầu Mỹ Thuận rồi kiếm xe trở lui Sài Gòn.

Ông ngồi ở một góc phòng, chờ tắc xi đến, ngáp vặt, uể oải đưa mắt nhìn quanh.

Trần -- đèn chùm thủy tinh lộng lẫy, nhiều kiểu khác nhau, treo lủng lẳng ở nhiều nơi. Tường -- hình thắng cảnh nội địa và thế giới, và mỹ nhân quốc nội quốc ngoại mắt đắm đuối gợi tình, miệng cười để lộ hàm răng đều đặn cắn nhẹ vào chót lưỡi hồng, và phô bày thân hình khêu gợi, chân dài, làn da trắng nõn, đen dòn, bùng quân, bánh mật. Và sàn nhà -- lát đá cẩm thạch hoa văn rực rỡ trên đó nhiều bộ xa lông bóng lộn xếp đặt nhịp nhàng, cân đối.

Phòng tiếp tân rộng thênh thang, mát rượi, có nhiều khu bày bán nhiều mặt hàng khác nhau. Nào đồ cổ, đồ ngà, đồ thủy tinh, đồ sứ, đồ đá, đồ sừng. Nào các sản phẩm thủ công nghiệp đủ loại, các nhạc cụ cổ điển như đàn tranh, đàn nguyệt, đàn tỳ bà, đàn gáo, đàn cò, đàn bầu, đàn tơ-rưng. Rồi áo dài lụa tơ tằm thêu hoa, thêu chim, đặc biệt là chim phượng, khăn vành hoàng hậu màu vàng, khăn vành công nương màu xanh, đỏ, hổ phách, các loại áo tứ thân nay không còn ai dùng, chỉ thấy trên sân khấu, các loại y phục sặc sỡ màu sắc của "dân tộc ít người". Rồi đến ảnh lưu niệm, bản đồ, hình quảng cáo ... Có cả những chồng nón lá bài thơ, nón Gò Găng, khăn đóng. Nhiều nhóm du khách người nước ngoài đứng nhìn trầm trồ, chỉ trỏ.

Giấc ngủ mê mệt đêm qua của ông đầy mộng mị. Sáng dậy ông thấy cổ đắng nghét, mắt cay sè mở ra không nổi. Ông nhắm mắt lại ngủ tiếp. Nếu cô phụ tá quản lý khách sạn không gọi ông dậy, ông sẽ nằm mê mệt cho đến chiều, cho đến ngày hôm sau, không chừng.

Hôm đi tìm Bến Tranh lần thứ hai, ông không gặp Thủy đã đành, mà những người thân, người quen của gia đình Thủy cũng không còn một ai. Cả ngôi nhà của ba Thủy ngày xưa cũng hoàn toàn khác lạ, giống như ngôi nhà từ đường của ông ở Huế, đã bị sửa đổi nhiều và do một cơ quan nhà nước quản lý.

Hỏi thăm về ông Tính, ba của Thủy, không một người nào biết. Cũng may ông còn giữ địa chỉ của đứa con gái của Thủy do một người từ Vàm Láng gởi cho ông. Cứ tìm gặp Thi, đứa con gái của Thủy, mình sẽ dần dà biết những chuyện khác, ông tự an ủi.

Sau chuyến đi đó, lúc trở về khách sạn, ông cảm thấy buồn, một thứ buồn nản dây dưa kéo dài. Tối hôm qua ông muốn tìm một cái gì khác lạ, làm một cái gì khác lạ, thử xem cái chán nản có vì thế mà tăng hay giảm hay không. Tăng hay giảm đều tốt hơn cái tình trạng dây dưa kéo dài như thế này, ông ngẫm nghĩ.

Nghĩ mãi chả biết nên làm cái gì, ông đành phải đến quầy rượu gọi Rémy Martin uống nhâm nhi một mình. Mềm môi uống tiếp, uống nhiều, đinh ninh rằng càng uống thêm, cái buồn càng bớt. Ông nhớ người xưa nói, "Uống rượu tiêu sầu".

Thoạt tiên mặt ông nóng lên rồi đỏ gay như cua luộc, gân trán nổi lên như những con giun, nhìn vào gương ngờ ngợ tưởng một người nào khác đang muốn sửng cồ gây gổ với mình. Rồi người ông như lên cơn sốt, ngứa ngáy, bực bội, trống ngực đánh muốn bể lồng ngực, lưỡi đớ ra lè nhè, tay chân bứt rứt quờ quạng, thân hình xiêu vẹo.

Thế mà, dần dần, lạ chưa, giọt rượu từ từ biến chất, không còn gắt nữa, lại có vị ngọt êm ái, dịu dàng. Nước cam lồ của nhà Phật liệu có ngon hơn không? Bàn tay ông bớt run cầm cái ly hắt hắt những hớp rượu vào cổ họng, hết ly này đến ly khác. Cái mặt của ông lại từ từ tái đi, sống lưng ớn lạnh, bụng cồn cào, cổ nôn nao, người bải hoải, tay nhấc lên lấy ví tiền ở túi quần sau một cách khó khăn, chân muốn sụm xuống. Đôi mắt lờ đờ thấy người đứng bán ở quầy hàng mờ mờ, lung linh. Ông cố mỉm một nụ cười cảm thấy cái miệng cứng đơ, lưỡi muốn thè ra. Ông không nói -- ông biết rằng tiếng nói của ông không thể phát ra một cách bình thường.

Trả tiền xong, lấy hết sức bình sinh, ông cố vịn thành cầu thang lê từng bước về phòng. Đến trước cửa phòng, ông đưa tay sờ soạn lỗ khóa, lập cập rút chìa khóa ra, may quá mở được cửa. Và khi đã đóng được cửa lại thì bao nhiêu sức đề kháng đều tiêu tan, ông gục xuống sàn nhà lúc nào không hay.

"Em vẫn để đồng hồ của anh reo lúc 6 giờ sáng như anh dặn," cô phụ tá quản lý khách sạn vừa nhìn ông một cách lo âu vừa nói. "Hơn 12 giờ trưa em đến, thấy cửa phòng anh vẫn đóng ỉm im. Em xuống phòng lễ tân không thấy chìa khóa phòng anh treo trên tấm bảng. Thế là anh đang ở trong phòng. Cho nên em lại quay lên đánh bạo mở cửa vào xem sao, thì thấy anh ra nông nỗi như thế này."

"Em làm sao mở cửa phòng anh được?"

"Em có những chìa khóa riêng, không phải chỉ mở được phòng anh mà thôi."

Ông ngượng. Tuy vẫn còn chóng mặt và mệt rã rời, ông miễn cưỡng tiếp lời cô phụ tá:

"Cô nói gì tôi nghe không rõ, xin lỗi cô. Cô nói lại đi! Cái đầu của tôi nó mụ rồi. Tai thì điếc. À, à ... cô bảo cô đi đâu rồi quay lên?"

"Em xuống phòng lễ tân ..."

"Ô, cô nói nhầm, nhưng tôi hiểu." Ông ngắt lời, giọng nói còn lè nhè. "Cô muốn nói cô xuống phòng tiếp tân, tiếp khách dưới kia có cái bảng treo chìa khóa?"

"Vâng, phòng ấy gọi là phòng lễ tân. Hẳn là anh đang mệt, em đi lấy cái khăn nóng cho anh nhé."

Ông tỉnh người hẳn, định thần nhìn cô phụ tá quản lý khách sạn, ngẫm nghĩ. Cái cô Thủy này cũng khá xinh đẹp, duyên dáng, lại biết săn đón, chiều khách một cách thông minh, ý nhị. Mình nói quấy quá vài câu chơi:

"Khăn nóng thì chưa cần lắm, nhưng có chuyện này tôi phải nói ngay cho cô biết. Cô đã làm một việc sai trái."

"Thế ư?" cô vừa đáp vừa nhanh nhẹn với tay lấy bình hoa. "Việc gì thế, anh nói ngay đi."

"Cô đã vi phạm, cô đã xâm nhập, ... cô không tôn trọng cái tự do của tôi, cái ... riêng tư của tôi. Đột nhập vào đây mà không có sự đồng ý của tôi. Tôi sẽ... xu cô."

Ông thấy thỉnh thoảng vẫn bị líu lưỡi.

"Sẽ làm sao?"

"Sẽ xu cô, nghĩa là sẽ đưa cô ... ra tòa."

Cô cười duyên: "Anh nỡ lòng nào đối xử với em như thế? Eo ôi, em sợ quá!"

"Thế à? Cô sợ thật sao? Thế thì, lần này tha. Nhưng bù lại tôi bắt đền cô nhé. Cô phải *'Bù anh một tháng trời gần'* ... "

Thủy, tay đang cầm một đóa hoa hồng thật tươi, màu vàng, to cánh, còn đọng nước trông như những giọt sương, dịu dàng nói:

"Anh vẫn còn say, nói bậy! Ráng điều độ đi. Chứ anh mà cứ thế sẽ có ngày..."

"Sao em không nói tiếp đi. Sẽ có ngày làm sao?"

"... Có người uống rượu nhiều quá ..."

"Uống nhiều quá," ông cướp lời, "sẽ có ngày chết tươi là cùng chứ gì?"

"Chứ sao. Em làm tại khách sạn này mới hơn hai năm mà đã chứng kiến ba người chết vì say rượu. Từ sáng đến trưa không thấy mở cửa phòng, như anh vậy. Tới lúc người ta thử vào xem thì ôi thôi, đã chết ngắt. Khổ cho em quá, tối hôm qua nếu có em ở quầy rượu thì đâu đến nỗi!"

Cô này nói nghe như thiệt, nghe như người yêu nói với người yêu. Như Thủy của mình ngày xưa nói với mình.

Từ khi biết cô phụ tá quản lý cũng tên Thủy, ông tìm cách trò chuyện, mua tặng vài món quà, và đóng vai si tình. Hình như mình muốn yêu ai cũng được yêu lại, không nhiều thì ít. Mà mình càng vờ yêu, càng có kết qủa tốt. Nói dối bao giờ cũng thành công hơn nói thật. Nhưng cô có yêu tôi chút nào không hả cô, hay cả hai ta đều vờ vĩnh cho vui vậy thôi mà, ông nghĩ bụng.

"Cám ơn cô đã có lòng chiếu cố."

"Hôm nay anh khách khí quá!"

Cô quay người đi đến cạnh chiếc đôn sứ hình hai con voi phục trên đó có một lọ thủy tinh trong suốt cắm một đóa hồng còn tươi màu tím nhung. Dưới lọ hoa là tấm vải lót trắng toát hình trái tim với những đường ren cầu kỳ. Thủy vừa nhanh nhẹn thay nước, thay hoa, vừa nói bằng một giọng ngọt ngào, ấm áp:

"Đây không phải là công việc của em đâu, nhưng em muốn tự tay làm lấy cho anh đấy, anh biết không. Hôm qua hoa hồng màu tím nhớ, hôm nay em thay cho anh hoa hồng màu vàng thương. Nhưng bây giờ em phải đi đây một chốc. Ngồi đây chờ em nhé, em quay trở lại ngay."

Ông nhìn theo Thủy. Đó là một người đàn bà khoảng 40 tuổi, xinh đẹp. Ông chú ý ngay đến mái tóc ngắn màu nâu đậm hoe vàng một vài nơi, cắt tỉa thật khéo, thật tự nhiên, trông như lá cỏ dại hoang sơ. Đôi mắt của cô to, đen, sâu, viền tô đậm, cặp lông mày sắc. Thủy hay mỉm cười nhưng là nụ cười lười biếng, lơ đãng trên khuôn mặt thanh tú và hơi gầy. Dáng người cô dong dỏng cao, thường mặc những chiếc áo chẽn đến nách, phô bày hai cánh tay trần thuôn thả, nuột nà, lông măng vàng nhạt mọc lơ thơ, và hai bàn tay ngón búp măng dài đeo mấy chiếc nhẫn kim cương.

Cô nói giọng Bắc nghe êm đềm, du dương, có khi réo rắt. Những câu nói vừa rồi cô nàng đã nói bao nhiêu lần rồi nhỉ, và cho bao nhiêu người nghe rồi nhỉ. Nói nhiều đến thuộc lòng chăng? Và lời nói thì có vẻ "tuồng" nhưng thái độ lại thành thật. Đóng kịch giỏi chăng? Thì cũng vui thôi. Còn mình cố nghe như thể mình là người đầu tiên được nghe cô nói như thế.

Tưởng tượng thêm một chút nhé, như thể được nghe Thủy của anh ngày xưa nói. Hồi đó em nhỏ tuổi hơn cô này bây giờ nhiều, hồn nhiên, trong sáng, trìu mến. Em đẹp không? Anh không muốn đặt câu hỏi đó từ khi anh bắt đầu yêu em, và cũng không bao giờ bận tâm so sánh em với người này, người nọ. Chỉ biết rằng em choán ngập cả hồn anh.

Ngày xưa em cũng thích hoa hồng, em cũng biết nói nhiều lời tình tứ yêu đương mà anh không bao giờ quên. Anh ơi, bất cứ hoa gì cắt từ ngoài vườn đem vào cắm trong phòng đều bớt đẹp đi, trừ hoa hồng. Hoa hồng phải được chưng trong phòng, một chùm cũng đẹp, một cái riêng rẻ càng đẹp hơn, anh đồng ý không? Đồng ý hả anh? Nhưng đó không phải là ý của em đâu, em học lóm trong sách, và em nhớ, và em ghi mãi trong lòng chuyện đó. Là vì ... là vì em cũng cảm thấy rằng hoa hồng mọc ngoài vườn nhiều khi trông lẻ loi, bơ vơ, như đang trông chờ một biến cố, như đang chờ người tìm đến hái, như em vậy đó, như em khi anh chưa tìm đến.

Nhưng ... Thỉnh thoảng như có lớp sương mù bao phủ đôi mắt phượng đẹp và dài, một Chủ Nhật xám, như không muốn cho anh thấy gì cả đằng sau đôi mắt đó; không muốn cho anh đoán biết được em đang nghĩ gì; hay đang buồn, vui, hờn dỗi; hay đang yêu đương, mơ mộng? Hay thỉnh thoảng đôi mắt bỗng dưng tối sầm lại trong lúc em vẫn cố nói cười tự nhiên như không có điều gì đáng làm bận tâm em.

Những lúc ấy anh biết ngay rằng em đang hoang mang, lo sợ, hoảng hốt. Tại sao vậy em? Tình yêu lớn lao, bền vững của chúng ta vẫn chưa có đủ sức mạnh để che chở cho hai đứa chúng ta sao?

Nhớ lại, lòng ông bồi hồi.

Những năm chiến tranh kéo dài. Khi thì lai rai chậm chạp, lúc thì khẩn trương quyết liệt. Một ít ngoại ô của quận lỵ, thị trấn nhỏ miền châu thổ sông Cửu Long thuộc vào vùng xôi đậu, nhất là về đêm. Ban ngày thỉnh thoảng cũng có tiếng súng, những toán quân lẻ tẻ bị phục kích, những đoàn quân xa bị gài mìn. Nhưng anh Khê, hồi đó còn trẻ lắm, cũng phải vào Bến Tranh một chuyến thử coi, anh nhủ thầm. Bến Tranh, một quận lỵ nhỏ bé nằm cách quốc lộ không xa lắm, giáp ranh với tỉnh Định Tường.

Ông Tính niềm nở mời:

"Chiều nay dạy học về anh ghé tôi chơi đi! Tôi ở Bến Tranh gần đây thôi. Để nhậu một bữa cho vui. Đồ nhậu ê hề. Nè, cá lóc nướng bẹ chuối hoặc nướng trui. Mà anh biết ăn cá lóc chỗ nào ngon nhất không? Phải biết ăn đầu, ăn lòng mới ngon, nhất là bộ lòng. Người Nam chúng tôi gọi là ruột cá lóc. Rồi ốc gạo xào tỏi xúc bánh tráng này, rồi giò heo giả cầy, gà thiến xối mỡ này. Đặc biệt sẽ chiên thêm cho anh một con cá tai tượng đang nuôi trong bồn. Khách quý mới được ăn cá tai tượng đang làm cá kiểng."

"Mới nghe anh nói thôi," anh Khê vui vẻ đáp, "tôi đã thèm chảy nước miếng. Nhưng ..."

"Không nhưng nhị gì cả! Ghé tôi chơi đi! Toàn là đồ làm tại nhà cả mà. Chưa hết, hôm sau, cháo thịt trăn đặc biệt, mỡ trắng tinh nổi lình bình thành những hình tròn như đồng xu nhỏ trên mặt cái nồi bự. Rồi lươn xào lăng, ếch chiên bơ. Nghe đã không? Và rượu nếp than cũng nhà cất lấy. Không uống rượu hả? Thì tôi biểu đi mua la-ve. Ngày mai thứ bảy anh không bị kẹt cái gì ở Sài Gòn chớ? Ở lại với tôi tối nay nhậu một bữa thâu đêm, sáng dậy chèo xuồng đi thăm cù lao Rồng cho biết. Thứ hai hãy về Sài Gòn. Chắc chắn anh sẽ thích."

Ông Tính là giám thị của ngôi trường tư tại Mỹ Tho nơi anh Khê dạy môn toán mỗi tuần vào ngày thứ sáu. Trường học cách Bến Tranh khoảng mười mấy cây số. Anh Khê dạy liền một hơi tám tiếng cho hai lớp đệ ngũ và đệ tứ, mỗi lớp bốn tiếng. Những ngày khác trong tuần anh đi dạy kèm thêm tại tư gia ở Sài Gòn và theo học tại một phân khoa đại học.

Anh còn trẻ lắm, mới bước chân vào đời, nhỏ hơn ông Tính trên 20 tuổi. Không hiểu do một tình cờ nào ông Tính và anh Khê vẫn gọi nhau là 'anh' và xưng 'tôi'. Anh chưa có một liên hệ thân mật nào với ông Tính cho nên không khỏi ngạc nhiên trước lời mời sốt sắng đó. Tuy nhiên một phần vì tò mò muốn biết thêm nếp sống miền Nam mà anh đã bắt đầu yêu mến, và phần lớn do ở những món ăn nghe hấp dẫn quá, anh nhận lời.

Khăn bàn và vài thứ lặt vặt vừa được dọn lên, ông Tính đã gọi lớn:

"Thủy con! Lên đây ngồi ăn luôn thể."

Cô gái mặc áo dài trắng, quần dài trắng từ nhà

dưới chậm rãi đi lên, dáng đi thẳng, nhìn ngay đằng trước, tiến vào bàn. Không dám nhìn cô gái, nhưng anh vẫn thấy được cái bóng dáng yểu điệu đó. Anh nghĩ thầm trong bụng ở nhà ai lại ăn mặc kiểu cách như thế này, sao không quần dài đen, áo bà ba, có phải tự nhiên hơn không. Cô gái miền Nam này có lẽ đã bắt đầu bị lây cái lối khách sáo của miền Trung, miền Bắc, mỗi khi có khách đến nhà là phải ăn mặc như khi đi ra đường, anh tự nhủ.

Mà mình không nhìn cô ta như thế có thất lễ không? Lỡ cô muốn chào mình lại tưởng mình cố lờ đi thì oan cho mình quá. Nhưng mình vẫn còn cái tật nhát gái chứ có dám coi thường ai đâu. Ừ mà cũng lạ, con gái yểu điệu, xinh đẹp, dịu dàng chứ có phải là chằn tinh chằn lửa đâu mà mình bối rối không dám nhìn, không dám bắt chuyện. Nhớ lại hồi ở trung học, ở Huế, mình còn nhút nhát hơn nhiều.

Anh đang nghĩ ngợi lan man cố trấn tĩnh thì ông Tính lại nói oang oang:

"Xin giới thiệu với anh Khê, đây là con gái lớn của tôi. Thủy, chào thầy Khê đi. Thầy dạy cùng trường với ba. Thầy giỏi lắm đó con. Tuổi trẻ tài cao thứ thiệt đó con."

Cô gái lúng túng nói lí nhí trong miệng những gì anh không nghe rõ, chỉ thấy mặt cô ta phớt đỏ lên vì thẹn. Một người con gái vì anh mà thẹn, lạ chưa! Anh cảm thấy tự tin phần nào, và anh nhìn thẳng vào khuôn mặt e lệ thẹn thùng đó. Sau cái nhìn thật nhanh, anh quay đầu nhìn ra ngoài sân. Trời đã tối nhưng có ánh trăng chiếu chênh chếch, có con chó xù lông vàng óng nằm kê mỏ lên bậc thềm đôi mắt nhắm lim dim, dường như nó đang suy nghĩ điều gì đó liên quan đến người khách lạ này -- không hiểu sao cảnh tượng ấy anh nhớ hoài trong đời.

Anh ho khan vài tiếng, cảm thấy mang tai đỏ lên, tim đập loạn. Là vì cô gái đẹp quá. Không ngờ ông Tính lại có cô con gái đẹp như thế, làm anh hồi hộp. Ông Tính tiếp lời:

"Mẹ nó mất sớm cho nên nó dở lắm, không biết nấu nướng gì cả. Mấy món ăn này phải nhờ dì nó làm. Dì nó là em của mẹ nó chớ không phải là vợ kế của tôi đâu. Ngoài Trung có gọi là dì không, hay gọi là cô, là bác?"

"Cũng gọi là dì," anh đáp lại thật nhỏ, nghe tiếng nói của mình mất tự nhiên.

"Tôi nói nhỏ cho anh nghe đây -- ông chồm người qua cho gần anh hơn, nói ồm ồm -- tôi cũng muốn như vậy, anh hiểu chớ ... mà dì nó chưa chịu cá cắn câu đó thôi. Ha ha! Dì nó ở Tân Hiệp, làm giùm xong mấy món rồi giả bộ có việc gấp nên đã dông tuốt mất rồi. Làm cho cao giá thêm đó mà. Lần sau anh Khê ghé đây nữa nghe, tôi sẽ giới thiệu dì của con Thủy cho anh quen biết thêm.

Anh Khê bỗng thấy vui vui, có cảm tưởng như

mình đã là một thành phần của gia đình ông Tính.

"Ba ... thiệt! Nhưng con cũng có làm món tráng miệng chớ bộ."

Thủy vừa nói vừa cúi mặt nhìn những ngón tay mình đang vân vê một góc chiếc khăn bàn, những ngón tay dài, thon, trắng, giọng nói nhỏ nhẹ, ấm áp. Đến lúc đó anh mới nghe được giọng nói của Thủy. Anh thầm nghĩ giọng nói nghe sao hay đến thế, êm ái, ngọt ngào. Nghe như tiếng hát, tiếng ru. Trong lòng người ta tất nhiên phải có điều gì vui lắm mới nói được cái giọng nói như thế chứ.

"Anh Khê biết không, con Thủy ngó vậy mà còn con nít lắm. Cách đây mấy năm, hồi còn học đệ ngũ đệ tứ gì đó, nó giống như thằng con trai, thiếu đường muốn ở truồng tắm sông."

Anh đỏ mặt. Cô gái cúi gằm đầu nhìn vào chén cơm của mình. Ông Tính không để ý gì đến cô gái, vừa gắp món ăn cho ông và cho anh, vừa tiếp tục câu chuyện một cách sôi nổi:

"Hà hà, cái này tức cười lắm ... Tôi phải cho anh biết mới được ... Trước đó nữa, nghĩa là hồi nó còn học đệ lục, nó mét tụi nó sáu bảy đứa rủ nhau ra ngoài vàm tắm truồng. Chúng nó núp trong một lùm cây, một đứa mặc quần đen lội xuống nước, rồi cổi quần ném lên lùm cây trên bờ cho đứa khác mặc. Và cứ thế từng đứa một đi xuống sông. Cả lũ mà chỉ có một cái quần bị ướt. Tắm xong khi đi lên bờ cũng làm cái kiểu ấy. Tưởng là tài khôn lắm ...”

Thủy nhìn bố năn nỉ:

“Thôi ba, thôi ba. Đừng nói nữa!”

“... Thế mà cũng bị một thằng ranh quỷ đứng rình nhìn ở lùm cây kế đó. May sao chú Tám hàng xóm đi qua bắt gặp ... giũa cho thằng quỷ đó một trận, thiếu đường cho nó mấy cù loi. Tụi con gái cũng bị chú giũa te tua. Chứ đâu có làm điệu, làm bộ như bây giờ, phải không Thủy?”

Thủy cau mày nhìn cha, mắt rơm rớm, van nài, ấp úng nói không ra lời.

Ông Tính thản nhiên tiếp:

“Học hết lớp ở đây thì tôi đưa nó lên Sài Gòn. Nó loạng quạng thế mà thi vô được đệ nhị cấp trường Gia Long. Học hành không biết ra sao nhưng đã tập tành nhiều chuyện rắc rối. Nào áo dài trắng, áo dài xanh, áo dài tím, nào guốc cao gót, nào dù cánh dơi, nào khăn ren, nào bóp đầm, nào nhật ký viết bằng mực tím. Hết hè năm nay nó lên đệ nhất, láng cháng sang năm đã là cô tú rồi đó. Nhưng mà con gái học cho lắm làm được cái khỉ mốc gì cho tốn cơm. Lo kiếm chồng đi là vừa nghe con!”

Lần này cô gái mặt đỏ như gấc, ngước mắt nhìn cha oán hận. Anh nghĩ rằng mình phải nói chen vào một câu gì đó cho cô gái đỡ ngượng, nhưng anh lại buột miệng -- anh vẫn có cái tật ăn nói trật chìa, lãng xẹt:

"Bác nói thế chứ ... à anh, anh nói đùa cho vui vậy thôi. Chứ con gái lớn như cô Thủy ai lại đi tắm truồng. Không biết xấu hổ sao!"

Thủy đứng phắc dậy nói lí nhí gì với bố rồi quay ngoắt người đi một lèo xuống dưới nhà mặt lạnh như tiền không thèm ghé mắt nhìn anh một lần. Ông Tính gọi mãi Thủy cũng không chịu lên.

Mối tình của anh khởi đầu như thế.

Từ đó về sau, anh ghé nhà ông Tính thường xuyên hơn, nhất là vào những cuối tuần biết có Thủy về quê.

"Tuần sau ghé Bến Tranh chơi nghe anh Khê." Ông Tính chỉ nói thế nhưng anh biết chắc chắn có Thủy từ Sài Gòn về.

Dần dà, anh tìm đến thăm Thủy tại nhà trọ ở Sài Gòn. Rồi họ yêu nhau sôi nổi, say sưa, cuống cuồng. Đó là mối tình đầu của hai người? Không hẹn mà cả Thủy lẫn anh đều không thích mấy chữ "mối tình đầu". Tại sao lại tình đầu? Nghĩa là sẽ có tình thứ hai, thứ ba?

Không! Họ không hứa hẹn gì với nhau, nhưng trong mắt nhau, trong từng lời nói vu vơ của nhau, trong từng cử chỉ nhỏ nhặt của nhau, họ đều hiểu một cách thật đơn sơ và cũng thật sâu xa rằng họ sinh ra để yêu nhau, để lấy nhau, sinh con đẻ cái, để suốt đời trao cho nhau số phận của nhau. Nếu có cuộc sống luân hồi, họ sẽ cùng tái sinh vào kiếp sau, lại gặp nhau, lại yêu nhau, cứ thế trong hằng hà sa số kiếp. Đó là ước nguyện tha thiết của họ.

Họ chỉ muốn yêu nhau và cố quên tất cả mọi chuyện phiền phức khác, quên cả thực tế đang xẩy ra chung quanh họ. Họ oán ghét chiến tranh đang diễn ra dưới nhiều hình thức. Họ không muốn nghe tiếng súng vọng vào, hay bắn ra. Họ không muốn thấy những đoàn quân xa kéo đi, những đoàn xe cứu thương kéo về. Họ không thèm đếm xỉa gì đến tình hình đang sôi bỏng của đất nước. Họ không bận tâm đến những cái gọi là lý tưởng quốc gia, thành trì chống cộng, thế giới tự do. Những chuyện đại sự đó, họ cho rằng nằm ngoài tầm tay của họ, và đã có người khác chuyên trách.

Miền Nam không khéo sẽ có nguy cơ sụp đổ như một vài tiên đoán vu vơ trên báo chí, trên những trang bình luận thời cuộc, trên các đài truyền thanh, truyền hình. Họ không tin điều phi lý đó có thể xẩy ra.

Thế mà chuyện phi lý đã xẩy ra. Trời đất quay cuồng, gió mưa u uất, miền Nam bỗng dưng không còn nữa! Và những tai họa ngoài tất cả mọi dự liệu đã đổ xuống.

Và anh đánh mất Thủy. Nhưng anh đinh ninh sẽ có ngày anh tìm thấy Thủy. Nào ngờ!

Từ ngày biết được đích xác Thủy cũng không còn ở trên cõi đời này nữa, anh sống trong khủng hoảng, nhiều khi như người mất trí, hết năm này qua năm khác. Tuổi đời cứ thế chồng chất. Bao nhiêu năm đã trôi qua, bọn thanh thiếu niên không gọi anh là anh, mà là là chú, là bác. Người lạ gọi là ông. Mà anh, mà ông vẫn không thể nào quên được Thủy, không thể nào tìm được sự yên vui trong tâm hồn.

Ông bây giờ đã là người quá tuổi, vẫn độc thân, dù đã trải qua nhiều cuộc tình. Ông chung sống với những người đàn bà ông không yêu, mau chán, mau thôi nhau. Hình bóng của Thủy vẫn đeo lấy ông như một ám ảnh không rời.

Ông có một thói quen kỳ cục là mỗi lần gặp một người đàn bà nào mang tên Thủy, trạc tuổi của Thủy, không cần đẹp hay xấu, ông muốn làm quen ngay, muốn gần gũi ngay, và luôn luôn tìm thấy ở người đó có một vài nét của Thủy. Ông nhớ đã đọc ở đâu đó rằng cái tên thì có gì là quan trọng. Ông nhớ lõm bõm vài câu thơ của Shakespeare: *What's in a name? that which we call a rose/By any other name would smell as sweet.* Thế sao? Hoa hồng dù mang tên khác vẫn thơm như thường?

Nhưng riêng ông, cái tên Thủy luôn luôn gây ấn tượng mạnh, như tiếng chuông gọi hồn, như lời phù chú. Lẽ dĩ nhiên lúc làm quen với những người tên Thủy, có khi ông bị cự tuyệt, nhưng khi được chấp nhận, ông chỉ ở với người ta trong một thời gian ngắn để cuối cùng nhận thấy rằng việc làm đó của ông chẳng qua chỉ để đánh lừa người, và tự đánh lừa. Thì lại phải xa nhau thôi.

"Anh nghĩ gì mà thừ người ra như thế? Không chịu khen em một tiếng xem nào?"

"Em hôm nay đẹp lắm!"

"Không phải! Em muốn nói khen tài em cắm hoa. Có đẹp không anh?"

Ông đáp giả lả:

"Đẹp. Dĩ nhiên là đẹp," ông đáp nhanh, rồi lại bồi thêm một câu nghe đã sáo mòn, "nhưng không đẹp bằng hoa biết nói."

Thủy không giấu được nụ cười kiêu hãnh:

"Em đẹp? Anh khéo khen phò mã tốt áo. Cho phép em khoe khoang một chút nhé. Khi còn học ở Đại Học Tổng Hợp khoa Ngoại Ngữ, em có thi Hoa Hậu Duyên Dáng Việt Nam, và đoạt giải Á hậu, nghĩa là giải nhì."

"Thảo nào. Em xong Đại Học rồi à? Hà Nội hay trong này?"

"Trong này chứ! Em từ Hà Nội vào Sài Gòn quãng năm 1980. Lúc đó em còn học năm cuối trung học."

"Thế là anh đoán được tuổi của em rồi. Năm đó em khoảng 19, 20 tuổi là cùng. Cộng thêm, xem nào,

... năm nay là 2002, tức là 22 năm sau đấy. Vậy ... năm nay em ... 30 tuổi."

Thủy nhún vai theo lối con gái Tây phương và lắc đầu nhè nhẹ làm cho đôi bông tai đu đưa trông thật vui mắt, trả lời:

"Anh khéo làm tính cộng quá! Thôi, ta hãy dẹp cái tuổi tác qua một bên, để em kể chuyện vui vui này cho anh nghe. Hồi đó em học lớp 12 trường Nguyễn Trãi. Anh biết trường Nguyễn Trãi chứ?"

"Biết. Anh cũng coi như là dân Sài Gòn trước 75, biết nhiều lắm. Trường Nguyễn Trãi ở Khánh Hội chứ gì."

"Vâng, đúng thế. Em muốn vào trường Nguyễn thị Minh Khai oai hơn, nhưng vào đó khó quá. Một hôm, vào giờ nghỉ trưa, ông thày môn Văn phê học bạ -- dường như ông ấy có đi học tập cải tạo mấy năm thì phải, thành phần gia đình liệt sĩ nên được cho về sớm và cho dậy lại -- thì em lân la đến xem thày làm việc..."

"Ông thầy nào mà lại cho học trò xem ông phê học bạ?"

"Anh nói đúng. Ông ấy bảo, đi chỗ khác chơi, nhưng em rắn mặt lắm. Vả lại ông ấy người miền Trung, trông hiền khô, giọng nói nhỏ nhẹ, còn em thì lúc ấy ... em cũng đã xinh lắm rồi nhé. Cho nên em bảo em thích đứng đây xem thày làm việc cơ. Ông nhìn em im lặng ...”

Ông ngắt lời:

“Thế là ông thầy đó cũng hơi ...”

“Hơi thế nào?”

“Hơi dê.”

“Bậy nào. Ở đó mà dê.”

Ông ngạc nhiên:

“Em xài đúng chữ miền Nam lắm. Ở đó, ở đó.”

“Yên nào, để em kể nốt. Tình cờ em thấy cuốn học bạ của em nằm ngay trên bàn của thày. Em đánh bạo cầm lên giở ra xem thày phê em ra sao. Em mới giở qua trang bìa, thày ... chặn ... tay em lại. Thì thôi vậy. Nhưng trước khi bỏ đi, em chỉ vào tấm ảnh của em trong cuốn học bạ và nói, thày thày, xem em đẹp như Ngụy phải không thày.”

Nói xong, Thủy cười rũ cả người. Ông tò mò:

“Rồi sao nữa?”

“Chả làm sao cả. Thấy ông ấy mở to mắt ngạc nhiên và khẽ quát ‘Hả?’ là em đã chạy vụt ra khỏi lớp.”

“Ông thầy đó dở quá, nếu gặp anh thì cái kết thúc đã khác.”

“Khác như thế nào?”

"Anh đóng kín các cửa lại không cho em chạy thoát đi đâu được, rồi rút roi ra tẩm cho em một trận tơi bời hoa lá."

"Anh nói cái gì kỳ lạ vậy? Giáo dục tiến bộ và hiện đại của ta không cho phép thày đánh học trò, nhất là khi cô học sinh ấy đã là một thiếu nữ như em. Mà roi đâu có sẵn để rút ra liền như thế được, a, -- đỏ mặt -- a cái anh quái quỷ này! Anh mà làm thày thì có mà đốt trường! Thôi, em không thèm nói chuyện với anh nữa đâu."

"Xin người đẹp bớt giận, anh xin rút lời nói đó lại. Với lại anh biết tính của anh như thế cho nên có bao giờ dám làm thầy giáo đâu. Anh chỉ muốn làm học trò của em thôi nhé. Cô giáo ơi, tôi thật có phúc ... được quen biết em."

"Thế thì hỏng!"

"Lại hỏng! Sao vậy?"

Thủy lườm ông:

"Ai lại học trò gọi cô giáo là em?"

"Thế hả. Nhưng mà này, người đẹp lãng phí lắm. Cái hoa tím đang còn tươi như thế sao em đã vội vứt nó đi."

"Nó còn tươi là nhờ máy lạnh chạy suốt ngày đêm. Nhưng tươi thì tươi cũng đã mất hết hương thơm rồi, phải thay hoa khác. Anh thử để nó ngoài trời xem, dù dưới bóng râm nhé, nó cũng héo ngay. Bên ngoài nắng như thiêu như đốt thế mà trong này mình mát mẻ đến lạnh vậy đó! Cho nên hoa tươi mãi. Anh đồng ý chứ."

"Rất đồng ý. Khách sạn này cũng thuộc hạng khá."

Thủy mở to đôi mắt tỏ vẻ ngạc nhiên:

"Khá thôi à? Anh quên là anh đang ở khách sạn hạng sang sao. Khách sạn bốn sao của thành phố này chắc chắn là hơn năm sao ở khắp nơi trên thế giới."

Ông hơi khó chịu:

"Sao em biết? Em đã xuất ngoại nhiều lần chắc?"

"Chưa, nhưng cần gì. Nghe kể lại, xem sách báo, học hỏi, là thừa biết. Không lẽ phải tự mình đấu sức với voi mới biết voi khỏe! Cứ học, học, học, là biết hết. Người ta khi sắp lìa đời mà cũng còn phải học nữa là! Anh biết ai nói câu đó không"

Ông cười:

"Thưa không, cô giáo ạ! Có lẽ vua Lê Lợi nói thế."

"Anh nói gì vậy? Lênin chứ."

"Ngoài Khoa Ngoại Ngữ, cô giáo còn theo học Trường Lý Luận Mác-Lênin chứ gì. Cô giáo giỏi quá. Nhưng còn điều này anh nghĩ rằng anh có thể đúng hơn em. Em bảo rằng mới hai năm mà đã có ba người chết vì rượu? Sai rồi! Có bao giờ người ta chết ngay vì rượu đâu. Họ chết vì em thì có. Cũng như anh vậy, sớm muộn gì anh cũng sẽ chết vì em."

Thủy hơi giật mình, chau mày:

"Anh nỡ coi thường em đến thế sao! Anh cho rằng đối với người nào khác em cũng ... cũng dễ dàng lắm thì phải."

Ông lúng túng. Thật ra ông vui miệng muốn nói đùa nên lỡ miệng thôi. Ông đáp lại bằng một giọng chân thành:

"Anh nói sai rồi, xin lỗi em. Anh không định nói thế."

Thủy vẫn còn hờn dỗi:

"Không dám ạ."

"Vậy thì thưa cô giáo, em đã biết lỗi, xin cô giáo lần này tha lỗi cho em nhờ."

Thủy bật cười:

"Biết lỗi như thế là đủ rồi, ông học trò của tôi ạ. Ta qua đề tài khác nhé. Trước hết, để em bảo mang đồ ăn sáng lên... Ô mà đã quá trưa, không ăn sáng nữa, gọi món ăn trưa vậy."

"Gọi hai phần để em cùng ăn với anh nhé," ông vồn vã mời.

"Cũng được. Anh muốn dùng thứ gì nào? Thứ gì đây cũng có, xin anh dùng tạm. Rồi nay mai em còn có nhiều mục đặc biệt khác dành cho anh. Anh gặp hên mà anh đâu biết."

"Gặp em là hên rồi."

"Anh bớt nói đùa đôi chút có được không? Thôi, để em nói tiếp. Khách sạn này sắp tổ chức Lễ Hội Ẩm Thực Hoa Kỳ, *An American Food Fare* từ 24 tháng 6 đến 7 tháng 7, tức là kéo dài gần nửa tháng. Anh còn ở đây lâu mà. Đó là một lễ hội ẩm thực nổi bật và hoành tráng nhất trong năm. Em xin phép múa rìu qua mắt thợ, dịch ra tiếng Mỹ anh xem có đúng không: *Absolutely the most spectacular food extravaganza of the year*. Hãy đến để tận hưởng sự độc đáo của các món ăn hảo hạng trong một khung cảnh đầy tính cách Mỹ. Đừng bỏ qua chuyến thám hiểm tuyệt vời này... tức là *Come on over and experience the tastes and sights of America, an adventure not to be missed.*"

Thủy nói một thôi không vấp váp. Ông cười to. Cô làm bộ bẽn lẽn:

"Anh chế nhạo em hả? Em nói tiếng Anh có *accen*t? Không đâu, đúng giọng *British English* đấy, chứ không phải *American English* như anh đâu. Này anh, đừng cười em nữa, thú thật với anh là em đọc lui đọc tới tờ quảng cáo nhiều lần nên thuộc lòng luôn đấy thôi. Đùa với anh một chốc thế mà đã hơn hai giờ chiều rồi..."

Ông giật mình:

"Đã trễ đến thế à? Chết, anh có việc cần phải làm ngay bây giờ. Thôi, thôi, xin lỗi em, anh không có thì giờ ... Anh không đói. Để anh ăn uống qua loa gì dọc đường cũng được."

"Em gọi là sẽ có ngay mà!"

"Nhưng trễ lắm rồi, khỏi phiền em. Muốn đi đến đường Nguyễn Chí Thanh thì phải làm sao? Có xa đây không em?"

Cô phụ tá lắc đầu:

"Ông anh của em đổi ý như chong chóng. Vâng, cũng không gần đâu. Cứ đến Ngã Bẩy hỏi thì biết ngay. Để em gọi tắc xi cho anh đến ngã Bẩy. À mà ... anh đi tới đó làm gì vậy?"

Ông buột miệng:

"Đi tìm Thủy."

Cô thảng thốt:

"Tìm em? Em đây này!"

Ông nhìn Thủy im lặng, chưa biết phải trả lời như thế nào. Thủy vội tiếp: "Không, em hỏi thật mà. Anh đi tìm ai?"

"Anh đi tìm người quen."

Thủy cau mày:

“Em đoán già đoán non xem có đúng không nhé. Các ông Việt Kiều lộn xộn lắm, có vợ con đùm đề ở nước ngoài vẫn không quên đèo bòng thêm một vài bồ nhí tại quê nhà chứ gì. Mong rằng anh không thuộc hạng người đó. Nhưng anh tìm ai, cứ nói thật cho em nghe đi!”

Ông trả lời lặng lẽ:

“Anh đi tìm Thủy. Người đó cũng tên Thủy. Nói đúng ra, anh đi tìm đứa con gái của người ta. Còn người ta thì đã chết trên biển rồi.”

Cô phụ tá quản lý hơi khựng người lại, quay đầu nhìn nơi khác. Sau một phút ngập ngừng, cô cười nhè nhẹ, và dịu dàng nói:

“Buổi chiều Sài Gòn tình tứ lắm đấy. Anh đi chơi vui nhé. Chóng về, em chờ. Khi nào có dịp anh kể chuyện cũ ... ấy cho em nghe.”

Ông đứng ở một góc đường của khu bùng binh Phan Thanh Giản, Lý Thái Tổ, nay là Điện Biên Phủ, Lý Thái Tổ, nhìn những con đường đầy nghẹt xe và người. Đông nghịt, bụi bặm, dơ bẩn, và hỗn độn. Như ong vỡ tổ. Như đàn thú rừng đang bị đuổi theo sau bởi những con thú mạnh hơn. Như những cảnh trong những khúc phim chạy giặc. Mà cần gì phải phim với ảnh, chạy giặc thì mình đã trải qua nhiều lần rồi, ông nghĩ thầm.

Những ngày cũ bỗng hiện rõ trong tâm trí. Những

tin tức về các trận đánh lớn như đang được loan báo. Quảng Trị, Mỹ Chánh, Phố Buồn Hiu, Đại Lộ Kinh Hoàng. Rồi dần dần Huế, Thuận An, Lăng Cô, Hải Vân. Rồi Cheo Reo, Phú Bổn, cảnh chạy giặc kinh hoàng, khiếp đảm khi Quân Đoàn II rút về miền duyên hải. Và những Bình Long, An Lộc, rồi Long Khánh, Xuân Lộc. Và cuối cùng, những cứ điểm án ngữ cho thủ đô Sài Gòn tan rã dần. Vâng, chạy giặc liên miên ở khắp nơi trên đất nước đọa đày này.

Mới ngày nào, thế mà đã hơn một phần tư thế kỷ! Ông bàng hoàng. Ông đi quanh quẩn dòm ngó, mắt hoa lên, mồ hôi tươm ra ướt từ lưng ướt lên vai, ướt đẫm chiếc áo lót, ướt lan ra sơ mi vừa mới thay. Đầu tóc của ông cũng dần dần ướt nhèm, mồ hôi trán đổ ra cay mắt.

Thỉnh thoảng ông phải đứng lại gở gọng kính và rút chiếc khăn tay ra lau kính, lau mặt, lau trán, chiếc khăn tay ở một góc có thêu hai cánh hoa hồng thật nhỏ cài lên nhau, một cái màu tím, một cái màu vàng. Thủy vừa tặng ông chiếc khăn tay đó "để anh nhớ em mãi".

Ông nghĩ đến cái khách sạn sang trọng và cô phụ tá quản lý duyên dáng, xinh đẹp, tình tứ. Mình đã đi rong hết cả tuổi thanh xuân, nay đã đến lúc mình nên dừng chân một nơi nào hay chưa, ông tự hỏi. Thấy lòng nguội lạnh. Mọi chuyện đều đã đến với ông quá trễ tràng.

Ông lầm lũi bước. Ông có cảm tưởng bị lạc vào một thành phố lạ. Khu Ngã Bảy này nhiều đường đã mang tên mới. Phan Thanh Giản biến thành Điện Biên Phủ, Lý Thái Tổ thì vẫn cứ Lý Thái Tổ.

Rồi nào là Ngô gia Tự, Lê Hồng Phong, Nguyễn văn Cừ, Trần Phú ... những tên gọi nghe bỡ ngỡ và chát chúa. Như tiếng búa nện lên đe. Tóe lửa. Giữa búa và đe là gì? Là những miếng nhom, miếng thiếc, thỏi sắt, thỏi chì, méo dần, mỏng dần. Là da thịt máu xương nhầy nhụa. Là những linh hồn vất vưởng. Núi lửa ở đâu phun ra thế, những dòng nham thạch đỏ như máu chảy cuồn cuộn nuốt chửng đồi núi, trang trại, trâu bò, nhà cửa.

Ông đi mệt nhoài vẫn chưa thấy đường Nguyễn Chí Thanh ở đâu. Tên cũ của con đường đó là gì? Minh Mạng chăng? Trần Hoàng Quân chăng? Và tên cũ của nhiều con đường khác là gì? Ông quên đi nhiều rồi. Cảnh cũng lạ. Ông đi như đi trong cơn mê.

Hay đó là những con đường hoàn toàn mới vừa được phóng ra. Còn những con đường cũ thì vẫn có đó, vẫn nằm ở một nơi nào không chịu cho ông nhìn thấy. Ôi, những con đường lẫn khuất trốn chạy, những doanh trại tàng hình, những người lính già giấu mặt, những thương binh lê la, quằn quại, những nghĩa trang san bằng!

Và bức tượng nữa chứ, bức tượng người lính

Cộng Hòa ôm súng ngồi trước nghĩa trang bên xa lộ Sài Gòn - Biên Hòa! Người ta nói nhiều điều về bức tượng đó ngay từ khi ông vừa đến được một trung tâm tỵ nạn ngoài biển Đông hơn hai mươi năm về trước.

Những buổi trưa nắng mênh mông có nhiều ma quái lảng vảng, những buổi chiều tranh tối tranh sáng có lắm oan hồn lang thang, những hôm trời mưa dầm dề như than như khóc, bức tượng cô đơn ngồi ôm súng mặt bỗng buồn rầu, mắt bỗng âm u, bỗng từ từ trở mình cúi đầu nhìn vết thương xé lồng ngực, máu rỉ thành dòng. "Kẻ hành nhân qua đó" đau lòng quá, qùy xuống sụp lạy, thì bức tượng liền tan ra thành sương khói. Để lâu lâu lại một mình hiện về chốn cũ loay hoay tìm kiếm chỗ ngồi.

Sao người tạc tượng nhẫn tâm đến thế! Sao không tạc thành hai bức tượng ngồi kề bên nhau, cho có bạn đồng ngũ, khi buồn khi vui có người trò chuyện. Hoặc tạc thật nhiều tượng, cái này đổ nát còn cái khác, cái nọ bị giật sập còn cái kia. Ông nhớ có lần đi Trung Quốc xem hàng trăm bức tượng tạc hình chiến tướng, chiến binh, chiến mã, chiến xa bị chôn vùi xuống lòng đất cùng với một ông hoàng đế nổi tiếng tàn bạo mấy ngàn năm về trước. Ông lẩm bẩm Tần Thủy Hoàng tuy vậy vẫn có một chút tấm lòng với sĩ tốt.

Bỗng ầm ầm sấm sét. Cơn mưa đổ xuống nhanh và nặng hạt. Mặt đường bốc khói mù.

Ông đang rảo bước trên vỉa hè tìm đường tránh mưa thì một xe gắn máy từ xa chạy tới thắng két ngay trước mặt ông, chặn ông lại. Người lái xe thò đầu ra khỏi chiếc áo mưa pông-sô trùm kín, nón lưỡi trai rằn ri ướt sũng nước nhỏ thành giọt chảy ròng ròng trên khuôn mặt hốc hác, xương xẩu. Cặp mắt nhìn ông lạnh như tiền:

"Nhảy lên xe ngay. Đi đâu tui chở đi. Lẹ lên!"

Như tiếng ra lệnh. Ừ thì lên, rồi mình bảo anh xe ôm này chạy đến đường Nguyễn Chí Thanh là xong, ông thầm nghĩ. Ông cúi đầu chui vào tấm áo mưa. Một thân hình mềm mại đã ngồi sẵn dưới tấm áo mưa pông-sô từ bao giờ, lưng đâu lưng với người lái xe. Ông giật mình. Rất nhanh nhẹn, hai cánh tay như hai con rắn quấn lấy ông, hai bàn tay mơn man, mùi nước hoa rẻ tiền xông lên.

Chiếc xe gắn máy chạy lượn qua, lượn về, lảo đảo như say rượu, nhiều lần chực ngã, rồi từ từ chạy êm. Nước mưa trên mặt đường bắn lên làm ướt nhèm đôi giày ông đang mang, chiếc quần ông đang mặc.

Như trong đêm đen, ông không trông thấy gì cả, không thể đoán được bọn người này chạy trên những con đường nào, sẽ đưa ông đi đâu. Lỡ chúng nó dẫn ông vào một "ổ nhện", hay đưa đến một nơi vắng rồi trấn lột.

Ông chột dạ, la to bảo người lái xe ôm cho ông xuống ngay. Thì một ngón tay nhỏ nhắn đặt nhẹ trên môi của ông, tiếng nói âm thầm rót vào tai ông, yên đi nào anh ơi, bồ nhà cả mà, có gì đâu mà anh ầm ĩ vậy, quê lắm, người ta cười cho. Ông ngẩn người không biết xoay xở ra sao. Bỗng người lái xe ôm hét to át cả tiếng mưa rơi:

"Đi đâu?"

"Đường Nguyễn Chí Thanh," ông vội đáp.

"Không," cô gái cướp lời. "Chỗ mọi ngày trên đường Vạn Hạnh."

Đường Sư Vạn Hạnh? Ông nghe quen quen. Ông vội la lên:

"Nhưng tôi cần đi gấp, tới đường Nguyễn Chí Thanh cho tôi."

Cô gái đáp ngay:

"Cứ tới Vạn Hạnh trước, rồi Nguyễn Chí Thanh sau. Gần lắm."

Chiếc xe vẫn chạy nhanh dưới cơn mưa, nước vẫn từ mặt đường bắn lên càng lúc càng nhiều. Ông đang lúng túng chưa biết nói gì thì chiếc xe từ từ đậu lại. Ông chui ra khỏi chiếc pông-sô, tiếp đến là một người con gái.

Cô bé trẻ quá, gầy ốm, vẻ mặt nửa quê nửa tỉnh, không đẹp không xấu, quần áo xốc xếch, nước da trắng bệch, tóc ướt đẫm nước mưa. Nếu ông có nhiều con thì cô bé này đáng tuổi con út của ông.

Ông nhìn quanh. Ngay bên lề đường là một phòng ngủ cho thuê núp sau cây phượng cành lá sum suê. Cô gái nói một hơi:

"Trả tiền xe đi anh. Hay không trả cũng được, em trả sau. Rồi theo em vô ngay trong kia đi, chớ đứng lớ ngớ ở đây coi chừng người quen anh trông thấy lại bảo anh bắt cóc em thì nguy cho anh đó."

Ông ngớ người ra, tưởng cô bé đang nói với một người nào khác. Người lái xe ôm nheo mắt nhìn cô gái, chẳng thèm nói với ông một tiếng nào, rú máy cho xe chạy nhanh.

Mưa vẫn rơi đều đều.

Cô bé "anh em" ngọt xớt. Ông thầm nghĩ. "Anh", sắp về già, "em", còn con nít, tuổi chanh cốm. Ô, lại hão huyền, làm gì có chanh có cốm, họa chăng là có mùi thuốc lá, có mùi nước hoa không thơm, có cần sa, ma túy, và có thể có cả hàng tỷ vi trùng bệnh liệt kháng trong người!

Đứng xớ rớ trước cửa một phòng ngủ xập xệ, tồi tàn, bên một cô gái tiều tụy, ông không khỏi liên tưởng đến cái khách sạn sang trọng và cô phụ tá quản lý xinh đẹp trên đường Đồng Khởi. Sự tương phản giữa hai cuộc đời quả thật ngoài sức tưởng tượng của ông. Thiên đàng và địa ngục cách xa nhau không quá vài ba cây số. Ông chợt liên tưởng đến gánh tào phở của anh Đoàn so với tiệm kem *Bốn Mùa* có chua thêm tiếng Pháp *Quatre Saisons* ở Hà Nội, cách đây hơn một tuần lễ.

Ông thở dài. Ở đâu trên đất nước này cũng thế, sướng và khổ xuất hiện bên nhau như hình với bóng. Ở các nước mà ông đã đi qua, ít có cái tương phản như thế.

Không biết phải bắt đầu câu chuyện như thế nào, ông hỏi đại:

"Cháu tên chi?"

"Cháu cái gì mà cháu! Đi với nhau như vầy mà cháu? Quê xệ. Kêu em bộ bị vả sưng miệng rồi chắc?"

"Thì em ... em tên chi?"

"Vương Lệ Thường."

"Tên lạ và hay, như tên Tàu trong phim chưởng. Nhưng trông em Việt Nam chay. Này cháu, này em, xin cho biết tôi phải trả bao nhiêu tiền xe ôm. Tôi phải đi ngay. Làm ơn chỉ giùm tôi tới đường Nguyễn Chí Thanh."

"Khoan cái đã nào. Cái anh này làm gì cũng vội! Nhưng anh ranh quỷ lắm, em là Việt Nam chứ Tàu gì mà Tàu. Có được cái tên ấy không phải dễ đâu! Nghe mùi hả?"

Thấy cô bé cố kéo dài câu chuyện, ông vừa buồn cười vừa nổi tính tò mò:

"Mùi mẫn lắm. Mà em nói không phải dễ nghĩa

là sao? Phải ghi danh, phải đăng ký, với cơ quan nhà nước mới dùng được cái tên đó?"

"Gì mà ghê vậy! Em tự đặt nó. Nói chơi đó, em mướn người ta đặt tên cho em."

"Được lắm!"

"Được lắm nghĩa là gì vậy cà? Em được hay cái tên được?"

Thấy cô gái này cũng hay hay, ông gợi chuyện thêm:

"Cả hai đều được. Nhưng em từ vùng nào đến đây?"

"Đoán đi!"

"Anh đoán em gốc ở Cần Thơ hoặc Châu Đốc."

"Trật lất! Em ở Sài Gòn chớ bộ."

"Em có gia đình chưa? Nghĩa là em hiện sống với ai?"

"Với tía má chớ còn với ai nữa."

"Em mấy tuổi?"

"Ủa, hỏi làm chi mà kỹ vậy? Hết tên rồi chỗ ở rồi tuổi! Rồi ... Bộ anh làm nhà báo hả? Hay anh làm công an?"

Ông cũng tự cảm thấy mình ngớ ngẩn. Từ ngày về thăm quê nhà đến giờ, ông bỗng sinh ra cái tật ưa tò mò hỏi han đủ chuyện. Chuyện gì ông cũng muốn thử, muốn nghe, muốn hiểu, muốn biết, muốn nhớ. Sống xa quê hương, nhiều khi ông cảm thấy mình không dính vào đâu cả, mình đi lông bông, mình thiếu một căn cước. Về thăm lại những nơi cũ, ông vẫn không gạt bỏ được tâm trạng đó. Có lúc còn thấy lạc lõng hơn. Cho nên ông cố tìm hiểu mọi chuyện mong muốn rằng từ đó mình có thể tìm thấy được điều mà mình muốn tìm. Điều gì vậy? Ông chưa có một ý niệm rõ ràng.

Cô bé bỗng to tiếng như giận dỗi:

"Đàn ông các anh đều giống nhau. Ông nào gặp tui cũng ưa hỏi han, săn đón, đủ chuyện, rồi quên phứt ngon lành. Đúng là ba xạo. Thôi, theo em vô trỏng ngay, không nên đứng đây lâu."

"Sợ công an hả?"

"Sợ cái con khỉ mốc! Tụi nó đứng hà rầm đầy đường anh không thấy sao?"

"Công an đầy đường? Mặc thường phục? Có sao không em?"

Cô bé cười ngặt nghẽo:

"Lại đến phiên anh sợ công an. Công an nào mà công an! Em muốn nói tụi nó đó. Tụi nó tức là cũng như em đó mà. Toàn là đồng bạn, đồng chí cả. Thôi theo em, vô trỏng lẹ đi."

Nói xong, cô bé quay ngoắt người đi trước. Ông vội bước theo, giữ cô bé lại, hỏi gặn thêm:

"Nhưng làm sao phân biệt cô nào là ... là như em, cô nào khác em? Anh muốn hỏi cô nào không phải là, là, đồng chí của em. Theo anh thấy thì ai cũng giống ai cả."

Cô bé tỏ vẻ sốt ruột:

"Ủa, hỏi làm chi vậy? Lại muốn giở trò kén chọn hả? Bộ em không xứng với anh chắc. Anh già khú đế mà còn muốn chê ỏng chê eo? Đi vô mau mau cha nội. Hết cả ngày giờ của tui rồi. Mà liệu cái thần hồn đó. Anh mà đổi ý là em la làng ngay cho anh biết mặt."

Giọng nói của cô bé đỏng đảnh, trầm bổng, "làm đày làm láo", trong khi nét mặt trông thật thà đến ngờ nghệch. Cử chỉ thì trẻ con, cái mặt còn non choẹt, mà cô cứ cố làm ra vẻ sỏi đời khiến cho ông không thể nào nín cười được. Và ông cười thành tiếng.

Cô gái bỗng đấu dịu:

"Anh kiêu ngạo em hả? Thôi, đi vô trỏng cho rồi anh ơi! Em năn nỉ anh mà anh!"

"Không, anh không chọc quê em đâu. Muốn nói gì nữa thì em cứ nói, anh sẵn sàng nghe thêm. Nghe nhiều."

Quả thật ông thích nghe cô bé này nói. Ông thích

nghe cả những câu chửi thề của cô. Biết đâu cô cũng chửi có bài có bản, chửi như tát nước vào mặt, chửi tắt cả bếp lửa, chửi như mất gà không bằng. Ông nhớ lại hồi bé ở quê có bà ở xóm sau bị mất gà ngày nào cũng đi quanh xóm chửi bới từ chiều đến tối. Cứ thế liên tiếp năm ngày thì con gà không biết từ đâu lù lù chạy về.

Nhưng không lẽ cứ giữ cô bé đứng đây nói chuyện mãi, ông buồn rầu bảo:

"Chú đưa ... à anh đưa em vài trăm ngàn nhé! Em trả cho anh xe ôm bao nhiêu thì trả. Số còn lại em cất đi! Anh thương em lắm. Anh nói thiệt. Nhưng anh có công chuyện phải đi ngay, không vô trỏng được đâu. Em chỉ cho anh tới đường Nguyễn Chí Thanh đi!"

Ông rút từ trong ví bốn tờ giấy 50.000 đồng. Cô gái giật mình, quay nhìn ông đăm đăm:

"Đường Nguyễn Chí Thanh hả? Thì cũng gần đây. Té ra anh. Anh cố ăn mặc lùi xùi để đánh lừa em, nhưng em đã nghi rồi. Thế mà em lụt quá! Trời ơi là trời! Đã nghi mà không chịu nghi thêm một chút nữa. Nhưng cũng còn may. Anh Việt kiều có đúng không? "

Ông im lặng nhìn cô gái, ngượng nghịu, áy náy, có cảm tưởng như mình là kẻ lừa gạt hay ăn vụng vừa bị phát giác.

Bỗng cô gái cúi mặt xuống nhìn bàn chân hơi thô mang giép Nhật đang dí xuống vũng nước đọng trên lề đường, mặt buồn thiu, rồi rơm rớm nước mắt, rồi khóc oà. Cô khóc thiệt, hai bàn tay úp vào mặt, thổn thức rung cả người. Mấy người bộ hành đang đứng núp mưa dưới mái hiên trố mắt nhìn ông. Ông lọng cọng không biết xử trí như thế nào. Cô khóc tấm tức một chốc, kéo vạt áo bà ba lau nước mắt, rồi cầm tay ông kéo ông đến cạnh sạp báo cũ để trống có mái che, nói thì thầm bên tai ông:

"Chú ơi, chú có biết là cháu khổ lắm không? Đúng như chú nói, cháu có phải là dân ở đây đâu. Cháu ở dưới quê, gần bắc Mỹ Thuận, à mà nay đã có cầu mới ..."

"Vâng, trông cháu thiệt thà, chú đã đoán biết."

"Cháu xin ba má đi theo mấy con bạn lên đây định làm ăn kiếm tiền rồi lại quay trở về quê. Cứ tưởng như thế là hay, ngờ đâu. Bây giờ cháu làm sao về được. Nhưng thế nào cháu cũng phải kiếm cho ra nhiều tiền rồi về với tía, với má. Nhiều khi cháu nhớ hai ông bà già muốn chết. Tía má cháu cỡ tuổi chú. Về quê thì lại không có việc làm, thì đi làm rẩy bậy bạ, cũng ... cũng xệ lắm, cũng chán lắm chú ơi. Nhưng được cái là sớm hôm ở cạnh má, cạnh tía."

Ông vỗ nhẹ vào vai cô bé, tìm lời an uỉ. Không biết nói thế nào cho phải, ông nói như con vẹt:

"Cháu còn trẻ, tương lai đầy hứa hẹn. Nhưng bây

giờ chịu khó về quê đi. Đó là giải pháp hay nhất!"

Cô bé dường như không biết ông nói gì, tiếp tục kể lể:

"Tội nghiệp ông bà già cứ tưởng cháu đang làm thợ dệt cho công ty Đài Loan, đường Nơ Trang Long ở Bình Thạnh. Ngày nào cháu cũng mua vé số, cũng đánh đề, mà trời chưa chịu ngó tới cháu. Cháu thề có trời đất lần này là lần thứ nhất ... a, thứ hai ... vì trời mưa, cháu quá giang cái thằng chết dịch đó ... thì gặp chú. Chú cũng ... vậy, phải không? Chú mới đi cái kiểu này lần đầu chắc, thấy chú đang còn thiếu kinh nghiệm. Chớ cháu đâu có phải là thứ đồ con gái bê bối đâu."

Ông mò tay vào túi quần sau móc thêm được một ít tiền Việt Nam. Tiền đô la thì ông đã lận kỹ vào trong một cái nịt ny lông có mấy ngăn, quấn quanh bụng, bên trong cái áo lót. Ông rút kinh nghiệm, không đeo cái dây nịt đựng tiền ngay ngoài áo sơ-mi nữa.

"Không chú ơi. Cháu không muốn lấy tiền của chú đâu. Cháu còn muốn trả lại bốn tờ này nữa đó. Để cháu đưa chú tới đường, đường gì, ... Nguyễn Chí Thanh phải không. À mà chú tới đó làm chi vậy?"

"Chú tìm người ta."

"Ai?"

Ông lúng túng:

"Nói ra cháu cũng không biết đâu. Mà người ta không còn nữa."

Cô gái bật cười, vẻ mặt rạng rỡ :

"Chú nói nghe ngộ quá! Không còn ở đó nữa thì tới đó làm chi cho mất công. Thôi, chú ơi ... chú đi theo em đi. Mình kiếm cách hùn hạp ... Chú có của, em có..."

Ông cảm thấy vui, cười âm thầm trong lòng. Hình như lâu lắm ông mới cười thật tình, nói đùa:

"Anh em mình hùn hạp mở công ty sản xuất áo mưa pông-sô coi bộ hái ra tiền. Em định như thế chứ gì?"

"Anh đừng kiêu ngạo em nữa. Anh có của, còn em cũng quen ... biết nhiều nhiều..."

Ông đỡ lời:

"Được rồi. Chuyện đó sẽ tính sau. Nhưng bây giờ anh phải tới đó tìm đứa con gái của người ta. Người ta không còn nữa, người ta chết rồi. May mà đứa con gái thì còn sống. Nghe nói nó ở đảo trở về lại Việt Nam được mấy năm."

"Anh có địa chỉ không?"

"Có. Nhưng em chỉ cho anh tới đường Nguyễn chí Thanh là được rồi, đừng đi theo anh làm chi, bất tiện lắm. Em thông cảm nhé. Nếu đường gần, anh đi bộ cũng được chứ gì, chớ không rúc vô chiếc áo mưa pông- sô nào nữa đâu. Đây, thêm một ít tiền đây, em cầm lấy! Mai mốt anh đưa thêm nữa."

"Thiệt hả anh? Nhưng anh biết em ở đâu mà cho tiền? Ô mà em không lấy tiền của anh đâu. Miễn gặp anh là tốt rồi. Tự nhiên em thấy, có trời có đất làm chứng, em, em thấy thương anh ghê."

Ông trả lời một cách thành thật:

"Chắc chắn anh sẽ tìm gặp em. Bây giờ anh phải đi gấp, cho anh địa chỉ của em đi. Rồi chỉ đường Nguyễn Chí Thanh cho anh."

Cô gái nhìn ông ngần ngừ một chốc, xong mỉm cười quay đầu chạy nhanh vào phòng ngủ kiếm mảnh giấy và cây bút chì mang ra hí hoáy viết.

Y như cũ, y như những cơn mưa Sài Gòn mùa hè xa xưa. Đến nhanh, ào ạt, hối hả, rồi đi nhanh, rồi bay đi nơi khác. Bay về Phú Lâm, Bà Om, Bà Điểm, bay qua Lái Thiêu, Thủ Đức, Giồng Ông Tố, bay lui đến vùng Cát Lái, Nhà Bè, bay xuống Chợ Thiết, Chợ Đệm, bay dài dài đến Bình Điền, Bình Chánh ... Ông thả hồn bay theo cơn mưa loanh quanh thăm viếng những ngoại ô quen thuộc, thân yêu, của những ngày cũ. Hay chẳng bay đi đâu cả, hết mưa thì tạnh, có gì đâu mà bay bay mãi cho khổ cái thân!

Ông lẩm bẩm một mình và nước mắt lại muốn trào ra. Trời đất vẫn thế, vẫn vô tình, vẫn nắng mưa như cũ, sau bao nhiêu năm đã trôi qua, sau bao nhiêu biến cố "long trời lỡ đất". Không! Trời không long, đất cũng không lỡ, chỉ có tóc mình không còn xanh, mắt không còn sáng, tim không còn sôi sục máu nóng. Chỉ có con người là dâu biển.

Sau cơn mưa, Sài Gòn dịu lại. Bầu trời sáng lên một chút, và một chút nắng chiếu nghiêng nghiêng trên mặt đường ướt át. Bụi bặm chưa kịp khô, chưa nhẹ để đủ sức bay lên đuổi theo những bánh xe quay nhanh. Rác rến, giấy rách, theo dòng nước mưa tấp nhiều hai bên đường. Vài cơn gió còn sót thổi nhẹ tới, nước mưa đọng trên cây rơi xuống lác đác. Vài ngọn lá vàng rơi theo. Ông nhìn trời. Bầu trời phía tây phơn phớt hồng, nhạt, và trong.

Ông nhớ lời chỉ dẫn của cô gái. Qua khỏi đường Vĩnh Viễn, qua khỏi đường Hoà Hảo, rồi đi thêm một khúc ngắn "chút xíu" thôi là đến đường Nguyễn Chí Thanh. Ô, vậy có thể là mình đang đi về phía Ngã Sáu Chợ Lớn, về phía Đại Học Xá Minh Mạng của một thời. Những ngày lưu học "ở lậu" tại đó khi Miền Nam bừng bừng sức sống! Ông nhớ vào thời gian ấy, khá nhiều học sinh vừa tốt nghiệp trung học từ miền Trung vào Sài Gòn không có nơi cư trú, được mách nước rằng cứ việc mang hành lý tới ở tại Đại Học Xá vừa xây cất xong. Gọi là "ở lậu". Giấy tờ hợp lệ tính sau. Chính quyền, viện Đại Học, luôn luôn "thông cảm" đối với đám sinh viên nghèo.

Ông nhìn đồng hồ tay. Ông chép miệng, mình phải bỏ cái tật chốc chốc lại nhìn đồng hồ, làm như lúc nào cũng phải chạy đua với thời gian. Chạy theo kịp không? Đến khi nào thì mệt nhoài buông bỏ tất cả?

Hãy cứ thong thả đi nào, hãy để cho Sài Gòn thấm vào hồn vào tim với biết bao thương nhớ, với biết bao nuối tiếc, nghe buổi chiều đang trôi trên dòng sông, trên bến cảng, trên những cao ốc, nghe lá me xanh reo lao xao trong những hàng cây hai bên đường Lê Thánh Tôn, đường Gia Long, đường Nguyễn Du, nghe những chiếc hoa vàng cánh cứng như móng tay của những cây sao cao ngất bay vòng vòng, cuống quýt trong không gian rồi cắm nhanh xuống mặt đường Nguyễn Kim, xuống sân Vận Động Cộng Hoà, xuống đường Minh Mạng, Đại Học Xá ... khi những quán cà phê, hủ tíu khói bốc thơm lừng cả vùng Chợ Cũ những ngày thanh bình ngắn ngủi, khi những quán phở *Pasteur* của người Bắc di cư rộn rịp xe đến, xe đậu, xe đi, khi những xâu mía ghim, những gánh đu đủ, những trái dừa xiêm, những ly đá bào, làm mát cả cổ họng, cả lòng, cả dạ, khi mây lang thang trên bầu trời xa, khi nắng vu vơ trên vỉa hè gần, khi cơn gió vô tình in nổi lên những nét cong trên người em và thổi cao tà áo lụa mỏng khiến cho bước chân em ngại ngùng, bàn tay bỡ ngỡ nắm tay anh, và tình yêu thẹn thùng trong đôi mắt thơ ngây, trong mái tóc vương vấn, trong nụ hôn bâng khuâng.

Phải chăng mình đang sống trong giấc mộng! Phải chăng, phải không Thủy, mình hãy cứ như ngày nào cùng mùa hè qua nhiều lần Sài Gòn vẫn còn đó, chúng mình vẫn có nhau, buổi chiều vẫn êm đềm trở về sau cơn mưa bay nhiều nơi trong thành phố, rồi ra ngoại ô, rồi hẹn hò tái ngộ. Để mọi chuyện lại tái diễn, để dòng nước cũ lại trở về trôi dưới cầu, để Bến Tranh... để Thủy lại quay ngoắt người đi một lèo xuống nhà dưới, ba gọi mãi cũng không chịu lên, trong khi ngoài sân con chó xù lông vàng nằm kê mỏ lên bậc thềm canh chừng, nghe ngóng, đôi mắt lim dim.

Bảng chỉ tên đường Nguyễn Chí Thanh hiện lên đằng xa kéo ông trở về với thực tại. Ông tần ngần đứng lại tại một ngã ba bên góc phố đông người. Bàn ăn, lò nướng, đồ nhậu khói lên nghi ngút, mùi thơm ngào ngạt, ghế đẩu, dù to bảng cắm che mưa nắng, bày tràn ra lề đường choán cả lối đi. Và trên mặt đất, rác rưởi la liệt.

Những thực khách nhanh chân đã đến chiếm dần dần hết tất cả các ghế trống. Nhiều người lái xe gắn máy đèo thêm người đằng sau chạy uà tới, ngó dáo dác, thấy không còn chỗ, lại phóng xe đi nhanh tới nơi khác.

Ông đưa mắt nhìn quanh một lượt, rồi gỡ kính lấy khăn tay lau mặt, lau tròng kính mắt. Mình sắp gặp đứa con gái của Thủy rồi, chỉ vài phút nữa thôi. Mong sao nó giống mẹ nó. Mong sao nó đừng giống tên hải tặc một chút nào cả. Mà tên hải tặc hung ác đó mặt mũi ra làm sao, gốc gác ở đâu, quốc tịch gì?

Hải tặc Thái Lan chứ còn ai vào đấy nữa. Những người trốn chạy trên biển xuất phát từ những vùng như Hà Tiên, Rạch Giá, Minh Lương, Cà Mau đổ ra vịnh Thái Lan rất thường xuyên bị bọn hải tặc Thái Lan tấn công, cướp bóc, hãm hiếp. Ông bần thần nghĩ đến Thủy.

Bỗng có tiếng nói khàn khàn vang lên sát bên tai của ông, như tiếng ra lệnh -- đẹp lắm, trẻ lắm, 15, 16 tuổi thôi. 14 cũng có. Còn trinh cũng có. Sẵn xe đây, nhảy lên mau anh ơi! Nghĩ đến cô bé vừa chia tay ở đường Sư Vạn Hạnh, lại nghĩ đến đêm Hồ Tây ở Hà Nội, ông thở dài ngao ngán, và chán nản xua tay, chứ không lên giọng dọa gọi cảnh sát như trước nữa. Vậy mà vẫn bị nghe tiếng chửi thề tục tĩu theo đuổi một quãng đường.

Đèn đường bật lên mờ mờ, tỏ tỏ. Cuộc sống ban đêm khởi sự, rộn rịp, náo nhiệt, hỗn loạn. Xe cộ, hầu hết là xe gắn máy hai bánh, túa ra như ong vỡ tổ, như thác nước cuồn cuộn.

Sài Gòn ngổn ngang trăm mối.

Tôi thích nghe hát. Tôi cũng thích hát. Hát hay hay dở là chuyện khác. Thế thì tiện nhất là tôi hãy hát cho tôi nghe, một công hai việc. Do đó tôi thường hát lảm nhảm một mình một câu hát tình cờ nào đó, nhất là vào những lúc không có ai đứng cạnh, ngồi cạnh, hát lui hát tới nhiều lần, không để ý đến điệu nhạc, không để ý đến lời ca. Gọi là hát lảm nhảm là vì tôi không để tâm đến việc tôi làm, còn hơi thì hát, như con dế ban đêm nó gáy, con ve mùa hè nó kêu.

Tôi hát theo bản năng, như hít, như thở. Thế thì, nói cho đúng ra, hát thì có hát đó, nhưng không hát cho người khác nghe. Vậy có phải hát cho chính mình nghe hay không? Thường là không.

Vậy mà cũng có lúc điệu hát, lời ca bỗng đập vào sự chú ý của tôi thật bất ngờ -- ô, sao giai điệu nó nhạt nhẽo đến thế, sao lời ca vô vị đến thế. Hoặc ngược lại, khúc hát quả thật đã làm rung chuyển cả tâm hồn tôi.

Suối ơi! Ôi nguồn yêu mến - Còn ghi khi bóng ai tìm đến. Hát đi hát lại câu đó nhiều lần, nhạc và lời ấy bỗng hiện lên rực rỡ trong tôi. *Suối mơ!* Tôi bàng hoàng. Thế ra tôi đang nhớ em quay quắt. Tôi không có suối, nhưng tôi có mơ, ai cấm được tôi mơ. Người ta nói giấc mơ nào rồi cũng có hồi kết thúc, nhưng giấc mơ của em và anh sẽ kéo dài một ngàn năm em nhé. Đời sống chỉ có năm bảy chục năm sao người ta cứ ưa nói chuyện ngàn năm? *Ngàn năm mây trắng, Thương hoài ngàn năm, Ru mãi ngàn năm!* Ừ thì ngàn năm càng tốt chứ sao, trăm năm ngắn quá!

Tôi lại tìm thấy trong một bài hát khác, cũng của Văn Cao, *Chàng ngày nào tìm đến.* Nhạc sĩ này coi bộ có nhiều xúc động vì *"những tìm đến"* ấy. Tôi đổi chữ chàng thành chữ em cho hợp với hoàn cảnh của tôi nhé, xin lỗi tác giả, *em ngày nào tìm đến.* Và như nói trên*, còn ghi khi bóng ai tìm đến.*

Vâng, em đã tìm đến tôi mấy lần. Thời trẻ dại ngu ngơ, nghĩ lại có khi ngượng đến đỏ mặt, nhưng quên thì không bao giờ quên.

Một lần em tìm đến nơi tôi trọ học, Đại Học Xá, mùa hè, mồ hôi âm ẩm trên trán em, mồ hôi ướt thấm ra ngoài chiếc áo dài mỏng, căn phòng tôi ở chung với năm anh em khác, không có chỗ tiếp khách, tôi nhường em ngồi trên chiếc ghế của tôi, tôi ngồi trên mép đi-văng dùng làm chỗ ngủ, em tới đột ngột không cho tôi hay trước, bảo rằng em tiện thể có việc đi ngang qua đây nên mua cho anh cuốn sách anh thích em tình cờ thấy bán ngoài tiệm, em nói dối nghe dễ thương quá, và ... em phải đi ngay có việc gấp anh nhé, chắc là em thấy chỗ ở của tôi bê bối sợ tôi ngượng, chật quá, em và tôi cách nhau không đầy một cánh tay với, tôi hồi hộp nghe ngóng không biết bọn quỷ sứ ở các phòng bên cạnh có đang rình rập để giở trò gì hay không, em như linh cảm có chuyện không hay, vội chấm dứt câu nói nửa chừng, đứng dậy đi, tôi tiễn em ra cửa, em ngạc nhiên ngỡ ngàng vì tôi không ôm hôn em, những tiếng la ó đập bàn đập ghế liền vang lên vì chúng nó thất vọng không được thấy những "pha cụp lạc", em đi nhanh run lẩy bẩy, tôi muốn đấm vào mặt chúng nó, ơ hay, đã có phòng tiếp tân ngoài kia sao không chịu sử dụng cho đúng nội quy của cư xá mà bây giờ còn lộn xộn, tôi chỉ còn biết, chờ em đi xa khỏi tầm nghe, văng tục vài tiếng cho hả giận.

Từ đó em không bao giờ trở lại nơi tôi trọ học.

Một lần, trời đã nhá nhem tối, *em tìm đến* một cổng trường vắng vẻ, tôi bồn chồn chờ em từ lâu trước giờ hẹn, thập thò như tên ăn trộm, hai đứa đứng bên nhau quấn quýt cuống cuồng, đúng là trò trên bộc trong dâu mà người xưa thường coi rẻ, anh nói gì em không hiểu, đèn đường đã lên từ lâu, mỗi lần ánh đèn pha xe hơi quét qua, thấy mắt em long lanh say đắm, môi em rung, thôi anh, thôi anh, em lạy anh, thì em để xe em ở đây khóa lại không sao đâu, anh chở em đi nghe, đi đâu anh, không, em sợ, giọng em lạc, hoảng hốt, không anh, anh chiều em nghe, những đợt sóng trong lòng dâng lên hạ xuống nhiều cơn, đứng bên nhau cho mãi đến khuya không thấy mỏi chân, không nói chuyện gì với nhau nhiều, không nghe nhau, chỉ nghe côn trùng nỉ non dai dẳng, nghe lá âm u chốc chốc rụng xuống chạm mặt đường kêu khẽ, nghe sương xuống ướt đẫm hai mái tóc, hai vai, nghe yêu thương dạt dào trong lòng.

Còn anh thì đã tìm đến em biết bao nhiêu lần rồi hả Thủy? Nhiều quá, cả em lẫn anh đều không nhớ nổi. Và có với nhau biết bao nhiêu kỷ niệm làm sao quên được.

Thế mà cuối cùng anh lại bỏ em anh đi, cơn mưa phiền muộn, u uất, phố phường xao xác, bàng hoàng.

Từ đó em có bao giờ trở lại chưa?

Từ đó anh có bao giờ gặp lại em?

Có chứ, em đã trở lại nhiều lần. Áo quần xốc xếch, đầu bù tóc rối, mắt thất thần, trán móp, môi dập, ngực trần nhầu nát, hai cánh tay bị bẻ quặt ra đằng sau, miệng gào không ra tiếng. Trong những giấc mơ dữ dội của anh. Ôi, những khổ nạn của em biết lấy gì đo lường nổi! Thức dậy mồ hôi vã ra như tắm, mắt cay, má ướt nhòe. Lại cố gắng ép giấc ngủ trở lại. Để mong được tiếp tục giấc mộng dữ. Để gặp lại em như thế đó.

Thi lại nhí nhảnh mở lời:

"Cho cháu kêu chú bằng chú nhé. Được không? Không lẽ gọi là dượng, quê lắm. Đúng ra gọi là bác. Mà bác thì già quá, trong khi chú trông còn trẻ măng!"

Ông bỡ ngỡ nhìn cô gái, rồi nhìn quanh. Căn phòng quá hẹp. Một bàn phấn nhỏ, cũ kỹ, nằm bên dưới chiếc gương ố màu hình bầu dục dựa sát tường. Cạnh bàn là một chiếc ghế gỗ có tựa lưng và một chiếc ghế đẩu. Sau chiếc ghế gỗ là bức màn ny lông đục nhờ nhờ treo lưng chừng căn phòng và rủ xuống gần sát đất, hẳn là để che kín cái giường ngủ bên trong cùng. Cạnh tường, bên lối ra vào dựng một chiếc xe Honda hai bánh choán cả lối đi.

Ông ngẫm nghĩ thế thì nhà bếp, phòng ăn, nhà vệ

sinh, nằm nơi nào. Nhưng ông lại hỏi:

"Cháu ăn uống ra sao đây?"

"Chú muốn hỏi cháu có nhà bếp không hả? Sức mấy mà có! Cháu ghét nấu nướng lắm. Với lại cháu bận đi làm cả ngày cho nên ăn uống qua quýt hàng chợ cho xong bữa. Còn hôm nào nhớ cơm thì bắc lò ở ngoài hàng hiên nấu. Nói thế chứ khi cần cháu nấu ăn cũng được lắm đó. Tụi bạn ở đảo có đứa nấu nướng giỏi chỉ cho."

"Thế còn ..."

"Còn gì nữa hả chú? Chắc chú muốn hỏi thế còn giặt giũ, tắm rửa, nhà cầu? Thì được dùng chung với chủ nhà. Mọi thứ đều có tính trong tiền thuê nhà đâu vào đấy không thiếu một đồng xu teng."

Ông nhủ thầm cô bé này lanh đáo để, mình chưa kịp nói nó đã đoán hết ý. Ông được nhường chiếc ghế có dựa lưng, cô gái thì dùng ghế đẩu. Ông nhớ ngày xưa ông cũng nhường cho mẹ cô gái cái ghế dựa, còn ông thì ngồi trên mép chiếc đi văng, lần đầu tiên khi hai người gặp nhau nơi ông trọ học ở Đại Học Xá Minh Mạng.

Trước mặt hai người là hai ly đá lạnh đặt trên cái bàn phấn trên đó có một bình hoa giả đủ màu bụi bám đầy. Hai ly đá lạnh ấy cô vừa mua ngoài vỉa hè mang vào. Ông đứng dậy bảo cô gái đổi chỗ ngồi.

"Không, chú là người lớn phải ngồi ghế 'xa lông'

mới được.”

Thi nhường luôn cái quạt giấy, ông cầm lấy. Căn phòng nóng bức, thỉnh thoảng ông quạt cho cả hai người.

Ông thật không ngờ. Ông hết sức vui mừng trông thấy nó có rất nhiều nét giống mẹ. Cũng khuôn mặt thanh tú, cũng “mắt phượng mày ngài”, cũng chiếc mũi thon, cũng miệng cười thật tươi làm nổi lên lúm đồng tiền mơ hồ thoáng hiện thoáng mất. Và đặc biệt là cũng tiếng cười trong trẻo, âm vang, xôn xao. Tiếng cười chấm dứt nhưng âm thanh của nó cứ lưu lại trong không gian, trong lòng người nghe. Và cũng dáng người cao cao, gầy gầy.

Thế bố của nó có góp phần nào trong việc hình thành ra nó hay không? Mái tóc chăng, hơi xoắn xoắn? Nhưng tóc quăn cũng có thể do uốn. Ông thầm nghĩ phải có tình yêu thì đứa con mới là sự kết hợp của bố và mẹ về tâm hồn cũng như thể xác. Ông mong như thế.

Hồi hai người xa nhau, Thủy có lẽ cũng cùng tuổi với cô bé này. Hơn một phần tư thế kỷ đã trôi qua. Gặp cháu đôi lúc thảng thốt tưởng gặp mẹ cháu. Nhưng con nhỏ này trông láu cá quá. Phải chi nó dịu dàng thêm một chút, thì ... thì nó giống mẹ nó như khuôn, như tạc.

“Chú ơi, sao chú không chịu nói gì cả vậy? Hay chú giận cháu rồi? Chú không muốn cháu gọi chú là chú chứ gì?"

"Cháu muốn gọi gì cũng được. Gọi chú là chú nghe cũng hay hay! Làm cho chú thấy trẻ ra. Thế là được rồi. Bây giờ chuyện khác nhé! Chú đến đột ngột cháu không ngạc nhiên hay sao? Cháu có vẻ tỉnh bơ! Hay cháu biết chú tới nên đã chuẩn bị sẵn cả?"

"Cháu chuẩn bị cái gì đâu nào? Chú giàu tưởng tượng quá! Hay chú muốn nói mỉa?"

"Chuẩn bị tinh thần."

"Thế hả? Thế thì đúng. Thật ra cháu đã biết từ khuya rồi. Bà dì của cháu ở Vàm Láng gởi thơ cho cháu báo trước mọi chuyện. Bà còn nói cho cháu biết nhiều điều về chú nữa đó. Bà biết nhiều ... nhiều chuyện lắm."

"Thế à. Bà ở Vàm Láng, chú có nghe nói. Bà dọn về Vàm Láng đã lâu chưa? Tại sao không ở Bến Tranh nữa?"

"Tại sao? Làm sao cháu biết được mà chú hỏi. Bà dọn về Vàm Láng lúc nào, cháu cũng mù tịt."

"Nhưng mẹ cháu là con một, vậy dì đó là dì họ của cháu chứ gì, tức là chị họ hoặc em họ của mẹ cháu phải không?"

"Không phải! Cháu có bao giờ nói là dì đâu. Cháu bảo bà dì mà. Bà dì khác dì. Bà dì em bà ngoại.

Đúng không? Được không? Bà là người vợ kế của ông ngoại cháu, sau khi bà ngoại ruột của cháu qua đời. Mẹ cháu nói như thế, cháu nhớ lõm bõm, vì lúc đó cháu còn nhỏ lắm. Và mẹ cháu cũng có nói nhiều về cái quận, hay cái làng Bến Tranh gì gì đó bên sông Cửu Long."

Ông chăm chú lắng nghe như muốn nuốt từng lời của cô gái. Cô có vẻ hài lòng, liếc mắt nhìn ông, nhanh nhẩu nói thêm:

"Thỉnh thoảng mẹ cháu có nhắc đến chú."

Ông chồm người tới hỏi hối hả:

"Thật không cháu?"

"Thật chứ sao không thật!"

"Mà nhắc như thế nào?"

Cô gái ôm mặt cười:

"Thế nào à? Thì nhắc đến chú như tình nhân nhắc tới tình nhân. Giọng nghẹn ngào vì yêu, vì thương, vì tiếc, vì đau đớn, vân vân, chớ chú còn muốn đòi thêm như thế nào nữa!"

Ông thở dài nhìn kỹ cô gái, ngẫm nghĩ. Con bé này không phải tay vừa. Biết có nên tin nó hay không. Tính tình nó khác mẹ nó quá. Có lẽ giống cha. Ông đành phải nói khó:

"Cháu nói cho thật nhé. Chú cần biết lắm. Khi

mẹ cháu nhắc đến chú, thì ... thì mẹ cháu có trách móc chú lắm không?"

Cô gái lại nghiêng nghiêng khuôn mặt, liếc mắt nhìn ông, cô ít khi nhìn thẳng, hé miệng, răng cắn nhẹ vào đầu lưỡi, chau mày, đăm chiêu ra chiều suy nghĩ, rồi nhỏ nhẹ trả lời:

"Bộ cháu hay nói láo lắm hay sao, chưa chi đã cảnh cáo nói thật nhé, nói cho thật nhé. Nhưng thôi, bỏ qua cái chuyện đó, cháu đang nói thiệt đây. Mẹ cháu không phiền hà chê trách chú về cái gì cả. Mẹ chỉ nói rằng mẹ không thể nào quên được chú, cho đến khi sắp sửa từ giã cõi đời, vẫn cứ nhớ như thường. Nhớ dai lắm. Nhớ mãi nhớ hoài. Được không?"

Ông nghĩ thầm, dáng điệu thì có vẻ thật, mà lời nói thì đùa cợt, và xấc xược. Lại cái lối nói "chớ chú còn muốn đòi thêm như thế nào nữa", "đúng không", "được không". Con bé hỗn láo! Nhưng nghĩ lại, nó một thân một mình không ai chỉ bảo, dạy dỗ, cho nên không biết giữ gìn lời ăn, tiếng nói. Ông đành lắc đầu, nói khéo:

"Chú qúy mẹ cháu lắm, chú cũng qúy cháu lắm. Chú chỉ muốn biết một chút sự thật thôi. Chú biết chắc chắn rằng mẹ cháu oán trách chú vô cùng. Nhưng ... sở dĩ ... chú biết nói thế nào cho cháu hiểu."

"Thì chú cứ nói đại đi, coi thử cháu có hiểu không nào. Cháu không ngu như người ta tưởng đâu. Như chú tưởng đâu."

Ông cố dịu giọng:

"Vâng, vâng, cho chú hỏi thêm một chút thôi... Trước khi mẹ cháu mất, mẹ cháu có nói gì, có dặn gì, liên quan đến ... đến chú không? Và cháu có nhớ ..." Ông lại ngập ngừng.

Cô gái chau mày. Ông không hiểu đó là biểu lộ sự khó chịu hay chỉ là thói quen. Cô gái vội vã tiếp lời:

"Chú không chịu nói mà cứ ngập ngừng hoài, cháu sốt ruột rồi đó. Hồi đó cháu còn nhỏ quá mà chú cứ bắt cháu nhớ, nhớ, nhớ. Nhớ cái gì vậy? Cháu chả nhớ cái gì cả ..."

Ông sa sầm nét mặt, im lặng nhìn xuống đất, một tay ôm trán. Cô gái dường như có chút cảm động, nói khẽ:

"... ngoài cái chuyện ... chuyện này..."

"Chú đang nghe đây," ông ngẩng đầu lên, chồm người tới, nói gần như van lơn. "Chuyện gì hả cháu? Cháu nhớ gì hả cháu?"

"... khi nào nhắc tới chú, mẹ khóc. Khóc mùi khóc mẫn."

Ông ngồi xuống ghế trở về vị thế cũ. Ông biết là chưa thể hỏi han thêm gì được nữa. Cô gái mỉm cười, nụ cười âm thầm:

"... và lúc mẹ gần chết, người ta dùng chữ gì hay lắm. Lúc sắp qua đời, à lúc lâm chung phải không hả chú, đúng rồi, mẹ nhắc đến nhiều tên. Tên ông bà ngoại, tên cháu, lẽ dĩ nhiên, tên làng tên xã gì gì đó. Bến Tranh và con sông Cửu Long, phải không chú? Và, và, và cũng không quên nhắc tên chú, đến mấy lần, anh, anh Khê, anh Khê, chứ không ít đâu."

Đầu năm 1975, miền Nam lên cơn sốt trước những đợt tấn công dữ dội của Cộng quân. Quân đồng minh Mỹ thì đã "đem con bỏ chợ" rút ra khỏi miền Nam từ mấy năm trước, chỉ để lại một ít cố vấn ở hậu phương. Vũ khí, đạn dược, tiền viện trợ, bị cắt giảm quá nhiều. Chiến cụ hư hỏng không được thay thế, rất nhiều đơn vị có súng mà hết đạn, máy bay không đủ nhiên liệu để cất cánh bay xa, không đủ bom để thả. Trong khi đó Bắc quân được khối Liên Xô và Trung Cộng tiếp tục gia tăng viện trợ gấp bội.

Tuyệt đại đa số thanh niên miền Nam đều ở trong quân ngũ. Hầu như không có gia đình nào không có người thân hoặc thuộc đơn vị tác chiến cầm súng chống xâm lăng, hoặc thuộc hậu cần yểm trợ cho chiến trường. Số tử trận, số thương vong càng ngày càng nhiều. Những quân y viện và những bệnh viện dân sự không đủ chỗ tiếp nhận thương bệnh binh.

Riêng anh, anh vẫn đứng bên lề cuộc chiến. Anh là đứa con độc nhất trong gia đình nên được miễn nhiệm vụ quân dịch, khỏi phải vào Trường Bộ Binh Thủ Đức như bạn bè cùng trang lứa.

Để tâm hồn được thanh thản, anh tự nhủ, anh tự trấn an, anh có cuộc sống của riêng anh, hay nói cho đúng hơn, anh và Thủy từ khi yêu nhau đã có một cuộc sống riêng tư mà anh không muốn để bất kỳ một thế lực nào, hoàn cảnh nào, hoặc cá nhân nào được phép chen vào chi phối, cho dù người đó là người cha kính yêu của Thủy đi nữa.

Thủy có lẽ không đồng ý với anh cho lắm, nhưng vì yêu anh tha thiết, Thủy vui vẻ chấp nhận tất cả những cái "kỳ khôi" nơi anh. Anh biết thế. Tuy nhiên, những ngày sôi động từ đầu năm 1975 đã không để anh yên. Cái thế giới riêng biệt của hai người yêu nhau đắm đuối đó đã bị xâm nhập, xáo trộn. Anh không thể làm ngơ trước những tin tức thời sự nóng bỏng trên báo chí, trên các đài phát thanh, truyền hình, nhất là đài BBC.

Ngày 10 tháng 3 năm 1975 Cộng quân tấn công Ban Mê Thuột. Ngày hôm sau, thành phố cao nguyên trọng yếu này thất thủ.

Ngày 17 tháng 3, Vùng Hai Chiến Thuật bỏ ngỏ, toàn bộ Quân Cán Chính rút về duyên hải, dân chúng nheo nhóc chạy theo hàng vạn người, trúng đạn đại pháo của Cộng Sản mà chết, xéo lên nhau mà chết, không biết bao nhiêu mà kể. Xác người chết, quân xa, vũ khí nặng, xe đò, xe tư nhân, xe gắn máy hư hỏng nằm la liệt trên đèo An Khê, quốc lộ 19.

Ngày 20 tháng 3, cố đô Huế thất thủ, đèo Hải

Vân tràn ngập dân chạy giặc đổ xô vào Đà Nẵng. Cửa Thuận An tắc nghẽn.

Cuối tháng 3, Đà Nẵng cũng mất, Quân Đoàn I tan rã. Quốc Hội Mỹ bác bỏ viện trợ khẩn cấp cho miền Nam.

Đầu tháng Tư Thủ Tướng Trần Thiện Khiêm từ chức. Một vài đơn vị trưởng trong quân đội bỏ hàng ngũ trốn ra nước ngoài.

Giữa tháng Tư Cộng quân tiến sâu vào miền Nam, Tổng Thống Nguyễn văn Thiệu bị áp lực phải từ chức, cùng gia đình bay qua Đài Loan trên một chuyến máy bay đặc biệt do CIA thuê bao. Phó Tổng Thống Trần văn Hương lên thay thế chức vụ Tổng Thống để mấy ngày sau lại buộc phải trao quyền cho Đại Tướng Dương văn Minh, với hy vọng dàn xếp được một thỏa hiệp nào đó với phe Cộng.

Lại thêm một số tướng lãnh với sự tiếp tay của cố vấn Mỹ bỏ hàng ngũ chạy thoát thân. Quân miền Nam có những đơn vị gần như rắn không đầu.

Ngày 30 tháng 4, năm 1975 Tổng Thống Dương văn Minh tuyên bố đầu hàng! Nhiều tướng tư lệnh cấp quân đoàn, sư đoàn, và sỹ quan cấp tá, cấp úy, và binh sĩ, tuẫn tiết. Trong ngành Cảnh Sát và Dân Sự cũng có nhiều người quyên sinh. Phe thắng trận vội vàng tìm đủ mọi cách ém nhẹm hoặc xuyên tạc, hoặc bôi bẩn những tấm gương lẫm liệt đó.

Tiến vào Sài Gòn, Cộng quân đã làm một việc đầu tiên rất thất sách và buồn cười là cho xe tăng ủi sập một cánh cổng của Dinh Độc Lập đã mở toang, không một người lính đứng gác. Cái bản chất tàn bạo, ưa phá phách, hủy diệt thế là đã biểu lộ ngay khi chân ướt chân ráo tiến vào thủ đô miền Nam.

30 tháng Tư năm 1975! Buổi trưa Sài Gòn trời đang trong sáng bỗng tối sầm. Mây đen lũ lượt kéo đến. Sấm sét nổ rền. Những lằn chớp vạch dọc vạch ngang như những nhát kiếm xé rách không gian. Mưa tuôn xuống ào ào. Tháng sáu Sài Gòn mới bắt đầu mùa mưa, nhưng ngay hôm cuối tháng Tư đó, chỉ hôm đó mà thôi, trời đất không thể nào ngăn được dòng nước mắt, người miền Nam rỉ tai cho nhau nghe như thế.

Mưa gió làm cho tiếng nói của vị tổng thống cuối cùng Miền Nam trên đài phát thanh càng thêm thiểu não.

Ô! Sao có chuyện lạ đến thế, Cộng quân xuất hiện ngay giữa thủ đô Sài Gòn! Những toán lính trẻ con, ngô nghê, ngơ ngác, quân phục lôi thôi lếch thếch, ngồi trên những quân xa mang nhãn hiệu Trung Cộng được đưa đi vòng vòng các quận của đô thành Sài Gòn, sáng nơi này, trưa nơi nọ, tối nơi kia. Gọi là phô trương lực lượng! Có tin tung ra rằng quân chính quy của miền Bắc đang nằm mai phục quanh Sài Gòn sẵn sàng rót vào những trận mưa đại pháo nếu bọn lính con nít đó, những con tốt thí, bị tiêu diệt.

Dân chúng nhốn nháo kẻ đi, người chạy, tràn xuống đường cái như những dòng nước lũ. Một số binh sĩ Cộng Hòa chia thành từng nhóm nhỏ vài ba người vội vàng trút bỏ vũ khí, nón sắt, vứt bừa bãi trên hè phố. Có người lột cả áo quần, chỉ mặc chiếc quần xà lỡn, mong địch quân không nhận ra mình là lính quốc gia.

Anh đi âm thầm trên lề đường Nguyễn Thiện Thuật. Nước mưa ướt mèm đầu tóc, chảy thành dòng xuống cổ, thấm xuống ngực, xuống bụng. Anh bước lầm lũi, đạp bừa vào những vũng nước đọng trên lề đường. Cổ anh nghẹn, miệng anh đắng, mắt anh cay, lòng anh như lửa đốt. Phố phường xao xác, bàng hoàng, cơn mưa phiền muộn, u uất.

Bỗng từ góc đường Hồng Thập Tự - Nguyễn Thiện Thuật, một xe nhà binh chầm chậm tiến tới, để đèn pha chiếu sáng, còi bấm liên tục. Trên xe có khoảng bốn năm binh sĩ đứng ở khoan sau, đầu đội nón sắt, mặt xám xịt, mắt trợn trừng đảo quanh nhìn bốn phía, súng cầm tay chỉa thẳng vào đám dân chúng đang gồng gánh chạy ngược, chạy xuôi, đầy đường. Người tài xế ngồi sau tay lái bặm môi, mắt trợn trừng, long lên sòng sọc. Bên cạnh tài xế là một sỹ quan đeo hai bông mai vàng nơi cổ áo, mặt lạnh như tiền, tay ghì súng tiểu liên.

Chiếc xe rú lên từng hồi, lồng lên như con thú bị

thương, nhưng không thể nào chạy nhanh trên con đường đông nghịt cả người. Một tiếng thét nổi lên, xe thắng mạnh, những người lính ở khoan sau đồng loạt nổ súng. Viên sỹ quan thét to đừng bắn, đừng bắn.

Không có người nào bị trúng đạn, họ bắn chỉ thiên. Viên sỹ quan mở cửa xe nhảy xuống đất, đỡ một người đàn bà đang nằm sấp trên mặt đường, máu từ đầu đổ ra hoà với nước mưa lan trên mặt nhựa đen -- cái gánh gạo, cơm, nồi niêu, quần áo, khá nặng của chị vướng vào bánh xe trước kéo chị ngã theo. Một người lính từ khoan sau nhanh nhẹn nhảy xuống, mang theo đồ cứu thương đến băng bó vết thương trên đầu của chị trong khi mấy người lính kia đứng tại chỗ trên khoan xe, quay người vòng vòng, tay hờm sẵn súng.

Nhiều tiếng nói chen nhau:

"Các anh ơi, đừng bắn! Mình đây cả mà."

"Các anh đi đâu?"

"Những đơn vị bạn hiện nay ở đâu?"

"Phe mình còn nhiều không?"

"Đang đánh nhau tại ngả tư Bảy Hiền, phải không các anh?"

"Sao chưa thấy máy bay của mình trên trời?"

"Mỹ nó có còn giúp mình không?"

"Quân tiếp viện tới chưa?"

"Không có tụi nó ở vùng này đâu, các anh yên tâm."

"Làm sao biết được! Đề phòng như thế là phải."

"Chỉ có một xe này mà thôi sao? Các xe khác nữa đâu?"

"Nhiều đơn vị đã rút về Miền Tây? Về Cần Thơ? Phải không các anh?"

"Vân vân và vân vân ..."

Những tiếng bàn tán xôn xao, những cặp mắt đỏ kè. Nước mắt của anh cũng ràn rụa. Người đàn bà bị thương sau khi được băng bó vội, ngồi dậy, quần áo ướt sũng nước mưa, ngập ngừng:

"Không hề gì. Tôi vô ý để gánh vướng vào xe. Nhưng không sao đâu. Cám ơn các anh."

Viên sỹ quan nhảy lên xe đóng mạnh cửa, người lính cứu thương cũng nhảy lên khoan sau đặt hộp cứu thương xuống sàn xe và vồ lấy cây súng của mình. Chiếc xe lại từ từ lăn bánh, đám đông dãn ra dần.

Anh đứng ngẩn ngơ nhìn theo chiếc xe nhà binh chạy nhanh dần, sắp đến cuối đường Nguyễn Thiện Thuật, sắp rẽ qua lối Phan Thanh Giản.

Dưới bầu trời u ám, vài tia chớp chằng chịt trên

cao cùng tiếng sấm gầm xa xa làm anh thảng thốt. Anh như thể lần đầu trong đời được thấy bầu trời bị xé nát ấy, được nghe rõ tiếng sấm gầm nạt nộ ấy. Anh chợt thấy lóe lên trong đầu tất cả cái quan niệm sống ích kỷ, vô trách nhiệm, hèn hạ của chính anh từ trước đến giờ. Máu nóng trong người anh dâng lên.

Xe chưa chạy nhanh lắm trên con đường đầy người, anh vùng chạy theo xe, rán sức đuổi theo xe. Hai tay súng trên khoan xe chập lại chỉa thẳng vào anh, tiếp theo là tiếng quát lớn, "Đứng lại! Đứng lại!" Anh không nghe thấy gì cả, mặc kệ mọi âm thanh, mọi đe dọa, cố sức chạy. Người anh như được chắp cánh bay. Và anh theo kịp.

"Cho tôi lên xe với!" anh gào lớn.

Một người lính đặt súng xuống sàn xe, một tay níu lấy hông xe, chồm người đưa tay kia bắt lấy tay anh kéo mạnh lên. Thế là anh đã gia nhập đoàn quân thất trận vào giờ chót.

Vào giờ phút ấy, anh không chút bận tâm nghĩ đến Thủy. Anh cảm thấy mối tình của anh đối với Thủy vào lúc đó sao nhỏ nhoi quá. Như hạt bụi trong trần gian. Như hạt cát trên sa mạc. Như giọt mưa trong bão tố.

Nhưng những ngày kế tiếp mọi chuyện thay đổi. Anh như người mất trí trong nhiều ngày đến nỗi những đồng chí chiến hữu đã mấy lần mở lời với anh rằng họ rất thông cảm nỗi khổ của anh, rằng nếu anh muốn rời bỏ đơn vị, anh cứ việc tự nhiên ra đi.

Vì tự ái cũng có, mà tự trọng cũng có, anh nhất định ở lại tiếp tục chiến đấu với họ. Anh chăm chỉ tập luyện cách sử dụng các loại súng, lựu đạn, cách bảo trì vũ khí, cách sử dụng máy truyền tin, những bài học cơ bản về di hành, tấn công, phòng thủ, phục kích, cách đọc bản đồ, các môn địa hình, địa vật, v.v...

Một tình cờ rất an ủi cho anh, trong đoàn quân thất trận ấy anh gặp được một người anh họ xa. Trước kia họ ít giao thiệp với nhau, nhưng từ khi gặp nhau trong hoàn cảnh chiến đấu cùng quẩn ấy, họ thương yêu nhau như hai anh em ruột thịt. Những lúc buồn quá anh có nơi để tâm sự, kể lể.

Nhưng đó là những ngày đầu tiên. Với thời gian, anh dần dần cảm nhận ra được vì sao những người lính cương nghị và dãi dầu ấy nhất định không chịu buông súng trước kẻ địch mạnh gấp trăm ngàn lần, vì sao họ nhất quyết đốt lên một tia lửa nhỏ mong soi sáng đêm tối mịnh mùng đang bủa vây, và anh tự thấy hổ thẹn vì sự yếu đuối của mình. Từ đó, mỗi khi nghĩ đến câu chuyện canh cánh bên lòng, chuyện Thủy và anh, anh cắn răng chịu đựng, không còn dám thổ lộ với bất kỳ người nào.

Đơn vị của anh cùng với một số đơn vị bạn sau những lần đụng độ với địch, bị hao mòn dần mà không được bổ sung hoặc tăng viện. Cô thế, họ tìm đường trốn chạy, tránh chạm súng, cuối cùng lập được một mật khu nhỏ ở miền rừng núi giáp ranh với Cam Bốt và Lào. Đóng quân ở nơi này, họ có thể quan hệ với hai nước láng giềng ấy khi cần tìm kiếm thêm lương thực, đồng thời dễ dàng liên lạc với những nhóm người Thượng miền Tây Nguyên Trung Phần xưa nay vẫn có tinh thần chống Cộng rất cao.

Để cứu ứng cho nhau, hoặc khi thế cùng lực tận không thể yểm trợ cho nhau đi nữa thì cũng không lâm vào tình trạng bị tiêu diệt toàn bộ, họ phân tán mỏng thành năm cứ điểm, mỗi căn cứ cách căn cứ kia vài chục cây số, dù quân số không đông.

Vấn đề tối quan trọng là lương thực. Nước uống thì đã có mấy con suối. Cho nên họ nỗ lực trồng trọt, chăn nuôi với hy vọng trong một tương lai không xa họ bắt được liên lạc với các đơn vị bạn khác. Hy vọng ấy quả là mong manh, nhưng họ nhất định không chịu buông súng đầu hàng. Họ nuôi gà, chó, heo; họ gầy ao cá; họ trồng khoai, sắn, bắp. Ngoài ra, họ cố giữ quan hệ tốt với những bản Thượng, những làng hẻo lánh của hai nước láng giềng phòng khi cần sự trợ giúp nào đó.

Một hôm đi sục sạo trong rừng, anh gặp mấy đám tranh mọc cao gần đến đầu người. Anh bứng đem về căn cứ mấy gùi tranh. Mọi người bảo anh làm công việc vô bổ, anh cố thuyết phục họ. Tranh mọc nhanh lắm. Trước mắt là trồng tranh bao quanh những khu nuôi gà, những khu dành làm chỗ ngủ, nhờ lá tranh có gai nhọn, rắn rết bớt bén mảng tới. Sau đó khi tranh mọc nhiều sẽ dùng để lợp nhà chuẩn bị cho mùa mưa lạnh sắp tới. Và cũng để thay củi khi cần nấu nướng lặt vặt. Tranh bắt lửa rất nhanh. Mọi người cười xòa tỏ vẻ không tán thành cho lắm, nhưng không ngăn cản.

Tranh, dòng suối, bến nước. Anh chọn riêng cho anh một nơi kín đáo bên dòng suối có mấy tảng đá to bảng làm chỗ ngồi, và anh gọi đó là Bến Tranh Rừng. Anh nhớ Bến Tranh bên dòng Cửu Long, quê của Thủy và cũng là quê hương thứ hai của anh.

Nhiều khi anh nhớ Thủy da diết, nhiều khi anh nhớ quay quắt những quãng thời gian êm đềm, ngắn ngủi ở Bến Tranh, cùng Thủy đi "thả bộ" dài dài trên những con đường làng ghé thăm những đám ruộng lúa xanh, những thửa vườn trồng rau, cải, đậu, sua đũa, xoài, khóm, mà ba của Thủy gọi là cái rẩy, hoặc chèo xuồng trên những con lạch khi thì giở cá, giở tôm, từ những cái đăng cái đó mà người nhà đặt sẵn, đem về làm bữa nhậu buổi chiều, khi thì hái mận, hái ổi, hái cam, hái quýt nhánh sà thấp xuống tới mặt nước, và một lần, một đêm trăng tròn cuối mùa hè, cùng cả gia đình của Thuỷ đi thuyền trên sông Cửu Long, nhân đó ghé chơi mấy cù lao nằm giữa dòng sông, cho mãi đến sáng hôm sau mới về.

Anh âm thầm xây dựng cho anh một nơi chốn riêng biệt của mình ở giữa rừng, anh đặt tên Bến Tranh Rừng. Anh gọi chỗ này là Tân Hiệp, có nhiều cây xanh rậm rạp, đi thêm một quãng cứ cho là năm cây số rồi rẽ qua trái, rồi đi thêm vài cây số, qua một cây cầu nhỏ, cầu thì dễ, chỉ là một cây rừng chặt sát gốc cho nó ngã vắt ngang qua lạch nước, thì sẽ tạt ngang qua chợ, lấy cái gì để làm chợ đây này, những cụm lá gồi mọc gần nhau nhé trông như bạn hàng đầu đội nón lá ngồi xúm xít bày biện buôn bán, rồi đi thêm một đoạn ngắn nữa, là đến nhà em.

Ngôi nhà gạch, mái ngói đỏ, rộng thênh thang, nằm giữa khu vườn có chuối, dừa và nhiều loại cây ăn trái. Rồi chùa Phước Tràng, rồi sông Cửu Long mênh mông, tại nhiều khúc không thấy được bờ bên kia. Lấy cái gì tượng trưng cho sông Cửu Long, anh nghĩ mãi không ra.

Nhớ Thủy, anh gào to tên Thủy những khi anh ngồi một mình nhìn những đám tranh theo chiều gió dợn lên dợn xuống như sóng nhấp nhô giữa dòng sông lớn. Những lúc đó, anh không muốn nói rõ tiếng người, anh hú to như loài thú, nghe tiếng vang dội lại: Thuỷ ơi Thủy ơi! Bây giờ em ở đâu?

Trốn tránh và cầm cự được tám tháng, ba trong năm cứ điểm bị tiêu diệt. Hai cứ điểm cuối cùng bị vòng vây siết chặt dần. Tại sao chuyện đó có thể xẩy ra được? Tại sao kẻ thù có thể tìm ra những căn cứ bí mật của anh và đồng bạn trong những cánh rừng hiểm trở chưa từng có bước chân người? Không ai tìm được câu trả lời nào thỏa đáng ngoài giả thuyết rằng phe địch đã cho cài người vào từ lâu, từ trước khi nhóm các anh bắt đầu thoát chạy ra khỏi Sài

Gòn.

Họ nhìn nhau buồn bã, dè dặt. Họ bắt đầu nghi ngờ nhau. Phe địch vốn có "thiên tài" cài người mà! Ngay cả tại dinh Tổng Thống Việt Nam Cộng Hòa cũng có điệp viên của Cộng Sản! Không khí tang tóc bao trùm khắp nơi. Những người cuối cùng còn sống sót, trong đó có anh, liều chết phá vòng vây và tìm đường vượt qua biên giới Cam-Bốt. Rồi vượt qua Thái Lan.

Các cứ điểm biến thành bãi hoang trên đó lỗ chỗ những cái hố do đạn sơn pháo đào lên bầy nhầy xương, thịt, máu. Vỏ đạn, báng súng cháy sém, nòng súng cong queo, nón sắt thủng lỗ nằm vung vãi bên những xác chết của địch, của bạn, của mấy con heo, con chó. Xác địch thế nào cũng được mang đi chôn cất, xác bạn đồng ngũ của anh sẽ nằm phơi dưới mưa nắng để chim chóc, muông thú, côn trùng rúc rỉa. Mùi thịt cháy sém bèo nhèo xông lên tanh tưởi, khét lẹt, có lẽ cả tháng trời cũng chưa tan đi hết. Và tranh? Tranh bắt lửa nhanh cháy tận gốc nhưng mầm và rễ nằm sâu dưới đất sẽ chờ dịp trổi dậy.

Anh biết rằng chỉ trong mấy tháng nữa thôi khi mùa mưa tới, cỏ dại sẽ lan tràn ra khắp nơi như trước đây khi bọn anh vừa đặt chân tới. Rồi cỏ sẽ mọc lên cao, xanh và nhanh. Rồi xuân về hoa nở. Dăm ba chiếc hoa dại cánh vàng rực rỡ và nhỏ như ngọn rau má cũng sẽ trổ ra từ nhiều nơi, kể cả từ những lỗ đạn trên nón sắt, khoe màu dưới ánh nắng ban mai giữa rừng hoang. Tranh cũng thế, sẽ mọc lên mạnh hơn xưa, tươi tốt hơn xưa, cao hơn xưa, nhờ có thêm xương, máu và thịt ngấm vào lòng đất làm phân bón. Mật khu ấy sẽ tiêu tan không còn để lại dấu vết gì. Tuy thế, Bến Tranh Rừng bên dòng suối trong rừng hoang chắc chắn vẫn còn đó.

Rồi sao nữa? Suối sẽ cạn, đá sẽ mòn, tranh có còn chết đi sống lại mãi hay không? Liệu anh có bao giờ được trở về thăm Bến Tranh Rừng bên con suối nhỏ, và Bến Tranh của Thủy bên dòng sông lớn?

Sống lây lất nhiều năm ở các trại tỵ nạn, hào khí nguội dần nơi anh, nhưng lạ quá tình yêu của anh đối với Thủy càng ngày càng nung nấu. Tại sao thế? Đôi khi anh lẩn thẩn nghĩ rằng có lẽ tại vì anh đã bỏ Thủy mà đi trong tức tưởi, trong tiếc nuối, trong ân hận, trong đau đớn, cho nên anh không thể nào quên được Thủy? Và cũng có lẽ tại vì anh, anh vừa mong như thế vừa sợ sự việc đã xẩy ra như thế, tại vì anh mà Thủy đã rời bỏ người cha Thủy rất kính yêu, bỏ Bến Tranh, bỏ quê hương, đi tìm anh.

Từ ngày được biết tin Thủy gặp kiếp nạn, anh như điên như cuồng. Nếu vào ngày định mệnh ba mươi tháng tư đó anh được gặp Thủy vào giờ chót để có thể nói với nhau vài lời, để dặn dò, để hứa hẹn, để giã từ? Nếu anh có thể biết Thủy nhiều hơn chút nữa, nghĩa là nếu hai người cho nhau thêm một bước nữa, ân ái mặn nồng hơn chút nữa, thay vì cứ kéo nhau đi lang thang hết nơi này đến nơi khác, thay vì cùng đồng ý với nhau để dành tất cả cho đến ngày cưới? Nếu thế, có lẽ nỗi khổ tâm của anh sẽ bớt ray rứt đi chăng. Hay ngược lại?

Quả thật nhiều lúc anh cố gắng dò xét lại lòng mình nhưng vẫn không tìm thấy câu trả lời rõ ràng.

Cuối cùng anh định cư trên đất Mỹ.

Hơn 25 năm sau, trở về quê hương, anh đã trở thành một người đứng tuổi, với một chút mệt mỏi và rất nhiều buồn nản.

"Chú đói bụng chưa? Nhà chẳng có cái gì ăn, hay mình kéo nhau đi ăn ngoài đi."

"Vâng, chú đang đói đây. Trước khi đi tìm địa chỉ của cháu, chú đã định ăn trưa tại khách sạn, nhưng nhìn lại đồng hồ thấy trễ, chú vội đi. Chưa kịp ăn uống gì cả."

"Thế thì đi ngay bây giờ chú nhé, và chú đãi nhé! Được không?" Thi nhanh nhẩu.

"Sẵn sàng, sẵn sàng. Không những hôm nay đãi mà thôi, mà còn đãi dài dài cho đến ngày chú đi Mỹ. Nhưng bây giờ cháu chịu khó ngồi nán thêm một chút xíu nữa thôi, nhe cháu?"

Cô gái ngạc nhiên:

"Nán thì nán. Nhưng để làm gì?"

"Chú có nhiều chuyện muốn nói cho cháu nghe,

và muốn nghe cháu nói. Ngồi lại đây một chút thôi, tiện hơn đi ra ngoài quán ăn."

Thi có vẻ miễn cưỡng:

"Thì ngồi lại chứ có sao đâu. Cũng hãy còn sớm, độ 8 giờ đi là vừa nghe chú."

"Vâng, 8 giờ chú cháu mình đi. Nhưng như vậy có trễ lắm không? Cháu đói bụng lắm không?"

"Chú tử tế dữ! Thật ra cháu không đói. Cháu muốn đi ngay chẳng qua là vì phòng cháu như cái chuồng heo chật ních, lại xô bồ xô bộn, sợ vướng mắt chú đó thôi. Này, hỏi thiệt nhé, nhìn nơi cháu ở, chú có thấy bị gai đâm vào mắt không? Ra ngoài kia, thoải mái hơn là cái chắc. Biết chú tới, cháu đã cố gắng dọn dẹp cái phòng cho nó gọn, mà loay hoay mãi chẳng thấy gọn hơn một chút nào cả, đành chịu trận vậy." Nói xong cô gái cười ròn một cách tự nhiên.

"Cháu yên chí. Chỗ ở của chú còn tệ hơn nhiều. Nghĩa là bừa bãi, lung tung, giống như đống rác thành phố."

Thi nhún vai, mắt lườm lườm:

"Thế thím đâu?"

"Chú không có thím," ông đáp vội. "Bây giờ chú đi thẳng vào đề nhé. Chú muốn cháu cho chú biết hồi còn cùng mẹ cháu ở trên đảo ... "

"Chú ơi," Thi cướp lời, mặt vênh lên, "sao chú dai

thế. Hồi nãy chú đã hỏi và cháu đã trả lời rồi, bây giờ lại bắt cháu thành thật khai báo nữa! Có chuyện gì vui đâu mà nói. Với lại hồi đó cháu còn bé tí đã biết gì đâu, nghĩa là vào thời gian mẹ cháu còn sống. Còn sau này lớn lên cháu sống một mình chắc là chú cũng chẳng cần phải tò mò biết để làm gì. Chán lắm chú ơi, đừng bắt cháu nói. Chú mà còn lộn xộn hạch hỏi, tra khảo, thì cháu sẽ *bye - bye* chú ngay lập tức đó nhe. Để khỏi phải nặn óc ra nói những cái chuyện không đâu vào đâu. Được không?"

Ông nén giận. Ly nước đá ông đã uống cạn từ bao giờ. Con nhỏ quả mất dạy, ông nghĩ thầm. Căn phòng bỗng trở nên im lặng, nặng nề. Đèn đường đã bật lên từ lúc nào tỏa ra thứ ánh sáng yếu ớt chiếu nghiêng nghiêng vào căn phòng nhỏ. Bụi bặm bay hỗn loạn trong ánh đèn điện xeo xéo. Tiếng xe cộ, tiếng còi huyên náo bỗng rộ lên. Ông nhìn ra ngoài dáo dác. Cô gái nhanh nhẩu:

"Chú lạ lắm sao? Giờ đi làm về mà. Để cháu khép cửa lại. Nhưng khép cửa lại cũng có cái bất tiện. Chú biết tại sao không? Tại vì có đàn ông trong phòng riêng của mình mà đóng cửa, người ta sẽ sinh nghi. Chú hiểu cháu muốn nói gì chứ?" Tiếng cười trong trẻo của cô lại vang lên sau câu nói lấp lửng.

Ông đáp buông thỏng:

"Cái đó còn tùy."

"Tùy ai? Tùy chú hay tùy cháu? Nói vậy chứ

đằng nào cũng phải đóng cửa lại, cho đỡ ồn, đỡ bụi. Rồi cháu bật cây đèn này lên. Thế là căn phòng sẽ ... ấm cúng, sẽ ... cách biệt, sẽ khỏi bị mấy tên cha căn chú kiết nào không biết từ đâu tới, hễ cứ mỗi lần đi ngang qua là thò cái đầu bờm xờm dòm vô. Lại có đứa đảo đi đảo lại mấy vòng nữa, chắc chú có thấy?"

Quả thật ông có thấy chuyện đó, và ông thầm nghĩ rằng cô gái ngổ ngáo này có nhiều bạn trai ngổ ngáo cùng loại thì cũng là chuyện thường tình thôi. Chúng nó là những tên cha căng chú kiết không biết từ đâu tới? Nói dối vụng lắm cô bé ơi. Thì cứ nói thật tụi ấy là bọn bạn bè đàn đúm, nghe còn có lý. Nhưng ông sợ sự thật còn tệ hơn. Ông chau mày không muốn nghĩ thêm. Cô gái tiếp lời:

"Cái gì vậy chú? Còn giận cháu hả? Được, cháu sẽ kể chuyện đời xưa, chuyện đó ... chuyện mẹ cháu, với điều kiện ... Dễ thôi, chú kể trước chuyện riêng của chú, rồi đến phiên cháu."

"Cháu muốn chú kể chuyện gì?" Ông cố giữ giọng nói nhẹ nhàng.

"Chắc chắn là chú đã đi nhiều nơi trên thế giới. Kể chuyện bên Tây bên Tàu, bên Mỹ đi! Cháu thích được đi đây đi đó, cho mở rộng con mắt ra, nhưng trời chưa thương, cháu chưa được đi đâu cả. Thì đi du lịch bằng cái lỗ tai vậy."

"Cái gì? Du lịch bằng lỗ tai?"

"Là không đi bằng chân, xem TV bằng mắt, thì nghe chú nói bằng lỗ tai. Chỉ đơn giản có thế mà chú nghĩ không ra sao?"

Ông buồn cười đáp:

"Vâng, chú hơi chậm nghĩ."

Cô gái liến thoắng:

"Trước hết chú đi bằng phương tiện gì, nghĩa là máy bay hay xe hơi, xe lửa, hay tàu thủy? Hay tàu ngầm cho thiên hạ né? Nghe nói bên Mỹ có người đi chơi bằng tàu ngầm chui qua Bắc Cực. Nơi nào chú thích nhất, nơi nào có nhiều kỷ niệm nhất? Chú phải kể cho có đầu, có đuôi. Nhớ là đầu trước đuôi sau, từng bước một cho có thứ tự."

"Chú sống một mình, nên mỗi lần du lịch xa là chú đi theo đoàn có người lo toan mọi chuyện, cho khỏe. Tức là đi tua. Đi du lịch xa là đi ngoài nước Mỹ. Đường hàng không, đường bộ, đường thủy đều có đi, nhưng chưa đi du lịch bằng tàu ngầm như cháu nói cho ... cho thiên hạ né."

Thi cười ròn:

"Rồi sao nữa, nói tiếp ngay đi chú!"

"Nói vậy chứ đi theo đoàn cũng có cái bất tiện, mà cũng có cái lợi. Lợi là mình biết được nhiều nơi đặc biệt, riêng biệt, mỗi nơi một chút. Không có lợi là mất tự do. Có lẽ chú sẽ cho in một cuốn sách du lịch về ...”

Cô gái lên giọng chặn ngang:

“Thế thì hay quá. Chú để cháu giúp chú đặt tên sách nhé: Đi Xuyên Suốt Hành Tinh. Cái tên nghe có cộm không nào?”

Không những hỗn láo, mà còn láu táu, lí la lí lắc, nói hớt, ông thầm nhủ. Nhưng thôi, để tâm vào chuyện đó làm gì cho mệt. Chốc nữa cho nó một ít tiền là xong. Vì mẹ nó, mình sẽ tìm cách giáo dục nó sau. Tìm cách nào nhỉ? Có lẽ chuyến sau về đây lâu hơn, sẽ tìm bà con, họ hàng, còn ai không nhỉ, đem nó tới gởi gắm, coi ngó. Chắc cũng khá rắc rối. Nhưng thôi, tính sau. Nói cho cùng, nó cũng là nạn nhân của cuộc sống bể dâu này. Nghĩ như thế, ông bớt bực bội. Cũng lạ, khi đã chuyển đổi được một ý niệm trong lòng, ông không còn cảm thấy khó chịu nữa.

Ông cảm thấy vui vui, rồi lề mề hỏi han, hóm hỉnh, như cái thói quen từ xưa của ông:

“Hả? Nghe cộm? Chữ này mới toanh đấy. Nghe cộm là gì hả cháu?”

“Là nghe tốt, nghe hay, nghe đúng, nghe nổi bật lên, nghe lồi chứ không lõm, chứ là gì nữa! Rồi sao nữa? Từng bước một nhé, đừng kể kiểu nhảy cóc, nhảy nai.”

“Chú để ý thấy rằng mỗi khi xe dừng lại, du khách không hề hỏi, chẳng hạn nơi nào đẹp, cảnh nào cần chụp ảnh, quay phim, di tích lịch sử nào cần ghi nhớ, nơi nào bán đồ đặc sản đáng mua, món ăn địa phương nào ngon cần phải nếm qua cho biết. Vân vân. Trái lại mọi người đều ..."

Cô bé lại ngắt lời:

"Đều mệt đứ đừ, hoặc ngồi ngáy khò khò, hoặc lấy chai nước ra tu cho thông cổ, chứ còn biết làm cái khỉ khô gì nữa!"

Ông cảm thấy nói chuyện với cô bé láu táu này càng lúc càng lôi cuốn. Cao hứng, ông muốn nói đùa thêm, pha trò đủ chuyện. Ông tiếp lời:

"Không phải thế, để chú nói cho hết cái đã. Ngáy khò khò là khi xe đang chạy êm êm, đều đều, ru ngủ. Khi xe dừng, mọi người đều tỉnh giấc. Rồi mở choàng mắt hối hả hỏi, 'Toa- lét đâu? Nhà cầu đâu? *Rest-room* đâu?'"

Thi hỏi một cách ngây thơ:

"'Rét run đâu' là cái quái gì? Lạnh lắm sao?"

"Hả? *Rest-room?* Không là cái quái gì cả mà là cái cầu tiêu. Cuốn sách chú sắp viết sẽ đáp ứng được đòi hỏi gấp rút đó. Sách sẽ chỉ rõ nhà cầu nào miễn phí, nhà cầu nào phải trả tiền, và bằng thứ tiền gì, tiền đô la, franc, mark, shilling, hoặc lire, hoặc yen v.v... để du khách đổi sẵn khỏi lo bị thối tiền thiếu hoặc gian, nơi nào sạch, chỗ nào có xả nước tự động hoặc bấm nút, chỗ nào có để sẵn một chai nước bé tí dùng dội cầu, chỗ nào có sẵn lu và gáo, nơi nào không có giấy vệ sinh hoặc cần phải mang thêm giấy vệ sinh, hoặc cuốn giấy vệ sinh bị khoá chặt không gỡ ra mang đi được, nơi nào lộ thiên, để khách vừa ngồi thoải mái vừa ngắm chim bay ngang đầu, mây bay ngang trời, nơi nào không có xà bong, không có khăn lau tay, không có ống xịt hơi nóng. Lại có cả loại nhà cầu cửa tự động khóa lại sau 15 phút, nghĩa là không cho dùng lâu quá 15 phút."

Thi nói chen:

"Nhà cầu gì mà thắt họng thế!"

"Cháu biết tại sao không? Mục đích là để ngăn ngừa những người không nhà, vô gia cư, khỏi vô đó ngủ qua đêm. Thế là du khách tha hồ chọn lựa nhà cầu theo đúng sở thích, theo nhu đúng cầu. Cuốn sách sẽ có tên *Những Vấn Đề Sống Chết Về Nhà Xí.* Sách chắc chắn sẽ bán đắt hơn tôm tươi."

Thi ôm bụng cười ngất:

"Chú ơi, chú có nói lộn không chú. Khi người ta có nhu cầu, không phải là nhu cầu bình thường mà thôi, mà là vấn đề sống chết đó, thì người ta phải giải quyết ngay, có huởn đâu mà chờ đợi và chọn lựa theo cái chỉ dẫn thắt họng của chú."

Ông cười cười và gục gặc cái đầu tỏ vẻ biểu đồng tình:

"Ủa, uả, Thi ... Thi nói thế mà đúng đấy. Bậy quá,

chú đã bỏ biết bao nhiêu công sức đi tìm tòi, nghiên cứu cái đề tài tưởng là ăn ... ăn khách đó! Bây giờ nhờ có cháu mở mắt chú mới thấy cái công trình ấy hoàn toàn vô dụng." Ông lên giọng tả oán. "Ôm ấp cái hoài bão ấy gần suốt một đời người nay đành phải xóa bỏ hết."

Không khí giữa hai người trở nên dễ chịu hơn. Cô gái nói huyên thuyên giữa những tràng cười ròn rã:

"Chú nói nghe tức cười quá. Trời đã nóng, nghe chú nói, càng nóng thêm. Mà chú quạt đã rã ... hai cánh tay chưa? Phì phạch nãy giờ đã chán chưa? Nhưng không sao, chút xíu nữa thôi trời sẽ dịu lại, chú có quyền ... có quyền trả cái quạt lại cho Thi. Cái quạt Xuân Hương đó mà! Xa quê lâu ngày, chú có còn nhớ gì về cái cô nàng sư tổ lẳng lơ đó không?" Ngẫm nghĩ. "Đêm Sài Gòn luôn luôn mát mẻ dễ chịu, mùa hè cũng như mùa đông. Mà Sài Gòn có mùa đông không chú? Nhưng chắc ... chú khát nước lắm rồi, để cháu đi xách về hai chai bia ướp nước đá nhé!"

Cái ông cà gật này cũng lạ, vui không ra vui, buồn không ra buồn, nghiêm không ra nghiêm, tếu không ra tếu, dê không ra dê, cừu không ra cừu. Cứ ỡm ờ mãi. Nghĩ tức cười, trọn đời đi nghiên cứu cầu tiêu! Đùa không ra đùa, thật không ra thật. Lại cái lối nói vậy mà không phải vậy!

Nhưng hồi còn trẻ có lẽ cũng ngon đấy, mẹ yêu là phải. Bây giờ? Nét mặt hơi khắc khổ, trán đã có nét nhăn, tóc đã lẫn những sợi bạc, thái độ gay gắt bất chợt, được cái có vẻ thành thật. Hình như có một sức thu hút đàn bà. Nhờ giọng nói trầm trầm, nhờ con mắt có lúc quá âm u, có khi lóe lên vài ba tia sáng lạ. Hay nhờ dáng người, cách đi, cách đứng, cách ngồi. Hay nhờ cái gì khác nữa mà mình chỉ cảm thấy mà không diễn tả ra được.

Chắc chắn là có tiền, nhiều tiền. Người yêu của mẹ! Bà dì đã nói như thế. Nhưng mẹ chết nên ổng đi tìm cho được đứa con để... săn sóc? Nghe có xuôi tai hay không hả anh chàng đàn điếm? Được, mình sẽ có cách xử lý miễn là làm thế nào cho ổng tin mình. Không biết ổng đã biết được những gì về mẹ con mình thời gian trên đảo, và nhất là sau đó không còn mẹ mình sống một mình? Mà làm sao biết được! Thôi thì cứ tùy câu chuyện đưa đẩy rồi tìm cách đối phó.

Mẹ chết mình chưa được mười tuổi. Hồi đó mình tưởng mình chết theo. Chắc mình không sống nổi qua mùa đông. Rồi mùa đông hết, mình đau ốm quặt quẹo mà vẫn cứ sống, rồi những mùa khác qua qua, bao nhiêu năm tháng đã qua, mình vẫn cứ sống nhăn răng như thường. Có khi nhớ mẹ muốn chết đi được, có khi quên phứt mẹ, quên liền trong mấy tháng. Đoảng! Phải chi mình có cái bàn thờ mẹ, cái bàn thờ dùng để khuyên răn, nhắc nhở, để ban phước, để phù hộ con. Nhưng chỗ đâu mà dựng bàn thờ. Không lẽ cắm hoa vào chai bia, cắm nhang vào lon cô-ca, rồi chưng lên trên đầu giường. Mà cái giường làm gì có đầu có đuôi. Mình phải rán chịu chuyện lúc quay ngược, lúc nằm ngang, lúc trở xuôi. Như chong chóng. Thờ đâu chẳng thấy, chỉ thêm mang tội.

Những ngày gần đây cuộc đời sao chó má quá! Làm cách nào để có thể thoát khỏi cái cảnh này? Cái ông dở hơi này muốn giở trò gì đây?

Phải chi mẹ còn sống. Phải chi có ngôi mộ mẹ để lâu lâu mình đến thăm một lần, nhổ vài cọng cỏ dại, thắp ba cây nhang, mang theo vài món ăn bậy bạ ngồi ăn bên cạnh mộ, như thể cùng ăn với mẹ, thì ... thì đỡ biết mấy. Mẹ con ăn uống sum họp vui vầy. Nhưng mà cúng xong mới được ăn chứ? Và đồ cúng phải có nhiều món tinh tấn chứ. Không lẽ chỉ một khúc bánh mì thịt, một ly nước mía. Ngày rằm, ngày vía, ngày tết mang hoa theo, mang thêm tiền lẻ cho tụi nhỏ biểu chúng nó dẫy mả, biểu chúng nó đi quanh kiếm hoa dại trồng trước mộ. Như mấy con xí xọn vẫn làm. Con Yến, con Duyên. Cũng lạ, tụi đàng hoàng ít khi thăm mồ mả, tụi bê bối thì đều đặn lắm.

Nhưng không có ngôi mộ thì biết thờ cúng như thế nào khác hả mẹ? Ít ra phải có một bình tro cốt, một tấm hình để thờ trong chùa.

Mình không có gì cả! Mẹ ơi, phải chi con có được một tấm hình của mẹ. Riết rồi quên cả mặt mẹ, chỉ lâu lâu trong giấc mơ, mẹ hiện về thì thấy mặt mẹ thật rõ.

Nhưng con cũng có cách, con sẽ vào đại trong một ngôi chùa nào đấy, tưởng tượng có mẹ ở đó trên một bàn thờ, con vô chùa thì hồn mẹ cũng đã hiên diện sẵn rồi, con lạy, cúng, khấn khứa, nghe thầy tụng kinh đánh chuông gõ mỏ buồn thiu, con nằm rạp xuống sàn mà lạy, cặp mắt nhắm trít đến buồn ngủ, rồi cứ thế ngủ một giấc dài không bao giờ trở dậy nữa. Thế là gặp được mẹ mãi mãi. Mẹ ơi! Con đang nhớ mẹ. Cái ông ấm ớ này cũng đang muốn nhắc đến nhiều về mẹ đấy.

"Chú cần ly không? Cháu uống thẳng từ trong chai."

"Chú không cần ly. Chú cũng uống từ trong chai nhé, nhưng có cái *straw* không?"

"Cái gì? Tro? Tro trong bia?"

"Không, không sao. Chú nói sai. Cháu ghiền bia?"

"Ô chú ơi, ghiền gì mà ghiền. Có khách thì phải uống chơi với khách chứ ... à mà, ... không lẽ để người ta, để chú ngồi uống một mình, cháu ngồi dòm mồm à. Chú kể thêm chuyện khác đi. Chuyện vừa rồi, chuyện cầu tiêu, cũng vui, nhưng không thơm tho. Thúi nữa là khác. Chú lẫn rồi, chả ra làm sao cả."

"Chú chưa lẫn đâu. Nhưng chuyện đó viết thành sách mới là điều không nên làm thôi. Vâng, chú có nhiều chuyện để nói cho cháu nghe. Mình còn có nhiều thời gian với nhau mà. Bây giờ chú giả bộ làm nhà báo phỏng vấn, cháu cứ việc trả lời. Được không cháu?"

Cô gái trả lời ngay:

"Được chứ sao không được!"

Nói xong cô mới biết mình hố, hơi giật mình một cái, trừng mắt nhìn ông Khê, chờ đợi.

"Nào, để mở đầu cuộc phỏng vấn nhé. Cháu về lại Việt Nam được mấy năm rồi? Liệu có được đi Mỹ nữa không?"

"Chú xạo lắm. Muốn đánh lừa cháu hả? Thôi được, lần này cháu chịu thua. Để cháu tính thử, 95, 96 ... năm nay 2002. Trời ơi là trời, mới đó mà đã hơn sáu năm rồi. Mấy đứa ở đảo cùng lượt với cháu rời đảo trở lại Việt Nam, nay phần lớn đã định cư ở Mỹ. Tụi nó đi theo diện tái định cư rô vơ rô viếc gì đó, đi từ hồi 98, 99. Chỉ có cháu kẹt ở lại."

"Rô vơ rô viếc là cái gì?"

"Là chữ viết tắt *ROVR*. Để cháu cố nhớ xem nào, *Resettlement of Việtnam Re ... Re ...* cái gì đó, cháu quên mất. Chương trình của ông John McCain đó mà, chắc chú có biết chứ."

Ông cũng có biết một phần nào về trường hợp của Thi qua lời thuật lại của người làm cũ của bà dì, nhưng ông còn nhiều điều thắc mắc. Cô bé này khá rắc rối đây, ông thầm nghĩ. Mình phải nói làm sao cho thuận tai nó trước đã, rồi dẫn dụ nó vào câu chuyện của mình.

"Đó là cháu muốn ở lại Việt Nam, chứ kẹt gì mà kẹt. Theo chú biết, tất cả những trường hợp như cháu đều được giải quyết tốt đẹp, nghĩa là tất cả đều đi Mỹ, hầu như không sót một ai. Nhất là hoàn cảnh đặc biệt của Thi, phái đoàn phỏng vấn sẽ chấp thuận ngay."

"Thế là chú đã biết hết trơn hết trọi mọi chuyện về cháu rồi," Thi đáp lại một cách cau có, "còn hỏi cháu làm chi cho nhọc xác! Thôi, tối rồi, có lẽ đi ăn là vừa, nếu chú không chê mấy cái quán bình dân cháu sắp dẫn chú đến."

Ông cười gượng:

"Chú lại nói sai! Tưởng rằng nói như thế sẽ làm cháu vui lòng, không ngờ làm cháu giận. Chú xin lỗi."

Bỗng ông đổi hẳn thái độ, không còn muốn pha trò cho vui câu chuyện với cô bé lắm điều. Ông ngập ngừng:

"Một người đàn ông ... lại là người đàn ông đã lớn tuổi ... đem chuyện riêng của mình đi kể lể với cô gái đáng tuổi con của mình ... thấy cũng kỳ ... phải không cháu. Nhưng chú không còn cách nào khác. Bây giờ gặp cháu ... mà chú không hỏi được gì về mẹ cháu, rồi nay mai chú lại trở về Mỹ ... chú sẽ buồn hết sức. Có lẽ cháu cũng đã biết không ít thì nhiều câu chuyện giữa mẹ cháu và chú. Hồi đó, chưa có cháu ... chú ... tuổi trẻ đầy nhiệt huyết mà, chú bỗng dưng bỏ mẹ cháu đành đoạn, theo người ta đi vào rừng, không kịp nói một lời từ biệt ..."

Cô gái nhanh nhẩu ngắt lời:

"Vậy mẹ cháu muốn tìm chú thì phải lủi vô rừng chứ sao lại xông ra ngoài biển, để cuối cùng ..."

"Chuyện còn dài lắm." Ông lắc đầu.

Cô gái lại chen vào:

"Dài bao nhiêu cháu cũng sẵn sàng nghe. Chú cứ việc kể hết đi."

Ông cười gượng, cầm chai bia dốc ngược uống cạn, rồi thong thả nói:

"Hồi chú đi dạy học, có một người bạn thân dạy cùng trường, người Gò Công. Ông già của anh ấy có mấy chiếc ghe đánh cá ở biển Tân Thành."

"Chú, chú. Biển Tân Thành ở đâu?"

"Bãi biển này thuộc Gò Công, nhìn qua phía đông thấy Vũng Tàu. Vào những ngày cuối Tháng Tư, 75, Sài Gòn hoang mang, ngơ ngác, hỗn loạn. Trường học, công sở, phần lớn đóng cửa. Mẹ cháu đang học năm thứ nhất trường Dược vội về Bến Tranh. Ông già ngày réo gọi, đêm réo gọi, không về sao được.

Chú cũng muốn đi theo mẹ cháu, nhưng thấy bất tiện quá, vì mẹ cháu và chú chưa, chưa ...”

Cô gái có vẻ thích thú reo lên:

“Thôi, chú khỏi phải nói, cháu biết hết. Hai người yêu nhau thầm lén du dương chứ gì. Chưa thành thật khai báo với ông già? Chú ngượng vì chim con gái của đồng nghiệp, phải không? Chú kể tiếp nữa đi.”

“Trước đó mấy ngày, mẹ cháu, chú, và người bạn có bàn với nhau rằng ... tình hình căng thẳng quá. Có người sợ cộng sản đã trốn khỏi nước bằng máy bay, hoặc thuyền đánh cá. Nhiều công ty Mỹ và ngoại quốc đã di tản nhân viên đi qua Thái Lan, Phi Luật Tân, Mã Lai, Nhật Bản v.v ... thì nếu kẹt quá, mẹ cháu, chú, và gia đình người bạn sẽ xuống Gò Công, ra biển Tân Thành, dong thuyền đi vòng về Cần Thơ. Miền Tây lúc đó chưa mất một tình nào cả. Có tin đồn chánh quyền, quân đội, sẽ dời về đó củng cố lại lực lượng kháng cự.”

“Ô, thì cháu đoán ra rồi. Chú bảo cuối cùng chú theo người ta vô rừng. Mẹ cháu đâu có ngờ, lại tìm chú ngoài biển như cháu đã nói trên kia. Chú nhớ cháu đã nói như vậy chứ.”

“Có lẽ là vậy. Chú ân hận mãi về chuyện đó.”

“Cháu đoán thêm nữa nhé. Mẹ cháu xuống Gò Công không gặp được ai quen cả. Đành phải chờ, như người nằm ngửa cổ há miệng chờ sung rụng.

Sung cũng có rụng đó, nhưng nó văng ra ngoài đất cả, mẹ ạ. Hết năm này qua tháng khác, tội cho mẹ quá. Rồi vượt biên đi tìm người yêu đã lạc đường trên cái thế giới rộng mênh mông này. Biết mô mà tìm. Cháu nói chữ mô có đúng tiếng miền Trung của chú không. Quả là mẹ cháu đã điên cái đầu, không thèm suy nghĩ kỹ về hành động của mình, chỉ vì thương nhớ chú quá."

Ông chăm chăm nhìn cô gái. Dường như con nhỏ lắm mồm mép này giỏi nói láo lắm. Khó mà phân biệt khi nào láo khi nào thiệt. Lúc nào thành thật, lúc nào giả dối. Nhưng dường như nó cũng có chút xúc động, hay oán trách, trong giọng nói, vẻ mặt, và dáng điệu. Ông đành nén lòng trả lời:

"Chú ... mấy mươi năm trời chú luôn luôn bị ám ảnh vì hoàn cảnh của má cháu. Và vì vậy, chú chỉ muốn biết thêm vài chuyện, cháu ... cháu giúp ... chú, được không cháu?"

Cô gái chau mày, nhìn nghiêng nghiêng, đặt chai bia chưa kịp uống xuống bàn, cầm lấy ly nước lạnh còn một nửa đã tan hết đá uống từng ngụm nhỏ như cố nén xúc động. Nhưng, như vừa sực tỉnh, cô lại xảnh xẹ hỏi:

"Chú muốn biết thêm vài chuyện, mà chuyện gì mới được chứ?"

"Chú muốn biết mẹ cháu đã qua đời như thế nào, nghĩa là trong hoàn cảnh ... trong trường hợp nào.

Chú muốn biết để, để ... Để làm gì chú cũng không hiểu rõ nữa. Vâng, để nhận ra rằng chú là người đáng trách đến dường nào. Như một tín đồ, để sám hối."

"Hồi đó cháu còn nhỏ lắm, mới chín mười tuổi," cô gái có vẻ bớt gay gắt, "có nhiều chuyện cháu chẳng biết đâu vào đâu. Chú hỏi ác ôn như thế cháu trả lời sao nổi."

Ông năn nỉ:

"Thì cháu cứ nhớ gì nói nấy."

"Nhớ? Nhớ nhiều chuyện lắm. Nhưng toàn là những chuyện không ăn thua gì tới chú thì nói làm chi. Vâng, cháu cũng biết rằng ... cháu phải nói chuyện này một lần cho nó xong, rồi cháu sẽ không bao giờ nhắc lại nữa. Mẹ thì cứ bảo cháu sống để dạ, chết mang đi, đừng nói cho ai biết chuyện gì đã xẩy đến với mẹ con mình, nếu cháu muốn, muốn, muốn ngươi ta ... Khó nói quá chú ơi! Nhưng hình như, theo cháu, bất cứ chuyện gì dù khó nói đến mấy cũng phải đem ra chia sẻ ít nhất là một lần với một người nào đó. Chứ giữ kín trong lòng nó sẽ làm mình thúi ruột, như cái nhọt không được nặn ra."

"Cháu nói thế là phải lắm," ông tiếp lời. "Chẳng hạn chú cũng sẽ cho cháu biết mọi chuyện xẩy ra giữa chú và mẹ cháu, nhất là trong hoàn cảnh nào chú đã bỏ mẹ cháu ở lại một mình."

Cô gái cười gằn rồi nói dóng dả từng tiếng một:

"Nhưng thưa chú, chú đừng vội ... Vấn đề là nói cho ai nghe đây? Vấn đề là chọn người để nói. Tại sao cháu phải kể cho chú nghe thay vì kể cho một con bạn thân nào của cháu nghe? Phải biết chọn mặt gởi vàng chứ."

Nó cùng mẹ ở với bố tại một làng đánh cá tại Thái Lan.

Về sau nó được người ta nói cho biết rằng, trong chuyến vượt biên, chiếc ghe tí hon trên đó có mẹ nó bị hải tặc tấn công nhiều lần. Lúc đó chưa có nó trong đời này. Chưa có nó trong bào thai của ai cả. Tụi hải tặc hãm hiếp, giết người, cướp của, không tha một ai. Mẹ đẹp lắm. Đẹp là cái họa. Mẹ bị ... rồi còn bị bố bắt mang theo chứ không bị ném xuống biển như những người khác. Đấy là những gì nó được nghe kể lại.

Rồi mẹ sinh ra nó.

Mẹ thù ghét bố, nó sợ bố. Cuộc sống địa ngục. Cứ thế, khi nó gần mười tuổi, đã hiểu biết đôi chút, thì biến cố khủng khiếp xẩy ra.

Một hôm mẹ đi phụ đan lưới, phơi cá, chùi ghe. Không như mọi ngày, mới nửa buổi mẹ đã về, vì mẹ bị trúng gió, cảm lạnh. Khổ thân cho mẹ. Về đến nhà, mẹ bắt gặp bố đang cố làm chuyện đó"với nó. Lần đầu. Nó vùng vẫy, mà không dám la hét, khóc mà không ra tiếng. Bố mọi ngày trông đã dễ sợ, hôm đó trông không khác gì con cọp, con beo, con quỷ dữ.

Mẹ vứt cái rổ cá xuống đất, xông vào. Bố buông nó ra, xoay người co chân đạp mẹ văng ra khỏi cánh cửa liếp. Mẹ cố gượng dậy, mặt méo xẹo, cúi gập người, tay ôm bụng, lại lủi tới xông vào một lần nữa, thì bố, đã quần áo đàng hoàng, nắm lấy tóc mẹ quấn quanh cột nhà mấy vòng. Tóc mẹ dài, cái cột tre nhỏ, cái đầu của mẹ dính cứng vào cột tre, mặt ngửa lên nhìn trần nhà, mắt ráo hoảnh. Bố nắm hai bàn tay lại thành nắm đấm, dộng mạnh vào mặt, vào ngực của mẹ. Từ miệng, từ mũi của mẹ, máu tuôn ra chảy xuống cằm, xống cổ. Lạ quá, mẹ cũng như nó, không khóc, không la, chỉ vung tay đạp chân vào khoảng trống trước mặt. Dảy nút áo của mẹ sổ tung. Bố đứng sững nhìn một chốc, rồi cười gằn, rồi sấn tới, lột toạc áo mẹ ra. Trời Đất ơi! Phật Thánh ơi!

Hàng xóm nghe tiếng động rầm rầm, chạy đến can. May quá, nếu không, chắc mẹ bị đánh chết.

Nó không rành tiếng Thái. Nó không có bạn bè con nít như những đứa khác. Mẹ nói tiếng Thái giỏi hơn nó nhiều, và chỉ dạy nó tiếng Việt từ thuở bé. Nhưng nó cũng hiểu một phần nào những tiếng la hét của bố với hàng xóm. Bố nói rằng mẹ là đồ thối tha trời đánh, rằng mẹ không chịu làm vợ thì bố sẽ bán mẹ cho đi làm vợ của nhiều người cùng một lúc. Ai có tiền muốn mua mẹ ngay bây giờ cũng được. Bằng không, sớm muộn gì bố cũng sẽ giết chết mẹ. Rằng lỡ sinh ra đứa con gái chết dịch này thì phải nuôi, được ngày nào hay ngày ấy mà thôi. Mà chắc gì nó là con của tao đâu! Hôm đó cũng có phần xía vô của mấy thằng trong bọn chúng mày mà.

Mẹ đẹp. Đẹp lắm. Nhưng mẹ không bao giờ vui. Mẹ thường nhắc tới Bến Tranh, tới Ba, tới Dì. Cũng thường nhắc tới một ông nào đó -- có lẽ cái ông lèng èng này -- mà hễ mẹ nhắc tới ổng, mẹ lầm rầm những gì trong miệng nó không tài nào nghe được.

Mấy hôm sau đó, khi bố đi quán rượu, mẹ bảo nó cùng mẹ đi biển theo ghe của ông già ở cuối xóm, chứ không đi biển với bố như mọi khi. Ông già râu tóc bạc phơ, mặt mày không dữ bằng bố, thường đến hỏi thăm và cho mẹ uống thuốc sau trận đòn ghê khiếp đó. Trên ghe ông già có bàn thờ Phật. Nhiều ghe khác cũng có bàn thờ Phật, nhưng khi cái tinh hung ác nổi lên, họ biến thành ma quỷ.

Đi được nửa ngày, nó thấy xa xa chiếc tàu sắt to như chưa bao giờ nó từng thấy. Bỗng mẹ la thất thanh. Ông già hoảng hốt quay nhìn. Ghe của bố đang tiến nhanh tới. Bố dữ hơn con cọp, cặp ghe sát cánh ghe ông già, nhảy vọt qua, lấy mái chèo phụ nện bốp bốp vào đầu ông già, máu phun ra có vòi. Ông nằm dài hết nhúc nhích, chắc là hết sống nổi. Mẹ chạy trốn quanh khoan chiếc ghe nhỏ, làm sao chạy cho thoát. Mẹ trợt chân té nhào xuống biển chìm nghỉm. Nó sợ quá, chết ngất.

Khi tỉnh dậy, nó biết nó đã nằm yên ổn trên cái giường có lót tấm trải trắng tinh mà nó chưa bao giờ thấy, trong chiếc tàu khổng lồ. Nó mê đi, rồi nó tỉnh lại, rồi nó lại mê, cứ thế kéo dài đến mấy tháng trời. Bình phục dần, cuối cùng nó mới biết nó đang ở trong bệnh xá của một hòn đảo dành cho người tỵ nạn.

Nó tưởng nó phải chết theo mẹ, thế mà nó cứ sống, lớn lên dần, đẹp ra dần. Nhưng sao đẹp bằng mẹ đuợc, nó biết rõ thế.

Thêm bảy năm ở đảo, Thi trở thành cô gái quyến rủ, cô hoa khôi. Trong thời gian đó nhiều chuyện tình ái hỗn loạn xẩy ra cho cô và cho nhiều người khác nữa. Đẻ đứa con trai, không biết ai là cha. Cô gái xem bọn đàn ông toàn là đồ khốn nạn. Sau đem con cho một bà xơ của một phái đoàn Cao Ủy. Cô cố quên thằng nhỏ! Bà xơ thuyên chuyển đi nơi khác, mang đứa bé theo, biệt tăm. Cô tiếp tục gây nhiều tai tiếng. Rồi đến thời gian được phỏng vấn để tái định cư, cô khai báo lung tung, bịa đặt nhiều chuyện tưởng là có lợi, bị tống xuất về Việt Nam, không được cho đi Mỹ như những người khác.

Mình lại phải nói hết sự thật cho cái ông cà chua cà chớn này nghe hay sao? Còn lâu!

Thuận tay cầm chai bia đã uống cạn, vô tình dốc ngược. Không còn giọt nào cả. Ông liếc nhìn cô gái, nói giả lả:

"Đắng mà ngon."

"Chú nói cái gì lạng quạng vậy?" Thi phụ họa bằng một nụ cười thật tươi. "Đắng hả? Cái gì đắng? Cái gì ngon?"

"Bia đắng."

"Trật lất. Bia Sài Gòn còn khuya mới đắng. Chú có nói lộn không. Cháu có nghe nói bia đắng nhập từ bên Anh, bên Đức. Tại Sài Gòn này, nhà hàng sang mới có bán bia đó. Bia cháu đãi chú là bia vỉa hè."

Ông cười trừ:

"Ừ thì không đắng."

"Sao chú bảo đắng? Hay chú muốn mắng xéo cháu?"

"Làm sao chú có thể mắng cháu được. Khen thì có."

"Khen như thế nào, chú cứ nói thẳng ra xem sao? À, này, này, chú! Cháu trông có giống mẹ cháu ngày xưa không? Mẹ đẹp lắm!"

Ông lại cười:

"Nghĩa là cháu muốn nói rằng cháu đẹp lắm? Vâng, cháu giống mẹ cháu như hai giọt nước."

"Chú cũng biết nịnh đấy, nhưng chú lại nói không đúng rồi. Cháu đẹp không bằng một góc của mẹ cháu, cháu biết rõ điều đó. Giống thì có giống đó. Lại có chỗ giống rất kín đáo, chú không biết được đâu."

Ông hắng giọng:

"À, ... ầm, à, cháu nói phải để dành câu chuyện ... à ... à ... hồi nãy cháu nói cháu phải chọn người để cháu kể chuyện cho nghe ... chọn mặt ..."

Thi cướp lời:

"Chọn mặt gởi vàng. Chú lại muốn trở lại câu chuyện mà cháu đã nói rằng cháu không biết gì mấy? Dai đến thế là cùng. Dai như ..."

"... chó nhai giẻ rách?" ông tiếp.

"Mô Phật! Đó là chú tự ... tự ..."

"Tự thú?"

Cô gái nghiêng mặt lườm ông:

"Chú lại giận cháu? Người đâu mà dễ giận như thế. Thôi được, để chuộc tội, cháu sẽ kể chút chuyện cho chú nghe. Câu chuyện lâm li bi đát, nhưng kể vội mất hay. Chi bằng đi ăn cái đã, xong rồi chuyện với trò. Nhé, chú nhé, chiều cháu một tí đi. Ngoan nào!"

Không chờ ông trả lời, cô gái đứng dậy đến dẫn chiếc xe Honda hai bánh ra khỏi cửa. Ông đứng dậy đi theo.

Khác hẳn căn phòng bề bộn, luộm thuộm, và dơ dáy, chiếc Honda hai bánh sạch bóng, hiệu Dream. Yên xe dài liền lạc cho hai người ngồi, không có chỗ vịn tay ngăn cái yên ra làm hai chổ ngồi, một cho người lái, một cho người được chở, như ở nhiều chiếc Honda khác.

Thi đẩy xe nhanh ra khỏi nhà, dựng xe lại, đến khóa trái cánh cửa, rồi trở lại choàng chân phải qua chiếc xe, ngồi ngay ngắn, thẳng người, rú máy, không ngoảnh mặt lui, chờ. Ông cũng choàng chân phải qua chiếc xe, hai tay loay hoay tìm chỗ vịn đằng phía sau lưng ông để ngồi cho vững. Ông ý tứ không chạm vào lưng cô gái.

"Ngồi xong chưa chú?"

"Xong."

"Cẩn thận nghe chú. Cháu ưa lạng lắm."

Xe chạy nhanh trên nhiều đường phố Sài Gòn. Ông giật thót mình nhiều lần, nghĩ rằng xe sắp đụng phải hàng trăm chiếc xe hai bánh khác, hoặc lủi vào người đi bộ, hoặc sắp bị xe hơi chạy ẩu tông vào. Ông nhớ lại mấy hôm trước ngồi trên xe đò chạy hướng về phía Mỹ Tho tìm Bến Tranh. Xe đò chạy bạt mạng, nhưng chưa thấm vào đâu nếu so với chiếc Honda hai bánh do cô bé này lái. Ông toát mồ hôi hột. Nếu ông dùng hai tay ôm choàng quanh bụng cô gái thì ngồi sẽ vững vàng hơn nhiều. Đằng này ông phải gồng mình dùng hai tay nắm chặt phần sau của cái yên xe dài. Cũng may hai bàn chân ông có chỗ tựa.

Xe chạy quanh co khi thì trên những đường phố

rộng thênh thang, đèn đường sáng trưng, khi thì lượn vào những ngõ hẻm tối tăm, bẩn thỉu, hôi hám, trông lạ hoắc. Ông đã hết sức cố gắng, nhưng nhiều lần, ở những chỗ ngoặt, hay khi phải tránh những chiếc xe khác đột ngột lao tới khiến cô thắng gấp, người ông chồm mạnh tới trước, cằm ông dí lên vai, lên cổ, của Thi. Mùi son phấn, mùi tóc, mùi da thịt thanh xuân, tỏa ra thơm ngát.

Cuối cùng xe dừng trước một quán cháo vịt đông nghẹt người ăn. Có cả trăm người hơn. Thi dựng xe trước mặt quán, lấy thẻ gởi xe, rồi đi đến cạnh một bàn còn trống, ông đi theo sát. Cô gái thở phào nói:

"Đây, cháo vịt Thanh Đa đây. Ngon có tiếng."

Ông hỏi:

"Tại sao phải lấy thẻ gởi xe? Mình ngồi ngay đây mà."

"Cũng phải lấy thẻ và trả tiền gởi xe như thường." Thi đáp. "Chỗ đậu xe ngay trước mặt có lẽ không thuộc về chủ quán. Và cũng có thể chủ quán cho người của mình ra đó phát thẻ, thu tiền."

Nhiều người ở những bàn khác quay đầu lại nhìn chăm chăm vào ông và nhất là nhìn vào cô gái.

"Chú ơi," Thi đứng sát người bên ông thì thầm, ông nghe hơi ấm toát ra từ trong giọng nói. "Người ta tưởng chú và Thi là hai vợ chồng đó."

"Bậy nào!"

"Không bậy đâu. Ở xứ này bây giờ chồng già vợ trẻ nhiều lắm. Cháu đi với chú không cân xứng đâu."

Ông nhún vai:

"Thì làm sao mà cân xứng được."

Thi cười tủm tỉm:

"Có lẽ chú chưa hiểu cháu muốn nói gì."

"Có gì đâu mà khó hiểu. Thế cháu nuốn nói gì khác?"

"Cháu muốn nói là cháu đã quá 'đát'. Nghĩa là cháu già quá so với chú!"

Ông im lặng tỏ vẻ khó chịu vì cái lối đùa quá trớn của cô bé. Như đọc được ý nghĩ của ông, Thi vui vẻ nói:

"Chú bực mình vì cháu? Nhưng thôi, ngồi vào bàn rồi cháu kể chuyện này chú nghe. Vui lắm."

Hai người ngồi xuống cái bàn thấp cách mấy cái bàn kia một lối đi nhỏ. Có lẽ vì cô gái đẹp lại có một ông không còn trẻ đi kèm, ông nghĩ, cho nên nhiều người cứ trố mắt nhìn theo, không cần giấu diếm.

"Nào, chuyện vui gì hả Thi?"

"Có một ông đạo diễn xi nê hơn 70 tuổi đi cặp với một bà xồn xồn trên dưới 40. Bạn bè gặp liền nói, 'Chào anh chị ạ'. Ông lễ phép trả lời, 'Xin lỗi, tôi xin giới thiệu đây là bà mẹ vợ của tôi. Tôi cưới nhà tôi mới hơn tháng nay.' Chuyện thật một trăm phần trăm, ở đây ai cũng biết đó chú. Chú thấy chưa, cháu quá già so với chú, phải không?"

Ông cảm thấy khó chịu vì đám thực khách cứ đồng loạt trố mắt nhìn hai người. Ông nói nhỏ bên tai Thi:

"Cháo vịt chú thích lắm. Nhưng chú không thích chỗ đông người như thế này. Họ lỗ mãng quá. Cháu chiều chú nhé, đưa chú tới nơi nào vắng vắng một chút? Và cháu cũng chạy chậm chậm bớt một chút nhé. Lỡ té."

"Té sao được! Có chú ngồi sau lưng để làm chi. Có gì chú không biết lấy chân chống à! Còn đi một mình thì cháu luôn luôn đội nón bảo vệ, có té cũng không sao."

"Có chú cháu cũng nên đội nón cho chắc ăn."

"Đội gì mà đội! Không đời nào! Đội nón vào làm sao nghe được chú nói chuyện. Cháu thấy chú chồm tới hoài. Cháu đội nón để chú nói cho cái nón nghe chắc?"

"Vâng, thì không đội nón. Bây giờ đi ngay đi cháu?" Ông còn bực bội. "Sao lại có nhiều người bất lịch sự đến thế."

"Thì cháu đã nói rồi mà. Họ nghi mình ... Chú thì

rõ ràng là Việt kiều rồi, còn cháu trông cũng giống gái chân dài. Không nghi sao được. Nhưng mặc xác họ, nhầm nhò gì. Thôi được, chú muốn đi chỗ khác thì đi. Ngồi sau tha hồ ngắm nhé ... Sài Gòn ban đêm hấp dẫn lắm. Cháu sẽ chạy quanh thêm nhiều nơi cho chú tha hồ rửa mắt. Bến Tàu, Tân Thuận, Khánh Hội, Nhà Bè rồi vòng về Phú Lâm, Đầm Sen. Đầm Sen hết sẩy. Như coi xi nê... Coi xi-nê gì hả? Xi-nê con heo. Coi người ta hủ hóa. Được không?"

Ông nhìn đồng hồ. Hơn 9 giờ tối. Ông nhìn lưng cô gái. Thi ngồi thật thẳng người, đẹp. Gió mát rượi thổi bay phật phật cái áo gió không cài khóa kéo của Thi, thổi rung rung những lọn tóc ngắn, thổi vào ông mùi hương con gái mà rất lâu ngày ông mới có dịp gặp lại. Quá gần gũi. Ông nghĩ nhiều đến Thủy. Ông chồm người tới nói to cho Thi nghe:

"Đẹp quá Thi."

Không ngoảnh lại, cô gái hỏi:

"Cái gì đẹp?"

"Hả? Vâng, cái gì cũng đẹp. Thi biết không, ngày xưa chú cũng thường chở mẹ cháu đi dạo quanh quanh Sài Gòn ban đêm như thế này. Mẹ cháu cũng biết lái xe Honda nhưng luôn luôn đòi ngồi sau. Bây giờ lại đến phiên chú ngồi sau lưng cháu. Cuộc đời xoay vần lạ lùng."

"Chú nói cái gì? Gió thổi mạnh cháu không nghe

rõ."

"À, à ... Chú nói chắc cháu đói bụng rồi, chạy hoài như thế này sao được. Ghé lại nơi nào ăn đi cháu."

Thi cười ròn quay đầu nhìn ông một cách nghịch ngợm:

"Thiệt vậy hả? Vừa rồi chú nói như vậy hả? Cháu nghe có cái gì khác khác đó."

Cuối cùng cô dừng xe trước một khách sạn sang trọng trên đường Võ Thị Sáu, ông nhớ trước kia tên là đường Hiền Vương thì phải. Dựng xe và lấy thẻ gởi xe xong, cô gái mỉm cười nhìn ông:

"Đây là khách sạn kiêm nhà hàng. Nghĩa là... nghĩa là thức ăn không phải là chính, ngủ mới chính, nhưng đồ ăn cũng nhiều. Đồ Tây, đồ Tàu, đồ Thái, đồ Triều Tiên, đồ Nhật, đều có. Chỉ thiếu đồ Việt Nam. Nếu cháo vịt thì cháu đã định hy sinh trả tiền gọi là để đãi khách Việt kiều, nhưng ăn uống trong này chú phải trả. Mắc lắm đó."

Ông thở dài nhẹ nhỏm. Hai người chọn một cái bàn ở một góc phòng. Máy lạnh chạy rì rầm, êm êm, tiếng dương cầm từ phòng bên cạnh dìu dặt văng vẳng đưa tới. *Ướt Mi*, rồi *Lời Buồn Thánh*, rồi *Hạ Trắng*, rồi vài bài khác, rồi *Chiều Một Mình Qua Phố*, rồi một bài lạ, rồi *Ru Ta Ngậm Ngùi*, rồi *Bống Bồng Ơi*.

Sài Gòn rất thích nhạc *Trịnh Công Sơn*, ông ngẫm nghĩ. Thi cũng ngồi im lặng nghe một cách rất chăm chú. Nét mặt êm ả lạ thường. Thỉnh thoảng cô hát theo, thầm thì đủ cho ông có thể nghe ... *Còn mưa trong đêm nay - Lòng em buồn biết mấy ... Bước chân em về nào anh có hay - Gọi em cho nắng chết trên sông dài ...*

Ông ngồi ghế đối diện kín đáo nhìn cô gái. Ông lại nghĩ cô bé này nếu bớt quỷ quái một chút, nếu trầm tĩnh thêm một chút, sẽ hay biết mấy, sẽ giống mẹ như khuôn tạc. Ông nhớ đã nghĩ như thế nhiều lần. Mẹ với con sao lại có thể giống nhau như thế! Lòng ông dịu lại. Ông có cảm tưởng mình đang sống lại thời trẻ ba mươi năm về trước cùng Thủy, những lúc trong túi có chút tiền, kéo nhau đến Đêm Màu Hồng, Queen Bee, Mỹ Phụng, Tự Do ... Ít tiền thì Đồng Khánh, Lệ Uyển dưới Chợ Lớn. Ngồi bên nhau thật lâu, rồi bước vào sàn nhảy để nhảy một bản thôi, rồi trở lại chỗ ngồi để ngồi lại bên nhau, nắm tay nhau, nhìn người ta lượn tới lượn lui quay cuồng.

"A cái ông này!" Thi cười ròn. "Đang ngắm Thi hả? Nghe nhạc đi chứ!"

Ông hơi giật mình, đáp:

"Chú đang nghe đây."

Có tiếng lao xao. Ông quay đầu nhìn ra cửa chính. Những du khách ngoại quốc đang lục tục đi vào. Âu, Mỹ, Á. Ông chép miệng nói một mình:

"Người ta đến Sài Gòn làm gì mà đông thế!"

"Đông chứ sao không đông," cô gái chen vào.

"Nhưng độ này đã giảm nhiều, còn lại một phần ba là cùng. Trước kia không đủ khách sạn cho du khách ở, họ phải lò dò tìm đến nhà dân, rồi xí lô xí la nhặng cả lên."

"Cháu biết nhiều chuyện quá."

"Biết chứ sao không biết. Người ta nói vậy, bộ cháu không có lỗ tai để nghe hay sao?"

Điệu nhạc vẫn dìu dặt, buồn buồn, êm êm. Cô gái nói tiếp:

"Chú biết nhạc của ai đó không?"

"Chú có biết mấy bài của Trịnh Công Sơn. Mấy bài kia, lạ."

"Để cháu nói cho mà nghe. Cháu thích nhạc lắm nên cháu biết hết. Mới vào trong phòng này là cháu đã chú ý nghe và theo dõi kỹ rồi. Này nhé, Sau *Hạ Trắng* của *Trịnh Công Sơn* là *Hà Nội Mùa Vắng Những Cơn Mưa*, rồi *Trống Vắng*. Sau *Chiều Một Mình Qua Phố* cũng của *Trịnh Công Sơn* là *Lối Cũ Ta Về*. Còn bây giờ là bài *Mưa Ngâu* của *Thanh Tùng*."

"Cháu giỏi quá."

"Giỏi chứ sao không giỏi. Cháu còn muốn làm ca sĩ nữa đó nhưng, nhưng ... nhưng cháu ghét cái thằng ông bầu quá cho nên cháu chưa được nó cho đi hát. Cháu thì thích nhạc, còn chú, đàn ông như chú, ai ai cũng đều thích đàn."

"Cái đó còn tùy."

"Chú coi bộ thích xài hai chữ 'còn tùy'. Cái gì cũng tuỳ, tùy. Cháu thì cho rằng đã là đàn ông đều thích đàn, chứ 'còn tùy' cái gì nữa. Coi cái bộ của chú, chắc chắn chú cũng không phải là một ngoại lệ."

"Cháu nói gì chú không hiểu. Thích đàn? Đàn gì?"

"Thôi, chú đừng vờ nữa." Thi cười to, tiếng cười trong veo. "Đàn gì hả? Đà bà!"

Ông chau mày, nghiêm giọng:

"Cháu tấn công tới tấp, chú không biết đường nào để chống đỡ. Chú xin thua."

Anh hầu bàn trẻ tuổi, mặt mày sáng sủa, đồng phục lòe loẹt, mang hai cái thực đơn đến và đứng thẳng người cạnh bàn, chờ. Ông bảo Thi chọn món ăn. Cô gái hất hàm nói với người hầu bàn:

"Anh để cho chúng tôi thư thư một chút có được không nào? Mười lăm, hai mươi phút nữa chúng tôi mới ... mới đói bụng."

"Thế ông ... ông bà uống cái gì trước nhé."

"Cái gì vậy?" Cô gái nói như gắt. "Chúng tôi cũng chưa khát, được không?"

Anh hầu bàn ngoảnh mặt đi nhanh.

Ông nhìn chăm chăm vào đôi mắt "phượng" của

cô gái, thẩn thờ nói:

"Cháu của chú ghê quá!"

Cô quay lại quắt mắt nhìn ông, vẻ giận dữ hiện rõ trên khuôn mặt thanh tú:

"Ghê? Ghê nghĩa là gì? Nghĩa là cháu trông giống như con chằn tinh? Thì đã sao?"

"Thi, đừng giận oan. Chú khen chứ không phải chê đâu. Chú đi lâu ngày đã phần nào quên cả tiếng mình, dùng chữ không được đúng. Nhưng chú rất ngạc nhiên thấy cháu ... mới ở Việt Nam năm sáu năm là cùng, mà nói tiếng Việt rất sành, rất hay, rất nhanh... rất có duyên."

Cô gái vui vẻ lại ngay, hất hàm, nghiêng đầu, một phần của mái tóc dài rủ xuống che bớt khuôn mặt xinh đẹp, liếc mắt nói, tiếng nói kéo dài, cố tình uốn éo:

"Không dám đâu. Ở đó mà có duyên!"

"Cháu nói cái gì vậy?"

"Thi nói chú ngoài miệng nói vậy nhưng trong lòng nghĩ khác. Cháu ở đảo về đây cũng được khoảng bảy năm rồi chứ ít sao. Mà hồi nhỏ cháu cũng được mẹ dạy tiếng Việt. Hồi đó chỉ có hai mẹ con nói chuyện với nhau bằng tiếng Việt, mọi người đều nói tiếng Thái. Mẹ không dạy cháu tiếng Thái, nhưng cháu cũng nói được, cũng hiểu được, chút chút dù ít khi được mẹ cho phép đi chơi với lũ trẻ của làng chài... Rồi đến đảo ở, nói chuyện lia chia với đủ hạng người. Chú nghe thì biết, cháu nói pha đủ giọng Trung Nam Bắc loạn cào cào. Ở đảo, cháu còn tới dự nhiều lớp học nữa. Học Tâu, Lai, Hâu, học tiếng Việt, tiếng Anh, học nữ công, gia chánh. Học nhạc."

"Học Tâu, Lai , Hâu là học cái gì?"

"Là Toán, Lý, Hóa đọc theo lối Mỹ. Chẳng là -- Thi chuyển qua giọng Bắc -- ở đảo vẫn có những bảng quảng cáo dán vào gốc cây, vào cửa sổ, vào cổng trại, ba chữ Toán, Lý, Hóa. To đùng, ở đâu cũng nom thấy. Một ông thầy Mỹ cứ tưởng đấy là quảng cáo cho một món hàng thông dụng, hay món ăn, mới hỏi cháu cái món gì thế. Ông ta nói Tâu Lai Hâu. Cháu chẳng hiểu gì ráo, yêu cầu ông viết xuống. Thì ra ..."

"Chú thật không ngờ. Ở đảo cũng học được nhiều môn thế hả cháu? Và thầy giáo thì sao, có đủ thầy dạy không?"

"Thì mấy thầy là mấy chú vượt biên tỵ nạn chớ ai vào đó nữa. Họ là thầy giáo cũ, qua đảo đi dạy thì đỡ phải đi làm việc khác. Vừa oai, vừa sướng. Nói đúng ra cũng có thêm mấy ông thầy của Cao Uỷ. Cuối tuần cũng được nghỉ học, thỉnh thoảng cũng có ngày lễ, cuối năm cũng có Tết nữa."

"Tết nữa? Nhưng Tết tây hay Tết ta?"

"Tết tây Tết ta đều có. Mình là người Việt vượt

biên ăn Tết ta rùm beng hơn. *Tết đến trên đảo xanh -- Xuân về dưới cát trắng.*"

"Thơ Thi làm hả?"

"Cháu tên Thi nhưng không biết làm thơ. Biết hát thôi. Đó là câu đối của cái ông thầy dạy Việt Văn."

"Nhưng sao lại 'xuân về dưới cát'?"

Thi nhanh nhẹn trả lời:

"*Dưới cát* đối với *trên đảo*. Chưa hết, ông thầy còn nói làm gì có mùa xuân trên đảo tỵ nạn. Cho nên mùa xuân phải chui xuống dưới cát. Nói như vậy có đúng không chú?"

Ông cũng nhanh nhẹn trả lời:

"Thầy nói thì có bao giờ sai đâu."

Cảm thấy vui vui trong lòng, ông tò mò hỏi thêm:

"Chắc cháu thích Tết lắm?"

"Chú hỏi lạ chưa, thích chứ sao ... không thích," Thi bỗng dưng đáp uể oải. "Người ta nói hết thích Tết là đời tàn trong ngõ hẹp. Cho nên cháu phải thích Tết để đời cháu chưa tàn. Mà Tết ở Sài Gòn lẽ dĩ nhiên còn vui hơn ở đảo nhiều ..."

Giọng nói của cô gái đổi hẳn, nghe xa vắng, đều đều, trầm trầm.

"... Cháu thích thiệt dù cháu không biết giải thích

tại sao cháu thích. Chứ không phải thích vì muốn đời chưa tàn như cháu vừa nói đâu. Nói vậy mà không phải vậy là vậy đó chú. Có lẽ Tết là được nghỉ ngơi mấy ngày, được ngắm thiên hạ sửa soạn nhà cửa, mặc áo mới, tiêu xài rộng rãi. Rồi cùng vài đứa ... hoặc nếu tụi nó bận, một mình đi xem chợ hoa, chợ bong bóng, chợ đồ chơi con nít, chợ áo quần, chợ đồ ăn. Ngó chơi thôi chứ không mua cái gì cả, hay ăn cái gì cả. Tiền đâu. Với lại cái phòng cháu cũng không cần trang hoàng, chưng dọn như mọi người. Chưng dọn làm gì, chưng dọn cho ai? Mà có chưng dọn được không! Rồi đi chùa chen nhau hái lộc, ngửi nhang, trầm, nghe chuông, mõ. Người có đạo đi nhà thờ thì mình phải đi chùa chứ, như hồi ở đảo. Rồi hết Tết! Rồi Tết năm sau lại diễn ra y chang như thế, vui vui được mấy ngày thôi. Năm sáu cái Tết Sài Gòn như thế rồi. Lại thêm năm sáu tuổi. Ghê thật!"

Thái độ cô gái cũng thay đổi hẳn, lặng lẽ và buồn buồn. Ông nghĩ rằng rốt cục rồi ai cũng có nỗi buồn riêng, chưa có dịp nói cho người khác nghe đó thôi. Bỗng có tiếng thở dài nhè nhẹ. Ông chăm chú nhìn cô gái:

"Chuyện gì vậy cháu?"

"Chẳng có chuyện gì cả. Thỉnh thoảng cháu giở chứng thế thôi, chú đừng thèm để ý, vô ích. Nhắc đến chuyện cũ có khi cháu nổi khùng chứ không phải chơi đâu. Cứ để cho mọi chuyện nó qua đi là hơn, nhắc lại thêm rầu. Nghĩa là ... nghĩa là từ rày về sau chú phải nhớ cho kỹ đấy ... là đừng hỏi thêm gì về mẹ cháu nữa nghe chưa, chú."

"Tại sao?" Ông hơi gắt.

"Tại vì như cháu vừa nói đó, bộ chú chưa già mà đã lãng tai, đã mau quên? Nếu chú còn hỏi nữa, cháu sẽ phát khùng, sẽ bịa chuyện nói láo. Bịa chuyện có gì là khó đâu."

Cô quay mặt nhìn ra ngoài cửa lẩm bẩm nói một mình:

"Sáu năm, rồi bảy năm, rồi mười năm."

Biết rằng có làm mặt giận cũng chẳng ăn thua gì, ông dịu giọng:

"Cháu tôi đang làm kế hoạch dài hạn cho tương lai, năm năm rồi mười năm. Đúng, cháu còn trẻ lắm, tương lai ở trong tầm tay. Chú nhớ một câu trong Kiều: *Ngày xuân em hãy còn dài*. Chú thì khác. Chú không thể lập kế hoạch cho cuộc sống của chú dài quá một tháng."

Cô gái quay lại nhìn ông, cười rũ cả người:

"Chú chả biết cái mẹ... xin lỗi, cái gì cả!"

Ông ngạc nhiên thật sự:

"Thi nói cái gì lạ vậy? Chú cũng có biết chút ít chứ. Vì thế chú phải tìm cho ra cháu để chú có thể bàn bạc với cháu một vài chuyện cho tương lai, ngoài câu chuyện liên quan đến mẹ cháu. Chú biết từ ngày ở đảo về cháu đã hết sức phấn đấu, cháu chịu khó đi làm, cháu vừa làm thư ký cho một công ty Hà Lan vừa đi làm thêm bán thời gian tại một nhà hàng Tàu vào buổi tối..."

Cô gái càng cười to, cướp lời:

"Những tin tức đó chú lượm ở đâu vậy? Nơi cái bà dì ngẩn ngẩn ngơ ngơ ấy phải không? Bây giờ cháu kể chú như là người thân nhé, chú chịu không, chịu nhé, thì ... thì cháu sẽ nói thiệt hết cho nghe. Công ty hả? Công ty ma! Nhà hàng hả? Nhà hàng dỏm. Cháu phải xoay xở mọi cách để sống qua ngày. Có lúc cháu thấy nản quá. Một mình, không bà con, không bạn bè, không nhà cửa, không người thân, ... ngoài ... ngoài chú ra, nếu chú chấp nhận, nếu chú còn nghĩ đến mẹ cháu. Có phải không chú, chú là người thân duy nhất của cháu, nếu chú còn nhớ đến mẹ cháu. Mà chú đâu có ở đây mãi với cháu, phải không chú? Việt kiều về thăm quê hương, du hí, bồ bịch, rồi cuốn gói ra đi."

Dứt câu, cô lại cười duyên, chẳng ăn nhập gì đến câu chuyện. Cô bé này thật lộn xộn, chẳng biết nó đang toan tính gì đây, ông nghĩ thầm. Nhưng ông cố kéo dài câu chuyện:

"Cháu nói đúng, chú sẽ ở lại đây thêm vài tuần nữa rồi phải trở về Mỹ đi cày... Vâng, ở Mỹ phải làm lụng căng thẳng như chú, người ta gọi là đi cày. Chú cũng thế thôi, cũng như cháu, chẳng còn ai là người thân. Xứ lạ quê người, nước Mỹ rộng mênh mông, đi hết nơi này đến nơi khác, đổi chỗ ở không biết bao nhiêu lần, chưa định cư lâu ở một nơi nào cả. Nhiều lúc chú cũng chán đời lắm. Cho nên chú không muốn toan tính gì nhiều. Cứ để mọi chuyện tự nó giải quyết lấy."

Thi nói dồn dập:

"Đó là tại chú. Lỗi tại chú tất cả! Tại chú cứ thích đi chơi đây đó. Tại chú có máu giang hồ, cháu biết thế ngay từ lúc mới gặp chú. Loại người rong chơi cả đời. Sao chú không ở yên một nơi, có được không. Trường hợp của cháu thì hoàn toàn khác."

Ông chậm rãi trả lời:

"Tại chú thích đi chơi? Để chú xem nào. Thật ra ở hoài một chỗ cũng chán, nhưng dù mình có muốn thế cũng không được. Ở Mỹ người ta phải chạy theo công việc làm, mà ít có công việc nào lâu dài hoặc cố định trong những năm gần đây. Mất việc này phải lo tìm việc khác ngay, nếu không, nhà cửa, xe cộ bị xiếc ngay, tức là bị tịch thu ngay. Là vì thất nghiệp thì tiền đâu mà đóng hàng tháng trả góp."

"Cháu không hiểu."

"Thế này nhé, chú đưa một ví dụ. Mượn tiền ngân hàng để mua một cái nhà chẳng hạn, và phải trả góp hàng tháng trong 15 năm hoặc 30 năm mới hết nợ. Trả cả tiền lời. Trong thời gian đó, lỡ mình mất việc làm thì lấy tiền đâu để trả góp. Ngân hàng sẽ tịch thu nhà thôi. Cho nên khi mất việc, phải để nhà bỏ trống, hoặc cho thuê đổ tháo thế nào cho xong chuyện, rồi mình phải chạy có khi cả ngàn cây số để tìm kiếm công việc làm ăn khác."

"Cháu hiểu rồi. Nhưng chú ở Mỹ đã lâu, có thể chú đã trả hết nợ rồi chứ. Cháu muốn nói nợ nhà, nợ xe chẳng hạn. Không lẽ làm tháng nào ăn tuốt luốt hết tháng đó."

"Vâng, thì cũng đại khái thế, chú cũng có để dành đôi chút. Nhưng đây mới là điều chính yếu. Ở tuổi của chú, vấn đề hội nhập vào xã hội mới không phải là chuyện đơn giản. Chỉ mong gặp được nơi nào trên cái xứ sở mênh mông đó mình có thể hội nhập dễ dàng. Nhưng..."

Thi cướp lời, nói bừa:

"Cháu có nghe loáng thoáng đại khái hội nhập, ngoại nhập, dòng chính, dòng phụ, dòng trong, dòng ngoài, dòng nửa trong nửa ngoài. Nhưng cháu chả hiểu gì cả. Hội nhập với chẳng hội nhập! Được voi đòi tiên."

Ông cau mày, nghiêm giọng:

"Ô hay cái cô này! Chả hiểu thì nghe cho hiểu. Sao cô vội phê phán thế."

"Vâng, thì nghe cho hiểu chứ sao không nghe!

Không phê phán nữa đâu. Chú cứ nói tiếp đi."

Ông dằn lòng nói tiếp:

"Chú có quốc tịch Mỹ đã lâu, nhưng bảo rằng chú là một người Mỹ chính cống thì là một điều sai lầm. Họa chăng con cháu ba đời hay bốn đời của người tỵ nạn mới mong trở thành người bản xứ." Ngẫm nghĩ. "Đúng ra, tình cảm của chú đối với cái đất nước hào phóng đó, quê hương thứ hai đó, cái xứ sở đã mở rộng tay đón nhận những kẻ lưu vong như chú ... tình cảm ấy ngày càng ... càng sâu đậm thêm. Nhưng, như chú vừa nói, chú chưa phải là một người Mỹ bản xứ."

Cô gái có vẻ sốt ruột:

"Thì cần gì phải biến thành người bản xứ. Mình cứ là người tỵ nạn đã sao. Được không?"

"Cháu nói nghe dễ dàng quá. Cuộc sống không đơn giản như thế đâu. Nhưng thôi, hãy gác chuyện đó qua một bên. Một dịp khác mình sẽ trở lại cái chuyện cù nhầy này. Bây giờ chú sẽ kể cho cháu nghe một câu chuyện thời chú còn là đứa bé con, xem cháu có ý kiến gì không."

Ông chờ phản ứng của Thi. Cô gái có vẻ quan tâm, im lặng ngước nhìn ông bằng cặp mắt trong như thủy tinh, miệng hé cười, nụ cười không ra tiếng.

"Hồi còn học Trung Học, chú say mê đọc một truyện đường rừng, nhan đề là ... chú quên béng mất. Đến phần kết thúc, chú thấy vô lý và chú cứ ấm ức mãi. Nhân vật chính là cô gái Mán yêu tha thiết một người Kinh. Nhưng cuối cùng cô nhớ buông, nhớ sóc, nhớ rừng, nhớ núi, đến độ cô đành phải bỏ người yêu, bỏ Hà Nội, bỏ tất cả mọi thú vui, và tiện nghi của thành phố văn minh để trở về đời sống hoang dại cũ. Đại khái như thế."

Thi ngắt lời, nói khơi khơi như không suy nghĩ:

"Cháu cũng đồng ý với chú một trăm phần trăm, câu chuyện vô lý hết sức. Tình yêu phải trên hết chứ."

"Khoan, để cho chú nói hết. Thoạt tiên, chú nghĩ rằng tác giả cuốn sách tưởng tượng hơi nhiều và thiếu thực tế. Cho nên có phần giả tạo. Nhưng rồi chú xét lại trường hợp của chú.

"Hồi còn bé học ở Tiểu Học miền núi, chú thỉnh thoảng được người cậu họ cho đi theo xe chở gạo, muối, rượu trắng v.v... đem bán cho người Thượng sống tại một cái bản cách thành phố chừng ba mươi cây số. Rồi mua về nấm, mật ong, hột kê, thịt chồn, thịt thỏ.

"Đường đi xấu lắm, gập ghềnh, bụi bặm. Bụi đường bám đầy áo quần, tóc tai, mặt mũi. Trên đường trở về, cậu thường ghé một quán nhỏ bên đường ăn uống những món bình dân, mộc mạc, xong mua thêm những thứ lặt vặt như bòn bon, củ hành, củ tỏi, bánh ú, bánh tổ, hoặc cẳng bò thui, thịt heo rừng, thịt nai, thịt nhím, mang về cho mợ.

"Có một lần cậu rình bắt được một con sóc, lấy dây cột vào cổ nó, cho chú chơi. Sóc thích người lắm, chơi đùa với nó một chốc, nó thân thiện ngay. Chỉ có thế thôi, nhưng đó là những chuyến đi chú không bao giờ quên. Dính vào, rồi ở lại trong chú mãi."

"Dính vào? Chú nói cái gì vậy?"

"À chú muốn nói những kỷ niệm chú vừa kể cho Thi nghe."

"Mà nghe chú kể cháu cũng thấy thích. Nhưng đó là nếp sống ngày xưa. Bây giờ không còn nữa đâu."

"Cháu nói cũng có lý. Vâng, biết bao nhiêu biến cố đã xẩy ra rồi, biết bao nhiêu nước đã chảy qua cầu như người ta thường nói, nhưng chú luôn luôn muốn quay về với quá khứ, với nếp sống cũ, với Bến Tranh, với mẹ cháu."

Thi có vẻ sốt ruột:

"Cháu nhớ đọc ở đâu đấy rằng con nít sống với tương lai, thanh niên thì hiện tại, già mới sống với quá khứ. Chú đã già đâu!"

"Trật lất. Tùy hoàn cảnh chứ, tùy người chứ. Mà có lẽ đại đa số con người đều giống nhau ở điểm này, là quá khứ bao giờ cũng đẹp, hay ít nhất là đã yên bề đâu vào đấy. Nghĩa là nó đã trở thành một phần của cuộc đời mình, nó như thế đó, thì tại sao mình không gìn giữ nó cho nguyên vẹn. Nhưng hiện tại thì rối rắm lắm. Mình phải như con thú rừng mở rộng tai, mở to mắt nghe ngóng, dòm ngó, đề phòng mọi phía nếu muốn sống sót. Còn tương lai thì chẳng biết đâu mà nói trước được. Tương lai là một chân trời mù. Mù tịt. Là những câu hỏi không có câu trả lời."

"Cháu không hiểu rõ ý của chú. Nhưng hình như chú bi quan."

"Đúng, chú bi quan. Có lúc chán sống, chú cảm thấy rằng đi vào tương lai chẳng khác gì đi vào cõi chết, nếu cái chết là một mặt khác của đời sống như một vài tôn giáo đã quan niệm như thế."

Rồi ông nói lẩm bẩm như nói một mình:

"Vâng, đối với người xa xứ như mình, chỉ có quá khứ là đáng trân trọng hơn cả, nhất là vào thời gian kể từ ngày gặp Thủy. Tại sao những ngày đó, những ngày thơ dại, thơ mộng, êm đềm ấy không chịu kéo dài thêm ra một ngàn năm nữa."

"Chú ơi, chú nói nghe buồn quá. Nhưng nói gì thì nói, mẹ cháu cũng không còn ở trên đời này. Thỉnh thoảng nghĩ đến chuyện cũ, nghĩ đến mẹ cháu, cũng tốt thôi, nhưng chú còn có lắm chuyện khác cần phải để tâm đến. Trước hết chú phải lo cho chú cái đã, rồi lo cho những chuyện xẩy ra hàng ngày, hàng tháng nữa chứ."

"Thế à? Cháu của tôi ăn nói như một người từng trải. Thì chú vẫn sống, nghĩa là vẫn lo toan nhiều chuyện. Có điều là có những thứ không thể lấy gì thay thế được. Ngay cả trước đó, trước khi gặp mẹ cháu, hồi còn bé đi đến những bản Thượng ... nếu có thể đổi một chuyến du lịch Ai Cập thăm Kim Tự Tháp để lấy một chuyến đi hồi nhỏ trên chiếc xe cũ kỷ của cậu, chú đổi ngay."

Cô gái có vẻ nóng nảy:

"Thế thì dễ quá chú ơi. Các bản Thượng vẫn còn đó, Bến Tranh hay quê chú ngoài Trung hay gì gì đó vẫn còn đó, chú tới thăm đi. Hay về ở luôn bên này, cho cháu tới thăm chú. Chuyện quá đơn giản!"

Ông bật cười:

"Thi không muốn hiểu thì chú có nói mãi cũng vô ích. Nhưng dù sao cháu cũng đã gợi lên một ý mới, về ở luôn bên này. Có nhiều điều khó nói kể cả vấn đề công ăn, việc làm. Nhưng quan trọng nhất là ... chú luôn luôn mang trong lòng những cảm nghĩ mà những người thuộc thế hệ cháu có lẽ không để ý tới. Cái ý nghĩ bị xâm lăng, tướt đoạt, sỉ nhục, áp bức. Hơn nữa mình bỏ đi vì chống lại cái chế độ hà khắc, man rợ, u ám, thế mà bây giờ lại ..."

Ông bỗng ngừng nói, chợt nghĩ đến một câu chuyện giữa ông và người tài xế khi ông thăm miền Bắc. Ông bảo nếu được sẽ lên biên giới xem Ải Nam Quan bây giờ đã nằm thụt vào nước Tàu bao xa. Vâng, cái hiểm họa bị Tàu nó thôn tính từng bước đang đè nặng lên tâm trí của mọi người, vậy mà người ta chỉ lo củng cố chế độ, hà hiếp dân nghèo, và làm giàu trên xương máu mọi người. Không chừng lại mất nước! Về? Về để đầu hàng, để toa rập ...

"Ô hay, khi không chú lại thôi nói. Tiếp tục đi chứ!"

"... thế mà ... thế mà bây giờ có một chút tiền trong túi lại quay về khi cái chế độ vẫn ấy vẫn còn tồn tại. Về để tha hồ tung tiền ăn chơi, phè phỡn. Rồi đến một ngày nào đó, sẽ ở lại luôn an hưởng tuổi già. Thật buồn cười. Trong lòng đã mang cái ý nghĩ ấy thì làm sao sống cho thoải mái được. Cháu khác chú. Cháu không mang một ám ảnh nào cả, không bị một hành trang nào đè nặng. Cháu có thể an tâm sống ở nơi này. Chú sẽ giúp cháu một ít vốn. Đó là về mặt vật chất. Còn về phần tình cảm chẳng hạn, ở đây cháu còn có bà dì, còn Bến Tranh, còn quê cha đất tổ. Chứ chú không còn gì cả."

Cô gái vội vàng tiếp lời, và lần này cô nói một hơi không chút vấp váp như thể đó là những gì đã chất chứa trong lòng cô từ lâu, nay mới được dịp cho tuôn ra:

"Bà dì hả? Bà già quá rồi, bà điên rồi, bà lẫn rồi, bà có biết gì đâu. Bà đang nằm chờ chết tại nhà của người giúp việc cũ ở Vàm Láng. Mọi chuyện đều do người đó cáng đáng. Còn Bến Tranh? Chú thích Bến Tranh lắm, cháu biết. Cũng phải thôi, vì hồi đó mẹ cháu với chú thường về đấy thăm, hai người có nhiều kỷ niệm để nhớ. Chứ cháu có còn gì nơi đó mà nhớ mà thương."

"Có lẽ cháu cũng nên về đó thăm một lần. Biết đâu..."

"Có. Cháu có về đó một lần. Lạ hoắc. Tìm không thấy nhà của ông ngoại đâu cả. Sau nghe nói nhà đã bị tịch thu sửa lại làm trụ sở Hợp Tác Xã Nông Nghiệp. Đó là quê ngoại của cháu phải không chú. Còn gì nữa? Còn quê nội hả? Quê cha đất tổ của cháu hả? Chú muốn nói đảo Galang hay một làng đánh cá nào tại Thái Lan với ông bố hung ác, loạn luân. Mà ông nào mới đúng là ông bố? Có lẽ đang còn sống và đang tiếp tục nghề cướp biển? Khi nào cháu trúng số sẽ đi tìm những nơi đó, quê cha đất tổ, để định cư nhé. Ý chú muốn cháu như vậy hả? Trả lời giùm cho cháu đi. Sao chú ngồi im lìm như thế. Trả lời đi!"

Ông vẫn ngồi im. Bỗng cô gái cười ròn, tiếng cười trong trẻo như cô vẫn cười, trong khi đôi "mắt phượng" dài và hơi xếch lại có vẻ u ám không cùng cười theo. Cô gái tiếp lời như đùa, như thật:

"Chú ơi, cháu vừa khám phá được một điều hết sức lạ lùng, hết sức mới mẻ, làm cháu kinh ngạc vô cùng. Và sung sướng vô cùng. Cháu vừa tìm thấy một người thân, người thân độc nhất của cháu trên cõi đời này. Chú biết đó là ai không?"

Ông dè dặt hỏi:

"Thật vậy sao? Ai thế?"

"Hồi nãy cháu đã nói rồi, mà chính cháu cũng tưởng là cháu nói đùa. Bây giờ mới biết là không đùa mà là chuyện thật. Chú muốn biết người đó là ai không?"

"Dĩ nhiên chú muốn biết."

Cô gái lần đầu tiên có vẻ ngại ngùng, cúi mặt nhìn hai bàn tay của mình đang nắm chặt vào nhau, ấp úng nói:

"Cháu nói chú có tin hay không tùy chú. Người đó là chú."

Ông ngạc nhiên, nhìn chăm chăm vào mặt cô gái, lạnh lùng tiếp lời:

"Cháu buồn cười quá!"

Thi, đã lấy lại bình tĩnh, mỉm cười, xua tay, và lại nói một hơi dài:

"Không, không phải vậy đâu. Không có gì đáng để cười cả. Khi cháu nói thật thì chú không chịu tin. Cháu xin nói lại hồi nãy cháu cứ tưởng mình vui miệng nói đùa thôi. Nhưng chú nghĩ lại xem, cháu có còn ai là người thân nữa đâu, ngoài chú ra. Cháu có ý nghĩ rằng mẹ là sợi dây nối kết hai chú cháu mình lại với nhau.

"Chú có nói đến quê hương, tổ quốc? Đối với cháu, quê hương, tổ quốc hình như chả có nghĩa lý gì cả. Đó là một bãi biển quá buồn rầu, quá kinh hãi, quá vắng vẻ vì không còn mẹ ở nơi đó nữa? Hay là một hòn đảo dành cho người vượt biên, nơi mà ai cũng muốn bỏ đi, mong tới một nước nào đó để định cư?

"Đúng vậy, chú ơi, không có quê hương, tổ quốc, cũng không sao. Có con người, có người thân, thì mới có quê hương. Không còn ai, thì quê hương cũng không thể tồn tại, phải không chú?

"Cho nên chú ở đâu, quê hương của cháu ở đó. Chú là quê hương của cháu."

Đang nói hùng hồn, trôi chảy, bỗng Thi nghẹn ngào:

"Chú ơi, hôm nào chú đi cho cháu đi theo với. Nhé, nhé. Chỉ có thế họa may cháu mới có thể bắt đầu làm lại cuộc đời ..."

Ông không ngờ câu chuyện lại xoay chiều qua hướng đó. Cô bé quỷ quái này đang "bày binh, bố trận", hay đó là tiếng nói xuất phát từ đáy lòng, ông bần thần ngẫm nghĩ. Bỗng cô gái vui vẻ trở lại, vội vàng tiếp:

"Ô, chú ơi, không được rồi! Xin chú nghĩ đến mẹ cháu, chú thương cháu, bảo lãnh cho cháu qua bên đó. Thủ tục lôi thôi, rườm rà, kéo dài đến 5, 7 năm là thường. Muốn mau, mình phải làm đám cưới giả. Qua bên đó ở với nhau mấy năm cho đúng luật, bạn cháu gởi thư về nói như thế ... Rồi thôi nhau, nếu chú thấy muốn thôi, chứ cháu ... Nhưng riêng cháu thì cháu chỉ còn một đường độc nhất, suốt đời đi theo chú. Cháu nói thiệt đó chú ơi. Khi không cần phải nói láo thì nói láo làm gì!"

IV

Thế là đã hơn một năm kể từ khi ông trở lại Mỹ sau chuyến đi thăm Việt Nam. Đó là thời gian đầy biến động, và xáo trộn đối với ông. Ông thấy rằng phải suy xét lại nhiều điều mà trước kia ông không để ý hoặc muốn quên đi. Chuyến đi vừa qua quả đã để lại những ấn tượng mạnh.

Tối hôm ấy, rời Thanh Đa, Thi chở ông trên xe Honda hai bánh chạy quanh ngắm Sài Gòn ban đêm, rồi họ đến một khách sạn lớn có nhà hàng ăn uống, nghe nhạc, chuyện trò cho mãi đến khuya.

Ông không đề cập gì đến chuyện cô gái đề nghị làm đám cưới giả để cô có thể đi Mỹ sớm, làm lại cuộc đời. Ông hoài nghi. Ông cho rằng cô gái quỷ quái này không nói thật lòng mình. Thà rằng cô nói thẳng cô thích đi Mỹ như bao nhiêu người khác. Đằng này đám cưới giả, rồi quê hương, tổ quốc, rồi người thân, rồi chú đâu cháu đó.

Thi sau đó cũng không muốn nhắc nhở lại câu chuyện ấy, ông có cảm tưởng như thế. Có thể cô đổi ý rồi chăng?

Cho mãi đến khoảng 2 giờ sáng, ông vẫn làm bộ vui vẻ và chăm chú nghe Thi nói huyên thuyên đủ thứ chuyện. Cuối cùng ông bảo cô hãy lái Honda về nhà một mình cho tiện, ông sẽ đi tắc xi về khách sạn của ông sau. Cô gái nhìn ông không giấu được vẻ sửng sốt. Tại sao vậy? Ông không muốn nghĩ rằng cô ngạc nhiên vì ông không bảo cô cùng ông trở về khách sạn của ông đêm nay.

Ông còn nhớ rõ nét mặt cô gái khi hai người chia tay trước cổng nhà hàng - khách sạn đó. Thi cười không thành tiếng, khác hẳn tiếng cười ròn rã mọi khi, mấy cái răng đều đặn cắn vào môi dưới đến tái nhạt, đôi mắt gần như lạc lõng.

Khi tiếng máy đã nổ, và khi đã ngồi yên trên xe, cô bỗng có vẻ cáu kỉnh, ngực phập phồng, mặt đanh lại. Ông áy náy vội nói:

"Thi có sao không? Lái xe một mình về khuya quá có sao không? Hay là cứ chở chú về nhà cháu, rồi chú thuê xe về khách sạn của chú sau?"

"Khỏi cần!"

"Chạy cẩn thận nghe. Chúc Thi về nhà ngủ ngon! À, lấy nón bảo vệ ra đội cho an toàn."

"Vớ vẩn. Lúc đi có chú ngồi sau nên cháu để nón

ở nhà rồi."

Trước khi phóng xe ra khỏi cổng, cô gái nhìn thẳng vào mặt ông hỏi một cách gắt gỏng:

"Ngày mai chú tới không? Gặp cháu không?"

"Chú tới chứ, chú tới chứ. Bậy quá, lẽ ra chú phải nói cho cháu biết trước điều đó."

"Tới hả? Hay đừng tới nữa! Mấy giờ chú tới để cháu biết mà chờ."

Ông thở dài trả lời:

"Chú sẽ tới sớm trước khi cháu ngủ dậy. Mấy giờ cháu dậy?"

"Chín. Mà cũng tùy. Lúc sớm, lúc muộn."

Ông hỏi gặng thêm:

"Chín giờ hả Thi?"

"Thì cháu đã nói rồi mà."

"Chú tới đúng giờ. Rồi mình kéo nhau đi ăn sáng," ông vội nói thêm.

Chưa nghe hết câu, cô đã phóng xe nhanh không quay đầu lại. Ông đứng yên nhìn theo. Ban đêm khó thấy, chỉ loáng một cái, cô gái đã khuất dạng. Ông đứng đó một hồi lâu cho đến khi không còn nghe tiếng máy xe của Thi trong đêm khuya vắng, không còn nghe gì nữa ngoài tiếng gió thổi nhẹ qua những ngọn cây bên đường. Ông lẩm bẩm, khác hẳn với ban ngày, đêm Sài Gòn mùa hè không oi bức như ở Hà Nội hoặc Huế, trái lại lắng xuống êm ả. Trong khi lòng mình bỗng dưng dấy lên những đợt sóng ngầm âm ỉ.

Một anh phục vụ trong khách sạn đi vội đến hỏi ông cần gọi tắc-xi không, ông gật đầu.

Gần hai tuần lễ ở tại Sài Gòn, ngày nào ông cũng đến gặp Thi. Quả thật nếu không có Thi, ông không biết phải làm gì cho hết ngày giờ. Đi thăm bà con, bạn bè? Không còn một người nào. Soát lại, người thì chết, người thì mất tích, người thì đã đi ra nước ngoài sống tại nhiều nơi trên thế giới. Không lẽ lại bay ra Bắc, bay ra Huế, tìm lại những nơi mình vừa đi qua, dù là đi qua một cách vội vàng. Phải có một thời gian năm bảy tháng chen vào giữa những chuyến đi như thế chứ.

Từ khi gặp Thi, thỉnh thoảng ông cũng có nghĩ đến cô phụ tá quản lý khách sạn, nhưng ông không muốn dính líu dây dưa đến cô ấy nữa. Để kết thúc mối tình vội vàng ấy, lần cuối khi gặp cô tại khách sạn, ông nói dối rằng ông sắp sửa trở lại Mỹ, biếu cô một món quà khá đắt tiền, hứa đại rằng sẽ giữ liên lạc.

Riêng đối với cô bé đường Vạn Hạnh "mướn" người ta đặt cho mình cái tên Vương Lệ Thường, ông quên bẵng. Đúng như lời cô bé nói, các anh toàn là đồ ba xạo, mới gặp ưa hỏi han, săn đón, rồi quên phứt ngon lành!

Mấy tháng sau khi đã về Mỹ, tình cờ ông nhớ ra và muốn gởi cho cô bé đáng thương ấy một số tiền. Khổ nỗi, ông để lạc mất tấm giấy ướt nước mưa cô bé hôm đó hí hoáy biên địa chỉ vào. Ông ân hận vì chuyện ấy và định bụng khi nào trở lại Việt Nam, ông sẽ tìm về đường Vạn Hạnh. Biết đâu sẽ gặp lại cô bé!

Hơn một năm đã trôi qua từ khi ông gặp Thi, đứa con gái của Thủy. Trước kia, suốt hai mươi mấy năm trời, trừ mấy tháng đầu tiên bỡ ngỡ, ông đã sống như một cái máy: học hành, làm việc, du lịch. Ông cố quên mọi chuyện cũ, ông cố kiếm nhiều tiền. Ở Mỹ kiếm tiền dễ quá miễn là mình chịu khó làm lụng và biết cách tiêu pha, để dành.

Những người đồng sở và cùng chức vụ như ông, nhất là người da trắng có vẻ như không bao giờ có dư tiền. Họ hoang phí? Họ kiếm ra đồng nào xài béng hết đồng ấy? Họ chưa trải qua những khổ nạn nên chưa biết lo xa?

Ông không muốn có một kết luận dễ dàng như thế vì quả thật ông không biết rõ nếp sống của họ. Thỉnh thoảng ông tham dự tiệc tùng, lễ lạc với họ, thậm chí có những cuối tuần ông đi câu cá, đi *hiking* suốt ngày với Mike, người bạn đồng nghiệp vui tính, hoặc đạp xe đạp đua với nhóm *The Dylan Bros.* dọc theo bờ sông Santa Ana cạn queo. Ở gần nguồn hay mãi đến gần cửa biển mới có nước. Hoặc cùng với Bob, người láng giềng, từ chập tối cho đến khuya bên nhau trong một quán rượu, TV đặt khắp nơi trình diễn nhiều chương trình khác nhau, ngồi trên ghế cao trước quầy rượu uống hết ly này đến ly khác, xem các trận đấu thể thao, hay xem các phim *action*, hay chẳng xem gì cả, chỉ ngồi yên nghe những thực khách thảo luận sôi nổi về những chuyện vớ vẩn như sở thích về màu sắc của của một nữ tài tử xi nê vừa được đề cử giải diễn viên phụ của giải "Quả Cầu Vàng", câu tuyên bố vô duyên của một siêu sao bóng rổ liên quan đến tương lai nền giáo dục thiếu nhi Hoa Kỳ, hoặc những vấn đề thời sự trọng đại, nóng bỏng về chính trị, kinh tế, và nhất là chuyện tranh cử tổng thống.

Nhưng đó chỉ là những biểu hiện hời hợt bên ngoài trong một quán rượu. Trong một xã hội Mỹ rất đa dạng, chắc chắn còn nhiều sinh hoạt khác mà ông chưa có khả năng, chưa có cơ hội bén mảng đến.

Ngoài ra, họ có quan niệm riêng về đời sống mà ông chưa thấu hiểu hết; họ có những thói quen riêng, sở thích riêng, mà ông chưa thể san sẻ một cách trọn vẹn.

Dù đã có quốc tịch Mỹ từ lâu, dù đã là công dân Mỹ, ông biết rằng ông vẫn là người đứng bên rìa, sống ở ngoại ô của các sinh hoạt dòng chính, sống ở váy ngoài, chưa chui được vào bên trong, *live on the outskirts*. Có một lần phấn vô hình ông không thể và không muốn bước qua, nhưng ông không lấy thế làm phiền lòng. Như một người lưu vong, ông vui vẻ chấp nhận một số thua thiệt tất nhiên phải có.

Ông thích du lịch. Ông có một nhóm bạn du lịch. Vì ông thích ngắm cảnh mới, thích quan sát và thưởng thức những nếp sinh hoạt lạ chăng? Có lẽ một phần là thế nhưng phần khác là khi đi du lịch người nào cũng giống như người nào. Mọi sắc dân, mọi màu da, mọi nguồn gốc đều có thể hòa nhập vào với nhau nếu cần, hoặc tách rời nhau nếu muốn, một cách thoải mái và tự nhiên. Tự do và bình đẳng. Không cần biết quá khứ của nhau. Nhưng nếu thích, tha hồ tâm sự với nhau, kể cho nhau nghe những chuyện riêng tư nhất, không cần giữ kẽ giữ ý, không cần làm dáng, không cần đề phòng. Rồi ai đi đường nấy, quên hết, không chút bận tâm. Như bèo giạt mây trôi.

Sau chuyến về thăm quê hương, cuộc đời của ông không còn êm trôi như trước nữa. Ông nhìn lại cuộc sống, nhìn lại bản thân, cảm thấy cô đơn hơn và buồn hơn. Ông dần dần xao lãng những buổi họp mặt uống cà phê và tán gẫu với mấy người bạn vào sáng chủ nhật. Thảng hoặc, một chút hy vọng lóe lên, hy vọng về điều gì ông chưa rõ, nhưng thường thì ông cảm thấy bất an, hoặc trống rỗng, hoặc lo âu, hoặc phiền muộn.

Không phải chỉ vì câu chuyện của Thi mà thôi. Thật ra những gì liên quan đến cô bé ấy cho đến giờ phút này mang đến cho ông một thứ tình cảm nhẹ nhàng, êm đềm hơn là nặng nề, bực bội. Nhưng còn có những vấn đề khác nữa. Những người ông tình cờ gặp trên đường phố, những lần viếng thăm miền Bắc, quê cũ miền Trung, vùng mộ, rồi miền Nam, rồi Bến Tranh, và tiếng còi tàu, và chiếc cầu sắt bắc qua con sông nhỏ, thậm chí cơn mưa rào bay trên Sài Gòn và những ngoại ô -- những thứ đó thường luẩn quẩn trong tâm trí ông. Và ông khám phá ra rằng ông có thói quen mới.

Trước kia đi đâu, ông cố đi nhanh cho đến nơi càng sớm càng tốt. Nay ông thỉnh thoảng dừng lại lâu trên những chặng đường. Khi thì đậu xe bên đường ngồi hàng giờ nhìn sườn núi đổi màu như thay áo, rực rỡ, rồi ảm đạm dần, rồi tối đen cùng với mặt trời lặn. Khi thì đứng trên đồi cao nhìn những phố xa, phố lạ dưới kia cùng với nhà cửa chen chúc, người người lố nhố li ti như những đàn sâu, đàn kiến mà một ngày nào đó có thể có Thi đi lẫn trong đó. Nó sẽ hòa đồng với cuộc sống mới, hay cũng lạc lõng như mình? Nó khác mình. Với cái tính khí ấy, có thể nó hội nhập dễ dàng chăng.

Hoặc đứng trước biển vắng nhìn xa tận nơi mặt nước và chân trời gặp nhau, rồi theo dõi những đợt sóng ở ngoài khơi trôi vào, cao dần, rồi dàn thành hàng dài như biển người rầm rộ kéo nhau vào bờ ồ ạt tấn công, hãm thành, đâm chém, vâng, sóng tràn vào bờ có khác gì đoàn quân nhô lên hụp xuống quyết chiếm cho được mục tiêu, và càng gần đến mục tiêu càng gục ngã, càng chìm xuống, càng xẹp xuống, rồi mất hẳn, không còn để lại gì trên bãi cát phẳng. Họa chăng còn lại lớp bọt nước chỉ tồn tại trong một thời gian ngắn dưới ánh mặt trời.

Và ông thảng thốt tự hỏi tại sao một quang cảnh thường thấy như thế, sóng biển nào mà không vỗ vào bờ, lại hiển hiện lên thành cảnh chiến trường. Sự vật và sự việc xuyên qua cái lăng kính méo mó, xám xịt, rối loạn của mình có lẽ đều đã thay hình đổi dạng?

Hồi còn trẻ, cũng có khi thảng thốt trước cái đổi thay của tâm hồn, nhưng nó giúp ông mở mắt ra bắt gặp những khía cạnh khác của cuộc sống, khoáng đãng hơn, tươi mát hơn, mới mẻ hơn. Một lần, nằm lười nhiều ngày vì cơn cảm cúm kéo dài, một buổi sáng thức dậy nhìn lên qua khung cửa giật mình thấy một cánh chim đang bay trên bầu trời xanh, xa dần, khuất dần, như là lần đầu tiên trong đời ông được thấy. Lòng bồn chồn, rạo rực, bay theo cánh chim. Từ đó mới nhận thức được rằng ngoài kia, ngoài xa, bên ngoài những ngôi nhà chật hẹp, những láng giềng tù hãm, những phố phường quen thuộc, còn có những tiếng gọi phương xa, những thúc giục lên đường.

Một buổi chiều cuối năm về Bến Tranh ăn Tết với gia đình Thủy. Từ xa đã thấy ngôi nhà ấy với mái ngói đỏ, với tường vôi trắng ẩn hiện sau những chòm cây xanh. Khung cảnh ấy hẳn ông đã nhìn nhiều lần mà chưa thực sự thấy, nhưng hôm đó ông thảng thốt nhìn kỹ, và thấy, và cái mái ngói đỏ ấy, và khung tường vôi trắng ấy bỗng dưng hiện lên rực rỡ choán ngập cả tim ông, hồn ông. Rồi ông cảm nhận ra ngay một mối tình bất diệt không những đối với Thủy mà thôi, mà còn đối với cả gia đình Thủy, đối với bầu trời, mảnh đất, xóm làng, và con người nơi chốn ấy.

Nhưng con sông thì khác. Con sông và ông thân thiết với nhau từ thuở xa xưa. Ông không bao giờ cảm thấy ngỡ ngàng hoặc lạnh nhạt khi đứng trước một dòng sông. Nó luôn luôn mang lại những liên tưởng, những nối kết với cuộc đời trôi nổi của ông, hoặc vui, hoặc buồn, hoặc sum họp, hoặc chia ly. Con sông là dòng máu chảy, là cảm xúc, là ý tưởng, là sức mạnh. Những con sông có bờ, có bến, có bãi, có bên lỡ bên bồi, có lau lách, có cù lao, có cồn cát, có bèo giạt, có thuyền trôi, có cá vẫy, có đời sống bừng bừng miên man bất tận. Và mặt nước của nó là tấm gương soi thì đổi màu từng ngày, từng giờ cùng với những đám mây lơ lửng trên trời cao, và đuổi theo những cánh chim bay lang thang. Lại có khi dịu dàng lặng lẽ mơ màng trôi, có khi giận hờn trách móc, hay nổi sóng cồn cào. Cũng có khi, từ đáy sâu, dòng sông thì thầm chuyện trò với muôn loài, với riêng ông, rồi ca hát vang lừng với núi non, với bình nguyên, với đồng ruộng, trước khi trôi về biển cả.

Những con sông như thế mất dần. Còn lại là nhiều con sông mà hai bờ được đúc xi măng, hoặc được xây bằng đá tảng cứng trơ. Hoặc tệ hơn nữa, lòng sông, đáy sông cũng bị bàn tay người chiếm đoạt, vào mùa nước cạn, phơi bày lớp bê tông dày đặc, kiên cố.

Cũng còn chút may mắn, trong mấy mươi năm sống trên đất Mỹ, lái xe trên những con đường dài thỉnh thoảng ông gặp dòng sông còn nguyên nét hoang sơ, chẳng hạn như mấy khúc sông chạy song song với xa lộ 70 từ biên giới Utah và Colorado đến Denver. Ông hết sức vui mừng như gặp người quen thân cũ. Ông bớt ga, đổi qua lối dành cho xe chạy chậm, chạy từ từ ngoảnh xem dòng nước chảy cho đến khi con đường bỏ con sông tách đi lối khác. Nếu không có việc gì gấp rút cần phải làm cho kịp thời hạn, ông thường dừng xe lại tìm chỗ đậu ngồi nhìn sông trôi.

Ông thường bị mất ngủ. Trước kia, khi nào không ngủ được, ông mở nhạc nhẹ nghe, hoặc lấy sách ra đọc, thường là truyện phiêu lưu, án mạng, trinh thám, gián điệp của Anh, Mỹ. Vẫn ngủ không được, đọc những thông báo về bảo hiểm, y tế, tài chánh, đọc những quảng cáo, quảng cáo thì thôi khỏi nói, được gởi về chiếm hết gần trọn mớ thư từ mỗi ngày, đọc mà không cần nhớ những dữ kiện, những con số, những thống kê. Đó là những thứ ông thường vứt vào một thùng giấy lộn.

Rất hiếm khi ông đọc sách có những đề tài động não, "nặng ký", hoặc của những tác giả thời danh. Ông không có thói quen ngồi hàng mấy tiếng đồng hồ trước máy truyền hình xem những loại phim dài dòng nhiều tập, và ông không nghĩ rằng truyền hình có thể thay thế được thú đọc sách. Đọc sách một mình, tha hồ thả hồn trên từng trang giấy, hòa mình với những nhân vật ly kỳ quái đản, với những tình tiết éo le, gay cấn. Gặp chỗ rắc rối, phức tạp thì gấp sách lại ngẫm nghĩ, thời gian và không gian trong truyện sẽ kiên nhẫn chờ đợi. Những phương tiện giải trí khác đâu có cho phép người thưởng thức cái tự do đó.

Nhưng ông không đọc sách tiếng Việt. Có lẽ hồi bé còn cắp sách đến trường, một mặt ông kém môn Việt văn, mặt khác ông cảm thấy những giờ Việt văn vừa khô khan, vừa vô bổ, vừa khó khăn. Đa số bạn học cùng lớp cũng có ý nghĩ như thế, kể cả những bạn có khiếu văn chương. Tại sao? Ông cho rằng tại vì những người phụ trách soạn chương trình, tài liệu, không nắm được trình độ, nhu cầu, khát vọng của học sinh, không nghiên cứu kỹ giáo trình. Mới 11 tuổi vào năm cuối bậc tiểu học, học trò đã phải làm những bài "nghị luận luân lý". Chẳng hạn trò hãy giải thích và bình luận câu cách ngôn: "Ở bầu thì tròn, ở ống thì dài." Khó quá, đành nộp bài như thế này: "Câu cách ngôn đó rất đúng. Bầu thì tròn, ống thì dài." Để bị ăn "trứng vịt" và bị thầy bắt quỳ trước bảng đen với lý do nghịch ngợm, phá phách, cứng đầu, hỗn láo.

Lên trung học, vẫn không khá về môn Việt văn. Học "giảng văn" thì chỉ đoạn văn nào, đoạn thơ nào được thầy giảng giải ông mới có thể hiểu lõm bõm. Và chỉ được nghe một chiều, thiếu hẳn phần gợi ý, thảo luận, thuyết trình, phản biện. Gặp một đoạn nào từ một tác phẩm dài chưa được trích ra làm bài học giảng văn, ông cũng như hầu hết bạn cùng lớp xin "chào thua" ngay.

Ông còn nhớ lần vào vấn đáp môn Việt Văn thi tú tài bán phần, giáo sư hỏi vấn đáp bảo giải thích câu, "Lạ gì bỉ sắc tư phong", ông "bí" ngay, xin được hỏi câu khác, tất nhiên bị trừ điểm. Đó chỉ mới là câu thứ 5 trong số hơn 3000 câu trong cuốn *Truyện Kiều.* Từ đó ông sợ Nguyễn Du.

Về môn Hán Văn, được đánh giá có mục đích bồi bổ cho môn Việt văn, ông lại còn tệ hơn nữa. Những bài thơ chữ Hán bốn câu bảy chữ, hoặc tám câu bảy chữ, ông học thuộc lòng dễ dàng từ cách viết đến ý nghĩa. Thầy gọi lên bảng viết lại bài thơ, không sai nét nào, được điểm cao, dù không biết phải viết nét nào trước, nét nào sau. Nhưng ngay sau khi trả bài xong, cách viết, nét chữ cũng giã từ ông luôn. Một năm học được mươi bài thơ Đường, học xong quên chữ, chỉ nhớ lõm bõm ý nghĩa. Cho nên khi tình cờ gặp lại những bài thơ chữ Hán đã học vẫn thấy lạ hơn quen, đọc không ra, nói gì đến những bài thơ mới. Mỗi tuần một giờ chữ Hán vì thế biến thành giờ đùa nghịch, giải trí.

Sau này ra đời, gặp lúc loạn ly, ông càng không quan tâm đến các loại văn thơ, tiểu thuyết. *"Sách vở ích gì cho buổi ấy*", ông tâm đắc câu thơ ấy của một nhà thơ xưa cũng sống vào thời tao loạn. Rồi xa quê hương, càng không có cơ hội làm quen với sách tiếng Việt.

Nhưng thỉnh thoảng, thường là do tình cờ, ông nghe tiếng tăm lớn của cuốn *Truyện Kiều* trên đài phát thanh hay trên báo chí tiếng Việt. Vì thế ông tìm mua một cuốn Thơ đó, chịu khó đọc lại, đọc vội cho biết cốt truyện ra sao, hiểu rất lơ mơ, và kết luận rằng *Truyện Kiều* cũng xoàng xoàng thế thôi, không hiểu tại sao người ta ưa ca tụng, thổi phồng. Tuy thế, ông không nỡ vứt bỏ cuốn thơ "quốc hồn quốc túy" đó vào sọt rác. Trên mấy kệ sách khá hỗn tạp và bừa bãi của ông, cuốn *Truyện Kiều* mỏng mảnh đứng lạc lõng giữa những cuốn sách dày cộm như *Apocalypse Watch* của Robert Ludlum, *If Tomorrow Comes* của Sidney Sheldon, *24 Hours* của Greg Iles, v.v...

Gần đây, sau chuyến về Việt Nam, ông mang cái mặc cảm yếu kém về những gì liên quan đến quá khứ, đến phong tục tập quán, đến văn hoá Việt Nam nói chung. Muốn xóa bỏ cái mặc cảm ấy, muốn tìm thấy một phần nào gốc gác chính của mình, ông nghĩ một cách đơn giản rằng trước hết mình phải chịu khó tìm đọc sách báo tiếng Việt, nhất là những sách về lịch sử, địa lý. Rồi đọc qua lan man vài tác phẩm văn học, vài áng thơ cổ điển, và một ít thơ dịch từ thơ Đường. Cũng nên đọc lại ca dao.

Những sách cổ văn, tân văn cơ bản mà ông từng

làm quen tại nhà trường thời trung học qua những trích đoạn ngắn ngủi, ông cũng tìm đọc lại. Dần dần ông thấy thích mấy bài thơ nôm của *Nguyễn Khuyến,* của *Hồ xuân Hương*, mấy đoạn trong *Chinh Phụ Ngâm*, dăm ba tác giả *Thơ Mới*. Về văn xuôi, ông không thích bằng. Rồi ông lân la trở lại với *Truyện Kiều.*

Trở lại với *Nguyễn Du*, ông không đọc vội nữa. Ông nghiền ngẫm, đọc kỹ, và đọc tất cả các chú thích để có thể hiểu hơn về tác phẩm lớn đó. Ông gặp nhiều điều mà trước kia ông không để ý đến, hoặc hiểu lầm, hiểu sai.

Cuốn sách mỏng mảnh như thế mà cũng đã trình bày được sự đa dạng và phức tạp của cuộc sống đấy chứ, ông thầm bảo. Số phận của con người cũng có khi vô cùng bi đát. Những cái phi lý, mâu thuẫn, xung đột cũng khá dữ dội. Tuy thế, *cõi người ta* trong *Truyện Kiều,* theo ông, vẫn không thể so sánh với những gì đã xẩy ra trong vòng mấy mươi năm nay trên đất nước Việt Nam đầy tai ương này.

Ông cũng nhận ra rằng ngôn ngữ Nguyễn Du tài hoa, tinh anh, bí nhiệm hơn những gì ông tưởng trước kia. Có nhiều câu, nhiều chữ ý nghĩa mông lung, chứa đựng nhiều thách thức. Những dư âm, dư ảnh, dư vang trong tập thơ đó ông không tài nào hiểu thấu dù ông cảm thấy hay quá. Từ đó càng ngày ông càng chú tâm đọc *Truyện Kiều.*

Thi gởi thư cho ông. Rất nhiều. Những phong thư đến như những cánh bướm thúc giục ông làm nhanh các thủ tục bảo lãnh để cô có thể đi Mỹ càng sớm càng tốt. Và làm đám cưới giả thì việc bảo lãnh càng nhanh chóng hơn nữa.

Ô, cô bé này lại sốt ruột rồi, giục giã làm đám cưới, ông cười thầm. Ông bỗng nghĩ đến một câu thơ trong *Truyện Kiều,* lúc nàng Kiều lên đường về nhà chồng: *"Tinh kỳ giục giã đã mong độ về". Tinh kỳ giục giã* nghĩa là gì nhỉ? Rồi ông liên tưởng đến mấy câu thơ dịch từ bài *Trường Hận Ca* của Bạch Cư Dị, trong đó cũng có hai chữ *tinh kỳ*:

Gió thổi tơi bời cát bụi bay
Đường lên Kiếm Các lượn theo mây
Nga Mi núi vắng người qua đó
Tinh kỳ nhạt thếch mặt trời phai

Hai chữ *"tinh kỳ"* trong *tinh kỳ giục giã*, và *tinh kỳ nhạt thếch* hẳn có cùng một nghĩa là *lá cờ* chăng? Nếu thế, đám cưới đưa nàng Kiều về nhà chồng là Mã Giám Sinh dù sao cũng long trọng, có cả cờ xí rước theo rợp đường. Nhưng đoàn quân đưa Đường Minh Hoàng và Dương Quý Phi đi lánh nạn vào đất Thục trong thơ Bạch Cư Dị thì buồn quá, ông ngẫm nghĩ. Sau khi thua trận, đổ lỗi vì người đẹp quốc sắc Dương Quý Phi đã gây bao sóng gió can qua khiến nhà vua phải lìa kinh khuyết, cho nên quan quân ép buộc nàng phải tự ải trước vó câu cho hả giận, cho thoả mãn thú tính.

Dương Quý Phi về trời, đoàn quân tiếp tục đi. *Đánh người chưa được, mặt đỏ như vang. Đánh được rồi, mặt vàng như nghệ.* Ủ rũ lê bước trên những con đường sạn đạo núi đèo hiểm trời. Tinh kỳ, cờ quạt, nhạt nhòa dưới ánh mặt trời.

Còn Thi? Sẽ được cưới xin đưa rước long trọng nhé: *Tinh kỳ giục giã đã mong độ về.*

Từ khi ông dọn về vùng có nhiều người Việt Nam cư trú này, thật ra do công việc đòi hỏi chứ không phải do chính ông chọn lựa, ông có thêm vài suy nghĩ. Vùng này có nhiều sắc dân thiểu số trong đó cộng đồng Việt Nam đã có những đóng góp đáng kể. Căn cước của người mình dần dần được xác định. Nhìn những bản hiệu viết bằng tiếng Việt Nam tràn ngập phố phường, thấy những bà già đội nón lá bước lên xe buýt, những ông già ngồi đánh cờ tướng bên vỉa hè, ngắm những cô gái mặc áo dài vào dịp lễ lạc, nghe tiếng Việt trên đài phát thanh, trên đường phố, ăn những món ăn quê hương, đôi lúc ông có cảm tưởng rằng ông đang sống tại quê nhà trong một thành phố quen thuộc nào đó. Dù đấy chỉ là những cảm tưởng loáng thoáng, mơ hồ.

Vốn mệt mỏi và chán nản trước thời cuộc, nhất là mang tâm trạng nghi ngờ mọi thứ, ông không quan tâm đến những hoạt động liên quan đến chính trị của đất nước đã mở rộng vòng tay đón người tỵ nạn, trong đó có cộng đồng Việt Nam. Ông chọn thái độ co cụm và ích kỷ -- chờ xem. Mình còn phải lo việc riêng của mình, trước mắt là phải gấp rút lo liệu cho đứa con của Thủy được qua đây nhanh chóng.

Trước kia, ông định bụng trích ra một số tiền kha khá gởi về cho Thi. Nhưng nghĩ lại, ông nhận thấy dù Thi có tiền trong tay, cuộc sống của nó cũng không thay đổi được bao nhiêu. Còn nhỏ tuổi, sống một mình không bà con quen biết, lặn lội trong một xã hội xô bồ, lừa đảo, không có ngày mai, liệu Thi có thể nào làm lại cuộc đời. Liệu nó có biết sử dụng một cách đúng đắn một số tiền lớn trong tay?

Nhưng sử dụng như thế nào thì gọi là đúng đắn? Xài dần dần, đừng hoang phí? Cũng có ngày hết. Cho vay ăn lãi? Dễ bị quỵt. Bỏ tiền vào quỹ tiết kiệm trong ngân hàng để lấy lời? Ngân hàng không đáng tin cậy, lại nữa, đồng tiền mau mất giá. Mua vàng tích trữ chờ thời cơ? Biết chờ đến bao giờ thời cơ mới đến? Hay đầu tư? Nó biết gì mà đầu tư. Mà làm sao đầu tư trong một đất nước không có một hệ thống pháp luật độc lập để có thể đảm bảo quyền lợi của mỗi công dân. Hay dùng số tiền như món hồi môn mong nó kiếm được một tấm chồng đàng hoàng có thể trông cậy suốt đời? Tấm chồng đàng hoàng do ai giới thiệu cho, kiếm ở đâu ra, không khéo "tiền mất tật mang". Ông không thấy giải pháp nào tốt đẹp cả.

Rốt cục ông thừa nhận rằng ý kiến của cô bé "trong lúc bốc đồng" thế mà thích đáng hơn cả. Làm lễ cưới giả để nó có thể đi Mỹ sớm, rồi mọi chuyện khác sẽ tính sau.

Nghĩ như thế, ông bèn viết thư cho Thi biết ông sẽ làm theo lời đề nghị của Thi. Nhưng ông vẫn lo lắng không biết phản ứng của cô này sẽ như thế nào. Có thể trong lúc bồng bột nó buột miệng nói ra thế thôi, nào chú là người thân độc nhất còn lại, nào chú ở đâu, cháu ở đó. Rồi mình vội vàng vồ lấy những câu nói bốc đồng đó. Không khéo bẽ mặt.

Thi còn trẻ quá, đẹp quá, lại là con gái của Thủy. Có cái gì lấn cấn trong quyết định của mình hay không, ông băn khoăn.

Sau đó không lâu, ông nhận được phúc đáp của Thi, những lá thư giục giã, dồn dập, hết cái này đến cái khác, mỗi tuần. Đọc những lá thư ấy ông nghe như có những chuỗi cười trong veo của cô bé ngân vang như không bao giờ dứt.

"Chú nghĩ gì mà thừ người ra như thế?"

Ông hơi giật mình quay lại nhìn Thi. Cô gái có lẽ đã đứng đó quan sát ông từ bao giờ, nhìn lại ông, nở một nụ cười lặng lẽ. Thỉnh thoảng cô cười lặng lẽ, một nét mới nơi cô gái lạ lùng này. Thông thường thì Thi vẫn cười ròn rã từng chuỗi dài như xưa. Những nét mới khác nơi cô cứ theo thời gian xuất hiện dần. Như đoá hoa hàm tiếu từ từ nở trong nắng xuân, kín đáo khoe từng cánh đẹp đẽ, ngập ngừng, lạ lùng.

"Chú nghĩ gì mà thừ người ra như thế ?" Thi lặp lại câu hỏi, đầu hơi nghiêng qua bên vai để cho mái tóc dài rủ xuống một phần ngực. Cái nhìn của ông vô tình đậu lên trên đó trong một khoảnh khắc rất ngắn trước khi ông vội đưa mắt nhìn ra cửa sổ và trả lời:

"Chú đang nghĩ đến mấy câu thơ trong cuốn Truyện Kiều."

"Ô, chú của cháu thi sĩ quá!"

"Chú mà thi sĩ cái gì! Chẳng qua là chú nhớ đến những lá thư của Thi mấy tháng trước bay về như những cánh bươm bướm. Dồn dập, giục giã. Thi biết không, cuộc sống lâu nay đang yên ổn của chú bỗng nhiên bị khuấy động lên như, như ..."

"Như nước vỡ bờ."

"Đúng vậy."

"Nghĩa là bây giờ chú đang trách cháu?"

"Không, thế là Thi không hiểu gì hết. Phải nói ngược lại mới đúng."

Cô gái cười tươi như hoa:

"Thiệt vậy sao! Cháu sung sướng quá. Nhưng, còn điều này nữa, chú có nói chú đang nghĩ đến những câu thơ trong chuyện gì gì đó. Như thế nghĩa là làm sao?"

"À, *tinh kỳ giục giã* ..."

"Là cái gì?"

"Là những lá thư Thi gởi đó mà. Nó có khác gì

những lá cờ ra trận thúc quân, hay những lá cờ theo đoàn người giục giã đưa Thi về với chú."

Về sau ông mới biết ông đã hiểu sai hai chữ "tinh kỳ". "Tinh kỳ" trong câu thơ ấy của *Truyện Kiều* hoàn toàn khác "tinh kỳ" trong *Trường Hận Ca* của Bạch Cư Dị. Và ông tự nhủ mình phải hết sức thận trọng khi đọc lại *Truyện Kiều*.

Cô gái vừa tắm xong, tóc xõa ướt lấm tấm hai bờ vai áo, những chấm ướt làm lộ rõ màu da trắng hồng trông giống màu cánh hoa sen vừa hé nụ.

"Thi không dùng máy sấy tóc?"

"Không. Cái thú của cháu là sau khi tắm xong, nếu không phải đi đâu gấp, cứ để cho tóc khô dần. Có chút nắng và gió ngoài vườn càng tốt. Có lẽ nhờ vậy mà tóc của cháu ... chú coi này."

Nói xong Thi vân vê những sợi tóc dài mượt mà và nhỏ như sợi tơ.

"Chú nghĩ rằng tóc cháu nhuộm hơi vàng rồi. Để cho nó nâu đen và hoe lên một chút có lẽ đẹp hơn. Không khéo với mái tóc vàng như thế cháu biến thành cô gái Mỹ trắng mất."

Thi nheo mắt, cười thật duyên, rồi lẩm nhẩm hát:

"Mùa thu nơi đâu
Người em mắt nâu
Tóc vàng sợi nhỏ
Nhớ em chín đỏ trái sầu ...

Ông khẽ hỏi:

"Nhạc ai thế?"

"Nhạc Phạm Duy."

"Và lời?"

"Có lẽ Phạm Duy phổ nhạc cho một bài thơ nào đó mà cháu không nhớ tên tác giả."

Thi cũng nói rất khẽ như chỉ để cho một mình cô nghe:

"Nhưng mà chú ơi, còn lâu. Con gái Việt Nam khác Mỹ nhiều lắm, chứ đâu phải vì mái tóc đen mà thôi. Còn cái mặt này, còn con mắt này, còn thân hình này. A, độ này cháu có gầy đi đấy, xuống được bốn *pounds*. Nhưng dù sao, dù sao ... dù sao nhé, cháu cũng cám ơn chú đã nghĩ đến tóc của cháu."

Ông nhớ có một lần ông nói với cô bé rằng người ta thường dùng chữ dù sao một cách bừa bãi khiến cho ý nghĩa của nó bị lệch lạc. Bây giờ Thi lại cố nhấn mạnh hai tiếng đó. Cô bé này không vô tâm chút nào cả.

Chỉ sau hơn sáu tháng làm xong các thủ tục giấy tờ, ông đã trở về Việt Nam để đem Thi qua đây theo diện vợ chồng đoàn tụ. Hiện Thi đang sống chung với ông trong một ngôi nhà xinh xắn.

Nhà ông nằm trong một thị trấn khá yên tĩnh, không xa trung tâm cộng đồng Việt Nam ở Nam Cali là bao nhiêu. Đó là một ngôi nhà hai tầng, hai phòng ngủ, một phòng chứa dụng cụ, một cái *den*, phòng khách khá rộng, phòng ăn và nhà bếp khang trang, nhà xe có thể chứa hai chiếc xe du lịch mà vẫn còn nhiều chỗ dùng để kê mấy cái kệ lớn và cao đến trần nhà.

Sau lưng nhà là một khoảnh vườn nhỏ trồng nhiều loại hoa, nhiều nhất là hoa hồng. Có cả mươi thứ cây ăn trái như lê, táo tây, táo tàu, hồng giòn, hồng mềm, chanh vỏ mỏng, cam, mãn cầu, đặc biệt là một cây ổi cao chưa tới đầu người mà nặng trĩu những quả và quả, phải có cây chống để cành khỏi gãy. Và một cây bưởi khá to mỗi năm hai ba mùa nở hoa trắng tinh khiết thơm lừng. Cứ đến mùa hoa bưởi nở, mùi thơm lan ra xa, những người láng giềng đến chỉ trỏ, trầm trồ. Ông đang cố gầy một cây khế chua.

Ông nhớ hồi bé, khu vườn của bố mẹ có nhiều loại cây ăn trái, nhưng đặc biệt là mấy cây khế chua trổ những chùm hoa tím rất nhỏ, rất đẹp chen trong những ngọn lá xanh cũng nho nhỏ, thon thon, và tỏa ra mùi thơm thoang thoảng, mơ hồ như có như không. Rồi khế chín, những trái khế vàng mọng nước treo lủng lẳng trong cành lá xanh um trông như những chiếc lồng đèn tí hon, thì chim keo, chim két cánh xanh lục như màu cánh chim bói cá, mỏ quặp như mỏ chim ưng, không biết từ đâu bay về thật nhiều. Chúng nó thích mổ trái khế ra lấy hột ra ăn.

Ông dành cho Thi một phòng. Từ phòng khách

lên thang lầu rồi đi thẳng sẽ đến phòng chứa đầy sách vở, các dụng cụ thể thao và các đồ lặt vặt khác, rồi đến một cái *den* kín đáo, ấm cúng mà ông thỉnh thoảng đến ngồi đọc sách hay chơi bài với bạn bè. Rẽ qua trái là đến phòng cô gái, rẽ qua phải là phòng của ông, hai phòng đối diện nhau qua lối đi.

Phòng của cô gái trước kia là phòng của ông, cái phòng khoáng đãng, tiện nghi nhất. Từ cửa sổ nhìn xuống là mảnh vườn nhỏ, nhìn xa sẽ thấy vùng *Irvine* mênh mông. Nơi này là những khu kỹ nghệ lớn lao, ống khói nhà máy dàn thành những hàng dài, nơi kia là những vườn cam, vườn dâu tây, vườn táo trông mát mắt, nơi nọ là những ngọn đồi thấp cây lá xanh tươi và đồng bằng đang khai phá ...

Cái phòng mà hiện giờ ông ở, trước kia để trống, bạn bè đến chơi ở lại tại đó.

Nhận phòng xong, khi ông trao chìa khóa, Thi nói ngay:

"Cháu không cần chìa khoá đâu."

"Sao vậy?"

"Thì cháu giữ chìa khóa làm gì? Trong nhà chỉ có chú và cháu thôi, đâu sợ ăn trộm! Mà cũng vì như thế này nữa, cháu hay quên lắm. Hồi còn ở Việt Nam nơi cái chòi bé tí tại quận ba Sài Gòn nơi chú nhiều lần tới chơi đó mà, nhiều hôm cháu để quên chìa khóa bên trong lại bấm khóa bên ngoài. Mà vì ghét cái bản mặt mụ chủ nhà, tối về cháu không thèm mượn chìa khoá để mở cửa."

"Thì làm sao vào nhà?"

"Cần gì vào nhà. Cháu tới nhà con bạn ngủ qua đêm."

"Rồi ngày hôm sau thì sao? Đằng nào Thi cũng phải về nhà chứ."

Cô gái hơi chau mày, đáp:

"Thì qua mượn chìa khóa nơi bà chủ nhà. Mượn vào buổi sáng, buổi trưa thì không sao. Buổi tối đi về trễ đập cửa nhà bà ngại lắm. Ô nhưng nhắc làm gì cái chuyện cũ lôi thôi đó hả chú. Cho nên bây giờ cháu không cần chìa khóa, lỡ bỏ quên, lỡ làm mất. Chú cứ giữ giùm cho cháu đi."

Ông suy nghĩ Thi nó đã không khóa phòng của nó lại, mà mình đi đâu cũng khóa cửa cẩn thận, như thế coi cũng chướng, cho nên ông để cửa khép hờ ngày cũng như đêm. Tuy nhiên, ông giữ ý không bao giờ bước qua phòng của Thi.

Cô bé Thi, trái lại, rất hồn nhiên và vô tư, chạy qua phòng ông bất cứ lúc nào cô thích.

Ông ngẫm nghĩ. Mới hơn sáu tháng mà Thi đã đổi khác một cách lạ lùng. Từ một cô gái chán chường, hằn học, lừa lọc, láu cá, nay đã trở thành một thiếu nữ tươi tắn, đài các, cao sang, và yêu đời. Lời ăn tiếng nói cũng bớt đi phần nào tính cách thô lỗ, tục tằn.

Tuy nhiên ông vẫn chưa yên tâm, vẫn sợ rằng mình sẽ thất vọng, vẫn sợ rằng những thay đổi nơi Thi chỉ là bề ngoài và nhất thời. Rồi đâu lại vào đấy, ngựa sẽ quen đường cũ, Thi sẽ lại là một Thi dạn dày, quỷ quyệt.

Nhưng trong cuộc sống hàng ngày, tiếp xúc nhau thường xuyên, người ta không thể đóng kịch với nhau mãi được. Cái sân khấu sớm muộn gì cũng phải hạ màn, mặt nạ sớm muộn gì cũng rớt xuống. Thế thì thời gian sáu tháng để thử thách như thế đã đủ chưa? Nếu sống xa nhau, trong khoảng thời gian đó, người ta còn có thể dễ dàng đánh lừa nhau trong cách cư xử, giao tiếp, trong cái vẻ hào nhoáng bên ngoài. Ông với Thi thì khác hẳn, gặp nhau hằng ngày, hằng giờ.

Ông gặp Thi cả những lúc cô chưa trang điểm buổi sáng sớm, tóc tai lơ là, đôi mắt có khi còn ngái ngủ, môi, má chưa son phấn, áo quần ngủ có khi bèo nhèo, hở hang che lấy thân hình bừng bừng như mặt trời đang lên. Ông gặp Thi cả trước khi cô sửa soạn đi ngủ, cô bé không bao giờ quên chạy vội qua phòng ông, hai bàn tay nhỏ níu lấy hai vai ông, đè nhè nhẹ xuống, chú ơi, chú ngủ ngon nhé.

Ông nhìn Thi ăn, uống, có khi ăn xong Thi nở nụ cười và đưa mặt tới để chú xem có còn dính chút rau thơm, hành lá xanh nào trên kẽ răng của cháu không. Ông nhìn hai cánh tay trần thuôn thả của

Thi, ngắm bàn tay ngón dài, thon, nhanh nhẹn rửa chén bát, hoặc xếp gọn áo quần vừa mới lấy ra từ máy giặt, máy sấy, hoặc là, ủi, hoặc bưng tách cà phê, rót tách trà mang đến cho ông.

Ông nghe cả mùi hương con gái rất gần nơi Thi mỗi lần cô hạ cửa kính xe cho gió tạt vào, chú ơi để chú hít gió biển nghe chú, để có thể tìm lại cái mùi gây gây, ngai ngái, nhưng sao biển này không có cái mùi đó như ở Vũng Tàu, hay Phan Thiết, hay Nha Trang hả chú, khi ông rất thường lái xe đưa cô chạy dọc theo bờ biển buổi chiều cuối tuần trước khi kéo nhau vào một quán ăn nào đó.

Ông đoán rằng những bãi biển vùng này sạch sẽ quá, ít có rong biển phơi mình trên cát, lại không có những làng đánh cá, những vựa làm nước mắm quanh đấy, cho nên thiếu vắng mùi biển gây gây, ải ải, quen thuộc.

Tại những thành phố xúm xít thuộc quận Cam này có rất nhiều quán ăn Việt Nam. Vào cuối tuần và thỉnh thoảng những buổi tối trong tuần, ông đưa Thi đi ăn tại nhiều quán. Tốn kém không là bao, lại đỡ mất thì giờ đi chợ, nấu nướng. Để đổi món, họ cũng thường đến những tiệm ăn Tàu, Nhật, Đại Hàn, Thái Lan. Thi chưa quen những món ăn Tây, Mỹ, Mễ.

Trong những tháng đầu tiên, cô gái rất thích được đi ăn ngoài. Nhưng về sau Thi bảo cháu nhớ cơm nhà lắm, ăn cơm tiệm hoài đâm chán, mà cháu nấu ăn cũng không tệ đâu. Thế là những cuối tuần sau đó, ông và cô gái đi chợ Việt Nam mua những món Thi chọn lựa. Mang về ông giúp Thi gọt củ cà rốt, củ khoai tây, xắt trái cà chua, trái dưa chuột thành lát mỏng, lặt mớ rau muống, rau dền, rau thơm, giả củ hành, củ tỏi ... trong khi cô gái bật lò ga, bắt nồi, bắt chảo, nấu cơm, nấu canh, chiên, xào ... Cũng ấm áp, vui vẻ.

"Thi coi kìa, soong cá nục đang cháy đó kìa."

"Hả? Cá cháy chứ có phải chú cháy đâu mà sợ!"

Nói xong cô gái chạy đến lò ga vặn bớt lửa. Cô gái chạy nhanh nhẹn và nhẹ nhàng như con sóc.

Ông nói với cô gái rằng thức ăn làm tại nhà ngon hơn ở tiệm. Được thể Thi đòi ông phải dành một khu đất nho nhỏ trong vườn, nơi có đủ nắng, đủ gió, để trồng rau. Theo ý cô gái, cái vườn mà chỉ có hoa thôi trông buồn và lạnh lắm. Vườn hoa công cộng thì được, để du khách ghé qua thay đổi không khí, thưởng thức hương hoa, hoặc nghỉ ngơi chốc lát. Vườn nhà phải khác. Ngoài bông hoa để thơm, để đẹp, cái vườn nhà còn phải mang cái vẻ ấm cúng, no đủ, nghĩa là phải có cây ăn trái, nhưng tốt hơn hết là phải có một ít rau quả như bầu, bí, mướp, rau lang, cà chua, rau thơm, rau húng, lá tía tô, cây ớt, bụi sả v.v.

Ông đồng ý. Thế là ông đi mua hạt giống, hoặc cây ương. Ông không có kinh nghiệm trồng rau, săn sóc rau. Mấy bụi sả lèo tèo xơ xác, rau răm chết lên chết xuống, cây hành lá vàng vọt, rau húng, rau thơm mọc thưa thớt, lá nhiều lúc bị cháy queo, cây tía tô èo uột bị sâu khoét thành nhiều lỗ.

Nhưng Thi bảo không sao, dần dần nó sẽ tốt lên nếu chú chịu khó xới đất, tưới nước, thêm phân bón, và dùng thuốc xịt sâu bọ. Cháu sẽ giúp chú một tay nhé. Chỉ có mấy cây ớt trong chậu kiểng là sai trái.

Thế mà thật lạ lùng, và đó là điều làm cho ông thích nhất, tô canh cá chim vàng đang bốc khói mà Thi vừa dọn lên bàn đang chờ hai người ăn thì cô gái bảo khoan ăn đã chú, rồi cô chạy vội ra ngoài vườn tối mờ mờ dưới ánh đèn điện, vụt một cái cô đã chạy vào, hai chân thoăn thoắt, lại chạy vội đến vòi nước rửa, rồi chớp mắt một cái, cô đã cầm con dao nhỏ, một tay nắm dao, hoặc kéo, một tay nắm mấy cọng hành lá xắt nhỏ cho vào tô canh. Ăn vào mùi vị quả đậm đà lên hẳn.

Cô bảo chú này, tô canh mà không có hành lá xanh tươi rắc vào trông nó vô duyên lắm. Nghĩa là phải ăn bằng mắt nữa. Hoặc đĩa thịt gà xé bóp tiêu muối trông thật ngon lành đối với ông, nhưng cô gái cũng bảo chờ rồi chạy nhanh ra "vườn rau" kiếm thêm năm bảy ngọn rau răm hoặc lá chanh non xắt thành sợi dài nhỏ trộn vào. Ông không ngờ Thi lại có thể tìm kiếm được nhiều thứ "diệu dụng" trong cái "vườn rau" thổ tả đó.

Thường thường, sau những bữa ăn tối nóng sốt,

ngon lành, cô gái dành phần rửa chén, ông lau bàn. Rồi Thi pha trà, ông lật vội tờ báo hàng ngày hoặc lấy sách ra đọc. Và Thi học bài của nhà trường. Hoặc có khi cao hứng, Thi kể cho ông nghe những chuyện xẩy ra trong ngày. Thôi thì đủ thứ chuyện.

"Anh dạy lái xe tử tế quá. Anh bảo những người khác thì phải trả anh 600 đô, mà anh không bảo đảm lái trên *free way*. Đặc biệt cho cháu chỉ lấy một nửa thôi. Thi đậu xong mới trả tiền. Chú thấy không, người ta tử tế, săn đón cháu lắm chứ không phải lơ đãng như chú đâu."

"Cháu học ESL rất tiến bộ, và vui nữa. Khác hẳn lúc còn ở đảo. Anh chàng người Ukraine đã có vợ mà cứ mang sô cô la Nga cho cháu, vợ nó xạu cái mặt, cháu thấy tội nghiệp, sau nhất định không nhận quà của nó nữa. Còn anh chàng người Cu - ba thì như người mất hồn, cứ nhìn sững cháu quên cả trả lời cô giáo, khiến cả lớp cười ồ, cô giáo khó chịu ra mặt."

"Ông H.O. Việt Nam vợ chết hay vợ bỏ gì đó già khú đế thì lại luôn luôn làm kỳ đà cản mũi. Ông răn dạy cháu đủ điều. Nè, tụi nó nguy hiểm lắm, cô mà tin chúng nó là chúng nó đưa vô rừng rồi làm đủ chuyện, rồi giết chết, chặt xác ra từng mảnh nhỏ chôn đi phi tang. Ngày nào cũng xẩy ra chuyện đó. Cháu nói ghê quá, thiệt không đó. Ổng bảo thì cứ nghe đài là biết liền. Cháu lại giở trò nói nghĩa là đừng tin ai cả, chỉ nên tin anh thôi hả. Cháu gọi ổng là chú, ổng không chịu, bảo phải gọi là anh. Trong khi ổng khuyên cháu đủ điều thì đứa con gái của ổng cùng học một lớp nửa chừng bỗng giờ chứng bỏ ông đi xuyên bang. Tụi nó đồn con nhỏ đó mới 16 tuổi xui xẻo mang cái bầu ngượng quá không dám vô lớp học nữa."

"Nhưng cái bà chủ tiệm cà phê Karaoke mới rắc rối quá chừng. Cứ năn nỉ ỉ ôi với cháu hoài, dai hơn đỉa đói. Cứ dụ cháu đi làm kiếm thêm tiền mà xài cho sướng cái đời, làm nghề này kiếm tiền lẹ lắm. Cháu hỏi nghề gì, bà nói bà sẽ cho biết sau. Rồi mở quỹ tiết kiệm riêng đừng cho chú biết.

"Bà nói dễ lắm. Trước hết hãy ghi danh học lớp ESL buổi tối. Tan lớp, khoảng 10 giờ bà chở đến quán của bà là vừa. Là bà chủ nhưng thật ra còn trẻ lắm, hơn cháu năm ba tuổi là cùng. Tới quán cà phê của bà là an toàn nhất, và khỏe ru, khỏi cần huấn luyện, khỏi học điền đơn, khỏi tập làm *resumé*, khỏi tập trả lời những câu phỏng vấn mẫu gì ráo trọi. Chỉ việc bưng ly cà phê đến cho khách, rồi ngồi cạnh nói chuyện "tình cảm" thôi. Khỏi phải nắm tay bắt chân gì cả. Nắm tay có tiền nắm tay ... tùy mình.

"Nhưng phải đề phòng mấy con bạn cùng làm. Bà kể lại lúc bà còn chạy bàn, nghĩa là lúc bả chưa làm chủ, một hôm ế ẩm ngồi hoài không biết làm gì, tụi nó và bả lấy rượu mạnh ra uống, rồi say, bả cũng say, rồi ôm nhau nhảy đầm tía lia, rồi hai ba đứa đè ngửa bả ra hôn vào mồm, sờ soạng lung tung, làm bà giật mình tỉnh rượu. Bà ghê quá. Bả nói đàn ông hôn thì không sao, chứ tụi nó hôn bà thấy gớm ghiếc nhợn cả người. Bà chạy ra nhà tắm lấy bàn chải đánh răng liên tiếp ba bốn lần vẫn thấy buồn mửa."

Vân, vân ...

Ông ngồi chăm chú nghe, ít khi đưa ý kiến. Cứ thế, sau bữa ăn tối, đã thành cái lệ, nếu hai người không lên xe đi một vòng dạo mát, thì Thi học bài, nhờ ông chỉ bài, hoặc kể chuyện trong ngày cho ông nghe.

Thoạt đầu ông chỉ chỉ dẫn thêm tiếng Anh mà thôi, về sau Thi nảy ra cái ý ghi danh học Đại Học Cộng Đồng dành cho người lớn. Ông ngạc nhiên, Thi giải thích:

"Có mấy đứa học ESL chung với cháu ngu lắm mà cũng đi học thêm *cô lẹt* như thường. Học để kiếm học bổng có tiền thêm mà xài."

Ông giải thích:

"Học kém thì làm sao có học bổng! Cái đó gọi là trợ cấp tài chánh để có tiền đi học chứ không phải học bổng. *Financial Aid* đó mà, ai cũng có thể có miễn là đi học đủ giờ và đừng kém lắm là được".

Thi rất ngạc nhiên:

"Vậy hả chú? Chú làm cháu nhớ hồi còn ở Việt Nam. Ai ai cũng nói mấy đứa con của tôi ở bên Mỹ học giỏi lắm, đứa nào cũng được học bổng! Thì ra ... Nhưng cháu có chú thì cháu đi học cốt để, để thành tài chứ đâu phải nhắm vào phai phai gì đó."

"*Financial Aid*."

"Vâng, phai nen ... "

Ông ngập ngừng hỏi:

"Cháu xong trung học ở Việt Nam chưa?"

"Xong chứ sao không xong!" Thi cười ròn. "Ở đây có ai biết ai đâu mà lo. Khi ghi danh vào lớp ESL, ở mục trình độ học vấn, cháu đánh đại vào ô có số 12. Như thế là coi như cháu đã xong trung học rồi. Được không? Thì sau đó phải lên học đại học chứ."

Ông lại ngập ngừng:

"Nhưng thật ra Thi đã học hết lớp nào?"

"Chẳng hết lớp nào cả. Cháu chỉ học ba bốn năm đầu tiên ở đảo, bữa đực, bữa cái. Mấy năm sau dù mình muốn học cũng không được."

"Sao vậy?"

"Thì mình đi biểu tình liên miên mà. Cháu cũng phải đi biểu tình với người ta chứ. Ai sao mình vậy. Người ta tranh đấu vì quyền lợi chung mà mình né tránh coi sao được cái con mắt. Biểu tình chống việc tống xuất người tỵ nạn trở về Việt Nam. Đã trốn được qua đến đảo đâu phải là chuyện dễ, nay lại phải trở về nước thì ai mà chịu. Có hai ba người giận quá, tự tử chết. Cho nên trường đóng cửa."

Ông ngẫm nghĩ rồi hỏi tiếp:

"Ba bốn năm thì học được bao nhiêu, học những môn gì, và ai dạy hả cháu?"

"Cháu đã nói rồi chú có thèm nhớ đâu! Cháu đã kể cho chú nghe ít nhất là hai lần, một lần hồi còn ở Việt Nam, rồi qua đây... Mấy ông H.O. dạy chớ ai dạy nữa. Cũng có vài ông ở Cao Ủy ..."

"Chú có nhớ chứ," ông ngắt lời, "nhưng chú muốn hỏi thêm cho chắc. Cháu học xong cỡ lớp nào?"

"Cháu vừa nói đó chú à!" Cô gái tỏ vẻ sốt ruột. "Chẳng xong lớp nào cả. Mỗi ngày chỉ học mấy tiếng, ngày có ngày không, lại lười, lại bị kêu lên kêu xuống, lại đi biểu tình."

"Phải kêu lên kêu xuống mới chịu đi biểu tình! Thi của chú tinh thần không cao như người ta!"

"Không phải vậy đâu, cái chú này! Kêu lên kêu xuống là chuyện khác."

"Là chuyện gì vậy? Chú không hiểu."

" Là Cao Ủy nó kêu."

"Tại sao?"

Thi ngoảnh đi nơi khác, nghiêng mặt lườm lườm nhìn lại ông, nói tỉnh bơ:

"Tại vì cháu đẹp! Được không. Tụi nó hau háu như chó đói nhìn cục xương bò. Nhưng không làm gì được cháu đâu. Những đứa con gái khác, thôi, cháu không muốn nhắc đến chuyện cũ."

Ông nổi tính tò mò, nhìn Thi mỉm cười và hỏi dồn:

"Thì cháu cứ nhắc chuyện cũ đi, không sao cả. Chú đang sẵn sàng nghe đây mà."

"Hay chưa! Làm như chú sẵn sàng nghe là cháu phải có bổn phận thành thật khai báo hết thảy mọi chuyện trong đời. Ừ, thì học trò phải chiều lòng thầy vậy. Nhưng em kể xong chuyện này thì thầy phải hứa đưa em đi ghi danh *cô lẹt* nhé. Hứa đi thầy!"

"Vâng, hứa."

"Tụi nó, thường là những đứa vượt biên một mình, không có gia đình đi kèm, tội lắm. Vì muốn đi định cư sớm, nghe lời bọn khốn nạn hứa hẹn, rồi tụi nó hành hạ đủ thứ. Nhiều đứa giấu nhẹm đi, nhưng con bạn của cháu kể lại hết cho cháu nghe ... Chú có muốn nghe tiếp hay không?"

"Tùy cháu."

"A, chú lại làm cao. Đã thế ... cháu không kể nữa. Nhưng thôi, cháu chỉ mí mí ra một chút xíu nhé. Tụi nó coi con người như con vật. Nó bắt lột áo lột quần ra, rồi đứng, ngồi, quỳ, nằm, hết cách này đến thế khác. Rồi ... rồi bò nữa... cho tụi nó xem. Mấy thằng cùng nhau ngồi xem, cười rống lên như điên, trước khi nó ... Chú hiểu cháu nói gì chứ. Khổ lắm chú ơi.

Nhiều người bị vậy lắm."

Ông thở dài:

"Dù sao ... Là vì mình muốn đi sớm, cho nên tự ý đến với chúng nó. Nghĩa là có sự đồng thuận của hai bên ..."

"Chú cứ thích nói nước đôi." Thi ngắt lời. "Không, không phải vậy đâu. Hễ đứa nào vừa con mắt chúng nó là bị chúng nó tìm đủ mọi cách kéo ra khỏi trại. Gọi là trình diện để bổ túc giấy tờ, để khai báo linh tinh, hoặc "lý do cho biết sau". Ban đêm chúng cũng gọi. Ít có người thoát khỏi tay chúng nó lắm. Trừ khi người nào có gia đình, mà gia đình đó phải là gia đình đàng hoàng, lì lợm ... Chú hiểu cháu nói gì chứ. Cháu mà trúng số thế nào cháu cũng trở lại đảo để trả thù ... cho mấy đứa bạn của cháu."

Ông lắc đầu:

"Thôi, đừng tính chuyện trả thù nữa cháu. Tất cả các trại tỵ nạn bên đó đều đã dẹp tiệm rồi. Bây giờ là những hòn đảo hoang. Có nơi biến thành nhà tù hoặc trung tâm giải trí, hoặc trung tâm kỹ nghệ. Mà trả thù như thế nào? Bắn bỏ hả? Hay đưa chúng ra tòa hả? Con kiến kiện củ khoai!"

"Chú nói cái gì?"

"Chú muốn nói nghĩ lại cũng đáng giận, đáng căm thù thật. Nhưng mọi chuyện đều đã qua, rồi sẽ nguôi ngoai dần. Mọi chuyện rồi cũng sẽ tự nó giải quyết lấy."

Thi có vẻ sốt ruột nói lầm bầm một mình:

"Mọi chuyện tự nó giải quyết!"

Ông châm thêm trà vào hai cái ly rồi tiếp tục câu chuyện:

"Mình trở lại đề tài cũ nhé. Cháu nghĩ đúng đó, cháu còn trẻ, tương lai còn nhiều, phải học. Hồi chú mới qua đây cũng học ngày học đêm. Chú xem nào, chú phải chỉ thêm vài môn khác ngoài tiếng Anh ra. Trước hết đi kiếm mua mấy cuốn sách toán ..."

Thi trở nên vui hẳn lên, nói liến thoắng:

"Toán, lý, hóa -- Tâu, lai, hâu! Phải rồi, chú dạy cháu Toán, Lý, Hóa trước cái đã. Những môn khác tính sau, có lẽ cũng không cần thiết lắm. A, lịch sử, địa lý Mỹ cũng nên học, phải không chú?"

"Cháu nói đúng. Trước sau gì cháu cũng sẽ trở thành người Mỹ, thì cháu phải biết lịch sử và địa lý nước Mỹ, từ đó sẽ yêu qúy quê hương mới của mình nhiều hơn."

"Nhưng tiếng Anh của cháu còn kém quá, chú cũng phải dạy đều đều nhe. Nhé, chú nhé. Ngoài ra, chú dạy thêm cho cháu những môn nào nữa hả chú? Rồi còn chấm bài, sửa bài cho cháu này. Bài nhà, bài *cô lẹt* này. Thế là một ngày nào đó cháu sẽ ra trường mang hia đội mão như ai. Chú sẽ đứng trong đám đông phụ huynh chụp hình lia lịa khi cháu lên lãnh bằng. Chú ơi, chú đi kiếm sách mua ngay đi. Ngày mai đi làm về chú ghé tiệm sách liền nhé. Cháu ở nhà làm cơm thật nóng, thật ngon, chờ chú. A, cháu có mua khô cá sặt tại chợ Việt Nam. Nướng lửa than hồng ăn cho ngon nghe chú."

"Vâng. Nhưng khô cá sặt nướng ăn với cái chi?"

"Ăn với cơm vắt nóng." Cô gái thở dài nhè nhẹ. "Phải chi có cái mo cau để vắt cơm." Mà chú hay quên lắm. Chú mà quên thì ngày nào cháu cũng réo, cũng giục cho chú coi."

"Giục là cái gì?" ông vờ hỏi.

"Là hối đó, là *push* đó. Có một lần ông thầy người Việt mình dạy tiếng Anh muốn dịch chữ *push* mà cứ ậm ờ hoài. Cháu nói ngay *push* nghĩa là giục, thúc giục, giục giã, ổng OK ngay. Hay ổng giả vờ thế, hả chú?"

Ông không trả lời câu hỏi của Thi, lại thì thầm:

"Tinh kỳ giục giã, đã mong độ về."

"Cái gì vậy chú?"

"Không có cái gì cả."

"Thế cháu đi làm thêm trà nghe!"

Nói xong Thi thoăn thoắt đi qua nhà bếp. Nhìn theo cô gái, ông buông tiếng thở dài.

Thế là mình cưới nó hơn nửa năm rồi, dù là cưới giả. Cũng y như Mã Giám Sinh! Không, có khác chứ. Mã Giám Sinh làm đám cưới thiệt mà giả nhưng với dã tâm đánh lừa nàng Kiều, còn mình cưới giả để giúp Thi. Và Thi đã về đây như mong ước của cô ta. Nhưng tương lai sẽ ra sao đây?

Thủy nhé, anh hứa nhé, và cương quyết giữ lời, là sẽ bao bọc, che chở đứa con của em, xây dựng cho nó nên người.

Hai câu thơ trong Kiều lại hiện lên trong đầu:

Việc nhà đã tạm thong dong
Tinh kỳ giục giã, đã mong độ về...

Hai câu thơ nghe rất vui. Người con gái thế là đã giải quyết xong việc nhà trước khi lên xe hoa đi lấy chồng. Tốt quá rồi, còn gì bằng nữa! Thế là thong dong rồi, thế là đã có thể trút bỏ được những hành trang nặng nề cũ rồi. Bây giờ chỉ còn sửa soạn gấp rút cho kịp giờ dẫn hôn, *tinh kỳ giục giã*, để mong sớm về nhà chồng.

Vâng, ông mới tìm hiểu hai chữ "tinh kỳ" này không có nghĩa như "tinh kỳ" là lá cờ trong thơ của Bạch Cư Dị. Và mong độ về, chẳng khác gì Thi mong về đây, mong đi Mỹ làm lại cuộc đời?

Nhưng hai câu thơ nghe rộn ràng, náo nức đó lại được dùng để báo hiệu cho những quãng đời bi thảm nhất, não nùng nhất trong cuộc sống gian khổ đầy nước mắt của nàng Kiều.

Không, Thi sẽ không phải hứng chịu những nghịch cảnh của cuộc đời này nữa. Thi sẽ được mình xây dựng cho thành con người xứng đáng, một di vật vô cùng quý giá của mẹ nó. Thủy, Thủy, ông gọi thầm. Ông đứng dậy đến bên kệ sách lấy cuốn *Truyện Kiều* giở ra đọc đi đọc lại đoạn Kiều cậy Vân thay Kiều nối duyên với người tình của mình:

Việc nhà đã tạm thong dong
Tinh kỳ giục giã, đã mong độ về.
Một mình nàng, ngọn đèn khuya
Áo đầm giọt lệ, tóc se mái sầu.
...

Ủa, sao mình cứ muốn luẩn quẩn hoài với mấy câu thơ trên, ông băn khoăn. Không, Thi sẽ không thay lời ai cả; Thi sẽ có đầy đủ tự do chọn lựa tương lai của mình với sự giúp đỡ tận tình của ông.

"Chú làm gì đó?", Thi từ xa hỏi.

"Chú tìm đọc lại một đoạn trong cuốn Kiều."

"Chú định bói chuyện gì hả?"

Nói dứt câu thì cô gái đã trở lại với khay trà bưng trên hai tay sắp sửa đặt xuống bàn. Hai cánh tay trần với những sợi lông măng tơ phơi phới, dưới sức nặng của khay trà, bắp thịt ở hai cánh tay lay động mơ hồ, và cặp mắt hơi xếch chăm chú nhìn xuống khay trà làm nổi rõ hai hàng lông mi dài và cong. Buổi tối nhưng trời mùa hè còn nóng, máy lạnh chưa mở. Có lẽ Thi đứng bên lò ga khá lâu, cho nên vài giọt mồ hôi rất nhỏ đọng trên vừng trán, vài sợi tóc dài dính trên má.

Ông ngừng đọc, thảng thốt nhìn. Ông nghĩ bụng, như nhiều lần ông đã nghĩ như thế. Quái lạ, Thi giống mẹ quá! Hình ảnh của Thủy lại hiện lên thật rõ, thật êm ái, thật kiều diễm. Lời ăn, tiếng nói của Thủy nghe như đang dịu dàng thủ thỉ bên tai, văng vẳng đến từ một thế giới nào. Ông thấy lòng se thắt lại. Cô gái đặt khay trà lên chiếc bàn trước mặt hai người, nhanh nhẩu nói thêm:

"Chú tập cho cháu toàn những chuyện hư hỏng không à. Trước kia cháu chỉ cần uống một hớp trà sau bữa ăn tối là y như rằng cháu thức trắng đêm, tim đập loạn lên. Bây giờ hết tách thứ nhất qua tách thứ nhì cho kịp chú, vẫn không sao cả, không răng cả." Cô, những lúc vui miệng, nói chen vào vài tiếng Huế, tiếng nói ông thỉnh thoảng vô tình dùng đến.

"Vẫn không răng cả nghĩa là cái gì?"

"Nghĩa là đêm nay cháu cũng sẽ ngủ say như chết cho đến sáng. Mấy ly trà cũng chẳng ăn thua gì. Cháu ghiền những thứ chú ghiền rồi đó nghe."

"Thế Thi có dám ghiền xì ke không?"

"Dám chứ sao không dám. Chú cứ, cứ gì đó, cứ phi xè ke là cháu phi theo ngay. Nhưng này, chú bói chuyện gì mà bói hoài vậy? Bộ hồi chiều gặp cô nào làm chú tơ tưởng, bói một phát xem có dính không hả?"

Ông ngạc nhiên:

"Chú có bói gì đâu?"

Thi nhí nhảnh:

"Thế chú cầm cuốn *Kiều* trên tay để làm gì?"

"Chú vẫn chưa hiểu."

Thi giảng giải:

"Cầm cuốn *Kiều* trên tay mà cứ ngập ngừng như chú là chỉ để bói mà thôi. Hồi ở đảo bọn cháu ăn cắp được một cuốn *Truyện Kiều*. Bậy quá, hồi đó làm nhiều chuyện thất đức, kể cả ăn cắp ..."

Ông ngạc nhiên ngắt lời:

"Trên đảo mà cũng có nhà bán sách, hay thư viện hả Thi?"

"Không, không. Ăn cắp của thầy dạy tiếng Việt. Là thế này. Ông thầy đó có cuốn *Truyện Kiều* thỉnh thoảng ông lấy ra dạy. Coi bộ ông cưng cuốn sách đó lắm, thấy muốn ghét. Ông bảo khi vượt biển, ông bỏ lại tất cả, kể cả giấy tờ hộ tịch của ông và của vợ con, thế mà cũng lận vào người cuốn *Truyện Kiều*. Đã vậy, bọn cháu phải tìm cách ăn cắp, không phải để đọc, mà để cho bỏ ghét. Hồi đó cháu, bọn cháu, ác hơn bây giờ nhiều. Nhân tiện khi nào rảnh đem ra họp nhau bói. Một con trong bọn có tài bói Kiều thần tình lắm. Cả bọn bắt chước bói theo."

Nói xong, Thi với cầm lấy cuốn *Truyện Kiều* từ trong tay của ông, rồi vừa lim dim đôi mắt vừa giở cuốn Kiều ra nói:

"Bói Kiều là như thế này đây, chú cứ xem cháu làm nhe. Lẽ ra phải có lư trầm, có bát nhang, và bình hoa. Xong, ôm cuốn *Truyện Kiều* áp sát vào tim, rồi đặt lên đầu, khấn vái ba hồn chín vía cô Thúy Kiều linh thiêng về chứng giám lòng thành. Tiếp theo chọn trước mấy câu tùy mình, nghĩa là từ hàng thứ mấy đến hàng thứ mấy, chẳng hạn hàng 12 đến hàng 15, tức là bốn câu. Rồi lật đại một trang ra đọc bốn câu đó. Con nhỏ trước khi giở cuốn *Truyện Kiều* ra, còn phải tụng lên mấy câu bùa chú, lạy ông thần này, lạy bà chúa nọ, gì gì đó cháu quên mất. Rất hiệu nghiệm! Cái khó là phải biết giải đoán, biết thêm bớt đi câu nào, chữ nào cho phù hợp với hoàn cảnh."

"Nghĩa là thế nào, chú vẫn chưa hiểu?"

Thi giả nói ngọng:

"Thế lào nà thế lào? Nà thế lày lày. Tức là như ri đây. Thôi, để cháu lấy mấy câu sau đây làm ví dụ cho dễ hiểu. Chú có thuộc mấy câu *Buồn trông, buồn trông* trong *Kiều* không? Hồi ở đảo bọn cháu ai ai cũng thuộc lòng mấy câu đó."

"Chú không biết, không thuộc."

"Không sao, cháu thuộc. Cháu đọc cho nghe. Chẳng hạn đối với người vượt biên thì nếu lật cuốn Kiều ra gặp hai câu:

Buồn trông cửa bể chiều hôm
Thuyền ai thấp thoáng cánh buồm xa xa

có nghĩa rằng mình sẽ gặp ghe tắc xi đưa ra tàu lớn.

Buồn trông ngọn nước mới sa
Hoa trôi man mác biết là về đâu

tức là la bàn bị rớt xuống biển, ghe mất phương hướng.

Buồn trông nội cỏ dàu dàu
Chân mây mặt đất một màu xanh xanh

thì may quá rồi, mình thấy được đất liền, thấy được đảo.

Buồn trông gió cuốn mặt duềnh
Ầm ầm tiếng sóng kêu quanh ghế ngồi

là tốt nhất. Mình đến được đảo tỵ nạn, sắp hàng ngồi quanh chờ phát nước uống, đồ ăn, thuốc men. Chú thấy đúng không, vừa ăn, vừa mừng rỡ hỏi thăm nhau ai còn ai mất, chuyện trò ỏm tỏi, la lối om sòm, trong khi đó vẫn chưa được chở sâu vào trong đảo, vẫn còn nghe ầm ầm tiếng sóng kêu quanh ghế ngồi."

Ông phì cười. Cô gái sẵn đà nói tiếp:

"Còn chú thì khác. Không phải là thuyền nhân nhưng bói Kiều cũng đúng. Nhà cao cửa rộng của chú như thế này mà cứ mồ côi vợ hoài thì uổng quá. Cháu đoán biết chú đang tơ tưởng một cô nào đó chú gặp hồi chiều. Chú lấy Kiều ra bói coi xem thử hên hay xui. Chúc chú giở ra câu: *"Nay hoàng hôn đã lại mai hôn hoàng."*

Ông vui vẻ cười đáp:

"Cô gái tên Hoàng nào đó để hôn và được hôn thì chưa gặp, nhưng sắp sửa gặp một chàng đàn ông bảnh bao. Chú Hoạt, người bạn thân của chú từ Bay Area sắp về đây chơi. Cuối tuần này sẽ đến đây ở lại với chú một tuần lễ."

"Bay Area là vùng nào?"

"Vùng vịnh."

"A, dùng dịnh, chiến tranh dùng dịnh một răng, một rắc."

"Thi nói cái gì vậy?"

"Cháu lặp lại lời chú nói đó mà. Vùng vịnh, Sài Gòn gọi là dùng dịnh. Hồi đó có hai nước đánh nhau nhiều năm, gọi là chiến tranh dùng dịnh. Rồi sau đó Mỹ đem quân qua đánh Một Rắc, cũng gọi là chiến tranh dùng dịnh."

"Cái gì mà Một Rắc?"

Thi cười:

"Tụi con gái bọn cháu ưa nhại cán bộ lắm. I Răng họ gọi là Một Răng, I Rắc là Một Rắc. Nhưng cũng còn đỡ. Hồi 75 mới vô, họ cương, họ nổ, lung tung."

"Thi nói lạ quá. Hồi đó cháu chưa ra đời mà."

"Thì bà chủ nhà kể cho bọn cháu nghe, nhiều chuyện lắm, nay cháu kể lại cho chú nghe không được sao. Mà chú có thích nghe không?"

"Thích chứ."

"Vậy cháu kể thêm một chuyện cái đã. Để dành hôm khác kể chuyện khác. Thế này chú nhé, anh công an Phường của bà chủ nhà khoe đã hoạt động bí mật tại rất nhiều thành phố miền Nam trước giải phóng, chứ không phải là người ngoài Bắc mới được điều vào đâu. Đặc biệt là Đà Lạt, anh biết rành rẽ từng góc phố, từng con đường, thậm chí từng ngôi nhà của nhân dân. Bà chủ nhà vui miệng nói tôi cũng có đi Đà Lạt nghỉ mát, thành phố đẹp lắm. Thế anh có thích Đà Lạt không? Anh ta "hồ hởi" đáp thích lắm, là vì hồi ở Đà Lạt, ngoài cảnh đẹp, ngoài chuyện được nhân dân giúp đỡ, che chở thoát khỏi mọi cuộc bố ráp của Mỹ Ngụy, chiều nào anh cũng tranh thủ đạp xe đạp ra bãi biển tắm mát."

"Thi hôm nay nói chuyện nghe vui quá."

"Nhưng lúc nào ông bạn của chú đến từ I Răng? Hay I Rắc?"

"Xin lỗi, chú chưa nói rõ. Không phải vùng vịnh như cháu nghĩ đâu. Bay Area tức là vùng bao quanh cái vịnh nổi tiếng ở miền bắc California, gồm có các thành phố như San Jose, Fremont, Hayward, Oakland, Berkeley, San Francisco, San Mateo v.v... chứ không phải vùng vịnh Ba Tư. Cháu thấy nên để ông ấy ngủ phòng nào?"

"Cứ cho ổng ngủ trên ghế xa lông ở phòng khách đi chú. Có muỗi mòng gì đâu mà sợ. Hai chú cháu mình ở trên lầu. Khỏi phải thay đổi gì cả."

"Cũng được. Để chú nói thêm nhé, trước kia khi chưa có cháu, Hoạt có khi ngủ chung với chú, có khi ngủ tại phòng của chú bây giờ. Còn chú thì ngủ tại phòng cháu ..."

Thi cười ròn, láu lỉnh tiếp:

"Không sao, không sao. Nếu chú muốn ông ấy ngủ phòng của chú, chú cứ qua phòng cháu mà ngủ. Chú ngủ trên giường, cháu ngủ dưới sàn."

Thi ngừng lại ngẫm nghĩ một chốc, rồi tiếp:

"Cháu sực nhớ mấy câu thơ, không phải, mấy câu 'nói luôn vần', hay mấy câu hò ru em, mà chị giữ em thường hò ru cho em ngủ. Nay cháu đóng vai em, chú thì vai chị nhé:

Tập vồng vông / Chị lấy chồng / Em ở goá / Chị ăn cá / Em mút xương / Chị nằm giường / Em nằm đất / Chị ăn mật / Em liếm ve / Chị ăn chè / Em liếm bát /

Chị coi hát / Em vỗ tay / Chị ăn mày / Em xách bị ...

OK, chú cứ qua phòng cháu mà ngủ. Chú nằm giường, cháu nằm đất vậy."

Ông cười khúc khích:

"Bài hò ru em nghe ngộ quá. Đọc tiếp cho hết đi Thi."

"Không, phải để dành cho lần khác nữa chứ."

"Thi lại làm khó? Nhưng ai lại thế, chị nằm giường, em nằm đất! Để chú nói cho rõ. Trước kia khi chưa có cháu thì đại khái là ai cũng nằm giường cả ... Bây giờ thì ... à được rồi, chú xuống ga-ra lấy cái nệm đem lên trải trên cái *den* làm chỗ ngủ cho Hoạt. Mền gối thì có thừa rồi. Nhưng chỗ ngủ không cần thiết cho lắm, ngủ vài hôm thôi. Vì chú định đưa chú Hoạt và cháu đi du lịch xa."

Thi reo lên:

"Thế thì tuyệt quá. Đi Las Vegas lại đi chú. Cháu mê Las Vegas lắm. Mà chú đã xin nghỉ phép chưa?"

"Được thư chú Hoạt, chú đã xin nghỉ phép một tuần. Phần cháu cũng nghỉ học một tuần lễ nhé. Đồng ý, lần này cũng tới Las Vegas, rồi mình đi thăm đập Hoover, rồi thăm Lake Mead gần đó. Cuối cùng chạy qua Grand Canyon ở lại độ vài ba ngày. Thế là trọn một tuần."

Ông gặp và thân ngay với ông Hoạt khi hai người

cùng theo học tại trường Kỹ Thuật ở Madison, một thành phố nhỏ có độ vài ba trăm ngàn cư dân, thủ phủ của tiểu bang Wisconsin, thuộc miền Trung Tây Hoa Kỳ. Hai người ra trường cùng một lúc, có việc làm ngay.

Ông Hoạt làm việc tại Milwaukee, cũng thuộc tiểu bang Wisconsin, ông thì chuyển tới Salmon, tiểu bang Idaho, thuộc miền Tây Bắc nước Mỹ. Đó là hai thành phố rất ít người Việt Nam, cách nhau khá xa.

Sống xa nhau, họ vẫn có tin tức của nhau đầy đủ. Họ thường xuyên liên lạc nhau bằng điện thoại, e-mail, hoặc thăm viếng nhau vào những dịp nghỉ phép. Hoạt thay đổi việc làm liên miên, cuối cùng dời về thành phố Piedmont gần Oakland, miền bắc California.

Hai năm sau khi ra trường, ông Hoạt lấy một người Mỹ thuộc gia đình khá giả. Chung sống với nhau được sáu năm, có với nhau một đứa con trai nay sắp gia nhập Hải Quân Hoa Kỳ, thì họ ly dị.

Đứa con theo mẹ. Mỗi cuối tuần ông đều ghé thăm con một lần khi ông còn cư ngụ tại tiểu bang Wisconsin. Lý do ly dị thật buồn cười: Chồng muốn mượn tiền ngân hàng mua nhà để ở thay vì hàng tháng phải trả tiền nhà tốn kém, vợ thì thích mua ngay chiếc xe Lincoln đời mới nhất. Không ai chịu nhượng bộ ai. Thế là kéo nhau ra tòa xin ly dị.

Chỉ có thế thôi sao? Hay lý do ấy chỉ là một giọt

nước làm tràn ly nước đã đầy? Cho nên có lần ông tò mò hỏi ông Hoạt:

"Không lẽ chỉ vì chuyện cái xe, cái nhà vớ vẩn như vậy mà bỏ nhau đành đoạn?"

"Không biết có phải vì cái chuyện vớ vẩn đó hay không," Hoạt đáp. "Cũng có thể ở với nhau lâu ngày đâm ra chán nhau, thì cũng phải tìm một cái cớ gì để bỏ nhau chứ."

Ông Khê nhận thấy ông Hoạt nói cứng như thế nhưng sau biến cố đó ông Hoạt đổi tính ít nhiều và dè dặt với phái nữ hơn. Ông Hoạt lại còn tuyên bố rằng sẽ ông không bao giờ tính việc lập gia đình lần thứ hai nữa, sống độc thân để khỏi bị ai quấy rầy, so sánh hơn thua, đua đòi. Được hoàn toàn tự do.

Ông và bạn ông tính tình rất khác nhau. Ông Hoạt yêu đời, bộc trực, nóng nảy, và tràn đầy sức sống. Ông Khê ít nói, bi quan và mệt mỏi. Thế nhưng họ thân thiết với nhau vô cùng, chuyện gì cũng kể cho nhau nghe.

Nhân dịp nghỉ lễ, ông Khê lấy thêm mấy ngày phép, viết thư báo cho ông Hoạt biết mình có đứa cháu từ Việt Nam qua, mời ông Hoạt xuống chơi rồi cùng nhau đi Las Vegas và vài nơi khác. Ông Hoạt đồng ý ngay. Ông từ Piedmont xuống, ở lại nhà ông Khê một ngày. Hôm sau cả ba người, ông Khê, ông Hoạt và cô gái lên đường.

"Nóng hơn cả Sài Gòn hả chú," Thi vui vẻ nói. "Được cái là vô sòng bạc thì mát rượi."

"Mùa hè ở sa mạc mà lại," ông Hoạt tiếp lời. "Nhưng đến mùa đông thì lại lạnh chết người đi được, nhe cô Thi."

Thi bắt bẻ:

"Chú từng ở tiểu bang lạnh mà chịu lạnh dở thế sao. Lạnh gì mà đến chết người? Thế ai còn dám đến đây chơi nữa!"

"Đó là tôi cho luôn miệng. Tôi nói thay cho cho cô, chứ đối với tôi thì nhằm nhò gì. Tôi ở suốt ngày trong tủ lạnh cũng được."

Ông Hoạt và cô gái mới gặp nhau mà đã có vẻ hợp tính nhau, nói chuyện với nhau vui vẻ, dễ dàng, thoải mái. Có dịp là đối đáp với nhau "chan chát"

Ông Khê pha trò:

"Với điều kiện thứ nhất phải có lỗ thông hơi để thở, thứ nhì mặc áo quần thật nhiều, thứ ba uống thuốc ngủ gấp đôi, đánh một giấc từ sáng đến tối."

"Đúng, đúng," ông Hoạt đáp ngay. "Nhưng cô biết tại sao người ta chọn nơi này làm thủ đô đánh bạc hay không? Với cái thời tiết như thế này thì vào mùa nào mình ở ngoài trời cũng khổ. Tốt hơn hết là chui nhanh vào sòng bài cho sướng thân, trong đó máy điều hòa không khí chạy 24 tiếng trên 24. Mùa nóng thì mát mẻ, muà lạnh thì ấm áp, tha hồ "tự giác tự nguyện" vào trong đó đóng góp tiền điện. Cô để ý thấy đó chớ, ra khỏi casino, ai nấy đều bước vội như bị chủ nợ rượt! Rồi lại chui vào *casino* khác ngay. Giống như bầy chuột chạy lẹ từ hang này qua hang khác, sợ những cặp mắt dòm ngó của người ta."

Thi đồng ý cười to, không thèm quan tâm đến những đám người đi lũ lượt bên cạnh. Ở đây chẳng ai để ý ai, có lẽ cô nghĩ thế, nên cô nói đùa một cách buông thả. Ông Khê có vẻ hơi dè dặt, chút xíu thôi, vì cử chỉ của cô gái, nhưng ông Hoạt luôn luôn nhìn Thi và cười đáp lại một cách khoái trá.

"Chú nói trật bét. Cháu cũng thấy người ta đi đầy đường kia kìa."

"Trật thì có trật chứ sao lại trật bét," ông Hoạt ỡm ờ. "Nhưng thật ra không trật lắm đâu. Đám người đó đúng là mới đi Las Vegas lần đầu tiên trong đời, gặp cái gì cũng mở tròn mắt ra mà ngó, mà chụp hình, mà quay video. Cái đầu lúc nào cũng ngớp ngớp ngó dọc, ngó ngang, rồi ngửa mặt lên ngó những tòa nhà cao đèn điện đủ màu thay nhau lóe lên. Xong xuôi mới chịu chui vào sòng bạc chớ. A, tôi nhớ cái chuyện này hay lắm, muốn nghe không cô Thi? Khê thì đã biết chuyện này rồi."

"Nghe thì nghe chứ sao lại không nghe," Thi cười ròn rã. "Dù chú nói chuyện vớ vẩn không hấp dẫn chút nào cả."

"Không vớ vẩn đâu. Thì là dù khách mới tới đây lần đầu cũng giống như mấy anh chàng bộ đội hồi 75 mới vô Sài Gòn đó mà," ông Hoạt bô bô. "Nón cối cứ rớt xuống đường bịch bịch vì ngửa mặt nhìn lầu cao!"

Thi chưa chịu:

"Cũng cứ vớ vẩn như thường. Chú không thấy sao, người ta đi đầy đường thế kia không lẽ toàn là người mới đến đây lần đầu? Hơn nữa ở xứ này, nhà cao, nhà chọc trời nơi nào cũng có. Khùng hay sao mà phải ngửa đầu nhìn lên."

Ông Hoạt chống chế:

"Đầy thì đầy nhưng cũng không đông bằng người ở trong sòng bạc. Trong đó người đông hơn kiến cỏ, đi đâu cũng lấn nhau, đụng nhau đến tóe lửa. Ê Khê, tao nói đúng không?"

"Cả hai người đều sai," ông Khê cười.

Đi đâu ba người cũng đi cạnh nhau, thường Thi đi giữa, hai người đàn ông đi hai bên. Môi trường ở nơi ăn chơi khiến cho người ta bớt dè đặt. Cô gái nắm tay ông Khê một cách tự nhiên, thỉnh thoảng níu vai ông Hoạt. Và nói đùa càng lúc càng bạo dạn.

"Chú ơi, chú Hoạt ơi. Mình đi dung dăng dung giẻ với nhau trông giống gia đình ông Táo quá!"

"Cô nói cái gì kỳ cục vậy?" Hoạt trợn mắt nhìn

Thi. "Này Khê, mày có hiểu người đẹp định nói cái gì đó?"

"Hai ông đi kèm một bà tức là gia đình ông Táo," ông Khê vui vẻ đáp.

"Nếu vậy," ông Hoạt tía lia, "tôi sẽ làm đám cưới với cô nhé, đám cưới giả thôi, như cô với chú Khê. Như thế mới công bằng. Ở đây làm đám cưới dễ ợt và lẹ lắm. Cô thấy không, cứ đi một khúc đường là thấy cái *Wedding Chapel*. Cứ vô đó tốn mấy chục đô-la, mấy trăm đô-la tùy mình, là ... "

"Dạ, dạ, cháu biết rồi. Nghe rồi, khổ lắm, nói mãi. Có phải tốn vài ba chục đô cũng được, thì chỉ có giấy hôn thú mà thôi? Vài ba trăm hay cả ngàn đô thì có cả mục sư chủ lễ, có xe hoa, có hàng chục phù dâu, phù rể mặc đồng phục đi kèm. Muốn gì cũng có. Đúng vậy không, chú Hoạt?"

"Ủa, sao cái gì cô cũng biết?" ông Hoạt tỏ vẻ ngạc nhiên thật sự.

"Biết chứ sao không biết!"

"Mà tại sao biết?" Ông Hoạt làm bộ khẩn khoản.

Thi lại thích chí cười:

"Cháu bói một quẻ là biết ngay. Chú cứ hỏi chú Khê đi!"

Ông Hoạt năn nỉ:

"Thôi mà! Cô Thi tiết lộ bí mật một chú đi! Tại sao cô biết?"

"Chẳng qua là lần trước đi Las Vegas, gặp cái gì cháu cũng hỏi chú Khê. Nhưng cũng còn nhiều thứ cháu không biết lắm. Phải đi Las Vegas nhiều nhiều thêm nữa nhé, chú Khê đồng ý nhé."

"Đương nhiên Khê nó đồng ý rồi, cô hỏi làm gì cho mất công. À này, để tôi kể chuyện cái đám cưới này cho mà nghe. Mà phải vào cái Starbucks Coffee kêu cà phê uống cho tỉnh người cái đã. Cuốc bộ nãy giờ ê cả cặp giò."

Thi đáp ngay:

"Sao chú Hoạt lại tính dở vậy? Hay chú không biết vào ngồi vào bàn đánh bạc? Cứ ngồi vào bàn một chốc là có người đẹp *sexy* mang bia, mang rượu, mang cà phê tới, *free*. Như cháu đây cháu chỉ biết bấm máy, chứ không biết ngồi bàn, chẳng hạn bàn *Black Jack, Poker, Roulette* ... mới phải đến tiệm cà phê *Starbucks* chứ."

"Cô Thi nói rất đúng, tuyệt đối đúng, nhưng không đúng lắm. Là vì cà phê *Starbucks* ngon hơn cà phê trong *casino* nhiều. Thì, a-lê, tới Starbucks!"

Trong khi nhấm nháp cà phê, Hoạt bắt đầu câu chuyện:

"Cô Thi biết không, lần trước đến Las Vegas, tôi sa vào bàn *Black Jack* ngay. Việt Nam mình gọi là đánh xì-lát, nhưng cũng có khác chút chút. Định đánh nhỏ thôi, cho nên tôi tới cái bàn loại đặt tiền từ 15 đến 3000 đô. Mới đầu chỉ có tôi với người chia bài, một cái một con. Ngồi chưa nóng máy ba tên khác tới, và cuối cùng là một thằng Mỹ, thế là sòng tôi có một cái năm con. Cái là người chia bài. Thằng cuối cùng đó cỡ 30 tuổi, ngồi kế tôi, mặt mày rầu rĩ. Tôi bảo ê bồ, vui lên đi chứ, thì đánh mới ăn." Hắn nhe răng cười và nói:

"Vui sao nổi."

Tôi hỏi:

"Tại sao?"

"Hai giờ nữa tôi lấy vợ."

Cả bàn nhao nhao:

"Lấy vợ thì vui, chứ sao lại buồn. Chúc mừng, chúc mừng".

Thi chăm chú nghe đến đây liền có ý kiến:

"Đánh bạc cái kiểu gì mà có vẻ cà chớn như vậy. Không tập trung tinh thần sao? Chắc mọi người đều thua."

Ông Hoạt thủng thẳng giải thích:

"Thật ra nhiều người đến đây để đổi không khí, để mua cảm giác, để giết thì giờ, và để góp tiền điện, chứ không cốt ăn thua. Tha hồ nói đùa với nhau. Tôi bảo nó, chắc là anh hồi hộp lắm cho nên trong khi chờ đợi làm lễ cưới anh đánh bài để lấy lại bình tĩnh chứ gì. Nó nói không phải. Tụi nó đã sống với nhau gần bốn năm rồi, có gì đâu mà hồi hộp. Bây giờ con nhỏ bắt nó phải cưới. Thì nó cưới, vì nó thương đứa con mới ba tuổi của chúng nó. Làm đám cưới là cốt cho đứa bé có họ của cha, rồi sẽ ly dị ngay, vì hai đứa không hợp tính nhau.

"Nó lại hỏi tôi đã ly dị mấy lần rồi, tôi bảo một lần. Nó bảo khi nào tôi lấy vợ lại thì nhớ qua Las Vegas làm đám cưới cho khỏe. Tôi nói tôi không lấy vợ nữa, nhưng nếu tôi lấy vợ, tôi sẽ làm đám cưới thật rùm beng, cưới lần chót, và sẽ không bao giờ ly dị nữa. Nó lắc đầu, nói đừng dại như thế. Trông anh còn trẻ. Cứ việc cưới vợ lại, và lại ly dị. Để nhanh chóng và đỡ tốn kém, lại đi Las Vegas làm đám cưới như tôi đây. Cũng chả có gì vui, thì đánh bài vài tiếng đồng hồ trong khi chờ đợi."

Thi cười ròn:

"Thằng ấy nói đùa hay quá."

Ông Khê góp ý:

"Không, nó nói thật đấy."

Thi liếc mắt nhìn ông Hoạt và nói:

"Riêng cháu thì rất tin chú Hoạt sẽ chỉ cưới vợ một lần nữa mà thôi, rồi ở với nhau cho đến khi tóc bạc răng long. Lúc đó ly dị nhau là vừa. Mà giờ chứng không chịu ly dị đi nữa, thì một trong hai người cũng sẽ vĩnh viễn ra đi trước người kia."

Ông Hoạt nhún vai:

"Cô Thi cũng biết nói đùa đấy. Đùa nhảm. Nhưng thôi, tôi xin trở lại chuyện bây giờ của tụi mình. Coi bộ cô khoái Las Vegas lắm, nhưng có dám sa vào sòng bạc không?"

"Có chứ. Đến Las Vegas mà không đánh bạc sẽ bị người ta biểu tình phản đối. Nhưng nói là nói thế, chứ cháu chỉ biết kéo cần, nghĩa là bấm máy, một lần mấy cents thôi. Khi nào chán thì đến xem chú Khê đánh *black jack, poker*, và gì gì đó cháu không biết tên. Đến giờ thì đi coi show, *Jubilee Show*, hay lắm."

"Kéo cần đâu phải là đánh bạc! Để tôi chỉ cô mấy ngón cờ bạc thứ thiệt nhé!"

"Thôi chú ơi, đánh bạc cháu sợ thua tiền lắm. Khi không đi nộp tiền cho người ta. Chú Khê chẳng hạn, lần nào đánh cũng thua, càng đánh càng thua."

Ông Khê chen vào:

"Đâu phải chỉ một mình chú thua mà thôi. Las Vegas không hề kỳ thị ai cả. Ai cũng như nhau, rất hớn hở khi mới tới, khi ra về mặt dài như cái bị."

"Đồng ý," ông Hoạt tiếp. "Vấn đề là mình phải biết ... thua đến mức nào thì tốp lại."

"Dĩ nhiên," ông Khê đáp. "Ai mà không biết điều

đó. Phải luôn luôn đề cao cảnh giác và biết tự chế chứ."

Thi tươi cười, nói:

"Chú Hoạt ơi, chú Khê tự chế như thế này: Khi nào thua hết tiền mang theo thì không đánh nữa."

Ông Hoạt nhìn ông Khê trách:

"Moa không ngờ độ này toa chơi xả láng như vậy."

"Đâu có," ông Khê vui vẻ giải thích, "moa cũng biết tự chế như cháu Thi vừa nói đấy. Trước hết, khi thấy không còn phải dùng tiền để xài vào việc gì khác thì mới ngồi vào sòng bạc. Thứ nhì, chỉ cho phép thua hết tiền mặt mang theo mà thôi. Kẹt lắm mới đem *credit cards* hay *ATM* ra cà."

Cả ba người cùng cười.

Thì giờ ở Las Vegas qua quá nhanh, ngày cũng như đêm. Ban đêm họ có ngủ bao nhiêu đâu. Ba bốn giờ sáng mới trở về phòng ngủ, sáu bảy giờ sáng đã gọi điện thoại réo nhau dậy. Họ tranh thủ thời gian, sửa soạn nhanh nhẹn, đứng chờ trước những thang máy đầy nghẹt người, đi đến chỗ xe đậu ở lầu thứ 5, rồi theo yêu cầu của Thi, lái xe đi chầm chậm nhiều nơi để nhìn thành phố, chụp hình, quay video, rồi đi ăn uống, xong lại đi hết *casino* này đến *casino* khác.

Ông Khê hỏi tối có đi coi *show* hay không. Nếu muốn đi, bây giờ phải mua vé trước cho có chỗ tốt.

Ông Hoạt nhìn Thi. Thi bảo tùy hai chú, ai sao cháu vậy.. Ông Khê nói thì phải đi lấy vé ngay.

Hai người đàn ông, người nào mắt cũng ngái ngủ, mặt mày cũng hốc hác, áo quần cũng luộm thuộm, nhăn nheo, tóc tai cũng thoang thoảng mùi thuốc lá dù họ không hút nhiều, dù đêm nào trước khi đi ngủ họ đều có đi tắm. Thật ra họ đã bỏ thuốc lá từ lâu, thỉnh thoảng hít vài hơi, *socially*, nhưng mỗi lần đến Las Vegas ngồi tại sòng bạc bên cạnh những tay hút thuốc liên miên, uống rượu như hũ chìm do những cô phục dịch xếch xy mang lại tận bàn, họ lại bị "lây", lại hút lai rai lấy hứng, uống vài ba ly rượu lấy khí thế. Trong người ngà ngà, lâng lâng, gân trán nổi lên, cái mặt đỏ đỏ, bàn tay ấm ấm, mới rút được bài bài tốt -- đó là kinh nghiệm đánh xì phé của mỏa từ hồi còn ở Việt Nam, Hoạt nói.

Nhưng ở đây có người lo việc chia bài mà, mình đâu được phép rút bài mà bảo sẽ có thể rút được bài tốt hay bài xấu, ông Khê bẻ. Thì nói vậy thôi, mình rút bài hay nó chia cho mình thì cũng xêm xêm, Hoạt cãi. Thi nhìn hai người đàn ông đối đáp nhau, chẳng hiểu gì mấy, chỉ cảm thấy trong lòng dâng lên một niềm vui khó tả.

Không ẩu tả luộm thuộm như hai người đàn ông, Thi luôn luôn giữ ý, ăn mặc tươm tất, trang điểm kỹ, trông mát mắt. Gặp những sòng bạc nghi ngút khói thuốc lá, cô tránh xa, đến ngồi trước *slot machine* tại phòng dành cho người "không hút thuốc lá", kéo cần hoặc bấm nút trong khi chờ chú Khê, chú Hoạt gọi đi những nơi khác.

Đêm thứ hai tại Las Vegas, họ không dám ngồi đánh bạc quá trễ. Còn phải đi coi *show*. Trở về phòng khoảng một giờ sáng cố gắng ngủ đôi chút để có thể lấy lại sức cho sáng hôm sau.

Thế là sau hai ngày đêm, họ rời Las Vegas để đi đến những nơi đã dự định trong chương trình. Họ đi thăm *Grand Canyon* trước rồi trên đường về sẽ ghé *Hoover Dam* và *Lake Mead*.

Ông Khê cầm tay lái, ông Hoạt ngồi cạnh, Thi ngồi ghế sau. Ông Khê và ông Hoạt cả hai đều mặc quần cụt dài đến đầu gối, áo sơ mi ngắn tay rộng thùng thình, đầu đội nón rộng vành, chân mang giày *sandal*. Thi mặc bộ đồ vải mỏng màu vàng nhạt bó sát vào thân hình mềm mại, thon thả, cân đối, và cũng nón rộng vành, giày nhẹ.

Ông Hoạt kiếm đâu ra một khúc cây thẳng thớm dài hơn một thước, bảo sẽ dùng làm gậy chống khỏi sợ tuột dốc nhào xuống vực của Grand Canyon. Thi hỏi ở đó nguy hiểm lắm sao? Ông Hoạt đáp vô cùng nguy hiểm. Chú Khê ơi, chú Hoạt nói đùa hả. Ông Khê làm bộ thun vai, thè lưỡi. Ông Hoạt nói tiếp, ngoài ra cây gậy còn dùng để đánh nhau với sư tử núi. Thi nói sư tử là sư tử, chứ ai lại nói sư tử núi, sư tử biển, sư tử sông, sư tử đồng bằng. Ông Hoạt nói đây là một loại sư tử đặc biệt khác hẳn sư tử Phi Châu hoặc Á Châu. Thi lại vờ hỏi chú dám đánh nhau với sư tử, thật không? Ông đáp, thật một trăm phần trăm, tôi từng dùng gậy đánh một con sư tử núi dữ tợn. Chú Khê ơi, chú Hoạt nói thiệt hả chú? Ông Khê vừa cười vừa đáp đúng thế, chú Hoạt cầm gậy chỉ đánh mấy hiệp là đuổi được một con *mountain lion* chạy re. Ông Hoạt tiếp, thấy chưa, tôi có nói sai đâu. Thi trả lời khó tin quá.

Câu chuyện trên xe giữa ba người đại loại như thế.

Họ khởi hành sớm. Gần 3 giờ chiều họ đến Grand Canyon. Sau khi cho xe vào bãi đậu, ông Hoạt đưa ý kiến:

"Phải cho cô Thi đi xem phong cảnh trước rồi đi đặt phòng sau, như thế mới có thì giờ thưởng thức Grand Canyon đổi màu từng giây, từng phút một. Sáng khác, trưa khác, chiều khác, tối khác. Bây giờ mấy giờ rồi, hơn 3 giờ rồi hả? Cô Thi để ý nhé, bây giờ là *Grand Canyon* buổi xế trưa, sáng chói, rực rỡ, chỉ một chút nữa thôi, những vách đá lại có màu sắc mới, hình dáng mới."

Ba người đi dài dài ven bờ vực. Trời quá nóng. Sau hơn nửa tiếng, họ đến một địa điểm từ đó họ có thể nhìn được nhiều nơi. Ai nấy mệt đừ, mặt mày đỏ gay. Riêng Thi, mồ hôi ướt rịn ra ngoài áo làm thành những lớp loang lổ trong suốt. Chiếc nút áo trên cùng của Thi không cài để lộ một phần ngực trắng như hoa nhài. Cô đội chiếc nón rơm rộng vành có cái băng màu tím nhạt. Ông Khê lấy từ trong túi vải mang ở lưng ba chai nước lọc, chia cho mỗi người một chai. Họ vừa uống nước vừa ngắm cảnh.

Bỗng ông Hoạt chỉ xuống một vách đá thật to, thật phẳng, dưới vực xa phản chiếu ánh nắng rực rỡ và reo to:

"Các người thấy chưa, nắng chiếu vào vách đá hồng lên như ngọn lửa. Vậy nắng hồng hay đá hồng?"

Ông Khê đáp:

"Đá hồng lên nhờ có nắng. Mà nắng hồng lên cũng nhờ có đá. Phải không Thi?"

Thi reo lên:

"Nắng hồng, nắng hồng, chớ không phải đá hồng." Rồi hát khe khẽ:

"Nắng có hồng bằng đôi môi em
Mưa có buồn bằng đôi mắt em
Tóc em từng sợi nhỏ ..."

Không đợi cho Thi hát hết câu, ông Hoạt la lên rổn rảng:

"Hay quá đi! Hay quá đi!"

Thi đỏng đảnh:

"Hay chứ sao không hay. Nhưng chú Hoạt phải nói như thế này chứ: Thi hát rất hay, tuyệt đối hay, nhưng không hay lắm."

"Cô này nhớ dai ghê, lại móc họng tôi hả," ông Hoạt vui vẻ đáp. "Hát nữa đi cô Thi. Nắng muốn điên cái đầu nghe giọng hát của cô Thi thấy mát rượi liền. Tôi nói thiệt đó. Nào, hát tiếp."

"Cháu không hát nữa đâu. Ai bảo cháu đang hát chú chặn lại, bây giờ lại bắt hát. Cụt cả hứng."

"Hát giùm chút xíu đi nào, làm bộ hoài! Hát như thế mà không đi làm ca sĩ cũng uổng, tôi nói thiệt. Mà cô Thi có giọng tốt lắm đó."

Thi cũng không chịu hát, nói:

"Có giọng mà không có ông bầu cũng như không. Hồi ở Việt Nam cháu cũng định làm ca sĩ. Muốn thế, phải đi tìm ông bầu. Cái khó là mình chưa được đi hát ổng đã nói xa nói gần, khều khều, quẹt quẹt, muốn tặng cho mình cái bầu rồi. Mà hễ đã có bầu thì còn hát hỏng gì nữa. Cái vòng luẩn quẩn!"

Ông Khê buột miệng:

"*Catch 22.*"

Cô gái hỏi:

"Là cái gì hả chú Khê?"

Ông Hoạt cướp lời:

"Cô Thi nói thiệt không đó? Ghê thế sao, tôi đâu có ngờ. Bộ ai cũng phải qua cửa ải ông bầu hay sao?"

"Người khác thì cháu không biết. Riêng cháu, mấy ông già dịch mà cháu gặp đều như vậy cả. Cũng giống như cái thủ tục đầu tiên đó mà! Cho nên cháu chưa làm ca sĩ là vì thế."

"Thủ tục đầu tiên," ông Hoạt hỏi, "là cái gì?"

"Chú đi lâu ngày nên lạc hậu lắm. Hối lộ cháu đi, thủ tục đầu tiên, rồi cháu giải thích cho mà nghe. Ô, hai chú ơi, xem kia kìa."

Thăm thẳm dưới xa, những vòm, những hang, những động, cái cao, cái thấp, cái to, cái nhỏ, trùng trùng điệp điệp. Lại có những vách đá, bờ đá, tầng tầng lớp lớp đứng quây quần bên nhau, hoặc song song nhau, hoặc nối tiếp nhau tạo thành những cấu trúc lạ lùng, khi thì quanh co uốn vòng, khi thì gấp khúc đột ngột, khi thì thẳng tắp và sắc cạnh như lưỡi gươm tuốt trần. Đó là những dãy hành lang mênh mông, tĩnh lặng, đứng trơ gan hằng triệu triệu năm thi gan với thời gian. Đó là những thành lũy kiên cố, hiểm trở, dãi dầu trước mọi phong ba bão táp của một nền văn minh trong huyền sử nào còn sót lại. Đó là những kỳ quan của một tinh cầu xa xôi được gởi đến làm tặng phẩm cho loài người. Bên sau những vách đá khổng lồ đó, bên trong những hình dáng kinh dị đó, là những gì? Là những khối đá vô tri, vô cảm, dày đặc, trơ khất? Hình như không phải thế. Hình như có một linh hồn đang luân lưu lẩn khuất đâu đó từ thuở tạo thiên lập địa kéo dài cho đến tận ngày nay, và chứa đầy ăm ắp một sức sống siêu nhiên, dữ dội, khiến con người khi chứng kiến bỗng bàng hoàng thảng thốt nhận ra thân phận nhỏ nhoi, hèn mọn của mình.

Lác đác đây đó là những lùm cây yếu ớt, cằn cỗi. Vài cánh chim nghiêng ngả như bị cuốn hút vào vực sâu dưới xa. Vài bóng người li ti cưỡi trên những con lừa tí hon nhích nhích từng bước nhỏ như bất động. Trên kia, trên cao, trời mênh mông không một gợn mây làm nền cho những đường viền của bờ vực, dáng núi. Con người đứng giữa nơi này có cảm tưởng như được vây quanh bởi *Vạn lý trường thành* bên Tàu được phóng đại lên cả trăm lần.

Nắng đổ ngập lụt xuống như thiêu như đốt, và gió từ đâu lồng lộng thổi về nhiều cơn. Trong tiếng gió gào như có tiếng hú man dại từ ngàn năm vọng lại.

Thi đứng thẩn thờ, đôi mắt như thất thần, trước thiên nhiên bao la, kỳ vĩ. Bỗng dưng một nỗi lo âu vô cớ xâm chiếm cả tâm hồn cô. Hai tay mân mê nhè nhẹ vành nón rộng, cô ngoảnh đầu nhìn chú Khê như nhìn một chỗ tựa. Và cảm thấy bớt hoang mang đôi chút. Cô liếc nhìn qua ông Hoạt. Cảm thấy thêm một chút trấn an.

Một cơn gió mạnh thổi ào tới. Chiếc nón rơm cô đang đội trên đầu bị gió giật tung bay lên trời rồi tiếp tục bay qua khỏi con đường trải nhựa đằng sau lưng xa tít. Ông Hoạt vội vàng gỡ nón mình đang đội đưa ngay cho cô gái đội trong khi ông Khê chạy theo chiếc nón.

Cũng phải mất đến mười mấy phút ông mới mang được chiếc nón trở lại cho Thi. Ông ngạc nhiên thấy Thi mặt mày nhợt nhạt. Vội níu lấy vai ông Khê, cô gái không giấu được nét bối rối, trong khi đó ông Hoạt nhè nhẹ vỗ vào vai của cô gái.

Thi liền đòi về, về ngay, một cách cương quyết. Ông Hoạt đề nghị đến khách sạn nghỉ ngơi vài tiếng cho Thi khỏe hẳn để tối nay đi xem cảnh tượng hùng vĩ của Grand Canyon về đêm. Nhưng Thi nhất định đòi về:

"Xin lỗi hai chú, cháu làm hỏng cuộc vui. Nhưng ... nhưng cháu khó nói lắm. Tự nhiên cháu, cháu ..."

Thi ngập ngừng, không nói được hết câu. Ông Khê nhìn Thi ái ngại:

"Cháu bị cảm gió? Hay bị say nắng? Chú Hoạt nói phải đó, Thi cần phải nghỉ ngơi trong chốc lát, xong kiếm cái gì ăn cho lại sức. Tội nghiệp Thi, mấy hôm nay chỉ ăn toàn là những món Thi không thích. Phải chi có một tô bún bò, một tô phở, hay một tô hủ tíu cho cháu."

Ông Hoạt nhận xét:

"Cô Thi kén ăn dữ vậy cà!"

Thi vội nói:

“Không, cháu không kén ăn đâu. Chú Khê cưng cháu quá nên nói thế. Nhưng tự nhiên cháu thấy sợ.”

“Có gì đâu mà sợ nào,” ông Hoạt vội đỡ lời.

“Mà cháu cũng cứ sợ như thường, được không?” Thi trả lời gay gắt.

Ông Hoạt nhún vai nói tiếp:

“Sợ té xuống vực? Có lan can bằng sắt chặn trước mặt, muốn té cũng không té được. Hoặc là nếu đã vậy mà cũng cứ sợ thì hãy đứng xa bờ một chút cho an toàn. Mà mình cũng đã lùi lại xa lắc rồi, yên chí đi cô ơi.”

Ông Khê phụ họa:

“Chú Hoạt nói phải đó.”

“Đúng thế,” ông Hoạt cười lớn. “Chẳng qua là cô Thi muốn nhỏng nhẻo một chút thôi mà.”

“Ô hay, cái ông này ăn nói lạ quá! Nhỏng nhẻo là cái gì? Nhưng nhỏng nhẻo với ai mới được chứ? Chú đừng tưởng...” Cô nói ngập ngừng, giọng gay gắt khác thường.

Ông Khê quay nhìn bạn. Ông Hoạt đón cái nhìn đó một cách thản nhiên rồi im lặng quay nhìn xuống dòng nước nhỏ như sợi chỉ chảy uốn khúc dưới đáy Grand Canyon.

Thi nhìn xuống khu vườn dưới cửa sổ qua lớp kính trong veo. Mấy cây táo tàu trái chi chít đã lớn bằng đốt ngón tay cái đeo trên những nhánh nhỏ oằn xuống cơ hồ muốn gãy. Mình sẽ chỉ cho chú thấy để chú kiếm cây chống nó lên, Thi lẩm bẩm. Cây ổi nặng trĩu trái thì đã gãy một nhánh lớn. Cây hồng giòn cũng có nhiều trái núp dưới những ngọn lá dày và to bản.

Mà cũng lạ, độ này chú không chịu săn sóc khu vườn nhỏ như khi mình mới tới ở, để cỏ mọc bừa bãi, cây thiếu phân, thiếu nước trông xơ xác, hoa không tươi tốt, nhiều lá vàng lẫn lộn với lá xanh. Những khóm hoa hồng vàng, trắng, đỏ, tím nhạt trước kia đẹp là thế, nay nhiều đoá đã rụng gần hết cánh trông thật thiểu não. Chú cũng không thèm cắt bỏ nó đi.

Hình như chú có điều gì suy nghĩ. Chú buồn buồn, và ít nói.

Cô mở cửa kính ra, một luồng gió mát đưa vào mang theo mùi hoa bưởi thơm ngát. Đàn chim sẻ giật mình bay vèo qua khỏi dãy hàng rào gỗ sơn trắng thấp lè tè.

Cô nhớ lại chuyến đi vừa rồi với chú Khê và ông Hoạt. Khởi đầu vui bao nhiêu thì kết thúc ngược lại hẳn. Mà lỗi cũng tại mình một phần, cô ngẫm nghĩ.

Thấy chú Khê và ông Hoạt thân thiết nhau đến thế, cô có cảm tình với ông Hoạt ngay. Từ cảm tình đến dễ dãi, khoảng cách không xa. Thêm vào đó, ông

Hoạt lại ân cần và vồn vã đối với cô một cách thành thật và chu đáo đến độ như hai người đã quen biết nhau từ lâu.

Chiếc nón bay xa, chú Khê vội vàng chạy theo nhặt, chỉ còn hai người đứng bên bờ vực.

"Cô Thi. Trời nóng như đổ lửa, Thi có chịu nổi không?"

"Dạ, không sao. Mùa hè ở Sài Gòn có lúc cũng nóng như thế này. Cháu quen rồi. Nhưng chú nhường nón, cháu ngại quá. Lỡ chú bịnh, cháu không biết phải đền bù cho chú cái gì đây. Chú có bắt đền không, thưa chú?"

Ông mở tròn mắt nhìn cô gái, vẻ mặt sung sướng. Vội vàng đáp:

"Thi lo cho tui bịnh hả? Bịnh sao nổi. Tui, trời đánh không chết. Nắng thế này nhằm nhò gì. À mà tui chưa trả lời câu hỏi của Thi, là ... là tui phải bắt đền chớ sao không."

Thi ngạc nhiên:

"Đền cái gi?"

"Chuyện đó sẽ tính sau. Nhưng trước hết có cái chuyện này tui muốn nói ngay với Thi. 'Chú cháu', là Thi đối với chú Khê. Còn đối với tui, khác."

"Dạ em, em cũng nghĩ như thế."

Nói xong cô biết đã quá chiều ý ông Hoạt và quá mau mồm, cái tật cô vẫn có từ trước chưa bỏ đi được, nên lỡ lời. Ông Hoạt không bỏ lỡ cơ hội, vội vàng:

"Em Thi của anh."

Ông nắm lấy bàn tay của cô gái. Và nhanh như một người võ nghệ cao cường, ông xoay mình ôm chầm lấy cô. Thi hoảng hốt và cảm thấy yếu ớt như đứa bé trong đôi cánh tay rắn chắc càng lúc càng siết mạnh của ông Hoạt. Cô gái cảm thấy ngạt thở, gò má nhột nhạt vì những sợi râu lún phún trên cái hàm bạnh tàn bạo của ông. Đôi môi ông Hoạt dò dẫm tìm tòi. Thi muốn la to lên nhưng không dám. Sợ chú Khê nghe. Cô lấy hết sức đẩy mạnh ông ra xa. Ông bỡ ngỡ nhìn cô, nhưng vẫn giữ được bình tĩnh.

Cô vội cài cái nút áo trước ngực vừa bị sổ ra, tiện tay cài thêm chiếc nút nằm ngay trên đó mà cô thường để hở, và sửa lại hai vai áo cho thẳng thớm.

Cô sợ thì ít nhưng giận thì nhiều. Muốn hôn hả, thì cũng phải từ từ chứ. Bộ mình dễ lắm à. Cô nhớ chuyện đá banh. Bộ mình là tên giữ gôn hạng bét để banh chọc thủng lưới khơi khơi.

Lúc còn ở Sài Gòn, cô có lần đi coi đá banh với một người bạn trai tuy cô không thích môn thể thao đó. Vé vào cửa đắt quá đối với cô, nhưng đã có người mua vé thì mình cứ đi coi. Anh chàng "thằng khờ mê túc cầu" đó say sưa ca tụng tài nghệ của một tiền đạo Việt Nam. Biết khi nào tiến, khi nào lùi, khi nào lừa, khi nào làm động tác giả, khi nào phải đưa banh cho người đồng đội, khi nào đột ngột dứt điểm. Và phải luôn luôn giữ được trái banh, không cho nó vượt ra khỏi vòng kiểm soát của mình và lọt vào chân của đối phương. Thế mà suốt mỗi trận đấu, ghi được một vài bàn là cùng. Có khi không đá lọt bàn nào cả.

Cái ông Hoạt này hấp tấp quá.

Cô nghĩ rằng chú Khê có thể nghi ngờ điều gì đó giữa ông Hoạt và cô, nhưng chắc chắn chú không thể ngờ bạn chú lại bộp chộp và ẩu tả đến thế. Trái lại chú Khê thì ù lỳ như trái cau điếc, cô ngẫm nghĩ.

Cô nhớ lần đầu tiên gặp ông Khê tại Sài Gòn. Đúng là con người nửa nạc nửa mỡ, nói vậy mà không phải vậy, không biết đâu mà lường. Cho nên cô tìm cách giăng bẩy. Ông như con mồi tinh khôn, bước vào rồi bước ra khỏi bẫy một cách ung dung. Những trò vờ vĩnh của cô ông đều biết rõ, và sẵn sàng cho cô đánh lừa để cho cô vui lòng. Cô cũng đủ thông minh biết rằng ông đã biết hết, cho nên cô bực tức mà không biết phải làm gì trước cảnh huống đó.

Cô không biết rõ những gì đã xẩy ra giữa ông và mẹ cô, nhưng cô có thể nắm chắc một điều là hai người đã yêu nhau tha thiết bằng một mối tình có chỗ bất thường, quái gở. Cô đã có lần tìm cách gợi lại chuyện cũ với bà dì ở Vàm Láng, mong bà có thể soi sáng cho cô được chút gì hay không. Bà chỉ lẩn thẩn đáp:

"Thằng Khê hả? Ôi, cái thằng bạc hãnh đó mà nhắc tới làm gì cho khổ thân hả Thủy."

Bà cứ tưởng cô là mẹ cô.

"Cháu đây bà à. Cháu là Thi chứ không phải là mẹ cháu đâu!"

"A, a, Thi đó con? Con là con của con Thủy hả? Thiệt hôn?"

"Dạ. Con là Thi, mẹ con là Thủy."

"Ừa, đúng rồi. Mà Thủy nè, đừng thèm thương thèm nhớ cái thằng người Trung cà chớn đó nữa Thủy ơi. Con đẹp mà. Con hô một tiếng là tụi nó chạy tới rần rần. Con cứ thương đại thằng nào khác cũng được. Nhớ cái thằng đó làm chi cho khổ cái thân con mà cũng khổ cái thân ba mày. Ba mày cũng bắt chước cái thằng quỷ sứ đó bỏ tao đi đâu mất tiêu. Ông ơi, Thủy ơi ..."

Cứ thế, bà dì có sẵn đà nói lầm bầm cả buổi, rồi khóc lóc, rồi nói tiếp một mình, không còn thèm để ý đến ai.

Trong khi đó, có lúc chú Khê quay trở lại chuyện cũ, gặng hỏi về những gì đã xẩy ra, những lời nói như trăng trối của mẹ. Nhưng Thi có biết gì đâu. Mẹ ngã và chìm sâu xuống biển là do người ta kể lại. Thấy Thi ngẩn người khá lâu khi được hỏi, chú Khê lại tưởng mỗi lần nhắc lại chuyện đó làm Thi đau đớn. Cho nên sau đó chú Khê cũng thôi không hỏi nữa.

Thi còn nhớ khi còn sống tại quê nhà, cô luôn luôn ỡm ờ bịa chuyện về những giây phút cuối cùng của mẹ, nhưng chú Khê có vẻ không tin. Nay được gần gũi với chú, Thi đổi tính, không thích nói láo với người mà cô yêu kính nữa. Đành phải im lặng thôi.

Trong mấy tháng chờ đợi ngày lên đường đi Mỹ, cô bỗng nẩy ra cái ý về thăm Bến Tranh một lần nữa. Ừ, biết đâu mình sẽ tìm ra được cái gì liên quan đến mẹ và ông ấy để khi đến Mỹ có chuyện mà nói với ổng. Chắc ổng sẽ cảm kích lắm. Ổng sẽ, chú sẽ, sẽ, quý mình hơn. Rồi thành thói quen, cô về Bến Tranh nhiều lần, khi thì đi một mình, khi thì thuê bao một chiếc xe hơi ghé Vàm Láng mời bà dì và người làm cùng đi.

Có tiền trong tay, cô chi tiêu rộng rãi, như một Việt kiều về nước, thuê nhà ngủ ở lại, ghé những hàng quán ăn những món đặc sản địa phương, mướn thuyền đi những nơi mà ngày xưa, theo lời chú Khê kể lại, mẹ cô cùng chú đã đi qua. Bến Tranh trở nên quen thuộc dần. Người và nơi chốn nảy sinh ra tình quyến luyến nhau.

Cô viết thư cho chú Khê biết như thế, và chú bảo chú rất hoan nghênh việc đó. Mỗi tuần cô đều viết cho chú Khê một lá thư.

Bây giờ sống bên nhau, cái nhìn của cô đối với ông Khê mỗi ngày một khác. Cuối cùng, từ ý đồ chinh phục ông để lợi dụng, cô mong được chiếm hữu chú như một khát khao. Nhiều khi cô dò hỏi lòng mình xem đó có phải là tình yêu hay không.

Một buổi tối sau khi ăn uống xong, sau khi cô học bài xong, ông cho cô xem bức thư đã lột sẵn.

Ngày ... tháng ...

"Khê thân,

"Toa bình tĩnh đọc lá thơ này nghe. Sau chuyến đi thăm toa, moa trở chứng. Như người mất hồn. Nhớ toa và nhớ nhỏ Thi nhiều lắm. Moa nhớ toa có tâm sự rằng toa sống với nhỏ như cặp vợ chồng giả, đủ ba năm cho hợp lệ, rồi nhỏ muốn lấy ai thì lấy. Moa cũng nhớ có lần moa nói với toa rằng moa sẽ không bao giờ lấy vợ nữa, nhưng khi gặp bé Thi moa đổi ý liền. *Coup de foudre!* Tuổi này mà còn *coup de foudre* thì cũng hơi trễ, nhưng anh em với nhau có gì moa nói nấy, không sợ toa chọc quê đâu.

Nếu được, sẽ cưới hỏi đàng hoàng chớ không phải cặp bồ cho vui trong một thời gian rồi thôi. Nghĩa là cũng phải nể toa chớ. Có điều là không biết nhỏ có chịu moa không, vì nhỏ còn nhỏ xíu mà mỏa thì tuổi gấp đôi là ít. Đừng bàn ra bàn vào gì cả, để nhỏ hoàn toàn tự do định đoạt. Về sau khỏi ai đổ hô ai cả.

"Mỏa cũng có ít nhiều kinh nghiệm về đàn bà. Có nhiều đứa muốn lấy chồng lớn tuổi hơn nhiều, không biết nhỏ có thuộc loại người này hay không. Lấy chồng già có tiền để vâng lời, để có người lo liệu mọi chuyện, còn mình chỉ có việc đi *shopping* mà xài tiền cho đã. Miễn là đừng cắm sừng là tao chịu. Như thế khỏi cãi lộn nhau cả ngày, khỏi ai làm khổ ai. Đó là chưa kể đàn bà mau già hơn chồng là một, chồng già thì cũng khỏi đi mèo là hai, và thứ ba là, chuyện này thì moa nói nhỏ cho nghe thôi nhé, lớn tuổi như toa với moa thì cũng có nhiều kinh nghiệm đáng đồng tiền bát gạo lắm chớ bộ. Toa biết moa muốn nói gì rồi chớ.

Toa hỏi dò xem thử nhỏ có chịu moa hay không. Nhưng làm cái kiểu đó mất ngày giờ lắm, mà moa thì sốt ruột. Hay là toa cứ đưa đại cái thơ này cho nhỏ coi cũng được. Thử coi nhỏ phản ứng ra sao.

"Thăm toa, thăm nhỏ."

Hoạt.

TB. Nếu toa cũng đổi ý như moa, nghĩa là nếu toa thích cưới nhỏ thiệt chớ không phải giả đò, thì toa cứ coi như không nhận được thơ này, và phải làm một bữa nhậu rùm beng kêu moa về với để chánh thức hoá bà xã trẻ và đẹp của toa. À còn chuyện này nữa, còn khoảng hai năm nữa mới hết thời hạn làm vợ chồng giả, nhưng nếu Thi bằng lòng thì nhỏ có thể cùng mỏa sống chung với nhau càng sớm càng tốt. Toa OK chứ?

Đọc xong thư, Thi ngồi yên, không ngạc nhiên lắm. Ông Khê mở lời:

"Chú chưa có ý kiến gì cả. Thi cứ từ từ suy nghĩ, rồi khi nào thấy tiện, trả lời cho chú biết."

Nói xong, ông nắm lấy tay Thi chặt hơn, lâu hơn mọi ngày, rồi lẳng lặng trở về phòng ở trên lầu.

Cô ngồi thừ tại chỗ một lúc lâu, lòng trống rỗng. Dần dần cô cố nhớ lại chuyện cũ. Thứ tự lẫn lộn. Những chuyện không đâu có khi lại hiện về rất rõ, những biến cố cô nghĩ là quan trọng có khi lại rối nùi, hoặc như lạc trong sương mù.

Cái ông Hoạt già dịch này! Tưởng là để ông đùa chút chơi, cũng như mình muốn đùa ông một cách vô tư, té ra ông làm thiệt. Làm vợ ông ấy? Còn lâu! Bộ khùng sao? Bộ hết đàn ông rồi? Tương lai còn đang chờ mình, những con đường ở Mỹ rộng thênh thang và dài mút mắt đang chờ mình. Có phải không chú?

Nhưng sao chú đổi tính quá, không thoải mái như hồi gặp nhau ở Việt Nam. Chú càng né, mình càng muốn sấn tới. Yêu, thích, hay tò mò? Hay chú có một hấp lực nào đó mình không thể nào cưỡng nổi.

Ông thầy dạy tiếng Anh nói câu châm ngôn này của Mỹ, câu đó với mình, sai: "Vui thì người ta sẽ vui với, buồn sẽ buồn một mình." Không, chú buồn mình càng muốn gần chú hơn -- Cặp mắt rầu rĩ, đen tối, hoang mang, bất an, vô vọng. Tiếng nói thường uể oải, mệt mỏi. Dáng điệu thì ngập ngà ngập ngừng như luôn luôn sắp có điều gì muốn thổ lộ. Nhiều lúc trông chú như một người tuyệt vọng làm mình đau lòng. Làm mình muốn ôm chầm lấy chú hỏi cho ra lẽ. Tại sao vậy chú?

Lại nữa, chú từng nói mình không có ràng buộc gì với nhau cả. Sau ba năm chú sẽ "tháo cũi, sổ lồng" cho mình hoàn toàn tự do trên đất nước rất tự do này. Chú và cháu sẽ không sống bên nhau mãi mãi hay sao? Mình có thể sống một mình như hồi còn ở Việt Nam chăng?

Lại nghĩ đến ông Hoạt là mình đã muốn cười thành tiếng. Mình chỉ mới đùa chút chơi xem ông Hoạt có ù lỳ như chú hay không, bạn thân mà, phải giống nhau chớ, thì ông đã hấp tấp chộp lấy dịp may hiếm có. Thế ra hai người đàn ông thân thiết đó không nhất thiết phải giống nhau, ít nhất là đối với gái.

Hay là chú lại cái, *gay*, bất lực? Được rồi, hãy xem!

Bức thư của Hoạt làm ông nghĩ ngợi. Ông chờ hơn một tuần không thấy Thi trả lời. Có nghĩa là Thi đang phân vân suy tính? Nghĩa là Thi cũng có thể chấp thuận sự sai biệt lớn về tuổi tác? Mà tuổi của Hoạt và mình tương đương nhau. Vậy thì tuổi tác không phải là một trở ngại lớn lao nếu ông muốn đổi đám cưới giả thành đám cưới thật? Ông nghĩ đến Thủy, đến mối tình của ông và Thủy, đến lời hứa, tự hứa với bản thân mình mà thôi khi đem cô bé qua đây. Mối tình đau khổ với mẹ của Thi luôn luôn ám ảnh ông mỗi khi ông có ý định yêu một người đàn bà nào khác.

Ý định yêu? Sao lại thế. Yêu là yêu, chứ làm sao có chuyện ý định yêu, ông ngẫm nghĩ? Nghĩa là đúng ra mình chưa yêu người nào thật lòng ngoài Thủy.

Những gặp gỡ với nhiều người đàn bà trong mấy mươi năm trời không thể sánh được một chút nào so với tình yêu của ông đối với Thủy. Đó chẳng qua là chuyện giải quyết sinh lý. Đói thì ăn, khát thì uống. Ăn uống nhiều đâm ra no và chán. Giá mình được một lần ngủ với Thủy, một lần thôi, có lẽ cái ám ảnh không rời đó có sẽ tan dần đi chăng? Hay càng ray rứt hơn? Đó chỉ là một câu hỏi không có câu trả lời.

Nay Thi giống Thủy quá mà! Con của em lại quá tự nhiên, bạo dạn, đến độ như muốn khiêu khích. Có phải không, Thi là Thủy của anh đã bớt đi gần ba mươi tuổi, như một người từ một chốn thần tiên nào, Thiên Thai chăng, nơi đó thời gian trôi đi rất chậm, nay trở về với trần thế gặp lại người xưa. Cái cám dỗ nơi cô gái nhiều lúc đè nặng trên ngực của ông làm ông nghẹt thở. Giá mình có ngủ một lần với Thủy! Thì bây giờ với Thi thì sao?

Những ngày gần đây, trong đêm khuya, ông thỉnh thoảng nghe những tiếng nghèn nghẹn từ phòng Thi vẳng qua. Đêm vừa rồi, ông quyết định ngồi dậy rời khỏi giường bước qua nghe ngóng. Cửa phòng Thi khép hờ, chỉ đẩy nhẹ là mở ra được ngay. Ánh điện từ cây đèn cạnh hàng rào của khu vườn nhỏ chiếu vào qua cánh cửa sổ để mở tạo nên một thứ ánh sáng mờ mờ trong căn phòng. Ông thấy Thi, không rõ lắm, nằm nghiêng, tóc xõa nhiều trên chiếc gối trắng và che gần hết khuôn mặt, một cánh tay trần đặt trên chiếc gối khác, và chiếc mền len mỏng gấp lại vắt ngang qua thân hình phập phồng mơ hồ theo nhịp thở. Ông nhìn hai bàn chân xinh xắn lộ ra ngoài ống quần ren vắt chéo lên nhau.

Ông đứng tần ngần nơi cánh cửa. Thì ra Thi nói mê trong giấc ngủ, ông nghe tiếng được tiếng mất. Ông ngạc nhiên khi nghe tên ông thường được nhắc đến. Lại có cả tiếng gọi mẹ, mẹ, rồi gọi Hoạt. Rồi im lặng. Ông định trở lại phòng mình thì thấy Thi trở mình quay mặt hướng về phía ông. Ông chột dạ đứng yên. Nếu Thi thức giấc ngay lúc ấy sẽ bắt gặp ông đang đứng ngây nhìn. Thi lại nói ú ớ tiếp những gì ông không nghe rõ, có nhắc tới tên một hòn đảo thì phải, và cả tên Bến Tranh thì phải. Rồi im lặng hẳn. Đứng chờ một lúc lâu, không còn thấy động tĩnh gì nữa, ông rón rén trở về phòng mình.

Ngày hôm sau, nhằm sáng chủ nhật, trong bữa ăn sáng mà ông đã phụ Thi làm cà phê, chế ấm trà, trong khi cô gái chiên lại thịt heo ướp muối với trứng gà. Cô làm thêm hai dĩa xà-lách nhỏ trộn dầu dấm, hành tây, cà chua, dưa leo.

"Lần này cháu chiên thịt heo thật lâu cho nó chảy hết mỡ và dòn lên như trong quán ăn Tây nhé." Ông vui vẻ gợi chuyện. Thi ngước mắt nhìn ông, lặng lẽ mỉm cười.

"Có chuyện này lạ lạ chú nói cho Thi nghe đây. Độ này chú đêm nào cũng nằm mơ."

"Ô," cô gái vừa chắc lưỡi vừa reo to, "thế thì chú sung sướng quá."

"Sung sướng? Tại sao?"

"Cháu muốn nói rằng như thế là chú được sống hai cuộc đời nhập lại làm một. Ban ngày đã sống, mà đêm ngủ cũng sống. Chú sống gấp đôi người khác, thế có sướng hay không nào."

"Còn tùy ..."

"Chú vẫn thế," Thi vội ngắt lời, "chú vẫn như cũ, cái gì cũng còn tùy, còn tùy. Y như hồi chú cháu mình gặp nhau lần đầu tại Sài Gòn."

"Thế hả. Hồi đó chú phải tùy cháu chứ. Chú mà trái ý cháu là cháu 'quạt' ngay. Bây giờ thì cũng còn tùy giấc mơ nữa chứ. Mơ gặp toàn ác mộng thì sao. Có sung sướng được hay không?"

"Nhưng cháu biết không phải ác mộng. Là vì chú bảo chú sắp kể cho cháu nghe câu chuyện lạ lạ, chứ có phải là chuyện gì đáng sợ đâu."

"Thi thông minh và nhớ dai lắm. Không phải chỉ lần này mà thôi đâu. Chú vô tình nói cái gì đó, Thi đã nhớ ngay, triệt buộc ngay."

"Triệt buộc là cái gi?"

"Là một thế cờ trong Domino. Hôm nào rảnh, chú bày cháu chơi Domino."

Cô gái miễn cưỡng:

"Thôi, cháu không chơi cái cờ gì gì đó đâu. Để thì giờ học bài chứ. Đã đi chơi nhiều quá, Las Vegas, Grand Canyon. Làm cháu thấy sốt ruột."

Ông Khê vui hẳn lên:

"Thế thì chú có thể yên tâm phần nào rồi. Thi của chú giỏi lắm."

"Hôm nay chú ăn phải cái gì mà lại biết khen cháu vậy? Mọi khi chú lơ đãng lắm! Bây giờ trở lại giấc mơ của chú đi, chú nằm mơ thấy gì? Có mơ thấy cháu không?"

"Không. Hồi hôm chú mơ thấy chú Hoạt."

Thi im lặng ngẫm nghĩ rồi nói:

"Cũng phải thôi. Thân nhau, nghĩ đến nhau, đêm nằm mơ thấy nhau, cũng là chuyện thường."

"Chú mơ thấy Bến Tranh nữa!"

Thi đứng dậy đi lấy nước cho vào ấm rồi đến lò ga bắc lên để pha trà. Dáng đi của cô gái nhẹ nhàng, tha thướt, uốn éo.

"Thi đi trông giống như mấy cô thi hoa hậu trên

T.V."

Cô đỏ mặt:

"Trật. Muốn giống để hôm nào cháu mang giày gót thật cao đi là giống ngay. Đi dép Nhật như thế này cháu trông giống con vịt thì có."

"Lại đến phiên Thi trật. Giống con thiên nga chứ!"

Thi nói trong tiếng thở dài:

"Con thiên nga từ Việt Nam bay qua đây ngủ quên trong vườn của chú cả năm trời rồi đó."

Ông kín đáo liếc nhìn cô gái, lòng bồi hồi. Bỗng như sực nhớ, ông đột ngột hỏi:

"À mà này, cháu thì sao? Cháu có thường nằm mơ hay không?"

"Không bao giờ. Cháu lên giường ngủ là ngủ như chết cho đến sáng."

Nói xong cô ngâm khe khẽ:

Nó ngủ nó ngáy tì tì
Một giấc đến sáng còn gì là xuân!
Chị em ơi, hoa nở mấy lần ...

Ông bật cười:

"Thơ thẩn gì mà ghê vậy."

"Ghê chứ sao không ghê! Ca dao mà. Hồi cháu

còn ở đảo có ông thầy dạy Việt văn học trò bọn cháu đặt tên ông là ông thầy ba lăm. Ông dạy loại thơ đó nhiều lắm. Cháu nhớ bài đó nguyên bài."

Ông châm thêm trà vào hai cái tách, nhìn chăm chú vào đôi "mắt phượng" và chậm rãi nói từng tiếng:

"Cháu nói thế chứ cháu vẫn nằm mơ đấy."

"Sao chú biết?"

"Cháu nói trong mơ."

"Vô lý. Cháu nói trong mơ mà chú nghe được!"

"Chú muốn nói là cháu nói mê, nôm na gọi là mớ."

Thi chau mày suy nghĩ:

"A, có lẽ cháu bị mộc đè. Cháu hay bị mộc đè lắm."

"Nghĩa là gì?"

"Mình nằm trên ván ngựa có khi bị mộc đè thở không được, tỉnh dậy không được, nói ú ớ."

"Nhà mình đâu có ván ngựa."

"Nói là nói thế thôi. Hễ nói ú ớ trong giấc ngủ, cố dậy mà dậy không nổi, cứ cho là bị mộc đè, bị bóng đè. Đôi khi mình vô ý để bàn tay trên ngực bên trái phía trái tim cũng không thở được như bị mộc đè. Có lẽ cháu phải nói lớn lắm, cháu phải hét to, cho nên chú đang nằm ngủ bên phòng của chú mà chú vẫn nghe được. Vô lý là chỗ đó."

"Không phải vậy. Chú bước qua phòng Thi mà. Nghe có tiếng gì là lạ bên phòng cháu, chú vội chạy qua, thấy cháu đang ú ớ."

Thi cười vang:

"Ô, thế thì nguy quá, bị lộ cả bí mật quân sự rồi. Vậy cháu nói những gì nào, xin chú làm ơn cho biết."

"Nhưng để chú hỏi cái này trước đã nhé. Biết chú qua sao cháu cứ vờ ngủ say?"

"Không dám đâu! Nghèo mà ham! Cháu chả vờ vĩnh gì cả. Cháu ngủ như chết. Nói trong giấc mơ tức là ngủ, chứ sao lại vờ. Đúng không?"

"Đúng! Cháu vừa hỏi cháu nói những gì hả? Cháu hay nhắc đến tên chú Hoạt."

Thi lại cười ngặt nghẽo, ôm cả bụng mà cười. Ông chen vào:

"Mình thường nhắc tên người nào trong giấc ngủ có nghĩa là mình hoặc ghét người đó, hoặc thương người đó lắm. Vậy thì thương hay ghét?"

"Thương. Yêu nữa!"

"Chú báo tin mừng ấy cho chú Hoạt biết nhé."

"Thì chú cứ báo tin đó đi, cháu đâu có sợ. Mà tình yêu có thể đo lường được không hả chú."

"Chuyện đó chú mù tịt."

"Ví dụ đo được đi, thế thì cháu yêu chú ấy chỉ bằng ... Không, không bằng chút nào cả nếu so với ...với ..."

Ông bỗng cảm thấy ngại ngùng. Như không muốn nghe tiếp, ông nắm chặt lấy hai bàn tay của cô gái, nâng lên nửa chừng rồi dừng lại, và nói rất khẽ:

"Rời Grand Canyon đã hơn một tuần rồi mà hai bàn tay của Thi vẫn còn rám nắng."

V

Ông đi lui đi tới tại một cửa hàng lớn bán đủ mọi thứ mà ta có thể cần đến hay không cần đến, thì đừng mua, coi thôi, coi giá cho biết để không bao giờ nhớ đến những bảng giá đó, vì không cần thiết, vì ông sắp sửa mua thứ khác ở một nơi khác theo lời Thi dặn, ghé lại đây chẳng qua để thấy cái gì hay hay cũng có thể tự ý mua thêm làm quà cho cô gái, đàn bà con gái nào mà lại không thích quà, thì cứ tò mò nhìn kỹ các bảng giá làm gì khiến cho người bán hàng đi vội tới săn đón, giải thích, mời mọc một cách quá khẩn thiết đến nổi không ai có thể nói lời từ chối được, cô bán hàng có bộ ngực to lộ liễu và nụ cười đẹp, cho nên ông muốn nhảy lẹ một bước vào cái thang máy cuốn kêu rè rè nho nhỏ đưa những đoàn người từ tầng ông đứng lên tầng trên, thế là thoát nợ, khỏi phải tìm cách nói quanh, nhưng ông không muốn làm cô ấy thất vọng, cô ấy đây là người bán hàng mà cũng có thể là cô gái đang ở nhà chờ ông về ăn món bún riêu đặc biệt do chính cô nấu, buổi sáng sớm khi ông đi làm thuận đường đưa cô đi học, cô đã dặn ông chiều nay nhớ ghé chợ Việt Nam mua rau kinh giới không có trong vườn mình, cà chua cũng mua vì cà chua ngoài vườn trái còn nhỏ và xanh quá, và một hũ mắm tôm, nhưng ông lại nghĩ rằng ông cũng phải mua thêm một món quà đắt tiền ở cửa hàng sang trọng và rộng mênh mông này, món hàng mà ông không biết chắc rằng Thi sẽ thích hay không, nếu không thích thì ngày hôm sau ông sẽ mang nó đi trả có sao đâu, ở đất Mỹ này tha hồ mang hàng đã mua trả lại cho cửa hàng, có thế người ta mới mạnh tay mua, có khi mua lỡ rồi lại lười mang trả, thì họ cũng bán được một món hàng mà người mua không thích, thì cứ mua rồi mang trả lại khi không có mặt cô bán hàng săn đón này, như thế cũng mất đi thì giờ quý báu đấy, nhưng cũng đành phải để mất, vì nhờ vậy mà mình đã làm vừa lòng cả hai người đàn bà.

Nhưng ông nghĩ thế thôi, vì ông cũng không biết mua cái gì, không phải vì ông tiếc tiền, mà vì ông bỗng nảy ra cái ý nghĩ rằng mình không việc gì phải có bổn phận chiều ý cô đứng bán hàng, mình chẳng qua đến gian hàng này là vì Thi chứ đâu phải vì người nào khác, tuy thế ông lại nghĩ tiếp hay tốt hơn hết là nhờ cô bán hàng chọn giùm một món quà, phái nữ vẫn hiểu sở thích của nhau hơn, cuối cùng cô bán hàng chọn cho ông cái nịt vú, buồn cười, thế ra cô ta đã đoán rằng mình mua quà cho bồ bịch, mà Thi có phải là bạn gái hay người yêu của mình đâu, trong khi đó năm bảy người đàn bà con gái khác cũng đang lui lui tới tới những dãy hàng này chọn lựa, trầm trồ bàn bạc, có người tò mò nhìn ông, ủa gả đàn ông này đến đây làm gì, chỗ bán đồ đàn bà mà, những con mắt đã nói lên như vậy, có điều cỡ nào thì vừa hả cô hàng, này, đại khái phải nhỏ hơn của cô chút ít mới được, ông vừa nói vừa đưa ngón tay chỉ trỏ vào ngực người bán hàng làm dấu, ô, cái ông này đang làm gì đó, bộ không có miệng để nói à, mà nói bậy cũng mang tội sách nhiễu tình dục như thường, huống là, muốn ở tù hả, muốn bồi thường thiệt hại hả, mà mình nghĩ đi nghĩ lại có thiệt hại gì đâu, nó cũng không mòn đi chút nào, không sứt mẻ một sợi lông, đó là chưa kể trưng bày ra mà người ta không thèm ngắm tức là của ấy là của ôi, nhưng thôi, mình cứ nói xin lỗi đi, rằng đó là do vô tình mà làm vậy thôi, chứ không có "tà ý", vậy thì cứ lựa cho tôi một hai cái nịt vú đi, cỡ nào cũng được, ông thầm nghĩ, vì ngày mai mình lại mang hàng đến trả, thế mà cô bán hàng cũng đọc được ý nghĩ ấy của ông, quay ngoắt người bỏ đi, cái ngực lớn không kín đáo nhưng hấp dẫn rung rung theo bước chân, ông nhìn theo và thử áng chừng sự khoái cảm của mình sẽ như thế nào nếu được gần gũi cô này so với những người đàn bà "đã đi qua đời tôi", này này, toàn là những ý nghĩ đen tối, rối nùi, xấu xa, bỉ ổi, hạ cấp, nham nhở, mà mọi người bình thường trong xã hội đều lên án.

Nhưng đối với Thi, ông luôn luôn đóng vai người lớn nghiêm nghị, đứng đắn, và đau khổ nữa, có một chút đau khổ mới có nét hấp dẫn, thỉnh thoảng giả vờ đôi chút nhưng cũng có khi đau khổ thật, bứt rứt, khốn đốn thật, vì cũng như cái trống *"Của em bưng bít vẫn bùi ngùi"*, đó là nói về phần đàn bà con gái, đúng thế, cái trống bọc da bưng bít vẫn bùi ngùi sợ và mong sẽ có ngày bị hay được chọc thủng bởi chiếc dùi nặng tay, *"Nó thủng vì chưng kẻ nặng dùi"*, cô Hồ Xuân Hương lẳng lơ này nói ít khi sai, cho nên ông luôn luôn giấu giếm sự thèm thuồng đã đến quá bất chợt ông không thể ngờ tới, và ông biết Thi nó cũng biết thế, đàn bà tinh lắm, hai lỗ tai cũng là hai con mắt, cái gáy cũng là con mắt, tóc, vai, cánh tay, lưng, mông, cặp chân thảy thảy cũng đều là những con mắt, từ đó họ thấy được mình nhìn họ từ bất cứ phía nào, rồi giả vờ như không biết gì, nét mặt ngây thơ giết người, hoặc làm duyên, chớp chớp cặp mắt, hoặc nhìn xa mơ màng, hoặc khép hai cái đùi lại một cách rất gợi tình, hoặc lập nghiêm, khuôn mặt biến thành bức tượng cẩm thạch trong bảo tàng viện, hoặc chau mày, cắn môi, quắt mắt, nhưng ít khi giận dữ thật sự, hỡi mấy người đàn bà mình đã lê qua đời họ.

Những đêm cô gái nói mê sảng, ông đứng thập thò như kẻ gian nơi cánh cửa, dùng dằng đi chẳng dứt, độ này cô mê sảng nhiều hơn trước, có đêm cô thét to, ông vội chạy qua, đến tận bên giường để cho mùi thơm ấm áp, nồng nàn của nước hoa và của da thịt thấm vào mọi giác quan của ông, Thi, Thi, chuyện gì vậy, tỉnh lại đi cháu, cô mở mắt nhìn ông nói thì thầm như trong mơ, ông nghe tiếng được tiếng mất, ánh đèn đêm ngoài vườn chiếu vào khuôn mặt giống khuôn mặt của Thủy như Thủy đang từ cõi âm ty hiện hình, ông giật mình bàng hoàng, Thủy hả em, âu yếm hay trách móc, mừng rỡ hay oán hờn, chuyện gì vậy hả chú, cháu la to lắm hả, rồi cô gái từ từ nhắm đôi mắt lại ngủ tiếp như trẻ thơ, những giọt mồ hôi đọng trên trán, trên hàng mi, hay không phải mồ hôi mà là nước mắt, nhưng mình lắng nghe, Thi có khóc đâu, và bộ ngực dưới lớp chăn mỏng phập phồng như sóng trôi, ông lần từng bước trở về phòng lên giường nằm trằn trọc cho đến sáng.

Ngày hôm sau không ai chịu ngỏ lời trước nhắc lại chuyện hồi đêm, nhìn nhau như không có chuyện gì xảy ra, nhưng từ đó tiếng thét trong đêm khuya thỉnh thoảng lặp đi lặp lại như đe dọa, như nhắn nhe, như giục giã, như kêu gọi, vang đến phòng ông, ông vừa ngại, ông vừa chờ mong, có lẽ phải đưa cô gái hay chính mình đi bác sĩ thần kinh, phân tâm, đến những chuyên viên giải đáp tâm lý, khuyến nhủ, dự những *counseling sessions*, ô, nhưng bé Thi nó giả vờ đấy mà, để gọi mình qua phòng nó, nó biết mình thích thế và nó chiều mình, còn chính bản thân nó, nó có thích mình qua đó hay không, tuổi trăng đang tròn, hoa đương độ, những đòi hỏi về sinh lý bức xúc, mình thì dễ, giải quyết ở đâu mà chả được, nhưng con gái thì có hơi khó, nhất là đứa con gái đang muốn lột xác từ bụi đời để trở thành kín cổng cao tường, phải cố mà giữ mình chứ, bằng không sẽ *"tan tác như hoa giữa đường"* sao, dạo này mình thuộc thêm một số câu trong *Truyện Kiều*, nhưng dù sao cô bé cũng đã từng quen bước đi nhiều bước trên con đường tình ái, tình dục, thì cứ tìm một thằng bồ cùng trang lứa tại những lớp *ESL*, tại *college*, ai mà biết được nơi một góc trời nào đó có hai người đàn ông đàn bà đang làm gì với nhau ở cái xứ tự do này, vâng, những khách sạn ông từng tới ở, ông nhìn theo những cặp thanh niên nam nữ, có những đứa to xác mà mặt còn non choẹt, vị thành niên, vừa đi vừa quấn vào nhau như hai con lươn trong thau nước cạn, trước mắt ông, trên những dãy hành lang dài thật dài, thì Thi gọi mình làm gì, hay Thủy đã nhập hồn vào cô bé để cùng mình đi cho trọn con đường dở dang, tức tưởi, tiếc nuối, phải không Thủy, phải không Thi, sao không thấy tiếng trả lời nào cả trong vũng tối âm u và tịch liêu này.

Nhưng cũng có hôm, tỉnh lại sau cơn mê, hai người cùng tỉnh, cô gái thủ thỉ chú ơi, ban ngày thì không sao cả, nhưng ban đêm, những đêm khuya thức giấc, nhiều khi Thi nhớ mẹ quá, lại có khi nhớ cả cái đảo địa ngục trần gian, lạ quá hả chú, hễ đã sống qua dù cực khổ đến mấy cũng muốn trở về sống lại thử coi, và nhớ Sài Gòn nữa, căn phòng chật chội không kiếm đâu cho ra một chỗ để làm bàn thờ mẹ, và có khi cũng nhớ luôn Bến Tranh, những lúc ấy cháu muốn nằm yên một mình để nhớ, chứ cháu không muốn chú chạy qua đâu, chú nói sao, đúng thế, sau khi chú trở về Mỹ, nhớ lời chú dặn thử tìm về quê, cháu tìm về Bến Tranh nhiều lần, nhiều lần như thấy mẹ ở đó, lởn vởn trên ngọn cây trong vườn mận, trên mái nhà cũ, mái ngói đỏ lẫn trong đám cây xanh, trên những con đường mòn hai bên cỏ mọc cao, trên sông trên lạch, trong những đêm trăng, mẹ cháu sống lại, có cả chú bên mẹ, cháu nói thiệt đó, và cũng nhớ, rõ ràng hơn cả, cái nhà lá trên bãi biển dơ dáy, mấy ông đánh cá mặt mày hung ác, những ngày biển động không ra khơi được, ở nhà uống rượu, đập chai, đập lộn, chửi bới, đặc biệt là những cặp mắt đỏ như than hồng, xách cháu lên rồi ném qua ném lại như ném trái banh, hà hơi rượu vào mặt cháu, nghe nồng nặc và tanh đến ói mửa, nhưng thôi, thôi chú nhé, chú về phòng ngay đi, ngủ cho khỏe mai còn phải đi làm sớm, nhưng cũng còn điều này nữa chú ơi, khi nào chú về thăm Việt Nam cho cháu đi theo với, cháu muốn nhìn lại Bến Tranh một lần nữa, ở đây với chú cháu vui lắm, yên tâm nữa, đi đâu xa cũng có chú, thế mà cũng có lúc cháu sợ đến lạnh cả người, sau chuyến đi Grand Canyon về, khi nghĩ rằng lỡ một ngày nào không có chú, cháu một mình, ở cái xứ cái gì cũng to lớn, đường thì dài, núi thì cao, sông thì rộng, thung lũng thì mênh mông, cái gì cũng quá khổ và lạ lùng, thử tưởng tượng cháu một mình bị lạc vào trong đó, trong vực thẳm, vách đá, hang động, trong khe nứt của mặt đất, trơ khất, hay bị lạc lạc vào trong những vườn cây xanh lè, ma quái, ngay hàng thẳng lối như những dãy thánh giá vừa được dựng lên, dưới trời nắng bao la không một bóng người, trông không khác gì cái nghĩa trang mênh mông, hay bị lạc vào trong những thành phố đông đúc, lạnh tanh, người ta chen nhau trên lề đường như những đàn kiến, xe cộ lượn vòng trên những cầu xa lộ xa trông như những con dòi, con sâu, đang bò quanh, thử tưởng tượng một ngày nào đó không còn chú bên cạnh, bỏ một mình cháu trên đất nước xa lạ này ...

Hai câu thơ luẩn quẩn trở lại:

Việc nhà đã tạm thong dong
Tinh kỳ giục giã, đã mong độ về ...

Khi thì nó mang nghĩa này, lúc thì mang nghĩa khác, tùy theo cái cảm thức rất chủ quan của ông vào mỗi thời điểm khác nhau. Hai câu thơ ấy bây giờ nghe không còn reo vui như trước nữa. Nó chênh vênh, lơ lửng và gợi lên những ý nghĩ buồn bã, chia ly, chết chóc. Túc từ, chủ từ mơ hồ, ngôn ngữ mông lung, đa nghĩa. "Thong dong"? Vâng, việc nhà của nàng Kiều đã tạm thong dong, tạm thôi, cơn gia biến đã qua, nhưng liệu bố mẹ và hai em có thể tiếp tục lại cuộc sống phong lưu *trướng rủ màn che* như cũ hay không, nhất là về mặt tinh thần, khi người chị cả phải hy sinh bán mình cho một người lạ ở phương xa?

Quê nhà vừa mới coi như tạm ổn thôi, *đã tạm thong dong*, thì *"tinh kỳ giục giã"* -- sao đêm đã mọc thúc hối nàng lên đường -- lại ném nàng vào chốn lưu đày!

Cho nên ý nghĩa của bốn chữ kế tiếp, *"đã mong độ về"*, thật là hàm hỗn. Trước hết là ý niệm "về". Sao lại về, mà về đâu? Câu trả lời là về chốn vô định. Và ai mong? Kiều và gia đình Kiều chắc chắn không mong chuyện ấy rồi. Có chăng, đó là định mệnh ngang trái đang đứng chờ Kiều qua hình ảnh của Mã Giám Sinh và Tú Bà.

Ông lại nghĩ đến Thủy cũng đã ra đi, và không những chỉ về chốn lưu đày mà là đã đi về những nơi cực kỳ gian khổ trước khi đi đến cái chết. Ông nhớ những dòng thơ buồn não nuột tiếp theo hai câu thơ trên. Ông hình dung nàng Kiều ràn rụa nước mắt khi phải thổ lộ cho người khác nghe những điều nàng chỉ muốn giữ kín mãi trong lòng. Tuy thế, nàng cũng phải nói ra, vì nàng xem đó là lời trăng trối của người sắp chết.

Nhưng đó là chuyện nàng Kiều trong tiểu thuyết, còn Thủy thì sao? Trước khi trút hơi thở cuối cùng, Thủy có kịp dặn dò điều gì với đứa con gái còn bé bỏng của mình hay không?

Ngày xuân em hãy còn dài
Xót tình máu mủ thay lời nước non ...

Và Thi sẽ xót tình máu mủ để thay lời mẹ?

Ôi, mình nghĩ quẫn rồi. Chỉ muốn vơ vào những chuyện chỉ có trong tưởng tượng bệnh hoạn.

Ông nhớ lời cô gái nói khi gặp gỡ lần đầu tại Sài Gòn: "Lúc lâm chung, mẹ nhắc đến tên chú nhiều lần." Cô gái tinh quái đó nói đùa hay nói thật, ông không thể biết được. Cho rằng cô nói thật đi nữa, nhưng lúc đó Thi còn bé quá, làm gì có chuyện con hãy thay lời mẹ như Kiều cậy Vân thay mình kết duyên với người yêu của mình! Câu chuyện vô lý như thế nhưng ông vẫn liên tưởng như thường. Bởi vì bây giờ Thi đã trở thành một thiếu nữ xinh đẹp, tình tứ, thu hút, gần như em ngày xưa, lại đang sống với anh qua những ngày tháng đầy bứt rứt xen lẫn những giờ phút thật êm đềm. Những đêm khuya mê sảng, những tiếng thét bàng hoàng.

Một buổi chiều ở nhà một mình, Thi đi học chưa về, ông ngồi trước tấm gương to nhìn vào khuôn mặt mình trong gương. Cái mặt trông thật đáng ghét, nham nhở, bần tiện. Cặp mắt khờ khạo, thất thần.

Ông liên tưởng đến một võ sĩ quyền Anh bị đối thủ đánh vào trán, vào mặt, vào cằm tới tấp, túi bụi, lao đao sắp bị đo ván, thì được tiếng chuông cuối hiệp cứu nguy. Anh chàng võ sĩ đó lảo đảo đi đến chiếc ghế đẩu nơi góc của mình ngồi phịch xuống thiếu đường mốn ngã quay xuống sàn gỗ. Các săn sóc viên hối hả đến, hai tay lia lịa cầm khăn lông quạt quạt, rồi phun nước lên mặt lên đầu hắn, rồi tát tát vào hai bên má hắn, rồi trét thuốc vào mấy vết thương trên mày, trên trán hắn. Xong, thét to vào tai của hắn: "Tỉnh dậy đi! tỉnh dậy đi! Mày sắp thắng rồi. Cố gắng thêm một chút nữa thôi. Rán đấm mạnh vào hàm bên trái của nó mà nó thường để hở. Chỉ vài phút nữa thôi chắc chắn mày sẽ hạ gục nó. Tỉnh dậy!

tỉnh dậy đi! Nó cũng thường để hở bụng bên phải. Cố hết sức tống vài quả vào hai điểm yếu đó là xong. Nhớ nhé, nhớ nhé!"

Anh võ sĩ hai con mắt lờ đờ như vô hồn có thể nào cho những lời khích động ấy lọt vào tai hay không, có tỉnh dậy được chút nào hay không, chỉ có trời biết. Chỉ biết rằng khi tiếng chuông bắt đầu hiệp mới vừa dóng lên, anh lại lừ lừ tiến ra giữa võ đài tâm trí hôn mê, cặp mắt dại khờ, để tiếp tục nhận lãnh những cú đấm tới tấp. Và ngã gục.

Thường thường là thế. Nhưng cũng có thể xẩy ra trường hợp, tuy rất hiếm hoi, tức là có người tỉnh dậy được, lấy lại sức dần dần, rồi thận trọng bước ra võ đài dần dần chuyển bại thành thắng.

Ông thử tự đánh giá. Ông không phải là một võ sĩ đánh đấm trên võ đài, nhưng có khi ông đánh thứ khác: Đánh bạc. Phải nói ngay rằng ông đánh bạc để tiêu khiển chứ không phải cốt ăn tiền. Lẽ dĩ nhiên đánh ăn cũng tốt hơn là thua, nhưng nếu thua, ông không cay cú, không thèm gỡ gạc, nhờ thế chưa bao giờ ông thua đậm. Hơn nữa ông tự cho rằng ông biết chơi vài ngón cờ bạc, *Black Jack* chẳng hạn, biết tính toán theo xác suất, biết khi nào nên lấy thêm bài, khi nào ngừng lại, khi nào thì *split*, khi nào thì *double down*, khi nào đến chu kỳ đen thì đặt ít tiền để phá bài, khi nào thì nên đặt tiền nhồi vào cho nhiều, ăn cho lớn. Cho nên kết cục, ông không bao giờ thua đậm, mà nếu ăn, ông có thể ăn nhiều. Có thể nói, tổng kết lại, ông được nhiều hơn thua.

Nhưng có một lần, cách đây hơn một năm, lúc Thi chưa qua, ông thua nặng, cũng *Black Jack*, tại Las Vegas. Ông nhớ lần thua đậm đó đã khởi đầu như thế này. Sau khi thua liên tiếp bốn ván, ông đặt tiền gấp đôi. Lại thua, ông đặt tiền gấp bốn, định bụng rằng dù ăn hay thua ông cũng thôi đánh để đúng hẹn đến gặp một người bạn học cũ vừa mở tiệm phở cách khu sòng bạc không xa lắm. Thì may cho ông, bài lên tốt tối đa. Ông chờ người chia bài chung tiền. Nhưng cuối cùng nhà cái, người chia bài, cũng lên bài tốt tối đa -- thế là hòa. Thì tăng tiền lên gấp đôi vậy. Kết quả ông thua trọn.

Ông nổi cáu. A! canh bạc này muốn giỡn mặt với mình hả, đã thế lần này phá lệ, mình sẽ thử lửa thêm xem sao. Ông đổ nhiều tiền vào. Cũng có ván ông được nhưng không thể gỡ nổi những lần thua trước. Ông bực mình đi qua bàn khác, cũng thua. Càng nóng nảy, càng thua nhanh. Mỗi lần bài lên xấu, ông rủa thầm. Lại đổi bàn, lại nóng gở, lại thua dài dài. Tai đỏ lên, tay run, cặp đùi rung lên một cách lố bịch, mặt mày cau có không giống ai.

Những con bạc cùng bàn kín đáo nhìn ông, ông cũng mặc xác họ. Có lúc ông gầm gừ trong họng nghe như tiếng heo, tiếng chó. Mấy người da trắng vốn hơi khó tính đứng dậy bỏ đi qua bàn khác. Vài người Á châu da vàng cười hô hố. Người chia bài vốn rất chiều khách, nhưng trước sự hục hặc vô lối của ông, cũng tỏ vẻ khó chịu cho đến nỗi có lần phải nói:

"Thưa ông, tôi chỉ đứng đây để chia bài cho ông chơi. Ông thắng hay bại tôi cũng chỉ hưởng chừng ấy lương. Ông thắng tôi còn được ông cho *tip*. Thấy ông thua quá, tôi cũng mong ông thắng ít ván, nhưng sao bài của ông xấu quá! Ông không nên nổi cáu với tôi."

Biết rồi, khổ lắm! Càng nghe giải thích ông càng bực tức thêm. Ông lẩm bẩm chửi thề. Người chia bài không nhịn được nữa, hỏi ông chửi ai. Những người ngồi quanh bàn cũng có vẻ đứng về phe người chia bài nhìn ông một cách khó chịu, lạnh lùng. Ông lại rủa thầm.

Ô hay, mình đang làm gì đây? Đầu óc sao quá mê muội, ngu xuẩn đến thế? Như đang bị ma đưa lối, quỷ đem đường? Mình ngồi vào sòng bạc đâu phải vì mục đích kiếm tiền, thì việc gì phải cay cú vì chuyện ăn thua. Mình lỡ đã thua đậm nhưng đó không phải là vấn đề sống chết, không nên tự đưa mình vào thế tuột dốc không phương cứu chữa.

Ông cố trấn an rồi dần dần bình tĩnh trở lại. Từ giây phút đó, ông đánh thắng nhiều hơn thua. Cuối cùng, tuy vẫn còn thua nhiều, ông quyết định rời sòng bạc đến gặp người bạn. Trễ gần hai tiếng!

Từ ngày Thi đến, trừ mấy tháng đầu tiên, ông hiếm khi có những thời gian thanh thản. Ông không đến nổi bẳn gắt, rủa thầm, hục hặc vô lối, như trong một canh bạc thua liểng xiểng mà ông đã một lần trải qua, lẽ dĩ nhiên, nhưng ông thường cảm thấy ray rứt, bồn chồn, đứng ngồi không yên. Như đang bị ai đánh bại. Như đứng trước đám cháy đang lan dần đến nhà mình. Như một thợ săn đang rình con thú, bỗng thấy mình biến thành con thú bị săn đuổi. Như lỡ bước sa vào bãi cát lầy, càng vùng vẫy càng lún sâu nhanh. Như con bạc xui xẻo càng cố gỡ càng thua đậm.

Ông cố bình tâm suy nghĩ lại. Không, mình đánh bạc để tiêu khiển chứ đâu cốt ăn thua, mà lỡ thua cũng không phải là vấn đề sống chết. Nhưng cuộc sống đâu phải là canh bạc như người ta thường nói. Trong một canh bạc, người ta có thể muốn tiếp tục đánh hay chấm dứt lúc nào tùy ý. Cuộc đời của con người khác. Rủi mà có thua tận mạng đi nữa, cũng phải sống lây lất cho đến hơi thở cuối cùng.

Trong một cơn mê sảng mới đây thôi, vâng, không phải chỉ cô gái mới mê sảng nói lảm nhảm, mà chính ông cũng thế, mê sảng thật. Ông bỗng mơ màng nghe thấy Thi thấp thoáng chạy qua phòng mình. Chú, chú, chú ơi, chú có sao không, chú tỉnh dậy đi chú. Rồi ông thấy Thi nằm trong vòng tay của ông. Ông có chủ ý điều gì hay không? Có chút giằng co giữa hai người chăng? Có chút kháng cự nào chăng? Nhiều cái mơ hồ trong cơn mê quá, làm sao nhận ra hết.

Rồi Thi biến thành Thủy, biến thành cô gái điếm Mỹ, Đại Hàn, Mễ, ái ân say đắm, nồng nàn. Thủy và

Thi hai người lẫn lộn nhau, rồi lẫn lộn với cô láng giềng mặc *bikini* thường nằm phơi mình cạnh hồ bơi. Rồi Thủy bỗng vội rời khỏi vòng tay mình, êm như cơn gió thoảng, nhẹ như làn khói. Ông muốn níu lại nhưng cánh tay ông chỉ nhấc lên nửa vời rồi buông thỏng. Hình như ông không có chủ ý níu kéo ai lại cả. Người ta đến hay đi là chuyện ngoài tầm tay của ông.

Cái mùi thơm con gái êm ái thoang thoảng xa dần. Cái dáng thanh thanh, nhẹ nhàng, uyển chuyển mà ông vô tình hay cố ý nhìn thấy bấy lâu nay, nó vật vờ như chiếc bóng, thoắt một cái đã biến mất, khiến ông lại muốn kêu lên một tiếng để giữ lại. Tiếng kêu bị tắt nghẹn. Ông cảm thấy như có một khối đá đè nặng lên ngực không cho lời nói thoát ra khỏi cửa miệng. Ông cảm thấy không còn hơi sức nào để đẩy khối đá ấy đi nơi khác. Rồi ông thiếp đi.

Bỗng ông nghe tiếng gào thét thất thanh kéo thành chuỗi dài như tiếng kêu cấp cứu. Thôi chết rồi, Thủy đang bị bức tử. Tiếng nói của ông vang dội trong đầu ông, và ông giật mình tỉnh dậy hẳn.

Qua khung kính cửa sổ nhìn lên, ông thấy bầu trời còn tối, một vầng trăng khuyết và trắng nhạt treo lơ lửng như lưỡi hái. Tiếng động cơ và tiếng còi hụ của xe cảnh sát nghe rít lên, xa dần rồi tắt lịm.

Ông ngồi nhổm dậy. Trời nóng hâm hấp, máy lạnh quên bật lên, ông thấy mình đang đánh trần mồ hôi nhễ nhại, chiếc gối đã rơi xuống sàn nhà nằm nghiêng dưới chân giường. Ông nhìn ra ngoài. Đằng xa, trên con đường vắng, sau chòm cây thưa, những màu xanh vàng đỏ của trụ đèn lưu thông lặng lẽ thay nhau tắt, sáng.

Bỗng không biết từ đâu một chiếc xe màu xám lướt nhanh qua như trốn chạy. Ông nghĩ ngay đến hình ảnh ông thỉnh thoảng nhìn thấy trên máy truyền hình. Một chiếc xe chạy cuống quýt, lúc thì trên *freeway*, lúc thì quanh quẩn trong các đường nhỏ, như kiến bò miệng chén, bám sát đằng sau là cả chục xe cảnh sát rượt nà, trên trời trực thăng bay theo.

Thủy và Thi ơi, mình đang đuổi nhau, đã bắt được nhau chưa? Ai đuổi ai đây? Ông và Thủy hoặc Thi cùng chạy, chạy lăng quăng quanh một cái hồ tròn, cách nhau một nửa hồ. Ai đuổi ai? Ông cảm thấy tất cả cái phi lý của cuộc sống hiện tại. Và giấc ngủ chập chờn đến và đi.

Sáng hôm sau ông không nghe tiếng đồng hồ báo thức, may có Thi chạy qua gọi ông dậy ăn sáng cho kịp đi làm. Đầu óc ông còn đờ đẫn có lẽ vì tác dụng của mấy viên thuốc ngủ, tay chân muốn buông xuôi như để hưởng cái thú nằm lười vào những buổi sáng cuối tuần.

Ông lờ mờ nhớ lại chuyện đêm qua -- a, vì không thể nào dỗ được giấc ngủ, mình trút vào mồm mấy viên thuốc ngủ cùng một lúc. Thế mà hình như vẫn không ngủ yên giấc thì phải. Rồi dường như mình rơi vào những cơn mê loạn lạ lùng. Khi mê có thể xem như chết hay không, hay vẫn có đủ các giác quan cần thiết để hưởng một vài cái thú của thân xác con người. Liều lượng thuốc ngủ cứ tăng dần như thế này chắc chắn sẽ có hại, ông nghĩ thầm.

Sau cái đêm rối rắm lạ lùng đó, sáng dậy ông nhìn Thi ngờ ngợ. Cô gái dường như cúi mặt tránh cái nhìn của ông. Và khi cô không đừng được ngước mắt nhìn lên, thì ông đã quay đầu đi nơi khác.

Đời người là canh bạc như người ta thường ví, ông trở lại với câu nói đó. Nhưng ông không ưa cái lối ví von đơn giản hóa ấy. Không ưa mà cuối cùng phải chấp nhận, như người tuyệt vọng chấp nhận số kiếp của mình.

Vâng, canh bạc đời đỏ đen lẫn lộn. Đến hồi đen, ráng chịu nhé. Chẳng hạn Thủy ơi, anh phải chấp nhận rằng anh đã thua cuộc. Anh đã không sống được với em thì cũng đừng bắt em phải sống lại qua hình ảnh của đứa con gái của em. Đừng bồn chồn nữa, đừng nhìn cô gái như mình vẫn nhìn từ trước đến giờ, đừng sống trong ám ảnh. Liệu mình có đủ sáng suốt và nghị lực để đi ra khỏi cơn mê? Nhưng, ông băn khoăn, những đêm ông sẽ mê sảng thì Thi vẫn chạy qua? Thuốc ngủ có đủ sức làm tê liệt thần kinh mình hay không?

Ngoài vườn, cây trà mi vừa trổ ra một loạt hoa

màu tím. Dưới cơn nắng cuối hè, những cánh hoa tím đổi màu qua màu trắng. Hoa bưởi thì đã tàn cả rồi, thay vào đó những quả nho nhỏ, tròn tròn, xanh xanh, khó thấy, nằm chen chúc trong đám lá cũng xanh cùng màu. Bầy chim sẻ kêu lách chách, nhảy nhót, rung cánh, vui đùa quanh chiếc giỏ mây đựng thức ăn chim. Ông thương bầy chim sẻ.

Một con chim lạ, lớn như con chim sáo, cánh nâu thẩm, ức trắng, đuôi dài, mỏ dài, chân cao, cổ như được quấn quanh bằng chiếc khăn quàng nhỏ kết bằng hạt cườm, đậu trên hàng rào nhìn xuống bầy chim sẻ bằng một cái nhìn hờ hững.

"Chú ơi, chú làm gì mà ngồi hoài trên cái ghế đó vậy hả chú?"

Thi đã đứng sau lưng ông từ bao giờ. Ông quay người lại nhìn Thi, thảng thốt. Cô gái vừa tắm xong, tóc chưa khô rũ xuống một bên vai làm ướt chiếc áo cánh mỏng hiện rõ đôi vú đầy và hồng chưa kịp mang nịt vú. Hai cánh tay trần vẫn trông như hai cành non trắng ngần. Hay là xanh ngần? Cô nghiêng người một tay vịn thành ghế, dáng xiêu xiêu như cây dừa mọc bên bờ sông, nhìn ông mơ màng. Ông vội chuyển cái nhìn đi nơi khác, và đứng dậy đi đến chiếc cửa lưới trông ra ngoài vườn.

"Chú ơi, có chuyện gì mà chú ngồi yên một chỗ lâu dữ vậy?" Cô nhỏ nhẹ lặp lại câu hỏi. "Cháu cũng có chuyện muốn nói cho chú nghe đây."

"Thi nói gì, chú không nghe rõ."

"Cháu nói cháu có chuyện này lạ lắm. Cháu sẽ nói hết cho chú nghe nhé."

"Thế à."

Nói xong ông trở lại bàn ngồi lại chỗ cũ và chỉ tay bảo Thi ngồi xuống ghế đối diện. Làm như thế ông nghe mới được đầy đủ, ông nói. Thi vội tới ngồi và nhanh nhẩu kể:

"Hôm nọ cháu nằm mơ. Mơ thấy mẹ cháu, rõ như ngày cháu còn bé sống với mẹ. Mơ thấy cả chú nữa. Mà không phải chỉ có thế, lạ lắm chú ơi."

Ông ngắt lời:

"Mơ là chuyện thường, có gì mà lạ."

"Thế chú cũng thường nằm mơ thấy cháu và mẹ cháu sao?"

"Vâng, chú cũng có nằm mơ." Bỗng dưng ông trở chứng muốn pha trò. "Mơ thấy chú Hoạt và cháu đi Las Vegas đánh bạc thua, hai người nổi giận rút súng ra chỉa vào chú, thế mới lạ chưa? Chú chạy quýnh quáng bị xe cảnh sát hú còi đuổi bắt. Thì chú tỉnh giấc. Thế Thi nằm mơ cái gì mà bảo là lạ lắm?"

Rồi dường như mất tập trung, dạo này ông thường bị đãng trí, ông nói lan man qua chuyện khác:

"Nhưng mà ... lại sáng thứ bảy rồi phải không Thi?

Mình sẽ làm gì đây, đi đâu đây? Ăn sáng tại nhà, hay cháu muốn đi ăn ngoài? Hay tới khu Việt Nam mình ăn bún, phở, bánh cuốn? Hay ăn món này rất đặc biệt. Thi biết món chi không, bánh khoái Huế."

"Sao cũng được, ăn gì cũng được." Cô gái hạ giọng xuống nói, và ngoảnh mặt nhìn ra ngoài vườn, có vẻ bất bình.

"Có chuyện chi vậy cháu?"

"Cháu nói sẽ kể chuyện lạ lắm, chú không muốn nghe, đánh trống lãng, phải không? Cháu sẽ không bao giờ kể lại câu chuyện đó cho chú nghe nữa."

Ông tự trách sao mình vô ý quá. Mà Thi nó cũng đổi tính, hay hờn mát, không hồn nhiên như trước kia. Ông vội chống chế:

"Ô, chú vô ý. Vâng, hãy kể chuyện cho chú nghe trước rồi sau đó ta tính chuyện ... chuyện gì nhỉ. A chuyện ... chuyện sáng thứ bảy này. Đúng như vậy phải không cháu?"

Thi lặng lẽ:

"Thôi chú. Đừng nhắc đến chuyện đó nữa."

"Tại sao? Thi không muốn đi ăn món bánh khoái đặc biệt?"

"Không phải. Cháu muốn nói cháu không muốn kể cái chuyện lạ đó nữa."

Hai người không nói năng gì trong một khoảnh khắc ngắn. Cô gái cố vui vẻ trở lại:

"Để cháu xem nào ... Mình đã có sẵn mấy gói bún tươi và soong cá sòng kho nước xấp xấp. Cháu sẽ ra vườn hái thêm mấy trái ớt chỉ thiên để nguyên trái cho vào soong cá, thêm chút nước mắm, tiêu, và đường đen, kho lại cho sôi lên sục sục, cho rục xương. Thế là sẽ có một bữa ăn sáng nhà quê ở Việt Nam rồi, bún chan nước cá. Chú chịu không?"

"Chịu!"

Thi chạy vụt ra vườn. Ông nhìn theo, băn khoăn. Mấy con chim sẻ bay giạt qua khỏi cái hàng rào thấp và đậu trên bãi cỏ xanh ngoài xa, nhảy nhót, reo vui, chờ đợi. Ông biết rằng khi Thi đi vào nhà, bầy sẻ lại bay nhanh đến giỏ đựng thức ăn, chen nhau mổ mổ. Chỉ con chim lạ đậu trên hàng rào sẽ cất cánh bay xa, bay luôn, mất dạng. Vĩnh biệt.

Ông đứng dậy đi đến mở tủ lạnh loay hoay tìm soong cá, xong đem đến đặt lên lò ga. Thuận tay, ông lấy hai cái lọc cà phê, hai bộ đĩa tách, hai cái thìa, hộp sữa đặc, cho tất cả vào cái khay, và mang đến bàn ăn.

Bữa ăn sáng đơn sơ mà ngon. Từ ngày có cô gái, ông được thưởng thức nhiều món ăn "quê hương". Không chỉ có thế, Thi đã mang trở lại rất nhiều nếp sống cũ mà ông tưởng đã bị chìm khuất hẳn vào một nơi nào trong quá khứ mù mịt. Ông nhận ra rõ hơn Sài Gòn, Hà Nội, và Huế. Ông thấy lại ngôi làng cũ của thời thơ ấu, cả những tháng năm loạn lạc, cả mối tình đau khổ.

Nhớ có lần hồi còn ở Việt Nam, cô gái trong lúc xúc động bảo rằng chú ở đâu, quê hương của cháu ở đó. Bây giờ ông nghĩ rằng tình hình có vẻ đảo ngược. Thi đã mang quê hương đến cho ông. Vậy nghĩa là gì? Hai người là quê hương của nhau, ông lẩm bẩm.

"Thi này, qua đây hơn một năm rồi, cháu có bao giờ nhớ nhà không?"

"Nhớ chứ sao không ... A mà cháu có nhà đâu mà nhớ!"

"Chú muốn nói nhớ Sài Gòn, nhớ Bến Tranh, nhớ mưa, nắng. Nghĩa là nhớ quê hương."

"Thế thì không. Thật ra ban ngày cháu không nhớ cái gì cả. Bận bịu từ sáng đến tối, có rảnh đâu để nhớ để thương. Nhưng những lúc khuya khoắt ... thì khác." Cô cười âm thầm, mắt nhìn xa, và hạ giọng xuống nói thật nhỏ như nói cho chính mình nghe mà thôi – lại một nét mới nơi cô gái. "Cháu có nói chú là quê hương của cháu mà. Nghĩa là quê hương của cháu đang ở ngay trước mặt cháu đây này. Cháu ở ngay bên chú mà chú cũng còn muốn hỏi cháu có nhớ chú không hả?"

Ông thầm nghĩ cô này dạo này ăn nói tình tứ lắm, nhưng làm bộ hỏi lại:

"Thi nói gì chú không nghe rõ."

Cô gái có vẻ bất mãn, quắt mắt đáp :

“Chú lại muốn cháu lặp lại những gì cháu đã nói sao? Khó nói lắm đấy nhé. Thôi, khi nào có dịp cháu sẽ nói lại.”

“Cũng được. Chú cháu mình ở bên nhau, tất nhiên sẽ có biết bao nhiêu dịp để nói cho nhau nghe, phải không Thi?”

Cô đáp, giọng cảm động:

“Ở đây hơn một năm cháu vẫn nghĩ rằng nếu không có chú, cháu không thể sống một mình được. Đất Mỹ dễ sợ quá, khiến người ta thấy bơ vơ, lạc lõng. Mà về Việt Nam một mình cháu cũng không sống nổi đâu. Nhớ lại những năm tháng một mình bên đó, cháu còn thấy chán ngán muốn nổi da gà.” Cô thở dài, giọng rầu rầu. “Năm sáu năm như thế kể từ ngày rời đảo, rồi một mình kéo lê hết ngày này qua ngày khác trên những đường phố Sài Gòn náo nhiệt mà lạnh lùng, dửng dưng. Nếu không gặp được chú, cuộc đời của cháu sẽ ra sao? Cháu không dám nghĩ tiếp.”

Ông nén xúc động, tiếp lời:

“Cháu nói thế chứ ... Cháu còn trẻ, cháu còn cả tương lai dài trước mắt. Chỉ có chú là sắp hết thời rồi.”

“Chú nói sao nghe nản dữ vậy? Chú làm như chú đã già rồi.”

"Đúng thế, chú đã già nếu so ..."

Thi cười vội ngắt lời:

"Sai, sai. Cháu nghĩ khác. Chú không nhớ câu chuyện ông đạo diễn ở Việt Nam đi với mẹ vợ hay sao? Thi mới già đó chú." Cô cười hồn nhiên. "Mà Thi nói gì chú có thèm nhớ đâu."

"Vậy hả?"

"Để cháu nhắc lại chuyện cũ xem chú có còn nhớ hay không. Hồi đó cháu chở chú đi Thanh Đa ăn cháo vịt ngon lắm phải không?"

"Thi lộn rồi," ông ngắt lời. "Mình đâu có ăn cháo vịt."

"Giỏi. Thế là chú có nhớ chuyện đó. Rồi cháu chở chú đi những nơi khác, nhiều nơi, để kéo dài thời gian ... để chú ngồi đằng sau tha hồ nhìn tóc cháu, nhìn lưng cháu!"

"Nhìn phong cảnh Sài Gòn ban đêm chứ!"

Thi nhượng bộ:

"Thôi được, nhìn cả hai."

Hai người cùng cười. Thi mơ màng:

"Khi nào rảnh rỗi, mình cùng về Việt Nam nghe chú. Sẽ không bỏ qua món cháo vịt Thanh Đa tưởng đã được ăn, sẽ không bỏ qua những con mắt nhìn hau háu. Rồi chú đem cháu ra ngoài Trung thăm quê cũ của chú. Huế nhé chú. Cháu nghe nói Huế còn sót lại những nét cổ xưa và huyền bí lắm. Rồi đi ra Bắc nữa, Hà Nội, Hà Giang, Hà Tây, Hà Đông, Hà Nam. Hà nào cũng tới thăm cho biết. Phải bỏ ra ít nhất ba tháng để đi thăm mọi nơi."

"Muốn đi lâu như thế phải đợi lúc chú về hưu."

"Mấy tuổi chú về hưu?"

"67 tuổi."

"Thế thì còn lâu quá chú ơi. Mười mấy năm nữa. Lâu quá. Nhưng chú phải làm việc để nuôi cháu chứ!"

"Đó là điều chú mong ước nhưng không biết có được hay không ..."

Thi đổi sắc mặt một cách đột ngột. Cô ngập ngừng:

"Thế ra chú không... không... Mà cháu cứ tưởng ..."

"Để chú nói ngay nhé, cháu khỏi hiểu lầm chú. Chú muốn nói rằng chú và Thi có lẽ chỉ sống bên nhau được vài ba năm nữa thôi, rồi thế nào Thi cũng đi lấy chồng. Lúc đó chú đâu còn được quyền chăm sóc cháu nữa. Chú lại phải xoay xở sống một mình như trước kia."

"Không, không, không phải như thế!"

Nói xong Thi cười ròn rã, cúi gập người xuống

mà cười. Ông nghiệm ra rằng mỗi khi gặp vấn đề gì khó xử, cô gái lại cười khỏa lấp rồi mới từ từ tìm cách gỡ rối.

"Không," cô gái tiếp lời, "chuyện chồng con còn lâu. Thật ra cháu không bao giờ nghĩ đến chuyện lấy chồng. Cháu còn trẻ mà, đi đâu mà vội. Phải ở với chú để được chú dạy dỗ nhiều điều nữa chứ. Rồi sau đó mọi chuyện tự nó giải quyết lấy. Đố chú ai hay nói câu đó?"

"Câu gì?"

"Rồi mọi chuyện tự nó giải quyết lấy."

Ông ngẫm nghĩ. Hình như mình thường nói câu đó. Như thế nghĩa là gì, nghĩa là mình đã mất hết ý chí phấn đấu? Mình có xu hướng buông xuôi để mọi chuyện xẩy ra thế nào cũng mặc? Ông đáp giả lả:

"À, chẳng qua là câu nói đầu môi chót lưỡi nói cho xong chuyện, cháu để tâm làm gì."

Ông lái xe, Thi ngồi bên cạnh, chạy qua nhiều con đường của khu Sài Gòn Nhỏ, nằm trong các thị trấn Westminster, Garden Grove, Santa Ana, thuộc Quận Cam, Nam Cali, nơi có nhiều người Việt Nam trú ngụ nhất tại hải ngoại. Rồi ông lái qua những thành phố lân cận như Fountain Valley, Huntington Beach, chạy trên các con đường Newland, Magnolia, Brookhurst, Edinger, Harbor, Warner, Mac Arthur ...

Từ ngày có Thi, những lúc rảnh rỗi, ông thường lái

xe chạy quanh quẩn đưa cô ta xem các phố phường. Thi thích thú vô cùng.

"Đố Thi dọc theo những bức tường dài hai bên đường người ta thường trồng hoa gì?"

Thi gỡ kính đen ra, nhìn xa:

"Để cháu xem nào. Hoa gì cũng có cả, nhiều thứ hoa quá. Nhiều loại cháu không biết tên."

"Không phải. Chú muốn nói loại cây bò từ bên trong vườn của người ta và ló ra ngoài tường. Chắc chắn Thi biết."

"Làm sao chú biết được là cháu biết?"

"Là vì ở Việt Nam cũng có nhiều loại hoa đó. Sài Gòn, Mỹ Tho, Vũng Tàu, miền Tây, miền Trung, đâu đâu cũng có. Lá thì xanh nhưng hoa thì màu đỏ, trắng, tím, da cam, thôi thì đủ màu."

"Chú muốn nói cây hoa ngũ sắc?"

"Không phải. Ngũ sắc đâu có bò. Đoán tiếp đi."

Thi lơ đãng:

"Thì hoa hồng, hồng trắng, hồng vàng, hồng cam, hồng đỏ, hồng hồng, muốn hồng gì cũng có."

"Chú nhắc lại, đây là loại cây bò qua tường mà."

"Khó quá, cháu chịu thua. À cây bông giấy!"

"Đúng rồi. Giỏi lắm. Hồi mới qua đây, gặp lại cây

bông giấy, chú nhớ nhà đến quay quắt."

Cô gái quay lại nhìn ông tỏ vẻ ngạc nhiên:

"Hình như cây bông giấy không phải là, gì gì nhỉ, là biểu tượng hay tượng trưng, cho quê cũ của mình. Người ta nói cây tre mới đúng."

"Đồng ý. Nhưng từ khi ở Mỹ, chú chưa hề thấy tre. Trúc thì có. Trúc xinh, thân màu xanh, vàng, nâu, đen, hoặc lốm đốm, mọc bên trong những hàng rào thấp của những khu vườn nhỏ. Tre khác. Những lũy tre cao ngất đu đưa trong gió, ngày đêm cựa mình kẽo kẹt, bao quanh xóm làng, vườn tược. Và là nơi trú ẩn của nhiều loại chim gần gũi với con người, chim sẻ, chim bào chao, chim rột rột ...

"Đó là vào mùa nắng. Vào mùa mưa bão, tre xơ xác, quằn quại, nhưng không gãy đổ hoặc chết đứng.

"Cho nên xa quê hương, có lúc chú cũng nhớ những bụi tre trong khu vườn sau nhà Từ Đường, những lũy tre bao quanh xóm làng. Nay, đây không có tre, tạm thời lấy bông giấy thay thế."

"Cháu khác. Không có gì khiến cháu nhớ cả. Đảo, thì cháu muốn quên đi hết. Ở Sài Gòn 6, 7 năm gì đó, cuộc sống cũng tối tăm quá, cháu cũng không thèm nhớ cái gì cả cho mệt óc."

Ông chau mày ngẫm nghĩ một lúc khá lâu. Cô gái im lặng chờ. Như sực tỉnh, ông khẽ nói:

"Không có cũng phải bịa đặt ra. Mà có vẫn hơn. Coi đó như chỗ nương tựa của tình cảm, của tâm hồn. Thiếu cái thứ đó, con người sẽ thấy bơ vơ."

Thi ngơ ngác:

"Chú muốn nói tôn giáo? Nếu thế thì cháu cũng có. Chứ cháu không phải là người vô thần đâu."

"Không phải. Chú kể chuyện này thì Thi hiểu ngay. Chú nghĩ đến người Anh. Vào thế kỷ 19, người Anh đã đi khắp nơi trên quả đất này. Thuộc địa của họ bao trùm cả năm châu. Nhưng quê hương đất nước luôn luôn canh cánh bên lòng họ. Có dịp trở về, lúc còn lênh đênh trên biển, thoáng thấy *The White Cliff of Dover,* họ như những kẻ chết đi sống lại."

"*The, the* ... gì đó là cái gì?"

"Là vách đá màu trắng vùng *Dover* cuả Anh nằm ngay trên giải biển hẹp giữa Anh và Pháp. Đấy, tình quê hương là thế."

"Nghe cũng hấp dẫn hả chú. Chú kể thêm đi."

"Một chuyện nữa nhé, cũng liên quan đến nước Anh, đó là Tô Cách Lan thuộc vương quốc Anh. Người Tô Cách Lan ở nhiều nơi trên thế giới thì lại nhớ vùng *Highlands* miền Bắc. Câu chuyện đại khái cũng như vậy. Mình đổi đề tài nhé."

Cô gái sốt ruột:

"Cứ kể tiếp chuyện đó đi chú, cháu đang thích

nghe mà. Đang tới hồi lâm ly bi đát."

Ông cười:

"Thi nói sai rồi. Tình quê hương đâu phải là chuyện lâm ly bi đát."

"Thì không phải vậy vậy. Cũng xin chú kể tiếp."

"Vâng, người Tô Cách Lan lúc nào cũng nhắc tới miền *Highlands*. Đó là vùng núi non miền bắc, miền thượng du. Nó được xem như biểu tượng cho một quê hương đã mất, chỉ còn trong hoài niệm. Một nhà thơ Tô Cách Lan, Robert Burns, viết một bài thơ, bài nhạc, rất mộc mạc và rất nổi tiếng, *My Heart's in The Highlands*. Bài thơ dễ nhớ, chú thuộc mấy câu. Chú đọc nhé:

My heart's in the Highlands, my heart is not here,
My heart's in the Highlands, a-chasing the deer;
Chasing the wild-deer, and following the roe,
My heart's in the Highlands, wherever I go.
...

"Cháu chẳng hiểu gì cả. Nó nghĩa là gì?"

"Nó nói lên lòng nhớ nhà. Hay nói cho có vẻ văn chương, tình hoài hương."

"Chú dịch đi." Cô gái thúc hối.

"Thơ mà dịch ra văn xuôi nghe lạt như nước nước ốc. Mà dịch ra thơ, thì chú không phải là thi sĩ. Xin chào thua."

Cô gái năn nỉ:

"Đừng nói vậy chú. Chú cứ dịch đi. Có dở thì cũng chỉ một mình cháu nghe mà thôi. Không ai biết đâu mà sợ."

Ông bật cười:

"Sợ chứ. Một mình Thi biết đủ khiến chú sợ rồi."

Cô gái nhanh nhẩu tiếp:

"Sợ thì phải đọc lên ngay. Cháu sốt ruột rồi đó."

"Xin tuân lệnh." Ông đọc chầm chậm:

Lòng tôi ở miền Thượng Du, lòng tôi không ở nơi đây,
Lòng tôi ở miền Thượng Du, đang săn đuổi con nai;
Săn đuổi con nai, và theo dấu con hươu
Lòng tôi ở miền Thượng Du, dù tôi đi nơi đâu.

...

Cô gái chăm chú nghe, rồi lim dim đôi mắt, nói thì thầm:

"Nghe cũng lạ lạ đó chú. Làm cháu cảm động đấy." Thi đưa bàn tay đè nhẹ lên ngực. "Mà lòng cháu không có vách đá trắng để về, không có miền thượng du để tới. Cũng không Sài Gòn hay Bến Tranh. Hay bông giấy, hay lũy tre. Vậy lòng của cháu sẽ đi về đâu, chú chỉ cho cháu với."

Ông cho xe chạy chậm bớt lại, lòng bùi ngùi, âu yếm quay nhìn cô gái. Câu chuyện cứ thế đối đáp trên con đường dài.

Ông lái xe theo đường Beach, gặp một con đường lớn, thấy biển trước mặt, quẹo trái, và từ đó chạy thẳng về hướng Nam. Thi reo lên:

"Ô biển đông kia rồi."

Ông nhìn Thi, cười nói:

"Biển đông? Có lẽ nói biển tây mới đúng. Nhưng cũng không ai nói đó là biển tây."

Thi thắc mắc:

"Tại sao vậy chú? Vậy gọi là biển gì?""

"Biển trước mặt mình là Thái Bình Dương, phía đông của Việt Nam nhưng tây của Mỹ. Con đường mình đang chạy tên là *Pacific Coast Highway,* có nghĩa là *Xa Lộ ven bờ Thái Bình Dương,* dài lắm. Nó chạy dọc theo bờ biển dài hàng ngàn cây số từ biên giới Canada xuống tận biên giới Mễ Tây Cơ. Cháu thấy đó, vậy là quê cũ của mình và nơi này bị ngăn cách cả một đại dương."

"Một đại dương, ghê quá!" Thi lặp lại. "Ngày xưa bên nước mình cách nhau một con sông là đã xa. Chú biết không, người ta nói bắp Cái Vồn đem qua Cần Thơ ăn là hết ngon, vì nó phải qua sông Hậu Giang rộng lắm. Vậy nếu mình cứ từ đây đi thẳng ra biển mãi, đi mãi, băng ngang qua đại dương này là tới Việt Nam chứ gì."

"Để chú xem nào. Có lẽ không phải thế. Vĩ độ ở đây cao hơn Việt Nam. Mình đi hơi chếch chếch về phía tây nam thì mới gặp."

"Thế cứ đi thẳng thì gặp nước nào?"

"Gặp nước Tàu."

"Nước Tàu lớn quá, gặp vùng nào của nước Tàu hả chú?"

"Chú không rõ. Có lẽ vùng Hàng Châu hay Thượng Hải gì đó."

"Chú có đi Tàu rồi?"

"Có. Mấy lần. Chú có thăm những thành phố lớn như Bắc Kinh, Thượng Hải, Hàng Châu, Tô Châu, Tây An, Trùng Khánh, v.v..."

Thi bỗng mơ màng:

"Chú sướng quá! Một ngày nào đó chú cháu mình sẽ đáp một chiếc tàu thủy đi một mạch từ đây vượt đại dương về thăm Sài Gòn nghe chú. Và thăm Bến Tranh nữa."

"Vừa rồi cháu nói cháu thích đi thăm miền Trung, miền Bắc mà."

"Thì thăm Bến Tranh trước khi thăm những nơi kia. Được không?"

"Ủa, Thi cũng nhớ Bến Tranh?"

"Nhớ chứ sao không nhớ. Chú nhớ gì cháu nhớ nấy. Hôm nay chú định ghé bãi nào đây? *Huntington Beach* hay *New Port Beach?*"

"Tuần này tạm nghỉ đi bộ trên các bãi biển. Chú sẽ đưa cháu đi tìm cái này. Có Thi cùng đi biết đâu sẽ tìm thấy. Không lẽ công toi hoài."

"Cái gì mà bí mật thế hả chú?"

"Chú để Thi đoán một lần nữa, như Thi đã đoán ra cây bông giấy."

Con đường rất đẹp. Xe chạy về hướng nam thì bên phải là đại dương bao la, bên trái rải rác các toà nhà lớn, nhỏ đủ loại, các khu chung cư sang trọng, các khu thương mãi sầm uất. Rồi đến những dãy đồi hoang. Nằm chênh vênh trên những sườn đồi, sườn núi phía sau xa để làm nền, là những dinh thự núp dưới những chòm cây xanh. Có những con đường vắt ngang qua đỉnh đồi, đỉnh núi trông giống như bị nhát "tông đơ" của người thợ hớt tóc lướt trên cái đầu sắp sửa bị cạo trọc. Lác đác, những sườn núi sau cơn hoả hoạn mùa hè chỉ còn trơ đám cỏ cháy đen tận gốc.

"Mình cứ chạy hoài như thế này cho đến Mễ Tây Cơ thì bên phải vẫn là biển, bên trái là đất, là núi. Thi thích biển hay núi?"

"Cháu ghét cả hai. Cháu chỉ thích đất liền. Thế còn chú?"

"Chú thì mỗi tuổi cái thích mỗi khác. Hồi còn trẻ, chú thấy núi ù lì và lạnh, còn biển thấy ấm áp và đầy sức lôi cuốn."

"Đầy sức lôi cuốn nghĩa là gì, cháu chưa hiểu."

"Là nó kêu gọi mình ra khơi, đi xa, bốn phương. Cũng như hồi còn nhỏ theo dấu con chim bay trên trời cao."

Thi có vẻ quan tâm:

"Thế còn bây giờ ? Chú thích núi hay biển?"

"Chú không thích mà cũng không ghét. Có điều những giấc mơ của tuổi trẻ nguội lạnh đi nhiều rồi."

Sau gần một tiếng, ông bỏ đường *Pacific Coast Highway,* rẽ xe về phía trái, men theo con đường dốc, chạy thêm một quãng khá dài và đậu xe lại trên một khoảng đất trống dưới chân một ngọn đồi.

Bốn bề vắng lặng. Buổi chiều trời còn nắng, gió thổi mạnh, thông reo vi vu.

Hai người xuống xe. Ông đi trước về phía khu rừng thưa, cô gái lẽo đẽo theo sau, không ai nói với ai một lời. Đến một tảng đá to như con trâu mộng, ông đứng lại chờ, quay người lại nhìn cô gái đang bước chầm chậm trên lối nhỏ, tránh những lùm cây, bụi cỏ, cành gai, trong rừng vắng.

Thi trông lạ hẳn, nhỏ bé, yếu đuối, e dè, và có vẻ sợ sệt. Trong lòng ông dậy lên những tình cảm lẫn lộn. Vâng, định mệnh của hai người, Thi và ông, đã buộc họ vào nhau trong một thời gian. Nhưng tương lai sẽ ra sao đây, ông thầm nghĩ. Ông đã đưa bàn tay ra giúp đỡ, cô bé đã đưa bàn tay ra nhận lấy. Và hân hoan, tin cậy.

Bỗng ông cảm thấy tim nhói lên một cái, chợt nhớ đến mối tình cũ và những kỷ niệm giữa ông và mẹ của cô gái. Ông nhận ra rằng giữa Thi và ông, Thủy luôn luôn có mặt. Rồi một ngày nào đó Thi sẽ ra đi, sẽ mang theo hết hình ảnh của mẹ hay không, và nếu thế ông sẽ không còn giữ lại được gì. Hay là kỷ niệm về Thủy nhờ có thời gian sống chung với Thi mà rực rỡ thêm lên. Nhưng có điều chắc chắn là ông sẽ cô đơn hơn xưa.

Thi ngoan ngoãn đi đến nơi ông đang đứng, đôi mắt mở to, trong vắt, đôi môi mím lại tỏ vẻ chăm chú, đôi chân rón rén chọn từng bước đi, đôi cánh tay trông như cánh chim chấp chới trong không trung giữ thăng bằng. Ông âu yếm nhìn rồi bước tới đưa hai bàn tay cho cô gái nắm lấy. Thi nở một nụ cười rạng rỡ, cười không thành tiếng, nắm chặt lấy hai bàn tay của ông, vừa thở gấp vừa nói:

"Tự nhiên cháu thấy hồi hộp quá."

"Hồi nãy Thi còn có vẻ hoảng hốt nữa."

"Dạ, đúng thế. Vì cháu sợ."

"Sợ gì? Sợ ai?"

"Cháu không biết. Sợ chú."

"Có lẽ vì Thi nghĩ đến những câu chuyện của ông H.O. lớp ESL?"

"Chuyện gì chú?"

"Cháu quên hả? Đưa vô rừng ... rồi giết ..."

Cô cười thành tiếng, trở lại vẻ tự nhiên thường ngày, cướp lời:

"Đúng, chú ... chú cứ chặt cháu thành nhiều khúc rồi chôn xuống đất phi tang. Kinh khủng quá. Nhưng vô lý. Nếu chú muốn thế thì những lúc ở nhà, đêm hôm ..."

Nói chưa hết câu, cô gái khựng lại, ngượng ngùng, đỏ mặt, khác hẳn với một Thi nghịch ngợm, chai lì thường lệ.

Ông ngẫm nghĩ rừng núi hình như tiềm tàng một ma lực nào đó. Nhưng trái với biển khơi, rừng rú lôi kéo con người, hay sinh vật nói chung thì đúng hơn, trở về nguyên thủy. Có lần ông mang con chó nuôi từ nhỏ vào rừng. Ban đầu nó cúp đuôi sợ sệt, như Thi vừa rồi, dần dần nó đánh hơi như muốn tìm tòi một cái gì đã mất, rồi quen dần, rồi vùng chạy xa.

Ông nói với Thi:

"Chú biết rồi, vừa rồi cháu có vẻ sợ sệt vì khu rừng này vắng quá phải không."

"Vâng, có lẽ vậy. Không có người đã đành, không có cả chim, cả bướm. Khác rừng Việt Nam lắm. Tại sao vậy chú?"

"Rừng bên nhà là rừng nhiệt đới, có nhiều loại cây, loại hoa, loại trái, thì chim chóc, ong bướm mới đến hút nhụy hoặc ăn trái cây chứ. Còn cái rừng này toàn là thông xanh và các loại tùng, bách."

"Đúng thế. Vậy mà cháu không biết. Còn chú thì cái gì cũng biết cả!" Cô ngẫm nghĩ. "Ở cái đất nước to lớn lạ lùng này, thỉnh thoảng cháu thấy sợ sợ làm sao đấy."

"Sống lâu ngày sẽ quen, không sao đâu Thi! Nào, Thi hết sợ chưa?"

"Hết. Có chú cháu còn sợ gì nữa. Nhưng tay chú hôm nay sao lạnh ngắt. Mọi hôm ấm lắm."

"Thế à. Nghĩa là chú sắp vỡ nợ rồi."

"Sao vậy?"

"Quê chú có câu tục ngữ như thế này, bàn tay 'hơi đồng thì khó, hơi ló thì giàu.'"

"Cháu không hiểu."

"Thì hơi đồng nghĩa là lạnh, lạnh như đồng. Hơi ló tức là hơi lúa thì ấm. Người nhà quê có nơi gọi lúa là ló."

Thi cười ròn rã như mọi khi. Tiếng cười vang

dội trong rừng vắng khiến cô gái chột dạ ngưng lại. Ông nhớ trước kia đứng sát bên Thi nhiều lúc người ông như muốn lên cơn sốt. Bây giờ ông đã bình tĩnh nhiều. Vì thế bàn tay mình lạnh, không lẽ vậy sao, ông thầm nghĩ. Hay là vì đang ở trong rừng hoang vu. Cô gái đưa ông trở về thực tại:

"Hai chú cháu mình hôm nay không đi dạo trên bờ biển thì lại vô rừng chơi hả chú?"

"Không. Hôm nay chú cháu mình vào đây cũng có một chút việc đấy. Không phải chỉ đi dạo mát thôi đâu."

"Một chút việc? Lạ nhỉ. Việc gì ở tận trong rừng? A, cháu nhớ ra rồi. Luc nãy chú nói chú định đi tìm cái gì đó, phải không?"

"Đúng thế."

"Mà đi tìm cái gì trong rừng này hả chú? Mỏ vàng chắc."

"Thi đoán sai rồi. Đoán tiếp đi. Màu của nó không phải vàng, mà xanh. Lần này khó đoán hơn cây bông giấy đấy nhé."

Ông dẫn cô gái đi sâu thêm vào trong rừng. Ông chăm chú cúi nhìn những gốc cây, những bờ cỏ. Ông đi trước, cô gái đi sát theo sau. Con đường mòn lót đầy lá thông khô, hai bên thông cao và xanh thẳm. Trên mặt đất, chỉ có dăm ba loài hoa cỏ lạ, ngoài ra là những bụi rậm không tên, và đặc biệt có nhiều cây dương xỉ lá xanh tươi nhưng không hề có một nụ hoa.

Hai người dần dần đi đến một dòng suối nhỏ chắn ngang. Bên kia dòng nước, lác đác trên những ngọn đồi thấp nối tiếp nhau đến tận dãy núi xa là những cây sồi già cỗi, thân sần sùi u nần, lá nhỏ chi chít vàng xanh nhấp nháy dưới cơn nắng chiều.

Bầu trời không một gợn mây. Hai người dừng chân, và cùng đến ngồi bên nhau trên một tảng đá lớn mặt bằng phẳng ngay bên bờ nước.

Thi thích thú tháo giày đưa một bàn chân nghịch nước. Ông nhìn quanh dáo dác rồi lẩm bẩm nói như nói một mình:

"Thế là cũng không có rồi."

Thi hỏi dè đặt:

"Chú tìm cái gì vậy chú?"

"Thế cháu không muốn đoán nữa sao. Chú tìm những bụi tranh."

Cô gái lộ vẻ ngạc nhiên. Ông giảng giải:

"Hồi mới đến đất Mỹ, chú ở miền Đông rồi lên miền Bắc. Đó là những tiểu bang lạnh. Chú cũng có ý tìm tranh nhưng biết trước rằng không có. Tranh có lẽ không quen với khí hậu lạnh ấy. Rồi về đây ấm áp, mỗi khi có dịp đi xa thành phố, chú để ý tìm, cũng không thấy. Lần này có Thi, may ra ..."

Thi cướp lời:

"Cháu xui lắm, không giúp được gì cả đâu. Nhưng chú tìm cỏ tranh để làm gì?"

"Để bứng đem về trồng một ít tại khu vườn của mình. Thi biết không, ngày xưa chú và mẹ cháu có nhiều kỷ niệm ở Bến Tranh. Quê mẹ cháu có nhiều tranh lắm, mọc ven sông, lạch, trong những vườn hoang. Đâu đâu cũng có. Có lẽ vì vậy vùng đó được gọi là Bến Tranh chăng? Thế rồi chú bỏ mẹ cháu ở lại, chú vào rừng ... Chú có nói sơ chuyện này với cháu, phải không?"

"Nghĩa là chú nhớ mẹ cháu cùng một lúc với những đám cỏ tranh? Nay chú lại vào rừng tìm tranh mang về trồng cho đỡ nhớ? Cải lương ghê!"

"Thi nói gì vậy?"

"Cháu nói như thế là... là vì cháu nghĩ đến một tuồng cải lương." Cô gái có vẻ chống chế. "Tuồng *'Hoa Rơi Cửa Phật*, hay tuồng *'Chuyện Tình Lan Và Điệp'* gì gì đó".

"Tuồng đó chú có nghe nói. Nhưng chú quên cốt truyện, kể lại cho chú nghe đi."

"Cháu cũng không nhớ nhiều. Đại khái hai nhân vật chính Lan và Điệp yêu nhau nhưng không được phép lấy nhau. Họ thất tình, họ tương tư. Lan cắt tóc đi tu cốt để quên Điệp. Nhưng không thể quên. Rồi Lan thì khóc than khi thấy xác bướm, Điệp có nghĩa là con bướm. Điệp thì về nhà trồng cây hoa Lan cho đỡ nhớ. Mấy con bạn của cháu coi tới đoạn đó khóc theo mùi mẫn."

"Còn Thi?"

"Thi hả? Cháu tức cười."

Một luồng gió lạnh thổi đến. Cô gái rùng mình.

"Thi lạnh?"

"Dạ. Mùa hè gì mà kỳ quá. Còn mặt trời mà cũng lạnh."

"Là vì mình ở trong rừng, buổi chiều, cây to bóng rợp. Cháu lại mặc áo mỏng, không khéo cháu bị cảm đấy. Thôi, mình về!"

"Khoan ... đã ... chú." Cô gái đã lấy lại tất cả nét hồn nhiên như cũ, nói trong tiếng cười nghịch ngợm. "Khoan về đã chú! Lâu lắm Thi mới gặp được con suối thiệt, thích quá. Thi ghét những con suối giả tạo ở các vườn hoa lắm. Này, chú có dám để cho cháu ... cho cháu ... "

"Cho cháu làm gi? Ông ngạc nhiên hỏi.

'"Cho cháu nhảy ùm xuống suối?"

"Dám chứ sao không dám," ông bắt chước lối nói của Thi.

"Thiệt hả? Cháu nhảy xuống ngay đây."

Nói xong cô gái đứng dậy và nhảy thật. Ông hoảng hốt chồm người dậy và kịp giữ lấy hai vai cô gái.

Hai người đứng trên tảng đá sát vào nhau. Ông nghe hơi thở và mùi da thịt con gái của Thi. Ông quàng tay ôm lấy cô gái, nghe hơi ấm ở người cô gái chuyền qua từ đôi ngực căng, từ thân thể mềm và êm. Ông lần tay xuống một chút và kéo sát người cô gái vào ông. Cô gái ngửa mặt lên, đôi mắt nhắm, hàng mi dài chớp chớp nhè nhẹ rồi nằm yên.

Ông thảng thốt. Đúng là Thủy mấy mươi năm về trước. Cũng khuôn mặt yêu dấu đó, cái cằm hơi nhọn với nốt ruồi đen một bên má, với lúm đồng tiền xuất hiện mơ hồ, và nụ cười dịu dàng, tươi thắm, cũng đôi mắt phượng hơi xếch và dài và thỉnh thoảng gợn sóng, cũng mái tóc dài mượt mà, tha thướt, cũng thân hình mềm mại quấn quýt đó, cái dáng cao cao, hơi gầy. Chỉ có ông già đi nhiều, già trước tuổi, mặt mày với những nếp nhăn nheo, phong trần.

Ông buông tay lỏng dần, rồi cúi xuống hôn nhẹ lên đôi mắt nhắm nghiền. Rồi hai bàn tay ông áp vào hai bên má của Thi nâng lên, ông nhìn thật gần. Bỗng ông thấy những sợi lông mi của Thi rung động và ướt đẫm, và hai dòng nước mắt từ từ chảy ra.

Ông cố nén tiếng thở dài và nắm lấy tay cô gái dẫn cô đi từ từ trở lại con đường mòn cũ hướng đến chiếc xe đậu dưới chân đồi.

Hai người lại im lặng không nói với nhau một lời

nào y như hồi nãy lúc hai người kẻ trước người sau men theo con đường nhỏ đi vào rừng.

Xe chạy qua khỏi con đường núi, đường đồi, cuối cùng gặp xa lộ ven đại dương, rẽ phải, thì cơn xúc động trong lòng ông vơi dần. Ông chăm chú lái xe, Thi cũng ngồi yên không nói năng. Bầu không khí giữa hai người dường như lắng đọng. Mặt trời xuống từ từ về phía biển, ánh nắng dịu chiếu nghiêng nghiêng. Cô gái mở ví lấy kính đen ra đeo. Nhân đó ông mở lời, đánh tan sự im lặng nặng nề:

"Cháu bị chói mắt?"

"Thưa chú, không."

"Thế sao mang kính?"

"Vậy cháu cất cái kính đi là xong." Thi vừa cho kính vào ví vừa cười nhẹ.

Ông ngẫm nghĩ cô bé này càng ngày càng ngoan ngoãn ra, chả bù trước kia liếng thoắng, lì lợm, rắn mắt. Và lòng ông cũng dịu lại như nắng chiều.

"Thi ơi, muốn nghe chú kể lại chuyện cũ không?"

"Chuyện mới thì hấp dẫn hơn, nhưng biết đâu chuyện cũ cũng ... cũng thành mới. Dạ, chú kể cháu nghe."

"Cũng chuyện liên hệ đến Bến Tranh. Hồi đó ở trong rừng ... Thời tiết ở đây khác bên mình lắm. Chú nhớ lúc đó cũng vào mùa hè, cũng vào tháng 6, tháng 7 như bây giờ. Trời nóng hâm hấp, ê ẩm. Anh em nhiều người lột hết áo quần nhảy ào ào xuống suối. Và tiếng ve! Ve rừng kêu ra rả suốt ngày đêm, đinh tai, nhức óc, khiến người ta bồn chồn khó tả. May mà thỉnh thoảng cũng có tiếng chim kêu, tiếng thú rừng như khỉ, sóc, tiếng suối chảy. Nhờ thế mình cảm thấy thư giãn phần nào. Và cũng may là cây rừng dày dặt che bớt cái nắng dữ dội. Chú còn nhớ như in, cả một khu rừng rực rỡ đầy màu sắc, xanh, vàng, đỏ, tím ... Màu xanh là chính. Và có nhiều loại cây khác nhau mà chú không biết hết tên. Mà không phải chỉ màu sắc mà thôi, còn có nhiều mùi hương nữa, mùi hoa dại, mùi trái chín, mùi nhựa cây, mùi lá khô ..."

Thi tỏ vẻ quan tâm. Cô ngắt lời:

"Thế thì cũng phải có ong, có bướm nữa chứ. Ở trong rừng mà được như vậy thì vui quá chú ơi! Làm cháu nhớ một bài hát, một bài hát xưa lắm."

"Thi hát cho chú nghe đi."

"Đời vui như ong bay - Ngọt lên cây trái - Góp chung mật sống lâu dài - Nhịp bàn tay nhân gian ơi ... Nhịp bàn chân nhân gian ơi ..."

"Ủa, Sao cháu ngừng hát. Đang hay mà!"

"Thôi chú. Lâu ngày không hát bài này bây giờ hát lạc cả giọng. Nhưng về nhà cháu sẽ tập lại bài này để nhớ chuyến đi rất đặc biệt hôm nay nhe chú."

"Cám ơn Thi. Nhạc của ai thế?"

“Phạm Duy.”

Ông lẩm bẩm:

“Hoạt nói đúng, giọng của Thi tốt lắm. Cháu thích nhạc Phạm Duy?”

“Dạ. Và một số người khác nữa, như Trịnh Công Sơn, Từ Công Phụng.”

“Thế Cung Tiến?”

“Cháu không biết Cung Tiến.”

“Hôm nào vào *college* phải ghi cho Thi thêm lớp học hát.”

Thi mừng rỡ:

“Thế thì tuyệt quá. Gọi là lớp thanh nhạc. Nhưng còn chuyện này nữa, sao chú bỏ lửng?”

Ông ngẫm nghĩ:

“Chuyện gì, chú không nhớ.”

“Chú hỏi nhạc ai, cháu nói Phạm Duy. Rồi chú khen cháu hát hay, và không thèm nói gì thêm về ông nhạc sĩ đó nữa. Như thế có nghĩa rằng chú không, không, không cho là nhạc Phạm Duy hay? Đúng vậy không?”

Ông bỗng muốn pha trò:

“Cháu của chú rúc rắc quá.”

"Chú nói cái gì vậy?"

"Chú bắt chước con nít gốc Việt bên này nói tiếng Việt. Tiếng Anh thì chẳng khác gì con nít Mỹ, nhưng nói tiếng Việt thì lơ lớ, bập bẹ, ngọng nghịu, khó khăn, nghe thật dễ thương. Chẳng hạn được hỏi xong chưa, trả lời xăm rồi, tò mò thì nói thò mò, rắc rối thì nói rúc rắc. Thi rúc rắc lắm đó."

Cả hai cùng cười vui vẻ.

"Chú trở lại chuyện cây cỏ tranh nhé. Trên cành cây có ong, bướm, sóc, khỉ, chim chóc, dưới đất thì là kiến, rất nhiều, những đàn kiến bò ngoằn ngoèo khắp nơi. Nhưng trong khu rừng ấy nhiều nhất vẫn là tranh. Nhiều chỗ tranh mọc cao quá đầu người, bạn bè của chú mấy mươi người núp trong những đám tranh đố ai tìm ra. Khổ nổi tranh dễ bắt lửa. Bến Tranh Rừng."

Cô gái ngạc nhiên:

"Bến Tranh Rừng? Tên nghe lạ quá, thuộc tỉnh nào?"

"Vùng Tam Biên. Thật ra cái tên đó do chú bịa ra."

"Vùng Tam Biên? Cháu biết, là vùng ba biên giới Việt , Miên, Lào, chứ gì. Tên đó chú đặt ra?"

"Không phải. Chú muốn nói chú đặt ra cái tên Bến Tranh Rừng. Đó là câu chuyện riêng của chú, nhưng có lẽ chú cũng nên nói đại khái cho cháu nghe. Là như thế này. Trong một hoàn cảnh hết sức đặc biệt, chú đã bỏ mẹ cháu, chú đi vào rừng. Sau đó chú như người mất hồn. Ở trong rừng với anh em, nhiều lần chú muốn trốn về mà không đành. Nhưng chú nhớ quá. Nhớ mẹ cháu, nhớ Bến Tranh. Một hôm chú tình cờ gặp một nơi thật kín đáo ở trong rừng, có dòng suối, có bến đá, có tranh mọc nhiều. Thế là chú không cho ai biết nơi đó, để có dịp chú lại tới đó một mình. Chú gọi đó là Bến Tranh Rừng."

"A, cháu hiểu rồi. Chú yêu mẹ cháu lắm!"

"..."

"Thế chuyến về thăm năm ngoái chú có trở lại khu rừng đó không?"

"Còn biết nó nằm ở đâu mà trở lại. Chiến tranh, đạn bom đã thiêu hủy hết, làm sao tìm ra khu rừng ấy. Ngay cả Bến Tranh, chú muốn nói quận Bến Tranh tỉnh Định Tường, chú cũng thấy khác hẳn."

"Chú về Bến Tranh lúc nào?"

"Về Việt Nam, trước khi gặp cháu, chú có đi về đó. Không còn gì nữa. Ngôi nhà ngày xưa đã bị nhà nước tịch thu sửa lại thành một Hợp Tác Xã gì đó như cháu đã biết. Không gặp ai quen. Cảnh cũng thay đổi nhiều. May mà cuối cùng chú tìm được cháu ở Sài Gòn. Thi có biết rằng lúc mới gặp cháu lần đầu, chú ngán Thi lắm không?"

"Ngán là sao?"

"Là ngán chứ còn sao nữa."

"Tức là chán?"

"Không phải."

"Phải cũng được. Cháu cũng OK như thường! Còn cháu hồi đó cháu ghét chú ... Ghét cay ghét đắng!"

"Thế bây giờ?"

"Cũng ghét."

Nói xong cô gái lại ngồi im, có vẻ tư lự.

Mặt trời từ từ chìm xuống dưới mặt biển. Ánh nắng chiều còn sót lại trên mấy ngọn cây chạy song song một bên con đường dài. Vài ba con chim hải âu bay là là trên mặt nước. Trên bãi cát, người tắm biển vẫn còn đông, nằm, ngồi, la liệt. Ven bờ dăm ba người đi trên ván lướt nhấp nhô trên lớp sóng bạc đầu. Ông hạ cửa kính xuống để đón gió biển thổi vào.

Như không thể kéo dài sự im lặng, dù chỉ là im lặng ngắn ngủi, Thi cười khúc khích:

"Chú ơi."

"Vâng, chú nghe đây."

"Chú đang nghe cháu hả? Nhưng cháu không có chuyện gì để nói với chú cả. Cháu chỉ thỉnh thoảng thích gọi chú ơi thôi."

Ông nhìn Thi âu yếm:

"Thi ơi."

"A, có chuyện rồi. Mình cũng đi bộ trên bãi biển như mọi hôm nhe chú. Trời chưa tối mà."

Ông gật đầu, cho xe chạy chậm lại, rồi đậu xe bên lề đường. Bãi biển vẫn chưa vắng người. Hai người vừa đi trên bãi cát vừa nói chuyện.

"Chú tính thế này. Lần sau mình phải bỏ nhiều thì giờ hơn. Đi bộ một chốc rồi kiếm một nơi trải khăn ra ngồi nghỉ, ngắm trời, ngắm nước, ngắm người."

"Đồng ý. Và cháu sẽ chuẩn bị vài món ăn. Đem thêm nước nữa, nước ngọt cho cháu, bia cho chú nhé!"

"Cháu làm chú chợt nhớ. Qua đây sao không thấy cháu uống bia? Chú nhớ hồi đó ..."

Thi ngắt lời:

"Người ta mỗi ngày mỗi khác chứ. Chú không thấy cháu thay đổi nhiều sao? Mà này này, chú đi phía trong, cho cháu đi phía ngoài. Cháu thích đi trên cát còn ướt cho mát chân. Mà đi cũng nhẹ nữa. Trên cát khô, chân bị lún xuống cát, đi khó. Chú đồng ý không?"

Chỉ sau mấy phút, Thi đã để ướt cả giày và hai

ống quần *jeans*. Hình như cô muốn thế. Hơn nữa, không như mọi khi, mỗi lần sóng tràn vào gần liếm đến bàn chân, cô gái chạy giạt ra tránh, nép vào ông, có khi ôm chầm lấy ông. Lần này cô đi tỉnh bơ mặc cho những đợt sóng biển tràn đến và ngập đến nửa ống quần. Nước bắn lên cả chiếc áo bó sát vào thân hình Thi.

Ông im lặng đi cạnh, không tỏ ý kiến gì trước sự đùa nghịch khác thường của cô gái. Khi trở lại xe, cô gái hỏi:

"Chú! Độ này cháu để ý thấy chú có chuyện gì không vui, phải không chú? Và chú ít nói quá."

Ông đáp:

"Thi làm chú ngạc nhiên đó. Ít nói đâu có nghĩa là không vui."

Thi bỏ lớp *ESL* gần hai tuần rồi. Không phải vì cô sắp theo học tại Đại Học Cộng Đồng. Học kỳ mùa thu của *Community College* hơn một tháng nữa mới khai giảng.

Một hôm, vừa ra khỏi lớp học buổi chiều, Thi đã thấy ngay ông Hoạt đang đứng chờ ở cổng trường. Dù trong lần đi Grand Canyon có chuyện xẩy ra không được vui giữa ông Hoạt và Thi, nhưng vừa thấy ông Hoạt, cô rất ngạc nhiên, và cũng hết sức mừng rỡ.

Cô chạy vội tới bắt tay ông Hoạt và hỏi rối rít:

"Chú Hoạt ơi, chú khỏe không. Có lẽ chú hơi xuống cân chút xíu đó, nhưng trông chú càng bảnh trai thêm. Chú về đây bằng gì? Máy bay hay xe đò Hoàng?"

Ông Hoạt mặt mày rạng rỡ, vui vẻ trả lời:

"Cô hỏi tôi một lô câu hỏi cùng một lúc, tôi biết trả lời câu nào trước, câu nào sau. Mà trước hết, riêng cô thì sao? Để tôi xem nào. Cô Thi ơi, Thi mới đó mà đã thay đổi nhiều lắm, nghĩa là càng ngày càng đẹp thêm ra, càng sang trọng thêm ra. Tui nói thiệt chớ không phải nịnh đâu."

Thi cười thật tươi:

"Chú nịnh giỏi lắm chứ đâu phải không biết nịnh. Đã muốn không tin rồi cũng phải tin là chú khen đúng, đúng tuyệt đối. Nhưng không đúng lắm."

"Cô nói cái gì lạ vậy? Đã đúng tuyệt đối mà lại không đúng lắm. Muốn móc họng tôi hả? Người đâu đã đẹp mà còn biết mình đẹp. Tự tin quá đáng. Bây giờ tôi trả lời cô từng điểm một nhé: thứ nhứt, tôi độ này khỏe; thứ nhì, không xuống cân như cô tưởng, cô không thấy cái bụng tôi hơi bự ra sao; thứ ba cô hỏi gì tôi quên phứt rồi."

Thi cười to:

"Thứ ba là chú bảnh trai ra này. Thứ tư là chú, cháu cũng quên mất. À chú về đây bằng cách gì?"

"Bảnh ra là câu xác nhận chứ không phải câu hỏi, xin miễn trả lời. Còn xuống đây bằng gì hả, tôi lái xe lấy. Không xa lắm, lái xe lấy tiện hơn."

Thi đưa tay vẫy vẫy mấy người bạn và nói:

"Mấy bồ đi về trước đi! Tôi đi với chú tôi."

Quay qua ông Hoạt, Thi hỏi tiếp:

"Chú đi mất bao lâu?"

"Hơn 6 tiếng, kể cả thời gian cho xe nghỉ máy."

"Xe nghỉ, bộ người không nghỉ sao?"

"Người đâu biết mệt mà phải nghỉ!" ông Hoạt trả lời hóm hỉnh.

Thi nhanh nhẩu:

"Sao chú không đi máy bay cho mau, cho khỏe? Sợ khủng bố à?"

"Người ta sợ tôi thì có. Cái mặt của tôi trông giống Bin Laden lắm, phải không cô?"

Thi mỉm cười:

"Để cháu ngắm cái mặt của chú xem thử. Chú giống ông kia hơn."

"Ông nào?"

"Ông Tổng Thống Một Rắc chứ ông nào nữa."

Ông Hoạt ngẩn người:

"Một cái gì?"

"Chú cứ về hỏi chú Khê là biết ngay. Mà Chú Khê nhờ chú đến đây đón cháu về nhà?"

Ông Hoạt bỡ ngỡ:

"Thế thường ngày chú Khê đến đón cô về? Chú Khê không bận đi làm hay sao?"

"Không phải vậy. Buổi sáng trên đường đi làm chú Khê đưa cháu đi học, buổi chiều cháu đón xe *bus* về. Trường gần trạm xe bus, đi bộ 15 phút là tới. Chú chưa gặp chú Khê hả?"

"Chưa. Sẽ thăm Khê sau. Tôi về đây cốt để gặp cô trước cái đã ... Xong tôi sẽ đưa cô về nhà."

Thi ngạc nhiên bước lui một bước:

"Thôi chú ơi, cháu đi xe *bus* cũng được mà. Đi bộ một đoạn cũng là một cách tập thể thao rất tốt."

"Đừng bày chuyện nữa. Có sẵn xe đây thì cứ đi xe, tôi đưa cô về nhà ngay. Tôi không xứng đáng làm tài xế cho cô sao? Nào, lên xe ngay nói chuyện tiện hơn."

Ông Hoạt đi nhanh tới chiếc xe hơi màu đỏ đang đậu bên lề đường, Thi chậm rãi đi theo, phân vân. Ông lên xe mở máy, rồi nghiêng người với tay mở cửa cho cô gái lên. Thi lại phân vân một giây, rồi đành bước lên. Ông rồ máy mạnh, xe chạy nhanh.

"Chú biết đường về nhà?"

"Chuyện nhỏ. Tôi đã về vùng này nhiều lần, thuộc lòng đường sá."

Rồi, một cách rất tự nhiên, ông một tay cầm tay lái, tay kia nắm lấy bàn tay của cô gái. Thi giật mình, nói to:

"Ô hay!", và cố rút tay ra.

Ông không buông, nhân đó, bàn tay của ông đang nắm tay cô gái theo đà co kéo chạm lên trên đùi cô, và ông nhấn mạnh tay xuống. Thi nhìn ông giận dữ, muốn la lên. Vẻ mặt ông Hoạt lúc đó trông thật nghiêm nghị, không lộ vẻ cợt nhã chút nào. Ông bình tĩnh nói:

"Thi! Đừng sợ. Để thủng thẳng anh nói cho em nghe nào. Anh về đây hai hôm rồi. Hôm qua anh cũng đứng chờ em tại cổng trường, tưởng em thấy anh mà làm lơ. Định chạy theo níu em lại thì thấy mấy đứa bạn gái và mấy thằng mũi lõ đến bao quanh lấy em nói xì lô xì la. Anh đành phải quay về khách sạn. Hôm nay anh nhất định đón cho được em."

Chỉ trong một thoáng, cô nhớ lại hồi còn ở đảo Galang. Một hôm cô thư ký tại văn phòng Cao Ủy người *Indonesia* gọi cô lên trình diện ông giám đốc có chuyện gấp. Ông ấy đã lớn tuổi, trông nghiêm nghị, đạo mạo hơn ông Hoạt nhiều. Ông ngồi sau cái bàn giấy rộng thênh thang, nói một câu tiếng Anh gì đó với cô thư ký, và làm dấu bảo Thi ngồi xuống. Cô ngồi rụt rè trên một trong hai chiếc ghế đặt trước bàn, một khuỷu tay đặt trên mép bàn.

Khi cô thư ký vừa bước ra khỏi cửa để đi gọi người thông dịch, trong phòng chỉ còn lại Thi và ông ta, ông đã hấp tấp chồm người qua cái bàn rộng, khiến cho cái dây nịt vướng vào một tay nắm của cái ngăn kéo. Bị dùng dằng nhưng ông cũng cố vói tay vồ nhanh lấy bàn tay của Thi, và nắm chặt. Cô hơi hoảng hồn nhưng không lấy thế làm bực mình. Cô chỉ ngạc nhiên và buồn cười, thầm nghĩ đàn ông thấy vậy mà không phải vậy. Cái mặt thì trịnh trọng mà cái miệng và hai bàn tay luôn luôn ngứa ngáy. Y như cái ông Hoạt này. Nghĩ đến đó, cô bật cười thành tiếng.

Ông Hoạt xoay nhanh nhìn Thi, mắt lóe lên những tia sáng lạ lùng, vui sướng, hài lòng, tự tin, trong khi bàn tay ông lại siết bàn tay của cô gái chặt hơn, và đồng thời dí mạnh xuống đùi của cô. Cảm thấy rờn rợn trong người, cô gái ấp úng:

“Chú, chú, chú à!”

“Thi muốn nói gì? Cứ nói đi!”

“Nặng quá!”

“Cái gì nặng vậy?”

“Và đau nữa.”

“Mà cái gì vậy?”

“Cái tay của chú đó. Chú biết không, chú cầm tay

cháu chặt quá, và còn đè nặng xuống nữa. Cất tay đi!"

Cô ngạc nhiên về giọng nói hơi run run của mình, nó có vẻ nửa phản đối, nửa bằng lòng. Sao mình thay đổi nhanh thế. Mới phút trước mình giận dữ thật tình, phút này đã thấy dịu dịu trong lòng. Mình lại bỗng dưng dễ dãi giống như những ngày nào còn ở trên đảo, hay ở Sài Gòn. Người ta nói cái đó là ngựa quen đường cũ? Nghĩ như thế, cô cảm thấy tự giận mình hơn là giận ông Hoạt.

"Thi! Em cho anh xưng là anh nhé. Anh nhớ khi đi chơi Grand Canyon, em cũng đã xưng em với anh, một cách thân mật, ...yêu thương. Cũng vì vậy mà anh tìm về đây."

"Chú nói sai rồi. Hồi đó đi chơi xa ở một nơi thật là, ..., thật là hùng vĩ, to lớn, ghê gớm, làm cháu ngỡ ngàng. Hoảng sợ nữa. Cháu không tìm được cách gì để nói cho đúng tâm trạng của cháu lúc đó. Và cháu nói xuôi chiều theo ý chú, buột miệng, mau mồm xưng em. Cái tật từ xưa của cháu đó mà. Không ngờ chú hiểu lầm. Cháu coi chú như chú Khê. Này, chú buông tay ra đi. Nặng quá!"

Cô gái cảm thấy áp lực đè lên đùi cô giảm bớt dần, một cách lưỡng lự. Cuối cùng ông nâng bàn tay cô gái lên, lần dò vo vo từng ngón một. Cô tự bảo thử xem cái ông ngổ ngáo này còn muốn giở cái trò gì nữa. Có dám không? Đùa hay thật? Rồi mình sẽ tính sau cũng không muộn.

Ông Hoạt vui hẳn lên:

“Thi đừng gọi anh là chú nữa. Nghe kỳ cục lắm. Anh có món quà cho em, để trong cái này, trong cái *glove box* trước mặt em đó. Em lấy ra xem có vừa ý không.”

Thi tò mò muốn xem ngay, nhưng đỏng đảnh:

“Vội gì. Về tới nhà khui ra cho chú Khê xem ké luôn.”

Ông im lặng lái xe thêm một đoạn, tạt vào một trạm xăng, đổ xăng, xong xuôi lên xe, lấy món quà ra trao tận tay cho Thi, rồi lái rẽ ra xa lộ.

Thi hoảng hốt:

“Chú đi đâu vậy?”

“Anh chứ. Anh đưa em đi ăn.”

“Không được đâu. Cháu phải về đúng giờ, chú Khê chờ cơm.”

Ông Hoạt hầu như không nghe thấy gì, vẻ mặt rất cương quyết, thản nhiên nhấn thêm ga. Cô cố lấy lại bình tĩnh, và nói như van lơn:

“Chiều nay về nhà cháu sẽ nấu món mì Quảng đặc biệt cho chú Khê ăn như đã định. Hay là chú cho cháu về nhà, cùng chú Khê ăn uống, chuyện trò cho vui?” Cô ngẫm nghĩ. “Nhưng thấy cũng bất tiện.”

Ông Hoạt vội ngắt lời:

"Đúng, bất tiện lắm. Tự nhiên khi không anh từ... từ trên trời rớt xuống rồi đưa em về nhà. Thằng Khê nó cười cho thúi ruột."

Thi giọng hơi run nhưng cũng cố pha trò:

"Chú lái xe về đây chứ có đi máy bay đâu mà bảo từ trên trời rớt xuống. Thôi, chú ơi! Chú cháu mình cứ về nhà, cháu sẽ có cách nói với chú Khê. Nghe chú!" Nói thế nhưng Thi cũng không biết sẽ nói cách gì đây cho tự nhiên. "Chú chiều cháu một chút đi."

"Em có cách thì anh cũng có cách nói chuyện với thằng Khê." Ông hùng hổ. "Mà người ta tặng quà thì mình phải mở gói quà ra xem ngay chứ. Cái kiểu lịch sự của người Mỹ là như thế đó."

Thi đã lấy lại bình tĩnh, gượng cười, hai tay mân mê gói quà, nói nhỏ một mình:

"Gói quà gì mà nhỏ chút xíu!"

Mở gói quà ra, cô sửng sốt. Đó là một cái đồng hồ hiệu Rolex có đính hột xoàn, và một xâu chuỗi hạt trai đeo cổ màu sắc lung linh đánh thành nhiều vòng. Cô chưa bao giờ sờ đến những món quý giá như thế. Chiếc xe vẫn chạy nhanh trên xa lộ.

Cô nói, giọng hồi hộp:

"Chú cho cháu những thứ đắt tiền này, cháu sợ chú Khê ... Cháu không dám nhận đâu."

"Ủa? Sợ chú Khê cái chuyện gì vậy?"

Thi ấp úng:

"Đi lâu quá sợ chú Khê ở nhà trông."

"Chuyện nhỏ!" Ông Hoạt nói tía lia một hơi. "Em lấy cái *cell phone* này gọi về báo cho Khê nó biết là em, em làm sao nhỉ ... chẳng hạn em vừa mới được con bạn cùng lớp mời đi ăn sinh nhật của nó, của bạn trai nó, của má nó, hay ăn tiệc cưới của bà ngoại nó." Ông cười hô hố. "Ồ, có biết bao nhiêu chuyện lộn xộn trên cái đời này đem ra dùng để nói láo. 10 giờ hay 11 giờ tối gì đó sẽ về. Em nói con bạn đưa về."

Trong gần hai tuần lễ, ngày nào Thi cũng bỏ lớp ESL đi chơi với ông Hoạt, trừ thứ bảy và chủ nhật.

Cô rất áy náy. Cô tự hỏi lòng làm như thế thì mình có phản bội chú Khê hay không? Câu trả lời là có dù cô không rõ vì sao, dù không có một lời hứa hẹn nào giữa chú Khê và cô. Nhưng tại sao ngã theo cái ông Hoạt này dễ dàng đến thế? Yêu? Chắc chắn không phải. Thế thì tại sao? Vậy có liên hệ gì đến món quà đắt tiền không? Cô không muốn nghĩ tiếp.

Sau mỗi lần gặp gỡ, cô tự hứa sẽ nhất định không gặp nữa, nhưng cô bỏ quên lời hứa dễ dàng. Cái nếp sống của những năm tháng ở đảo, ở Sài Gòn vẫn còn lẫn quất trong cuộc đời của mình bây giờ hay sao, không thể nào tẩy xóa được hay sao, cô bàng hoàng.

Mỗi buổi sáng ông Khê vẫn đưa cô đến trường

như thường lệ. Chờ xe ông Khê vừa đi khuất vào ngã rẽ, cô vội đi nhanh đến chỗ hẹn với ông Hoạt, một trạm xăng cách đó vài trăm thước. Ông Hoạt rất đúng hẹn, luôn luôn chờ sẵn. Rồi ông chở cô đến khách sạn ông ở, hoặc đưa đi chơi nhiều nơi mà cô chưa hề biết.

Cô không ngờ cái hạt Orange County nhỏ bé này lại có nhiều nơi vui chơi, giải trí, ăn uống ... đến thế. Cô ngẫm nghĩ cuộc sống ở nước Mỹ thật đa dạng, phức tạp, ngoài sự hiểu biết của cô.

Buổi chiều, ông Hoạt lại đưa Thi đến chỗ xe buýt ngừng gần nhà. Thi lại lên xe buýt, chỉ đi một trạm là xuống xe, ung dung đi bộ thêm một quãng ngắn rồi vào nhà, chuẩn bị bữa cơm chiều chờ ông Khê.

Đã nhiều lần ông Hoạt thúc giục cô gái:

"Tại sao phải lén lút, khổ sở như thế này. Anh biết em hoàn toàn tự do mà. Cứ để anh nói thẳng với Khê một tiếng là xong".

Nhưng Thi cứ ngại ngùng, băn khoăn. Cô liên tưởng đến quãng thời gian ở đảo, ở Sài Gòn, với những cuộc tình bừa bãi. Cô nhớ những người vì cô mà chém giết nhau trong khi cô dửng dưng chứng kiến. Nay khác hẳn. Lo âu, ăn năn, và buồn.

Sau bữa ăn trưa, ông Hoạt bàn bạc với Thi:

"Ngày mai anh đi về trên đó. Chiều nay anh đến Khê 'thú tội' nhé. Anh biết tính của Khê lắm. Nó quý anh, quý em. Nó không làm khó dễ em đâu."

"Có gì đâu mà khó hay dễ, nhưng tự nhiên em thấy có cái gì không ổn. Thôi, đừng nhắc đến chuyện đó nữa. Thủng thẳng tính sau."

Thật ra cô không chỉ ngại ngùng khi nghĩ đến việc phải nói năng làm sao với chú Khê, mà cô cũng cảm thấy không còn thích thú khi tiếp xúc với ông Hoạt. Nhiều lúc cô cảm thấy mình trơ khất như khúc gỗ. Vậy mà vẫn không chịu buông bỏ cho rồi. Hay lại là vì món quà đắt tiền làm mình mờ mắt? Hay là ngựa quen đường cũ?

Cô trở lại ý nghĩ rằng mình phải nhất quyết chấm dứt cuộc hẹn hò vụng trộm này. Mà đã nhất quyết thì không được nuốt lời. Cô nghiến răng, gầm gừ trong cổ họng , lặp đi lặp lại phải giữ lời hứa.

"Anh sẽ xa em không lâu đâu. Ngày nghỉ phép của anh còn nhiều. Vài ba tháng nữa anh xuống."

"Thôi anh. Như thế là quá lắm rồi. Đừng gặp nhau nữa."

"A cái cô này! Lại lên cơn khùng hả!"

Tính ra, cô sống với chú Khê mới hơn một năm, và một sợi dây vô hình nhưng bền vững đã ràng buộc hai người với nhau. Nhiều lần cô tự hỏi đó có phải là tình yêu hay không. Cô không thể trả lời câu hỏi ấy vì cô không thể phân biệt thứ tình nào là tình yêu, tình nào là tình dục, tình nào là tình bạn, tình nào là lòng thương, lòng tử tế. Tuổi thơ tối tăm và những năm tháng sống buông thả đã làm cô chai sạn.

Đối với cô, cái mà người ta gọi là tình yêu có lẽ chỉ là sản phẩm của tưởng tượng, hoặc một món đồ chơi xa xỉ của những người có tiền dư hơi, lắm điều, nhiều chuyện. Đấy là ý nghĩ của cô khi cô chưa qua đây. Còn bây giờ? Rối như tơ vò!

Cô nhớ có lần ông Hoạt nói một cách chân thành:

“Em biết không, anh đã có một đời vợ, một đứa con. Ly dị xong, anh cảm thấy như thoát nợ. Anh hoàn toàn tự do. Anh sung sướng được hưởng cái tự do đó, và thề sẽ không bao giờ lấy vợ lần thứ hai. Vậy mà, khi gặp em, anh quên lời thề ngay.”

Những câu nói kiểu đó cô đã nghe nhiều lần từ nhiều người. Nghe đến nhàm tai. Có khi người ta nói chưa hết câu, làm bộ ngập ngừng, cô liền nói tiếp giùm cho đoạn cuối. Nhưng cô có linh cảm rằng ông Hoạt nói thật. Tuy vậy cô cũng làm bộ nghi ngờ:

“Em biết rồi mà. Anh nói thế cốt để em nghe cho vui tai.”

“Không. Thế là em không biết xét đoán con người. Hay là em muốn anh thề?”

“Vâng, anh thề đi!”

“Thấy em là anh thề rằng phải lấy cho được em.”

"Anh thề cái kiểu khỏi lỗ vốn. Không được. Thề lại!"

"OK. Nếu không lấy được em, anh thề không bao giờ lấy ai nữa."

Thi làm bộ sốt ruột:

"Câu đó anh đã thề rồi thì phải. Vừa rồi anh có nhắc đến, lại quên ngay. Anh thử thề độc đi!"

Ông Hoạt nóng nảy:

"Thế là em không hiểu gì về anh cả. Thề mà không giữ lời thì cũng như không. Đàn ông không cần thề, hành động thôi. Có chuyện này anh nói thiệt, anh không biết tại sao anh yêu em hết sức."

"Em biết tại sao rồi. Chẳng qua là vì anh đi lâu ngày, gặp toàn là đàn bà tóc vàng, tóc xanh, tóc tím. Nay thấy em từ Việt Nam mới qua anh bỗng cảm thấy nhớ mái tóc đen. Anh yêu tóc thôi chứ anh có lý gì đến em."

"Sai bét! Em tưởng anh chưa về lại Việt Nam à? Anh đã để dành suốt một tháng nghỉ phép về thăm Việt Nam. Anh về trước chú Khê của em đến ba bốn năm chứ không ít đâu. Mua vé khứ hồi xong xuôi, ở bên đó mới hơn 10 ngày, anh bỏ về lại bên này."

"Sao vậy anh?"

"Vì anh chán quá! Chưa biết miền Trung, miền Bắc, anh bao xe hơi ra ngoài đó coi. Chả thấy nơi nào ra hồn. Dơ dáy, bẩn thỉu, bụi bặm, mất vệ sinh, và nhất là cái gì cũng giả. Rượu giả, sữa giả, đồng hồ giả, không khí ô nhiễm, thịt, cá, rau cải đều bị tiêm thuốc độc vào cho tươi tắn.

"Hà Nội phố cũ thì xập xệ, lộn xộn, phố mới thì lùi xùi như những thành phố hạng hai, hạng ba bên này. Hồ Hoàn Kiếm nghe như trong chuyện kiếm hiệp, anh cứ tưởng ghê lắm, té ra ... không thấy rùa thần nổi lên trả gươm trả kiếm đâu cả, chỉ thấy rác nổi lềnh bềnh. Và giống như cái ao thả vịt trời trong một cái *park* nho nhỏ nào đó ở khắp nơi bên này. Lẽ dĩ nhiên dơ dáy hơn nhiều. Huế càng tệ hơn, nhỏ xíu, nghèo mạt rệp. Sau này anh đưa em đi xem Tử Cấm Thành ở Bắc Kinh để em có dịp so sánh với thành Huế! Dân An Nam ta xạo lắm. Ai cũng xạo tuốt."

Thi chau mày cố giấu sự khó chịu, hỏi gặng thêm:

"Thế miền Nam, Sài Gòn? Có lẽ là vì anh sinh trưởng ở miền Nam, nên anh chỉ biết yêu quê hương miền Nam thôi."

"Anh đâu có óc kỳ thị. Yêu ghét là một chuyện, nhưng khách quan là chuyện khác. Ngoài Trung, ngoài Bắc, người ta quảng cáo thổi phồng quá. Đến khi anh chạm mặt anh thất vọng."

Thi trở lại câu hỏi:

"Thế miền Nam? Anh cho biết ý kiến luôn."

"Cũng táp nham, hổn loạn, lộn xộn, chẳng ra cái thể thống gì cả. Đi xa, mở mắt, thấy mình quê một cục."

"Tức là anh chẳng có tình cảm gì đối với quê hương cả?"

Ông Hoạt có vẻ suy nghĩ:

"Không phải thế. Anh đâu nói rằng anh không yêu quê hương. Anh chỉ muốn nói quê hương mình chả ra cái mẹ gì cả. Thì đừng có lớn lối."

Cái tính tinh nghịch lại đến với Thi. Cô nhí nhảnh hát:

"Quê hương là chùm khế ngọt ..."

Ông Hoạt như bị chạm nọc, hối hả chận lại, rồi cướp lời, nói một cách bực bội:

"Thôi, thôi, thôi, tôi xin cô. Cô khỏi phải đóng vai cán bộ tuyên truyền rẻ tiền. Hồi tôi về Việt Nam cũng đã được cho nghe bài hát đó nhiều lần. Hát cho Việt Kiều nghe đó mà, dạy bài học đầu tiên tiền đâu về lòng yêu nước, yêu tổ quốc Xã Hội Chủ Nghĩa đó mà. Ai không hiểu gì về bài hát ấy là lớn lên không thành người đó mà. Cái anh chàng ca sĩ nhơn nhơn cái mặt ngu si như mặt mo mà cứ muốn làm cha thiên hạ. Đầu óc gì mà thiển cận và kém cỏi đến thế! Quê hương gì mà chỉ toàn là chùm khế ngọt, rồi con đò, con bò, con trâu, rồi con heo, rồi con diều, con tiều! Rồi cầu tre, cầu khỉ!"

Thi bực mình ngắt lời:

"Anh nói loạn cào cào. Bài hát ấy đâu phải chỉ có thế. Không nhớ rõ thì đừng nói."

"Anh đâu phải là ca sĩ như em. Nhớ loáng thoáng một vài câu là đủ xài rồi. Nhưng thiệt ra đó không phải là quê hương của mọi người mà là nhà quê, là làng, là thôn, là buông, là sóc, là quê hương của người nhà quê.

"Thế anh sống ở Sài Gòn từ khi mới đẻ cho tới lớn lên tức là anh không có quê hương? Thật không thể ngẩng đầu lên ngó ai nổi là vì cái giọng điệu ngu xuẩn, chậm tiến ấy!"

Thi có vẻ bất mãn:

"Anh, anh, sao anh khó tính quá thế!"

"Không phải anh khó tính, nhưng anh ghét những cái đầu xơ cứng, thiển cận, bịp bợm, gian dối, độc ác. Nhìn không qua khỏi lỗ mũi rồi bắt người khác phải theo mình. Thử nhìn quê hương của người ta kia kìa -- nào Vạn Lý Trường Thành, Bắc Kinh, Thượng Hải, nào Tokyo, núi Phú Sĩ, nào điện Pantheon, tháp Eiffel, Paris, nào Grand Canyon, New York, cầu Golden Gate, nào Kim Tự Tháp, đập Assuan. Kể mãi cũng không hết. Hay ngay cả tại nước láng giềng nhỏ xíu cũng có Angkor Wat nổi danh khắp thế giới.

"Quê hương người ta biết bảo tồn những công trình lớn lao, biết thương yêu nhau, đùm bọc nhau, lại còn trải lòng ra cho những người thất thế từ những nước khác tới nương tựa, tỵ nạn.

"Còn quê hương mình thì ai cũng chỉ muốn ăn trọn gói, tìm cách hại nhau, lột nhau, cướp nhau, đểu cáng với nhau, từ trên xuống dưới. Miệng nói vì tương lai tổ quốc, vì con cái mai sau, mà thực tế thì tìm đủ mọi cách vơ vét, rúc rỉa cho hết máu, hết tủy của cái đất nước đã xơ xác, tan hoang. Lạng quạng không chừng mất nước vào tay tụi Tàu.

"Tụi lớn bây giờ đã bị bóc lột tận mạng, mà tụi nhỏ về sau càng không còn biết lấy gì để sống. Chúng nó sẽ nhờm tởm cái thế hệ cha ông này, chắc chắn là vậy. Đồng bào với đồng chí, lá lành đùm lá rách, nghe mệt cái lỗ tai quá chừng."

Cô gái buồn rầu:

"Anh! Lòng anh còn đầy hận thù đến thế sao?"

"Em nói đúng. Anh căm thù khi anh bỏ nước chạy bán sống bán chết. Rồi anh mong có ngày trở về trả thù. Rồi với thời gian, nguội điện. Nhưng anh chán lắm! Anh đã lỡ về một chuyến, nhất định sẽ không bao giờ về nữa."

Thi thở dài:

"Thế thì chắc chắn anh không yêu em đâu."

"Tại sao em có ý nghĩ đó?"

"Có thể ngay bây giờ anh yêu em, nhưng anh sẽ

chóng chán."

"Không, không bao giờ."

Thi làm bộ lo lắng:

"Em biết mà! Anh sẽ chán em vì anh và em khác nhau quá."

Ông Hoạt đáp một cách đắn đo:

"Em lại hiểu lầm rồi. Anh yêu em không phải chỉ vì em trẻ, em đẹp ... Mà còn ..."

Cô gái ngắt lời, cười mỉm:

"Thôi, anh đừng nịnh em nữa. Chiếm đoạt em vài tuần lễ rồi thôi chứ gì. Cái kiểu Việt kiều về Việt Nam kiếm những cô thật trẻ, thật đẹp lấy làm vợ một vài tháng rồi bỏ để đi kiếm vợ khác mới hơn, trẻ hơn, đẹp hơn! Có nhiều ông Việt kiều sáu bảy mươi tuổi về cưới mấy cô gái trẻ măng, trẻ hơn em nữa đó. Có tiền mua tiên cũng được huống là mua người. Mà anh thì chắc là không thiếu tiền."

"Rồi sao nữa?"

"Thì anh lại bỏ em về Việt Nam tìm những người mẫu thật đẹp mà lấy, hoặc là hoa hậu người mẫu càng tốt, chứ sao nữa."

"Anh nói chưa hết em đã ngắt lời. Anh đã nói không phải chỉ vì trẻ, đẹp mà thôi, còn vì lý do khác nữa. Em không chịu nghe cho rõ."

Thi vẫn cái giọng có vẻ đùa cợt:

"Vâng, bây giờ em đang nghe kỹ đây. Anh nói đi. Thử nghĩ cho ra một lý do nào thật thuyết phục đi."

Ông nóng nảy:

"Tôi thì thật tình mà cô thì cứ giỡn giỡn, làm sao nói chuyện đàng hoàng với nhau được."

Thi ngọt ngào:

"Thôi mà! Em xin lỗi anh. Em giỡn chơi một chút xíu cho vui mà anh đã giận. Bây giờ em xin nói đàng hoàng nhé. Em và anh khác nhau lắm, liệu anh có bỏ em nửa chừng nửa đoạn hay không? Em hỏi thiệt đó."

Ông Hoạt vẫn còn bực tức:

"Em muốn coi anh như cục bột, muốn nắn thế nào thì nắn. Giỡn rồi thiệt. Anh làm sao biết được lúc nào em giỡn, lúc nào em không giỡn?"

Cô gái quay người nhìn nơi khác, nói như đang trong cơn giận:

"Sao anh khó tính dữ vậy! Bây giờ anh hãy nghe em nói đây này. Hình như anh và em khác nhau lắm, có phải không anh?"

"Lẽ dĩ nhiên là khác, em khỏi cần phải nhắc điều đó. Có vậy mấy tuần nay mình mới ráp vào nhau được chứ!"

Thi nghiêm mặt:

"Em không nói chuyện với anh nữa."

"Thấy chưa, anh chỉ nói giỡn chút xíu em đã giận rồi. Vậy lần này đến phiên anh xin lỗi em. Em khác anh? Khác nhau mà yêu nhau, bổ túc cho nhau, sống suốt đời ở với nhau, cũng là chuyện thường xảy ra. Như anh với chú Khê của em chẳng hạn, thân nhau nhưng khác tính nhau lắm. Nhưng thật ra em với anh không khác nhau đâu."

Thi ngồi thẳng người lại, có vẻ quan tâm. Ông Hoạt tiếp tục nói:

"Mới gặp em lần đầu tiên, anh đã thấy thích rồi. Và anh cũng nhận thấy em không ghét anh. Như thế có nghĩa mình hợp tính với nhau, hay ít nhất có một điểm nào giống nhau. Có những người mới gặp nhau là dội ngay. Đó là một chuyện.

"Chuyện này quan trọng hơn, nhưng thật khó nói. Khó nói cho nó *makes sense*, nghĩa là cho nó có nghĩa lý để em có thể thông cảm. Thì đại khái như thế này. Sống mấy mươi năm ở nước người nhiều khi cũng cảm thấy lẻ loi. Tụi nó thằng thì gốc Nhật, thằng thì gốc Nga, gốc Đức, gốc Pháp, gốc Đại Hàn, gốc Tàu, đủ thứ gốc. Anh chẳng muốn có gốc gác gì cả, anh không muốn có cái căn cước nào cả. Gốc của tôi hả? Gốc tỵ nạn. Anh muốn trả lời ngang xương như thế, còn hơn là nói rằng gốc của tôi là nơi tôi ghét, là nơi mà chúng nó cũng chẳng thương tôi. Rồi theo lời chú Khê của em, anh được biết em cũng như anh, không có quê hương. Hai người không có quê hương, hay là hãy dùng cái chữ nổ này, hai người 'vô tổ quốc', gặp nhau ở một xứ lạ rồi yêu nhau, rồi lấy nhau, thì chắc chắn sẽ ở với nhau lâu bền."

Thi lắc đầu đáp:

"Anh nói thế là sai. Em đâu giống anh. Anh và em đều có quê hương. Quê hương gian nan, nghèo khổ, chiến tranh. Nhưng anh bỏ, em giữ."

"Quê em đâu?"

"Bến Tranh."

"Em đừng nói thế. Chú Khê với anh thân nhau, cái gì cũng nói cho nhau nghe. Bến Tranh là quê mẹ của em. Em ở đảo, em sinh trên một hòn đảo phải không, rồi lớn lên bên đó, biết gì về Bến Tranh đâu mà nhận càng."

Thi hơi chột dạ. Cái chú Khê này. Không biết chú có nói hết mọi chuyện cho anh chàng này nghe hay không. Mà chú Khê chắc gì đã biết được mọi chuyện về mình? Cha là hải tặc? Có thể chú chỉ biết ngang đó. Nhưng mình còn mẹ. Mẹ khác hẳn, mẹ hiền từ, mẹ đẹp. Quê mẹ là quê của mình. Quê mẹ có khi còn đậm đà hơn cả quê cha nữa. Thật ra mình cũng đã có tình cảm với Bến Tranh rồi, chứ có phải chỉ muốn nhận càng đâu. Và chú Khê nữa, hình như chú Khê luôn luôn có mặt đâu đây, phải không chú. Có lần mình nói chú là quê hương của cháu, là nơi trú ẩn, là chỗ để nương tựa. Và trong sâu xa là ... là gì nữa hả chú?

Cô trả lời, giọng nói bỗng dưng đượm buồn:

"Người ta không có quê hương cũng phải tạo ra một quê hương trong lòng để nhớ." Cô nhớ những câu chuyện chú Khê kể. "Huống là em cũng có chứ. Em khác anh."

"Nhưng em có thành thật với lòng em không? Hay em chỉ sống trong vờ vĩnh, tưởng tượng."

"Sao lại vờ vĩnh được! Em giống chú Khê ..."

Ông Hoạt ngắt lời:

"Giống sao được mà giống! Em dứt khoát, lanh lẹ, sắc lẻm như con dao, còn thằng Khê nó lừng khừng, ba phải, cù lần. Như đàn bà không bằng. Công nhận là nó tốt lắm nhưng nhiều khi nó lề mề chịu hết nổi. Rồi lại có khi nó có những quyết định vô lý và đột ngột như thằng khùng. Em đừng khinh anh đã nói sau lưng chú của em, trước mặt nó anh cũng đã nhiều lần nói cho nó biết như thế. Nhưng vì em cái gì cũng chú Khê, chú Khê, làm anh phát sùng. Anh biết hết, anh biết Khê nó bỏ mẹ em ngang xương ..."

Cô bỗng nhớ một lần chú Khê có kể lại chuyện Bến Tranh Rừng khiến cô bồi hồi xúc động. Thì ra có lẽ chuyện gì chú Khê cũng nói lại cho người bạn thân này nghe.

"... Nhưng thôi anh không nên nói hết với em về chuyện này. Rồi nó gặp em. Tất nhiên nó phải yêu em. Ai gặp em mà không yêu được. Nhưng nó không dám. Mà nó không dám thì anh có quyền dám chứ."

Thi thảng thốt:

"Chú Khê yêu em? Sao anh biết? Chú Khê có nói với anh như vậy sao?"

"Không. Chuyện gì Khê cũng kể lại trừ chuyện này, tức là tình cảm riêng giữa em và nó. Anh đứng ngoài nhìn vào anh đoán. Có thể trúng mà cũng có thể trật. Nhưng chú Khê và cháu Thi sống gần gũi nhau bao nhiêu lâu rồi thì ... thì nó có yêu em hay không, chuyện đó chỉ có một mình em là hiểu rõ hơn ai cả."

Thi thẫn thờ:

"Thế mà em chẳng hiểu cái gì cả mới chết chứ. Chú đó coi vậy mà không phải vậy."

Ông Hoạt nóng nảy:

"Nhưng điều đó cũng không quan trọng lắm. Anh chỉ cần biết em có yêu 'chú Khê cuả cháu' không? Em nói thật với anh đi! Anh muốn cái gì cũng phải rõ ràng, dứt khoát."

"Yêu? Em cũng chẳng biết yêu là gì cả. Em nói thật đó. Tình yêu, ái tình, tình quê hương, tình hoài hương? Nghe mơ hồ và xa vời quá! Có lẽ em chưa gặp đúng người để em có thể yêu chăng nên em chẳng biết yêu là gì, khác thương như thế nào, khác thích ra làm sao ... cho đến khi gặp ... gặp ....”

Ông Hoạt chau mày:

“Cho đến khi em gặp ai? Em nói cho anh nghe lập tức đi. Và phải nói thiệt. Anh chỉ cần biết chừng đó thôi. Đơn giản quá mà.”

Ông đột ngột im lặng, nhưng không giấu được vẻ nóng nảy, bồn chồn. Bỗng Thi nhổm người dậy, ông Hoạt vội níu cô gái lại như sợ đánh mất, và nói tiếp một tràng dài:

“OK, OK, cái đó, cái đó em biết cái gì không, cái đó cũng không thành vấn đề cho lắm. Em cứ sống với anh một thời gian rồi tình yêu tất nhiên sẽ đến. Hoàn cảnh ấy vẫn thường xảy ra cho rất nhiều người, nếu không muốn nói cho tất cả mọi người. Anh bảo đảm với em, chắc chắn là như thế. Rồi anh đâu em đó.”

Thi ngồi lại ngay ngắn, dựa lưng vào thành giường, cười ròn rã:

“Anh đâu em đó! Em nhớ có nói với chú Khê, ‘cháu không có quê hương, chú là quê hương của cháu. Chú ở đâu, cháu ở đó’. Em nói thiệt chứ không phải bịa đặt ra để chọc anh đâu. Anh có tin hay không, tùy. Nhưng bây giờ mọi chuyện thay đổi. Anh lại bắt em phải nói, anh Hoạt ơi, anh đâu em đó.

Nghĩa là quê hương của em sắp thay đổi rồi." Cô cười to hơn. "Nghĩa là anh muốn thế chỗ của chú Khê?"

Cô dịu dàng đặt tay lên vai ông Hoạt. Ông cáu kỉnh:

"Chuyện quan trọng của cả một cuộc đời mà cô cứ giở cái giọng cười cợt đó hả."

Nói xong, ông hất tay của Thi đi nơi khác, vùng đứng dậy, mặt hầm hầm, đi đến tủ lạnh lấy chai bia đem đến cái bàn tròn cạnh cửa sổ ngồi nhìn xuống đường cái, uống từng ngụm dài.

Lần đầu tiên ông Hoạt có cử chỉ thô bạo đối với Thi như thế. Cô ngồi yên một chốc, cảm thấy ngượng. Rồi cô lặng lẽ tới bàn trang điểm. Xong đâu đấy, cô đi đến đứng bên cạnh ông Hoạt, ngập ngừng nói:

"Cháu xin lỗi. Em xin lỗi. Em chưa tính chuyện gì ra chuyện gì cả. Anh cứ về trên đó đi. Ngày mai anh đi, phải không? Em sẽ gởi thư cho anh. Bây giờ chia tay nhé. Cuộc chia tay nào cũng buồn, phải không anh, huống là -- cô hạ giọng xuống thật nhỏ, chẳng biết có lọt vào tai ông Hoạt hay không -- chia tay mãi mãi.

"Hôm nay xin anh cho em về nhà sớm."

VI

Như mọi sáng thứ bảy, ông Khê và cô gái chuẩn bị đi biển. Từ nhà của họ đến bãi biển chỉ mất khoảng nửa tiếng lái xe. Ông Khê nói:

"Lần này Thi làm tài xế nhé. Làm tài xế từ đầu đến cuối, đi Thi lái, về cũng lái. Để chú xem lại lần chót tay lái của cháu đã vững chưa."

Thi nhanh nhẩu đáp:

"Vững hay chưa không thành vấn đề. Chú vẫn luôn luôn ngồi cạnh cháu là cháu yên tâm rồi. Lần này thử làm như thế này nhé. Chú sẽ ngồi ở ghế sau bên phải.

"Trước khi chú lên xe, cháu chạy vội đến mở cửa cho chú. Chờ chú ngồi yên đâu vào đấy, cháu đóng cửa xe lại rồi chạy vội nửa vòng quanh xe, nhảy lên chỗ ngồi lái của mình, đóng cửa khe khẽ, nổ máy, từ từ cho xe chạy. Chú thong thả lấy ống dố ra hút thuốc, quay đầu nhìn ra bên lề đường có nhiều người đứng đưa tay vẫy. Khi đến nơi cũng thế, cháu thắng xe lại thật êm, tắt máy, chạy nửa vòng quanh xe, mở cửa nhè nhẹ mời chú xuống xe."

"Thế thì còn gì hay bằng. Nhưng Thi học cái kiểu lịch sự ấy ở đâu vậy?"

"Học cô tài xế tóc vàng đẹp như tiên của Ngoại Trưởng Anh đi dự Hội Nghị Hòa Đàm Giơ - Ne - Vơ năm 54 về Việt Nam."

"Giơ giơ cái gì?"

"Giơ - Ne - Vơ ở Thụy Sĩ chú không biết sao."

"À, Genève. Nhưng sao cháu, cháu..."

"Hồi còn ở Sài Gòn, đọc báo thấy có nhắc lại cuộc Hòa Đàm ấy. Bây giờ chú đóng vai ông Ngoại Trưởng sang trọng, quý phái, đẹp trai ấy, cháu sẵn sàng làm cô gái tài xế tóc vàng. A, cháu nhớ ra rồi. Ông ấy tên là Ê Đen Ê Điếc gì đó."

Ông gật gật đầu:

"Có lẽ là Eden, Anthony Eden, ngoại trưởng nước Anh tham dự hòa đàm về Việt Nam. Hồi đó chú còn bé tí. Ngoại Trưởng thì còn khuya chú mới có thể với tới, nhưng nếu cháu lấy chồng sinh con, chú sẽ được xem như là ông ngoại. Phải không Thi? Mà này, tuần trước mình không đi biển, tuần này mình phải đi bù nhé Thi. Nghĩa là đi lâu hơn mọi khi."

"Nghĩa là chú muốn đi bộ hai tiếng, thay vì một

tiếng, trên bãi để bù?" Thi đáp. "Mệt chết."

"Không phải. Như đã bàn hôm trước, mình đi bộ một tiếng thôi, xong ngồi chơi nghỉ ngơi một tiếng rồi về."

Thi cười:

"Ngồi chơi suông thôi sao? Chú quên cái chuyện ăn uống rồi hả?"

"Chú nhớ chứ. Bây giờ Thi định mang theo món ăn gì nào? Cháu muốn chú làm phụ cái gì đây?"

"Thôi, khỏi. Đơn sơ thôi, cháu làm một mình cũng được."

"Thi định cho chú ăn gì?"

Thi nói nhanh một hơi như sợ không đủ thì giờ để nói:

"Quay hai cái đùi gà, hai cái cánh gà này, cái ức nữa, nướng hai lát bánh mì này, làm một dĩa xà lách dầu giấm này. Ô thế thì phải luộc thêm mấy cái trứng gà để xắt vào xà lách. Cà phê nóng đã có sẵn trong bình. Mau lắm, mười lăm hai mươi phút là xong. Chú cứ ngồi đọc báo đi. Được không."

"Bẩm được ạ."

Thi cười thật tươi, mặt mày rạng rỡ, làm sáng cả căn phòng. Cô gái đứng dậy, quay ngoắt người đi đến nhà bếp, vừa đi vừa nhún nhẩy theo điệu nhạc *rap* giật giật nhè nhẹ phát ra từ chiếc máy thu thanh đặt cuối phòng.

Cô này thích nghi thật nhanh. Hồi cô mới qua, mỗi lần ông mở đài nghe nhạc *rap,* cô lắc đầu quầy quậy nói nhạc gì mà nghe giống như một bầy vịt đói kêu ăn vậy. Bây giờ cô khen rằng dù mình đang có chuyện buồn, nghe cái điệu *rap* này là vui ngay. Nhảy theo càng thích, cứ thoải mái giật giật đủ kiểu tùy cái "óc sáng tạo" của mỗi người.

Ông lẩm bẩm không biết hôm nay có điều gì thích chí mà cô ta vui sướng đến thế. Ông chăm chú nhìn theo. Ô hay, hôm nay cô bé lại ăn mặc kiểu mới: cái quần *jeans* thật bó, cái áo chẽn thật ngắn, và để lộ rõ cái bụng thon và lỗ rốn, đi đôi giày mỏng không tất, và sẽ đội cái nón lát rộng vành để che nắng chiếu vào mặt, cô nói.

Ông ngẫm nghĩ. Cô này cũng lạ, suốt mấy tuần nay không hiểu sao cứ rầu rĩ, lặng câm, bây giờ trở lại vui tươi, nói huyên thuyên như bé lên ba. Khi còn ở Việt Nam, ông nhớ, Thi bảo rằng cháu ghét nấu nướng lắm, bây giờ ngày nào cũng tự tay làm ít nhất là một món ăn thật là đậm đà, "thấm tháp", chữ của Thi. Ăn nói dịu dàng dần, cử chỉ tế nhị dần. Học hành cũng rất sáng dạ. Vài ba năm nữa chắc chắn sẽ xong *college*. Còn trẻ, học thêm hay đi kiếm việc làm? Hay kiếm tấm chồng? Có duyên và đẹp như thế tha hồ thiên hạ đến đầu đơn.

Ông lại nghĩ đến Thủy. Hẳn Thủy không bao giờ có thể ngờ rằng con gái của mình đã lớn, đã xinh đẹp, duyên dáng, và thông minh như thế. Tuổi trẻ đó, tài năng đó, nhan sắc đó, phải có một tương lai rực rỡ. Rõ ràng rằng nếu mình muốn tiến thêm một bước nữa, chắc nó sẽ bằng lòng ngay. Rồi tương lai của hai người sẽ ra sao? Ông hình dung trong trí và rán gạt bỏ đi ngay.

Rồi về sau Thi có hối hận hay không hả Thủy? Thủy sống khôn thác thiêng có tủi cực, đau đớn hay không hả em? Mà hễ nghĩ đến Thủy, lòng ông bùi ngùi thương xót.

Vâng, phải để Thi tự do, như con chim đã đủ lông đủ cánh tha hồ bay trên bầu trời bao la. Mình, đã lớn tuổi, lại già trước tuổi, dây dưa vào chỉ làm khổ cho cả hai người. Lúc đó chú có còn là quê hương của Thi nữa không? Hay là Thi đi đâu chú cũng lẽo đẽo đi theo đấy như một gánh nặng, như con kỳ đà cản mũi?

Không, mình phải có quyết định cứng rắn và dứt khoát. Chú phải xa Thi. Ai lại đang tay phá hủy cuộc sống tươi trẻ của cháu đang bừng bừng trổi dậy. Sớm muộn gì cũng sẽ đến ngày mình phải xa cô bé. Sớm thì hay hơn, tránh được những chuyện ngoài ý muốn có thể xẩy ra.

Giật mình nhìn lại, ông thấy đã mất Thủy, nay lại sắp mất Thi. Vừa mới lớn lên thành người thì đã mất quê hương. Mất thì đi tìm? Không, không bao giờ ông có thể gặp lại mối tình đầu, không bao giờ ông có thể tìm thấy quê cũ. Đó là thân phận của mình.

Còn những người khác thì sao, những bà con, bạn bè thân thuộc, và cả những người không quen biết sinh ra và lớn lên trên quê hương đất nước đầy tai ương đó? Hình như ai ai cũng đều gánh chịu nhiều mất mát. Hình như không ai có thể tìm lại được quê xưa. Thì trên bước đường đi xa, dù là những chuyến viễn hành hay lưu đày đi nữa, hãy cố mang theo và giữ gìn cái gì có thể giữ được. Nếu may mà tìm được cái gì còn sót lại dù bị sứt mẻ đi nhiều thì cũng nên nâng niu, ấp ủ. Đừng đang tay phá hủy. Lỡ có mất đi một lần nữa, cũng đành chịu.

Vâng, phải xa Thi.

"Chú, chú. Hồn vía chú nãy giờ để đâu? Cháu đứng sau lưng chú đã lâu mà chú chẳng biết gì cả."

Ông hơi giật mình:

"Chú sắp thành nhà bác học rồi ..."

"Hả?"

"... nếu tất cả những người đãng trí đều trở thành nhà bác học. Chỉ có khác là tâm trí của nhà bác học luôn luôn tập trung vào một điều gì đó nên họ không để ý đến chuyện khác, còn chú đãng trí vì đầu óc của chú cứ đi lang bang hoài, không tập trung vào được cái gì cả."

"Vâng cháu cũng để ý thấy chú dạo này làm sao ấy. Chú có chuyện gì lo nghĩ cho cháu biết đi."

"Chuyện của cháu đó. Hay nói cho đúng hơn, chuyện của chú nữa."

Thi giật mình nhìn ông đầy vẻ lo âu, lẳng lặng ngồi xuống ghế, ngập ngừng hỏi:

"Có gì ... đáng ngại lắm không, hả chú?"

"Không có gì đáng ngại cả. Vui nữa là khác."

Cô không giấu vẻ hồi hộp:

"Nghĩa là thế nào? Chú nói hết cho cháu nghe đi."

Ông ngập ngừng:

"Chú đã tính toán mấy tháng nay rồi, từ ... từ ... sau khi đi chơi Grand Canyon về. Định nói với Thi, thì lại thấy Thi có vẻ buồn buồn, chú đâm ngần ngại. Hôm nay chú thấy Thi vui vẻ khác mọi ngày, chú vui lây. Đúng là dịp tốt để chú nói hết mọi chuyện."

Cô gái càng có vẻ lo lắng hơn:

"Chú làm cháu sợ quá. Giữa chú và cháu có gì chú vẫn nói thẳng ra ngay mà. Lần này sao chú lại thế. Chắc là chuyện quan trọng."

"Vâng, quan trọng."

Thi tỏ vẻ sợ sệt, nói lắp bắp:

"Chắc là ... chú có biết Chú Hoạt ... phải không

hả chú? Cháu khổ tâm lắm, mong chú ... mong chú ... Cháu đã cương quyết rồi."

Ông bỡ ngỡ:

"Ủa Thi nói gì vậy?"

"Dạ, dạ. Vừa rồi chú có nhắc tới lần đi Grand Canyon ấy. Nhưng rồi sau đó ..."

Ông vội chặn lại:

"Chú đoán được phần nào cái vụ đó. Hoạt nó bộp chộp, ẩu nữa, nhưng nó quý cháu thật lòng. Chắc cháu phải biết điều ấy, và bỏ qua. Hôm nay chú muốn nói chuyện khác. Chuyện này liên quan đến hai chú cháu mình thôi."

Cô gái buông tiếng thở dài. Ông nói tiếp:

"Chú sắp đi xa."

Cô gái hoảng hốt:

"Tại sao chú đi? Chú giận cháu?"

"Làm gì có chuyện đó. Để chú nói cho có đầu, có đuôi. Là thế này. Cách đây khoảng nửa tháng chú nhận được thư chú Hoạt ... "

Thi lại hoảng hốt:

"Lại chú Hoạt hả?"

Ông chăm chú nhìn Thi. Ông nhớ đến lần đi Grand Canyon, mới tới nơi, gió bay chiếc nón của

Thi, ông chạy theo. Trở lại thấy Thi tỏ vẻ bực bội, và đòi về ngay. Trong khi đó Hoạt vẫn vui vẻ, tự nhiên, vồn vã. Ông mỉm cười nói giả lả:

"Như chú đã nói, chú Hoạt nóng nảy, táo bạo, nhưng là người tốt. Trong thư chú Hoạt cho biết tháng tới chú lại về đây thăm chú, và tiện thể thăm cháu luôn. Đó là chuyện bình thường thôi. Chuyện này mới đáng quan tâm hơn. Chú được biết một công ty lớn trên Bay Area, tức là Vùng Vịnh, đang cần một chuyên viên ngành của chú, trả lương rất cao, và nhiều quyền lợi khác. Chú thử gởi *resumé* lên, không ngờ được hồi âm ngay. Rồi họ phỏng vấn chú qua điện thoại. Cuối cùng họ nhận chú."

Thi ngập ngừng hỏi:

"Nghĩa là chú sẽ lên đó làm việc chứ gì? Khi nào chú đi?"

"Tuần sau, khi đủ thời hạn báo trước một tháng cho công ty chú đang làm."

"Tại sao phải làm vậy"

"Để họ có đủ thì giờ tìm người thay thế, chẳng hạn."

Thi nói một cách quả quyết:

"Vậy cháu đi theo chú."

"Vâng, chuyện đó mình sẽ bàn lại ..."

Thi ngắt lời:

"Không, không. Không bàn bạc gì cả. Chú ơi, cho cháu đi theo với."

Ông dịu giọng:

"Chú cũng mong Thi đi theo chú. Nhưng chú phải lên trên đó trước xem sao... Còn bây giờ thì Thi ... Thi đã làm xong ... các món ăn rồi hả? Chú kiếm cái giỏ cho các thứ vào rồi mình ra xe đi biển nhé. Biển buổi sáng sớm tuyệt lắm."

Cô gái như không thể kiềm chế được nữa, nói một cách giận dữ:

"Không, cháu không đi đâu cả. Chú tính cái chuyện gì mà cứ tính một mình, không ... không thèm nói cho cháu ... biết cái gì cả."

Nói xong, Thi ngồi bệt xuống sàn nhà, ôm mặt khóc nức nở. Lần đầu tiên ông thấy cô gái cứng cỏi này khóc. Ông đứng dậy, đến bên cô gái, cúi người xuống, hai tay nắm lấy hai vai cô:

"Chú xin lỗi Thi. Bậy quá, chú không kịp cho Thi biết sớm. Nhiều lần chú định nói với cháu, nhưng chú cứ phân vân mãi. Với lại suốt mấy tuần nay thấy cháu hình như có chuyện gì băn khoăn, lo lắng, và buồn, nên chú đâm ngại."

Cô gái đưa mấy ngón tay quẹt nước mắt, ngẩng đầu nhìn ông. Ông vội rút ra một miếng giấy *Kleenex* từ trong chiếc hộp đưa cho Thi, cô gái cầm lấy như một phản xạ, trong khi bàn tay kia vẫn tiếp tục quẹt vào đôi mắt đã đỏ ngầu. Bỗng cô hỏi bằng một giọng khá bình tĩnh:

"Nghĩa là chú định để cháu ở đây một mình?"

"Không, chú đã chuẩn bị đâu vào đấy. Để chú nói cho hết. Gia đình một người bà con của chú đến Mỹ theo diện H.O. cách đây khoảng năm sáu năm. Bố mẹ hiện ở tại Maryland, bố làm thợ tiện, mẹ đi may. Họ có hai đứa con gái xấp xỉ tuổi của cháu hiện ở tại nhà của người cô họ cũng thuộc vùng này. Chú có gặp hai đứa đó rồi, tên là Chi và Tiên, ngoan lắm, đang học tại *OCC*."

"Là cái gì?"

"*OCC* là tên một Đại Học Cộng Đồng vùng này. Trường này nổi tiếng lắm. Chú cũng sẽ đưa cháu đến đó học. Nhà hai đứa đó ở trọ rất chật chội, và thiếu tiện nghi. Cho nên khi chú đưa ý kiến cho hai đứa về đây ở chung với cháu, họ mừng rỡ vô cùng."

"Cháu sẽ ở chung với hai con nhỏ đó?"

"Hai đứa đó ở với cháu thì đúng hơn. Sẽ trả tiền nhà hàng tháng, Thi lấy mà xài, rẻ thôi nhé, giá tượng trưng, khoảng chưa đầy một nửa tiền so với giá thị trường. Có hợp đồng thuê nhà đàng hoàng, chú sẽ đưa cho Thi giữ. Chú biết chắc chắn rằng khi có bạn để cùng học, cháu sẽ tiến bộ vượt bực. Nhớ lời chú dặn nghe Thi. Lời chú dặn là như thế này: không có chú Thi sẽ cố gắng hơn nữa, học giỏi hơn nữa. Tương lai đang chờ Thi đó. Ráng theo kịp hoặc hơn con Tiên nhé. Nó cũng sẽ ghi danh năm thứ nhất vào học kỳ mùa Thu này. Con Chi thì học năm thứ hai."

Thi nhíu mày suy nghĩ rồi lẩm bẩm:

"Vùng Vịnh? Cách đây khoảng sáu bảy tiếng lái xe ..."

Ông vui vẻ ngắt lời:

"Đúng thế. Sao cháu biết? Giỏi quá. Vâng, không xa lắm. Chú sẽ về thăm Thi khi có dịp."

"Khi có dịp nghĩa là thế nào? Trong bao lâu chú về một lần?"

Ông cố nén tiếng thở dài:

"Chú sẽ cố gắng về càng nhiều càng tốt."

Thi buồn bã nói:

"Chú hứa đi."

"Vâng, hứa. Còn vấn đề chi phí hàng ngày Thi khỏi lo. Ở Mỹ tiền thuê nhà mới nặng, mà nay cái nhà của chú là nhà của cháu." Ông ngập ngừng. "Những chi tiêu lặt vặt khác không có là bao, và chú cũng đã chuyển một số tiền vào trương mục của cháu"

Cô có vẻ cảm động:

"Chú chu đáo quá. Nhưng đúng ra, còn có vấn đề gì khác hay không hả chú? Khi không ... đang ở yên vui với nhau như thế này, cả năm trời rồi, bỗng nhiên ..."

Ông tiếp lời:

"Ở đất Mỹ là như vậy đó, có cơ hội tốt thì phải nắm lấy ngay. Mỹ có câu nói, thì giờ và cơ hội không chờ một ai cả."

"Nếu thế cháu còn biết nói gì bây giờ. Chỉ mong chú ở yên ổn trên đó đâu đấy xong, cháu dọn lên ở với chú. Chú đâu cháu đấy, chú còn nhớ ..."

Ông đứng dậy, đi lui đi tới nhiều lần. Cô gái nhìn theo băn khoăn. Cuối cùng, như không thể chần chừ thêm được nữa, ông nhìn ra xa và nói bằng một giọng buồn bã:

"Chú sắp cưới vợ."

Thi giật mình trố mắt nhìn ông Khê, môi run run, không nói năng gì được. Ông lại ngồi xuống ngay ghế đối diện với cô gái từ từ bày tỏ:

"Người đàn bà này chú đã quen hơn mười năm nay. Cũng có khi sống chung, rồi xa nhau, không ai ràng buộc ai. Bà ta đã có con riêng, tuổi lớn hơn cháu nhiều, ly dị chồng."

Cái tính đốp chát cũ liền trổi dậy, mắt long lên, cô gái đay nghiến:

"Thế ra lâu nay chú lừa dối cháu? Vai trò chú đóng hay quá. Nhưng có sao đâu!"

Câu chuyện bị gián đoạn vì mùi khét lẹt đến từ lò bếp. Thi đứng nhổm dậy chạy nhanh đến tắt lò ga đang đun ấm nước. Nước đã cạn khô, hơi còn bốc lên nghi ngút. Ông nghĩ thầm có lẽ cô bé định đun nước để pha trà mang theo ra ngoài biển. Ông lắc đầu lẩm bẩm đã có cà phê mà còn mang thêm trà, cô này bày vẽ lôi thôi quá! Chú chịu sao nổi khi xa Thi hả Thi!

Thi trở lại, vẻ mặt bớt căng thẳng, thái độ cũng thay đổi:

"Cháu xin lỗi chú. Vâng, chú có lỗi gì đâu, chỉ có cháu giàu tưởng tượng, nghĩ toàn những chuyện viển vông."

Ông nhìn Thi, áy náy, hối tiếc:

"Cháu trách chú cũng phải. Thật ra chú quen người ta đã lâu mà chú có chịu cưới đâu. Bây giờ, sống với Thi hơn một năm, chú nhận thấy chú phải lấy người ta cho rồi."

Thi buồn rầu, buột miệng nói:

"Vì chú chán cháu."

"Không. Hoàn toàn không phải thế. Ngược lại mới đúng. Vâng, ngược lại mới đúng, câu này chú đã nói với cháu nhiều lần. Chú yêu Thi vô cùng, như yêu mẹ của Thi ngày xưa. Vì thế chú phải xa cháu. Thi đã đem lại cho chú rất nhiều. Thi đã đem lại cho chú cả một quê hương chú tưởng đã mất vĩnh viễn."

"Cháu không hiểu. Thế tại sao chú quyết định lấy vợ?"

Ông càng lúng túng. Nét mặt của cô gái bỗng thay đổi, sáng hẳn lên. Cô nói rối rít, bạo dạn:

"Chú yêu cháu lắm? Hay là, hay là ... Vâng, cháu cũng thế, cháu yêu chú lắm. Lắm lắm. Hay là chú đừng đi đâu nữa. Đừng lấy bà đó nữa."

"Chú không biết nói làm sao cho cháu hiểu."

Ông tần ngần đứng dậy. Cô gái cũng đứng dậy theo. Bỗng cô tiến tới ôm chầm lấy ông, hai cánh tay trần quấn quanh người ông. Trong tiếng rè rè nho nhỏ của chiếc máy lạnh đặt ngoài sân, ông nghe mùi quen thuộc của tóc, của da thịt, và vài sợi tóc hơi hoe vàng cọ lên má ông, và hơi ấm, và cảm giác rất dịu dàng từ ngực cô gái chuyền qua. Đồng thời ông cũng nghe những giọt nước mắt ướt và nóng của Thi từ từ thấm lên trên một bên vai của ông.

Một buổi sáng thứ sáu trong tuần.

Hai người bạn gái ở cùng nhà với Thi là Chi và Tiên đều đã đi học. Thi không có lớp hôm nay, tự cho phép mình dậy muộn hơn mọi ngày. Cô nằm lười trên giường, quay về phía cửa sổ, mắt nhìn xa, nghĩ ngợi miên man. Nắng đã lên. Trong những tia mặt trời sáng long lanh, xuyên suốt, trong veo, dường như có thêm chút lửa. Buổi sáng mùa xuân bắt đầu ấm áp.

Chỉ một tuần trước đây thôi, Thi còn phải để máy sưởi suốt đêm. Sáng ngủ dậy, trước khi đi học, cô mới mở hé cánh cửa sổ để cho một ít không khí bên ngoài lọt vào, và lúc đi học về dù trưa hay chiều, cô đều đóng kín cửa lại ngăn cái lạnh bên ngoài len vào. Chỉ một tuần trước đây thôi, buổi sáng ngủ dậy nhìn ra, cô vẫn còn thấy lớp giá đóng một lớp mỏng trên những khung cửa kính, ngoài kia mờ mờ tối. Mãi đến trưa giá mới tan đi hết. Và trước khi ra khỏi nhà, cô không bao giờ quên khoác bên ngoài chiếc áo *jacket* ấm hay cái áo len dày dài tay.

Cô lẩm nhẩm tính xem lúc nào mùa hè về. Theo lịch, chỉ còn nửa tháng thôi. Thế là mình đến Mỹ đã gần hai năm. Hai năm trôi qua quá nhanh với quá nhiều biến cố, cô thầm nghĩ, khác hẳn những tháng năm dài lặp đi lặp lại buồn đến muốn chết khi còn ở Việt Nam. Có lúc cô giật mình nhìn lại thấy mình thay đổi quá nhiều.

Cô ngồi nhổm dậy, tựa lưng vào đầu giường, nhìn vào tấm gương to đặt trên chiếc bàn phấn kê sát bức tường phía cuối chân giường. Cô đưa hai tay vuốt lại mái tóc. Những ngón tay thon dài luồn qua mái tóc đen êm êm, mượt mà. Cô đưa hai tay sửa lại cho tóc rủ lên hai vai, làm nổi bật khuôn mặt trắng xanh, không son phấn.

Khuôn mặt trong gương trông giống như một bức tranh giai nhân trong truyện Liêu Trai. Đúng rồi, độ này mình gầy đi nhiều. Vì xa chú Khê không ngủ được, mong chờ mòn mỏi, hay vì đêm nào mình cũng thức quá nửa đêm học bài, làm bài. Chắc là vì cả hai. Ngắm mái tóc đen trở lại, cô mỉm cười âm thầm và nhớ chú Khê có lần nhận xét rằng mái tóc vàng hoe cô thường yêu cầu người ta nhuộm quá tay như thế sẽ biến Thi thành cô gái Mỹ mất! Cô đưa mắt chăm chú nhìn tấm hình của chú Khê đặt ngay bên cạnh tấm gương to và lẩm bẩm nói thành tiếng: "Tóc cháu nay nâu đen lại rồi! Được chưa chú?"

Cô nhớ lại hôm chú Khê ra đi. Nhớ từng chi tiết nhỏ. Đó là vào khoảng cuối mùa hè, trời đã bớt nóng nếu không muốn nói bắt đầu se se lạnh, nhưng chú chỉ mặc phong phanh chiếc áo sơ mi cụt tay màu xám nhạt và chiếc quần *jeans* trắng. Khuôn mặt của chú hơi gầy đi một chút, và mái tóc hình như bạc đi nhiều hơn.

Cô ngạc nhiên một cách vui sướng khi thấy chú không mang theo nhiều đồ đạc. Chỉ một chiếc va li nhỏ đựng áo quần để trong ngăn hành lý sau xe, và một xách tay nhỏ để bên cạnh ghế ngồi. Cô thầm nghĩ rằng chú sẽ lên trên vùng vịnh trong một thời gian ngắn xem công việc làm ăn ra sao, rồi sẽ trở về ngay để chuẩn bị mọi thứ khác nữa chứ. Thì lại sẽ gặp nhau. Và chú còn phải lo việc cưới vợ nữa mà. Hay biết đâu vì bận bịu lo lắng cho việc làm mới, chú có thể tạm hoãn đám cưới.

Rồi chuyện gì khác sẽ xẩy ra sau đó nữa, cô thầm hỏi. Biết đâu.

Trông chú vui vẻ hơn mọi ngày, nói chuyện với Thi nhiều hơn mọi khi, dặn đi dặn lại nhiều việc khác, rất chi tiết. Đặc biệt là dặn Thi phải mua ngay một chiếc xe hơi còn xài được, xe mới kéo ra từ hãng xe hơi thì tốt hơn. Đã có bằng lái xe, nhưng vì không có chú bên cạnh, Thi phải tập lái thêm nhiều lần trên những cái *Parks* vắng. Ở đây mua xe hơi dễ lắm, như bên nhà mua chiếc xe đạp. Chú đã chuyển nhiều tiền vào trương mục của Thi. Chú bảo rằng tiền của chú cũng là tiền của Thi. Và nhất là phải học hành cho đàng hoàng, đừng để thua kém con Tiên.

Chú lùi xe ra khỏi ga-ra, lái ra đậu cạnh con đường trước nhà, xuống xe, bước tới đứng cạnh Thi, hỏi han, vỗ về thêm. Khi chú đã dặn dò xong thêm vài chuyện, ô, sao chú cẩn thận quá vậy, cô bồn chồn chờ đợi. Chú sẽ hôn lên trán, lên má, lên mắt ..., như trong những đêm "mê sảng"? Chắc chắn không được rồi, ban ngày ban mặt ai lại làm thế ngoài đường.

Nhưng, mặt khác, tại sao chú có vẻ lạnh lùng một cách bất thường! Sau cái vỗ nhè nhẹ vào vai của Thi, rồi cái bắt tay không siết chặt như từ trước đến giờ, chú lặng lẽ bước lên xe, hạ cửa kính xuống, đưa tay ra ngoài vẫy vẫy, và rồ máy.

Xe từ từ lăn bánh. Không đừng được, cô gái hấp

tấp bước theo mấy bước, rồi bước nhanh thêm được một quãng ngắn. Cô lầm bầm trong miệng, đây là lần đầu tiên hai chú cháu mình xa nhau. May quá, chú lại quay đầu nhìn lui, lại đưa tay ra ngoài cửa vẫy vẫy nhanh hơn.

Vẫy tay biệt ly mãi mãi, vĩnh biệt, hay vẫy hẹn ngày gặp lại, cái ý nghĩ ấy bỗng đột ngột hiện lên trong tâm trí của cô gái. Cuối cùng Thi đành đứng lại nhìn theo xe muốn khóc. Nhìn mãi theo cho đến khi xe của chú chạy lẫn vào dòng xe nườm nượp trên con đường xa lộ tấp nập. Và rồi không còn thấy bóng dáng của chú đâu nữa. Chú chẳng khác gì chiếc lá lìa cành bay lẫn vào trong trận cuồng phong của trời đất.

Buổi chia tay chỉ có thế. Tự nhiên cô thấy lòng trống trải vô cùng, và linh cảm một chuyện gì không hay.

Một tuần sau khi chú Khê ra đi mà không một lần gọi điện thoại cho cô, cô vừa tủi thân, vừa buồn, vừa giận. Rồi dần dần đổi thành lo sợ. Hay là chú bị bệnh nặng? Hay là chú bị tai nạn? Hay là chú quên cháu. Cuối cùng, không thể chờ lâu hơn nữa, Thi đành gọi ông Hoạt hỏi thăm tin tức của chú Khê.

Ông trả lời rằng ông có nói chuyện với chú Khê qua điện thoại chỉ một lần thôi, và không biết gì thêm. Ông sẽ về thăm Thi nội trong tháng tới, hứa sẽ có thêm tin tức về chú Khê.

Chú Khê đi hôm trước thì hôm sau Chi và Tiên tới, dọn dẹp ở tại phòng của chú. Hai chị em vẫn còn mang những nét e thẹn, rụt rè, ít nói của những người con gái ngây thơ, ngây nhiều hơn là thơ. Cùng sàn sàn tuổi với nhau, nhưng nhiều lúc Thi tự thấy rằng mình già cỗi, chai sạn, dạn dày nếu so với hai chị em đó, dù người ngoài ít có ai nhận ra điều ấy. Vì mình đóng kịch giỏi chăng, cô tự hỏi.

Tính tình của hai chị em lại không cởi mở, cho nên cô cũng cố giữ một khoảng cách, chỉ hỏi han về việc học hành, bài vở nhà trường khi cần. Thi cho rằng như thế càng tốt, đỡ mất thì giờ chuyện trò nhảm nhí, tâm sự ngớ ngẩn và vớ vẩn. Thi muốn được để yên một mình với nỗi buồn riêng của mình. Và cũng nhân đó vùi đầu vào việc học hành như là một cách thế giữ lời hứa với chú Khê.

Sau hôm chú Khê đi, hình như đêm nào Thi cũng khóc. Mình mềm yếu đến thế sao, cô tự hỏi. Khóc trong những khi mất ngủ, những lúc nửa khuya thức giấc. Khóc cả trong giấc mơ, giật mình tỉnh dậy thấy nước mắt thấm ướt gối.

Thời thơ ấu tối tăm xa khuất nơi một làng chài man rợ nào đó bên Thái Lan thì không nói làm gì, phải quên và đã quên. Khi đã lớn lên, đã trải qua những cuộc tình sôi nổi, đã nếm nhiều cay đắng, cô vẫn chọn thái độ dửng dưng, cứng rắn. Nói cho đúng, cũng có lúc cô cảm thấy buồn buồn khi phải chia tay với một người đàn ông mà cô thích, nhưng cái buồn đến nhanh và đi nhanh, như cơn gió thoảng, không để lại dấu vết. Nay mọi sự thay đổi. Trước mặt chú Khê, cô vẫn luôn luôn tỏ ra là người con gái cứng cỏi, già dặn, một cách thành thật chứ không phải cố gắng làm dáng. Vậy mà bây giờ cô không ngờ mình lại khác đến thế.

Đúng như đã hứa, ông Hoạt đáp máy bay về thăm, nhằm chiều thứ bảy. Cô định lái xe -- theo lời chú Khê, cô đã mua một chiếc xe hơi Honda mới toanh lấy từ trong hãng ra -- đi đón ông Hoạt, nhưng ông đã thuê xe hơi tại phi trường John Wayne, Quận Cam, Nam Cali, lái về nhà Thi.

Vừa vào trong nhà, chưa kịp nói với nhau một lời, ông đã ôm chầm lấy cô gái siết chặt trong đôi tay cứng cáp, và hôn thật sâu. Cô từ từ đẩy ông ra và cố giữ bình tĩnh nói:

"Để em kiếm cái gì cho anh uống cái đã. Trà đá nhé! Có sẵn đây."

Buông cô gái ra, ông Hoạt hối hả tiếp lời:

"Thi, anh nhớ em muốn chết đi được. Em sao thế? Bị cảm cúm?"

"Dạ không, em vẫn bình thường."

"Trông em xanh xao. Và ốm nhom."

"Thế sao? Có lẽ tại vì em chưa trang điểm. Không ra khỏi nhà từ sáng đến giờ. Còn anh? Vẫn khỏe chứ?"

Ông Hoạt vui hẳn lên, đi quanh phòng khách nhìn nghiêng nhìn ngửa như thể lần đầu tiên ông đến ngôi nhà này. Vừa đi ông vừa tiếp tục câu chuyện:

"Không có chú Khê ... em ở đây một mình trong cái nhà rộng rinh này, có sợ ma không?"

"Có hai cô bạn học cùng ở. Tụi nó chiều nay đi thăm người bà con. Có thể tới khuya mới về. Có rủ em đi, nhưng đã hẹn với anh nên em từ chối. Mời anh ngồi."

"Em sao thế?"

"Em có sao đâu."

"Trông em khác quá."

Ông lại ôm Thi định hôn tiếp. Cô khẽ đẩy ra, nói:

"Em quên là anh thích cà phê hơn trà. Nhà cũng có cà phê ngon. Để em làm một ly cho anh, và một ly cho em. Em cũng ghiền cà phê."

Nói xong cô đi vội đến lò ga bắt nước đun sôi. Ông Hoạt nhìn theo, bỡ ngỡ, rồi ông cười to như vừa khám phá ra điều gì mới mẻ, nói rỗn rãng:

"Anh biết rồi, em còn giận anh về cái chuyện cũ. Hôm đó anh nóng nảy quá, tính lái xe về trển liền, nhưng cuối cùng anh quay trở lại khách sạn ở thêm hai ngày, mà em đâu biết. Em thấy chưa, anh bỏ em đi không nổi, mà tính đến đón em ở cổng trường thì lại ngần ngại. Cho nên được em gọi, mừng quá trời, tưởng rằng em hết giận rồi chớ. Nhưng không sao cả, người đẹp càng giận càng đẹp ra."

"Anh nói như thật!" Cô vừa loay hoay dọn dĩa tách, vừa trả lời. "Anh biết không, tối nào em cũng uống một tách cà phê đậm đặc để thức khuya."

"Ủa, thức khuya làm gì vậy?"

"Học bài."

Ông Hoạt trố mắt nhìn cô gái:

"Em có đi học gì thêm ngoài lớp ESL?"

"Vâng, chú Khê có ghi danh cho em học ở *college*. Em lấy 15 *units* nên cũng bận."

Ông vô cùng ngạc nhiên:

"Em vào *college?* Mà học cái gì mà nhiều thế! Lấy 12 *units* là vừa."

Thi cười nhỏ nhẹ:

"Em đi học trễ. Ráng học nước rút cho kịp người ta."

"Em làm anh ngạc nhiên lắm. Chưa hết ngạc nhiên này đã đến ngạc nhiên khác. Thế còn chuyện giữa anh và em? Hôm nay là dịp tốt nhất để em trả lời dứt khoát cho anh."

Được ông Hoạt cho biết ông về thăm chiều hôm đó, Thi sắp xếp cho chị em Chi và Tiên đi thăm người cô. Thi ở nhà một mình hồi hộp chờ đợi. Cô lại nghĩ thầm nhà chỉ có một mình mình. Suốt gần một tháng, lòng cô như băng giá.

Chiều hôm đó, được biết ông Hoạt sắp về, những cơn sóng ngầm xôn xao trổi dậy làm cô nhiều khi nóng ran cả người. Thế mà lạ quá, vừa thấy mặt ông Hoạt, cô giật mình nghĩ đến chú Khê ngay, và cái hôn hấp tấp vội vàng của ông lại như những gáo nước lạnh tạt vào ngọn lửa đang âm ỉ cháy. Trong lúc pha nước sôi vào cái phin, Thi cố hỏi ông Hoạt bằng một giọng dửng dưng:

"Chú Khê đâu? Anh có biết tin? Anh đã gặp chứ? Sao không nghe anh nói gì cả? Hay chú ấy chết rồi?"

Ông Hoạt bật cười:

"Em hỏi lung tung một loạt như người ta bắn súng liên thanh. Làm sao anh trả lời cho kịp? Thằng đó hả? Nó sống dai lắm, chết làm sao được. Có chăng là ngất ngư."

Thi hoảng hốt:

"Cháu ... em không hiểu anh muốn nói gì."

"Anh có được tin của chú Khê của em. Độ này nó đổ đốn! Nó có gọi anh một lần, bảo lên đấy kiếm việc làm ăn, rồi bặt tin. Một hôm anh tình cờ thấy nó trong một hộp đêm quen thuộc, trông rất bụi đời. Nó vờ như không thấy anh. Anh đâu chịu tha, định tới cà khịa với nó. Anh muốn nói cho nó biết rằng bạn bè gì mà kỳ vậy, sao đổi tánh dữ thế, có dịp lên đây lại xé lẻ đi chơi một mình coi sao được. Anh vừa loay hoay chuyện trò thêm mấy câu với một thằng khác ở quầy rượu, thì nó biến đâu mất."

Thi không thể nào dửng dưng được nữa, hỏi dồn:

"Chú Khê đi làm việc trên Vùng Vịnh mà. Và chú sẽ lấy vợ nữa, anh không biết gì cả hay sao?"

"Khê sắp cưới vợ?" Ông Hoạt sửng sốt. "Không, anh không biết gì về chuyện đó. Khi trở về trên ấy, anh sẽ rán đi tìm nó hỏi cho rõ. Vợ mới, việc làm mới, chà chú Khê của em lúc này hoạt động ráo riết quá ta."

Thi sốt ruột:

"Cùng ở với nhau trên vùng vịnh sao trước khi xuống đây anh không chịu đi thăm chú Khê, hỏi cho rõ mọi chuyện!"

"Em nói gì lạ vậy. Vùng Vịnh lớn lắm, biết nó ở thành phố nào. Ngay cả ở chung một thành phố cũng đâu có thể gặp được nhau dễ dàng nếu không hẹn nhau trước. Được rồi, anh sẽ đi tìm nó. Thế nào anh cũng tìm ra, xin hứa."

Ông đến bên Thi nắm chặt hai bàn tay của cô và nói bằng một giọng tha thiết:

"Thi này, em biết rõ anh yêu em nhiều lắm chứ. Anh muốn mình có một đứa con với nhau, đứa con gái, lớn lên sẽ giống em."

"Này anh," Thi mất bình tĩnh, "em còn nhỏ, còn trẻ, còn phải lo cho ngày mai. Anh không thấy em đang để hết tâm trí vào việc học hành hay sao? Có con, em còn đâu thì giờ để lo cho em. Cho tương lai em. Em nhớ chú Khê trước đây có dặn ..."

Ông Hoạt ngắt lời, cười gằn:

"Em đừng nhắc tới chú Khê của em nữa! Có được hay không nào?"

Thi đốp chát:

"Ủa, em cứ nhắc thì đã sao?"

Hai người ngồi im lặng khá lâu. Cà phê trong hai cái phin đã chảy xuống hết, không ai buồn mó tới. Cuối cùng ông Hoạt mở lời:

"Anh đang đói bụng. Hay là anh em mình kéo nhau đi ăn rồi hãy nói chuyện khác."

Thi cũng cảm thấy mình gắt gỏng một cách quá đáng. Như để chuộc tội, cô dịu dàng nói:

"Thì giờ ít ỏi, đi ăn ngoài sẽ mất cả buổi. Em có làm sẵn món ăn cho anh đây. Hình như anh chưa thưởng thức tài nấu ăn của em."

Thi đứng dậy định sửa soạn món ăn thì ông Hoạt

vội vàng níu cô lại, kéo cô vào lòng. Nhìn nét mặt hăm hở, thèm thuồng của ông Hoạt, cô cảm thấy cô không khác gì một thứ đồ chơi của đàn ông mà cô đã từng là nạn nhân trong nhiều năm tháng khi cô còn ở trên đảo cũng như khi được về Sài Gòn. Từ trong sâu xa, một sức phản kháng trổi dậy. Cô dằn mạnh tay và nghiêm giọng:

"Anh đừng làm thế!"

Ông cười nhăn nhở:

"Em và anh còn xa lạ gì."

"Nhưng trước khác, bây giờ khác."

Ông Hoạt nói như gắt:

"Anh chẳng thấy có cái gì khác cả."

Thi đã lấy lại bình tĩnh, từ tốn nói:

"Không khác hả? Thì mình cứ giữ liên hệ như trước kia khi, khi... mình chưa biết nhau nhiều. Nghĩa là ... Thôi, để em lo toan cho xong việc học hành rồi hẵng tính."

Ông Hoạt nổi nóng gằn giọng hỏi tới tấp:

"Muốn dùng kế hoãn binh hả? Bộ đã thay lòng đổi dạ? Bộ em tưởng anh dễ sa vào cái bẫy của em?"

Thi thủng thẳng lắc đầu, với một chút đanh đá:

"Không ai có thể là cái bẫy của ai cả. Mình là

người hiểu biết không nên nói năng với nhau như thế. Hay là, hay là em đề nghị với anh như thế này, anh cho phép em nói nhé."

Ông thở dài, buông thõng:

"Thì cô cứ nói gì thì nói. Tôi sẵn sàng nghe."

"Cám ơn anh lắm. Em định nói như thế này, em sẽ trả lại anh mấy món quà anh tặng."

Ông Hoạt trợn tròn mắt, la lớn:

"Trả hả? Tốt quá! Ra nhà bưu điện mà gởi trả!"

Và ông rùng rùng đứng dậy đi ào ào ra khỏi cửa.

Thi ngồi hẳn dậy, bước xuống giường, đến mở cửa sổ, nhìn khu vườn. Mấy khóm hoa hồng nhiều màu nở rộ dưới nắng mai. Cây bưởi đang đơm bông trắng tinh tỏa mùi thơm thoang thoảng, thanh khiết. Những cây táo, cây hồng, cây ổi lại nặng trĩu trái. Đặc biệt vườn rau thơm lá xanh mơn mởn.

Khu vườn đang hồi sinh sau mùa đông lạnh và sau những ngày tháng cô không thèm ngó ngàng tới. Chú Khê bỏ đi, khu vườn vốn đã tiều tụy càng xơ xác hơn. Rồi Thi bớt buồn dần, rồi cùng hai chị em Chi và Tiên không ai bảo ai mỗi người bỏ công ra chăm sóc một chút, kẻ mua phân bón, thuốc sát trùng, người tỉa lá bị sâu ăn, tưới nước. Chẳng mấy chốc, những mầm non mới nhú lên, và lá bắt đầu xanh tươi trở lại.

Chi và Tiên biết trồng hoa từ hồi còn ở Việt Nam. Trồng hoa không phải để chưng cho đẹp nhà đẹp cửa, mà để bán kiếm tiền phụ vào thu nhập của gia đình, cho nên rất có kinh nghiệm. Tiên nói:

"Ngày nay không phải hoa hồng nào cũng thơm đâu. Em sẽ tìm mua hoa hồng vừa đẹp, vừa thơm mang về trồng nghe. Nó cần nhiều nắng và nước."

Chi tiếp lời:

"Trong vườn mà chỉ có hoa hồng không thôi cũng thấy chán, phải không chị Thi. Để em tìm thêm vài thứ khác nữa như cúc, tường vi, huệ, lan, thược dược, ..."

Thi cảm thấy lòng nguội lạnh, nhưng miễn cưỡng trả lời:

"Thế thì tốt quá."

Trái lại mỗi lần ngắt dăm cọng rau răm, rau húng, tép sả, trái ớt, lá tía tô, múi hành để bỏ vào trong tô canh, tô bún, tô phở, soong cá, Thi nhớ chú Khê đến xót xa cả lòng dạ.

Sau khi đoạn tuyệt hẳn mọi liên hệ với ông Hoạt, Thi chua xót nghĩ rằng mình cũng đánh mất luôn nguồn cung cấp tin tức về chú Khê. Không có ông Hoạt, Thi không biết trông cậy vào ai. Cho đến bây giờ, gần hai năm đã trôi qua, cô không được một lá thư nào của chú Khê, và cũng không biết chú ở đâu để liên lạc. Thời gian trôi qua nhanh nhưng nỗi buồn của Thi vẫn ở lại.

Tưởng rằng không có chú Khê chỉ bảo thêm, cô không thể theo kịp các bạn học cùng lớp. Nhưng trái lại. Vì tự ái, vì hiếu thắng, vì nhớ lời chú Khê dặn bảo hôm giã từ, nhớ lời hứa với chú, và có lẽ cũng do tư chất thông minh, Thi vùi đầu trong sách vở và tiến bộ rõ rệt khiến chính cô cũng ngạc nhiên. Đã xinh đẹp, lại biết cư xử với mọi người một cách chân thành, khéo léo, cô có nhiều bạn bè mới, khác hẳn những người bạn ăn chơi, điếm đàng ngày xưa.

Cô chợt nhớ đến Duyên, cô bạn khá thân ở Sài Gòn. Duyên là con nhà tử tế, có học, có nhan sắc. Chỉ vì gia đình sa sút một phần nào thôi, thế mà Duyên đã buông xuôi bước liều vào con đường tối tăm và bây giờ thì vô phương cứu chữa. Và Duyên không phải là trường hợp độc nhất như thế. Nếu những người đó có cái may mắn như Thi, được một người như chú Khê nâng đỡ, chắc chắn cuộc đời họ sẽ khác hẳn. Mình hồi đó có hơn gì họ đâu.

Thi lại nghĩ đến những người bạn mới. Đó là những người bạn cùng lớp cũng như khác lớp, nam cũng như nữ, người gốc Việt cũng như người bản xứ, hoặc sinh viên từ các nước khác trên thế giới đến. Ai ai cũng quý mến Thi, và cho rằng cô phải xuất thân từ một gia đình quý phái lưu vong.

Những lúc nhìn lại bản thân, cô bàng hoàng. Nhiều khi cô tự hỏi mình là ai, mình xa lạ với chính mình, mình đang lột xác, mình đang tạo cho chính mình một căn cước mới. Căn cước mới đó là gì? Cô chưa thể trả lời được câu hỏi ấy. Nhưng cô lờ mờ cảm nhận rằng con đường mình sắp đi có lẽ sẽ khác con đường của chú Khê. Khác chứ không phải tốt hơn hoặc xấu hơn. Mình sẽ gia nhập vào một nhóm thân hữu nào đó, một cộng đồng nào đó, và cuộc đời sẽ đưa đẩy đến đâu khó mà biết trước được.

Từ nhận thức đó, cô cảm thấy một nỗi cô đơn lớn. Nếu còn chú Khê, đời sống mình chắc chắn là sẽ thoải mái hơn, dễ dàng hơn, êm đềm hơn. Và hạnh phúc hơn.

Chú Khê ơi, cô lẩm bẩm, cháu đừng nghĩ đến chú nữa nhé.

Một hôm, nhân dịp Tết ta, cha mẹ của Chi và Tiên lấy những ngày nghỉ phép hàng năm để từ Maryland bay qua thăm con và tiện thể ăn Tết. Họ được biết vùng hai đứa con đang sống ở Nam Ca-li có hội chợ, lễ lạc, đốt pháo, thi làm bánh tét, bánh chưng, thi mặc áo dài Việt Nam, múa lân, bầu cua, đánh bài, và nhiều thú vui truyền thống chẳng khác gì Tết Việt Nam ngày cũ.

Ông bà vui tính, rất quý Thi, có lẽ do lời giới thiệu đặc biệt của chú Khê. Riêng Thi thì có cơ hội là cô lân la bắt chuyện với hai ông bà mong nhờ đó cô có thể biết gì thêm về chú Khê.

Cô được biết ông bố không những là bạn thân,

bạn chiến đấu, mà còn là một trong vài người bà con còn sống sót của chú Khê nữa. Ông bảo trước kia, năm ba tháng ông nhận được tin chú Khê một lần, thường là qua điện thoại. Lần nào chú Khê cũng hỏi thăm Thi rất nhiều. Nhiều lắm.

Theo lời ông ta, chú Khê có lên Vùng Vịnh ở chơi độ vài tuần, bay qua Maryland gặp ông đúng hai lần, rồi bảo rằng sẽ đi xa, chưa nói rõ là đi đâu. Ông chưa kịp hỏi thì chú Khê đã đi mất đất. Tuyệt nhiên không nghe nói chú cưới vợ. Rồi bẵng đi một thời gian khá dài, ông mới nhận được điện thoại của chú Khê gọi từ Chicago. Chú bảo đang tập sự làm nhiếp ảnh viên cho một tờ báo lớn tại địa phương. Chú thường đi xa nhiều nơi, và rất bận bịu, cho nên sẽ không liên lạc thường xuyên được đâu.

Cuối cùng, do một người quen kể lại với ông, chú không còn làm nhiếp ảnh viên nữa. Nhưng người bạn ấy cũng không biết đích xác hiện giờ chú ở đâu, làm gì. Về sau, cũng người bạn ấy cho biết có nghe nói chú Khê đang làm việc cho một tổ chức thiện nguyện lo việc cứu trợ thực phẩm, thuốc men cho mấy nước thường có chiến tranh ở Phi Châu, hoặc là làm phóng viên chiến trường gì đó. Chú Khê được biết là một phóng viên tài giỏi, xông xáo, gan dạ.

Nhưng một người bạn khác lại nói đại khái rằng chú đã thôi việc làm đó rồi. Hình như chú có tham gia vào một nhóm Phục Quốc hiện đang hoạt động bí mật tại vùng biên giới Thái Lan, Lào. Một số người trong nhóm Phục Quốc đã bị chánh quyền Lào bắt giam với tội danh “có hành động khủng bố” rồi dẫn độ qua Việt Nam, một số người khác vừa vượt biên giới Lào Việt vào được vùng đường mòn Hồ Chí Minh thuộc tỉnh Thanh Hóa, Nghệ An gì đó, thì bị phục kích giết chết gần hết. Thủ lãnh cũng không thoát nạn. Chẳng biết chú Khê có thuộc một trong mấy nhóm người ấy hay không.

Tóm lại toàn là những tin tức mâu thuẫn nhau, và thật đáng ngờ.

Kể ngang đây, ông ta bỗng im bặt. Bà mẹ của Chi và Tiên thì lắc đầu quầy quậy, cười to, rồi nói với Thi:

“Cháu đừng tin lời bác trai. Bác nói kiểu vòng vo Tam Quốc. Theo bác, những điều bác trai nói chẳng qua chỉ là tin đồn, không có chi đích xác. Đã trên 50 tuổi anh Khê vẫn không chịu lập gia đình, là tại vì sao? Bác nghĩ rằng chú ấy muốn tự do, sướng thân. Mà thiệt ra đàn ông ai cũng muốn sướng cái thân cả, chỉ có đàn bà như bác cháu mình mới phải chịu đựng mọi thứ gian khổ mà thôi. Nghe nói chú từng sống với nhiều bà, hết người này tới người khác. Một người thích sướng thì sức mấy nghĩ tới chuyện đi cứu trợ ở Phi Châu, hoặc tham gia đấu tranh cho đất nước.

“Có lẽ chú Khê có về Việt Nam, sẵn tiền làm ăn, đầu tư, cưới vợ trẻ, đẹp, rồi ở luôn bên đó để an hưởng tuổi già sắp đến. Bên Việt Nam mình đàn ông đàn bà chi cũng mau già lắm. Mới trên sáu mươi tuổi đã tính chuyện về hưu."

Chi, vốn là người luôn luôn thích đưa ra những ý kiến độc đáo, thuyết âm mưu, cười khúc khích nói:

"Mẹ động một chút là chê đàn ông, binh đàn bà. Con nghĩ khác. Người ta sướng quá hóa quờn, đàn ông đàn bà gì cũng thế thôi. Đọc báo thấy bên Na Uy, Thụy Điển đời sống cao lắm, sung sướng quá, không biết làm gì cho hết ngày giờ nên các ông, các bà, các cô, các cậu lại rủ nhau đi tự tử hàng loạt. Tỷ lệ tự tử ở mấy nước đó, ở Nhật nữa, cao nhất thế giới. Cho nên có lẽ chú Khê ... chú Khê ..."

"Chi!" Ông bố nói lớn. "Chú Khê làm sao? Đừng nói bậy. Con muốn nói chú Khê cũng bắt chước người ta đi tự tử? Cái miệng của con thiệt là vô duyên hết sức."

"Không," Chi chống chế. "Con không nghĩ chú Khê cũng như vậy đâu. Nhưng cũng có thể chú thích xông pha vào những nơi nguy hiểm để tìm cảm giác mạnh."

Bà mẹ góp ý:

"Con gái tui nói nghe tức cười quá! Lớp trẻ bây giờ nghĩ toàn là chuyện trên trời dưới đất. Coi phim, coi TV, cho lắm rồi bị nhiễm."

Có lẽ thấy Thi ngồi im lặng nghe, đôi lúc tỏ vẻ hoảng hốt quá, ông cụ quay qua cô trấn an:

"Hồi nãy bác nói là nói theo tin đồn. Như bác gái nói đó, không có gì đích xác đâu, cháu đừng lo."

Ngừng vài giây, ông lại chắc lưỡi nói tiếp:

"Bác gái nói thì bao giờ cũng đúng, đàn bà mà." Ông mỉm cười nhìn bà rồi nói lớn. "Tui xin xác nhận rằng các bà ít khi nói sai. Nhưng con người ta có khi cũng thật khó hiểu. Dẫu vậy, cháu Thi ơi, bác gái luôn luôn thấu rõ lòng dạ con người, cho nên nói như thánh nói." Không đợi phản ứng của bác gái, ông vội nói:

"Có người chống Cộng hung hăng, lập trường vững chắc, ở bên này tuyên bố nẩy lửa, nhưng khi về bên nhà được phủ dụ vài câu, được tặng cho vài cái huy chương, là xoay đi 180 độ, trở giọng ca tụng, tâng bốc chánh quyền đủ thứ mà không biết ngượng.

"Trái lại cũng có người suốt đời thầm lặng làm ăn chân chỉ, có vẻ như không màn tới chính trị, đùng một cái bỏ tất cả cuộc sống yên ổn để đi tham gia này nọ, cuối cùng bị bắt bớ tù tội, hoặc mua lấy cái chết.

"Mà cũng có người hiện đang sống bên này, vẫn đang kiên trì chiến đấu chống cộng theo cách của họ, và không hề chùn bước trong mấy mươi năm trời.

"Chú Khê của cháu không biết thuộc vào loại người nào đây. Vừa là bà con, vừa là bạn đồng đội từng chiến đấu bên nhau, vậy mà nhiều lúc bác không thể hiểu nổi chú Khê của cháu."

Nghe mấy người đó bàn tán sôi nổi, Thi càng hoang mang. Họ nói lung tung, không hiểu chú Khê đã đành, chính cô cũng nhiều khi không biết chú Khê toan tính chuyện gì. Nhưng cô vẫn mang ý nghĩ ằng vì cô mà chú Khê có những quyết định lạ lùng. Và liều lĩnh nữa chăng? Hay vì mẹ? Hay còn vì điều gì khúc mắc khác?

Cô nhớ ngày xưa cô đã nói chú ở đâu quê hương cháu ở đó. Hơn thế nữa, chú là quê hương của cháu. Nay giả dụ điều xấu nhất có thể xẩy ra là chú đã chết, thì mình không còn quê hương chăng? Mình sẽ sống ra làm sao trên xứ sở xa lạ này. Trước kia sau khi không còn mẹ, một mình trên đảo, một mình ở Sài Gòn. Bây giờ một mình nơi đây.

Từ khi có chú, cuộc sống của cháu hoàn toàn đổi khác. Chắc chắn chú biết điều đó hơn ai cả. Chú ơi, chú phải sống! Lạy Trời Phật cho chú tai qua nạn khỏi. Cháu chờ chú. Chờ cho đến khi nào hả chú? Vâng, cháu phải đi tìm, rồi thế nào mình cũng sẽ gặp lại nhau, sẽ sống bên nhau mãi mãi. Hay vì một lý do gì chú không thể ở bên cháu, không muốn ở bên cháu, cháu cũng biết được chú hiện sống tại một nơi nào. Quê hương của cháu vẫn còn đó. Để thỉnh thoảng cháu tìm về thăm.

Chú nghĩ lại đi. Việc gì phải tìm cách xa nhau vĩnh viễn!

Đàn chim sẻ theo thói quen đã bay đến đậu quanh cái giỏ mây đựng thức ăn chim từ hồi nào. Chúng kêu lách chách, đùa giỡn, nhún nhẩy, nhích mỏ đưa mắt nhìn lên cửa sổ phòng của cô ngóng chờ.

Cô thầm nghĩ không lẽ chúng nó biết sáng nay mình không có lớp, ở nhà để cho chúng nó ăn? Phải rồi, lúc nãy mình kéo cửa kính ra có tiếng khua nho nhỏ, thế mà lũ chim đó cũng nghe. Thi sực nhớ tối hôm qua cô quên mang thêm cho chúng nắm gạo và gói hột kê.

Và bỗng nhiên cô lại nhớ một buổi sáng Chủ Nhật chú Khê ngồi yên trên ghế thật lâu nhìn ra vườn, cô lặng lẽ đứng sau lưng chú tò mò nhìn theo, thấy một bầy chim sẻ nhảy nhót, đùa giỡn, và thấy một con chim lạ cánh nâu, to như con chim sáo, đậu trên hàng rào gỗ sơn trắng hờ hững nhìn bầy chim sẻ. Rồi bay đi mất. Từ đó không bao giờ thấy nó trở lại. Cô gọi thầm, chú Khê! chú Khê! Còn chú thì sao? Chú có bao giờ trở lại hay không?

Cô nhìn quanh. Ngôi nhà vắng tanh. Khu vườn trông tịch mịch lạ thường. Vài tia nắng chiếu nghiêng nghiêng qua cửa kính làm loé lên những hình sao nhấp nháy. Tiếng xe cộ ngoài đường chốc chốc rộ lên nghe như tiếng biển xa, biển chiều kêu gọi, những hôm ngồi trên xe bên cạnh chú, quay kính xuống để tìm mùi gây gây, ngai ngái của biển cũ ở quê nhà mà không thấy.

Dường như sự có mặt của bầy chim sẻ càng làm tăng thêm cái im lặng của buổi sáng cuối mùa xuân.

Cô khoác thêm chiếc áo mỏng để đi xuống lầu. Cô nghe cả tiếng động nhè nhẹ của bước chân của mình giẫm trên mặt thảm. Khi đi ngang qua phòng của Chi và Tiên, bỗng dưng cô đứng lại ngẫm nghĩ một hồi lâu, rồi đưa tay khẽ đẩy cánh cửa. Cánh cửa chỉ khép hờ, bung ra.

Như ngày xưa! Như khi còn chú Khê ngồi trên chiếc ghế đó ngoảnh mặt lại âu yếm nhìn Thi. Như nhiều lần buổi tối cô chạy qua, bàn tay đè lên vai chú, chúc chú ngủ ngon trước khi cô đi ngủ. Như nhiều lần chú gọi Thi đến bên cửa sổ cùng chú nhìn mặt trăng khi tròn khi khuyết ở cuối chân trời, cùng trông chiếc máy bay ban đêm vạch ngang qua không trung thành một đường thẳng, hoặc cùng theo dõi những bầy chim đen, đen vì tối, hết bầy này đến bầy khác, bay mất hút trong bóng đêm. Như một khuya chú mê sảng, cái đêm hôm đó, một lần thôi, để sáng hôm sau những cặp mắt đuổi bắt nhau, lẫn trốn nhau ...

Thi đến ngồi rón rén lên mép giường, như thể sợ chú Khê đang từ phòng dưới đất sắp sửa đi lên bắt gặp, rồi thì thầm nói như đang có chú Khê ngồi cạnh, cháu khóc nhé, một lần nữa thôi, cho hết nước mắt để sẽ không bao giờ khóc nữa. Được không? Và tự nhiên hai hàng nước mắt của Thi tuôn ra, vài giọt lăn xuống cằm, xuống cổ, thấm vào ngực ...

PHỤ LỤC

Đà Lạt được nhắc đến nhiều trong phần *"Nhận định về Ngự Thuyết"*, cho nên xin đăng kèm theo đây truyện ngắn *"Đà Lạt"* và bài thơ *"Anh Đào Vỡ"*.

ĐÀ LẠT

Thương nhớ Ôn

I

Một câu ca, một bài hát, trong một hoàn cảnh nào đó, có khi gieo vào tôi những ấn tượng rất mạnh và tạo nên những liên tưởng rất chủ quan. Thơ cũng thế. *Bài Silent Night (Đêm Thánh Vô Cùng)* thường được hát vào dịp lễ Giáng Sinh là một ví dụ. Mỗi khi nghe bài hát đó, tôi nghĩ ngay đến Đà Lạt, một Đà Lạt tang tóc trong đó ngôi nhà thờ Con Gà đứng co ro, lạnh lẽo, không đèn sao, không cờ đuôi nheo nửa trắng nửa vàng, không có cả những bài thánh ca "tiếng kinh muôn lời" trong đêm Giáng Sinh.

Có lẽ tôi phải nói rõ hơn một chút về trường hợp này. Một buổi chiều cuối năm trời lành lạnh sau cơn mưa hiếm hoi trên một cánh rừng thuộc tỉnh Tây Ninh, quần cụt, áo cánh may bằng bao cát và tóc tai ướt mem, đói, run, và mệt, ngồi gập ghềnh trên cán cuốc gác ngang qua hai vồng khoai lang vừa mới cắm hom để nghỉ giải lao mười phút, tôi bỗng nghe tiếng huýt sáo miệng bài *Silent Night.* Tôi sững sờ. Suốt mấy năm trời ở trong rừng, tai toàn nghe những âm thanh chát chúa, thịnh nộ, hoặc những luận điệu tuyên truyền nhạt nhẽo, rẻ tiền, nay tiếng nhạc êm ái của ngày cũ bỗng trổi lên.

Điệu nhạc đang dìu dặt, bỗng một giọng nói gầm gừ, gắt gỏng gào to: *"Anh kia! Lại nhạc vàng! Lại nhạc vàng hử!"*

Tôi quay nhìn. Vài ba người tù của một đội khác đang được nghỉ ngơi gần đó cũng quay nhìn. Người huýt sáo miệng cao, gầy, đeo kính cận thị dày cộm. Tiếng huýt sáo đứt ngang. Anh ta cũng đang ngồi trên một cán cuốc gác ngang vồng sắn, sau lưng anh là hàng cây sắn lâu ngày hạn hán thân khúc khuỷu đầy mắc bạc trắng, lá vàng nhiều hơn lá xanh, trông giống như những lá cờ đuôi nheo tí hon.

Anh giật mình đứng thẳng người lên rồi lính quýnh cúi xuống cầm cuốc định đi lảng nơi khác. Cái kính cận thị chỉ còn một gọng tuột khỏi vành tai của anh rớt xuống vũng bùn. Anh một tay giụi mắt, tay kia quơ quơ mò tìm. Bỗng anh ối lên một tiếng, bàn chân anh đã đạp lên một cái gì đó. Cặp mắt anh dại hẳn đi, mái tóc cũn cỡn lam nham không đi đôi với khuôn mặt khôi ngô, thông minh. Anh nhìn quanh ngơ ngác, rồi ngồi phịch xuống đất duỗi thẳng hai chân. Nước bùn đỏ ối làm ướt đẫm cái quần xà-loỏng, mấy sợi lông trên hai cẳng chân khẳng kheo nổi lên lờ vờ. Anh đưa hai bàn tay sờ soạn dưới vũng nước bùn. Cuối cùng anh lôi lên được cái kính cận một gọng nay chỉ còn lại một tròng đã bị nứt rạn, tròng kia sút mất.

Ngay lúc đó tiếng người quản giáo của đội tôi gọi thật to, *"Khẩn trương! Khẩn trương tập họp!"* Anh chàng đó và tôi đứng dậy, vác cuốc bước đi cùng với những người tù khác.

Khi đã được ra khỏi trại tù, cứ mỗi cuối mùa đông có dịp nghe lại điệu nhạc cũ ấy, lần nào cũng vậy, tôi nghĩ ngay đến anh chàng cận thị mất kính trong vườn sắn cằn cỗi lá vàng nhiều hơn lá xanh, và không hiểu vì sao, ngôi nhà thờ Đà Lạt lại hiện rõ lên cùng một lúc, ủ rũ, ngơ ngác sau những hàng thông già.

Bài hát thì nghe chìm chìm, rầu rầu, cái nhịp mạnh trong điệu luân vũ xưa kia đệm cho những bước nhịp nhàng trên sàn khiêu vũ nay trở thành tiếng dội nhói vào tim. Bài thánh ca quen thuộc vẫn như xưa chăng, không buồn hơn, không vui hơn, Đà Lạt muôn vàn thương nhớ vẫn còn thơ mộng chăng? Chỉ có lòng tôi đổi khác? Không, không phải chỉ có thế, tôi biết chắc như vậy.

Cũng thế, ấn tượng tạo nên bởi câu thơ mạnh không kém, có thể còn mạnh hơn, trong tôi. Mấy câu thơ sau đây của Thanh Tâm Tuyền muốn nói đến miền đất nào trên quê hương, tôi không biết, nhưng mỗi khi đọc lên, tôi nhớ Đà Lạt quay quắt:

"Nắng hớn hở nắng trong veo như mắt
Mỉm cười xa, phố thấp vẫy chàng."

hoặc:

"Cây biếc lục. Trời tím than. Núi sững.
Phố tuôn vàng huyên náo dưới triền sâu."

Đà Lạt! Đà lạt! Tôi gọi thầm Đà Lạt không biết bao nhiêu lần để vơi bớt nỗi nhớ. Hay để nhớ thêm!

II

Tôi không sinh ra tại Đà Lạt, nhưng thời thơ ấu của tôi đã trải qua trên thành phố cao nguyên này. Đường sá, địa danh hồi đó hầu hết đều mang tên bằng tiếng Pháp, chẳng hạn đường *Rue d'Annam*, đường *Maréchal Foch*, đường *La Rose*, hồ *Lac des Soupirs*, trường *Petit Lycée*, trường *Yersin*, rừng *Bois d'Amour*, nhà thờ *Saint Domaine de Marie*, khách sạn *Sans Soucis*, rạp chiếu bóng *Lang Biang* v.v...

Lẽ dĩ nhiên những tên vừa nói sau này tôi mới biết, còn hồi bé, trừ cái tên của ngôi trường mà tôi đã đến học được mấy năm là trường *École Primaire de Dalat*, những danh xưng khác bằng tiếng Pháp tôi chỉ nhớ lạng quạng. *Sân Bờ-Noa (Saint Benoit)* nghe nói hình như ở đâu xa tít, xa hơn cả nhà ga thì phải, khách sạn *Ba-Láp (Palace)* nghe nói Tây Đầm mới được tới ở, chị Thu, chị Dung bảo đã đi thăm *Ba-Le (Palais Impérial*) của nhà vua sang trọng và đẹp lộng lẫy. Nghe nói thế thôi chứ những thứ đó tôi không để ý đến.

Chú bé loắt choắt là tôi, là nó, đã có những bận tâm khác. Từ thuở lên ba cho đến khi gần mười tuổi, sau này nhớ lại, hình như chú chỉ quan tâm đến những chuyện sau đây.

Trước hết là chuyện học hành. Chuyện này không thể nào bỏ qua được vì bố rất nghiêm nhặt, luôn luôn lo lắng cho nó nên người. Nó không bao giờ quên được những kỷ niệm của ngày khai trường đầu tiên trong đời. *Buổi sáng hôm ấy, lá ngoài đường không rụng nhiều và trên không cũng không có những đám mây bàng bạc,* nó líu ríu đi theo chân bố, mặc cái áo xuyến đen dài, quần trắng dài, đầu đội nón cối rộng, chân mang guốc gỗ, hay giày xăng-đan, nó không nhớ rõ, tay ôm cái cặp da to tướng do người cậu họ cho cách đó mấy hôm, trong đó có một tập vở mới tinh, bìa sau có in bản cửu chương và hình cái thước đo "đúp đề-xi-mét" (double décimètre), một lọ mực tím đậy nút chặt cứng, một cây bút mực ngòi hình lá tre, quản bút bằng gỗ quá lớn đối với những ngón tay nhỏ xíu của nó, một cây bút chì đen và một cây bút chì cu-lơ (couleur) một đầu xanh, một đầu đỏ, đã được mẹ gọt nhọn sẵn, một cục tẩy có hai phần dán dính cứng lấy nhau, phần màu đỏ để tẩy chì, phần màu xám để tẩy mực, và một tấm bảng đá màu đen một mặt kẽ ô vuông, mặt kia trơn láng, buộc vào góc bảng đá là chiếc giẻ lau nhỏ bằng bàn tay. Đặc biệt, ở đáy một ngăn nhỏ của chiếc cặp là hai cục kẹo có cán cầm, có giấy trong bọc lại.

Nó nhớ mãi buổi sáng sớm hôm ấy. Phố xá vắng và lạnh. Nắng đã lên. Biết nó phải đi học, những đứa bạn cùng dãy phố thò đầu ra khỏi cửa sổ nhìn theo. Lại có ba bốn đứa chịu khó dậy sớm rủ nhau đứng thành một hàng dài nơi có nắng dọi xuyên kẽ hở của hai ngôi nhà lầu. Chúng đứng chờ nơi đó để có nắng sưởi ấm và đồng thời để vẫy tay ghẹo nó. Nó cảm thấy tủi thân. Bọn kia là những đứa cùng lứa tuổi nó nhưng không bị bắt đi học. Nó không thể nào hiểu tại sao trời lại sinh ra trường học để nhốt tuổi thơ dại của nó lại.

Về sau nó được cô giáo cho biết ngày đi học đầu tiên đáng nhớ lắm, nhớ là vì ngày khai trường luôn luôn có nhiều kỷ niệm đẹp đẽ vô cùng ... lúc đó *bầu trời mới chuyển động vào thu, lá vàng úa đi trong đám cây run rẩy,...cảnh vật buồn buồn một chút nhưng đẹp hơn bao giờ cả, có chú bé vừa đi vừa nhảy cà tưng như con chim sẻ* ... Cô bảo, đó, ngày khai trường bên Tây là như thế đó.

Nhưng nó lại không quan tâm đến cái chuyên đâu đâu xa xôi ấy. Nó chỉ nhớ như in ngày hôm đó vừa đi vừa chạy lúp xúp theo chân bố đến trường lần đầu tiên. Cái cặp to tướng ôm chưa quen tay rớt tuột xuống đường mấy lần làm bố cau mày; cái nón đội trên đầu rộng rinh và nặng như đá đeo chốc chốc sụp mũi xuống che kín mắt, hoặc xoay ngang trông kỳ cục, khiến bố phải vừa đi vừa chỉnh cho hoài; cái áo xuyến mới khua rọt rẹt khó chịu.

Đó là ngày đầu tiên.

Còn những ngày kế tiếp thì sao? Những buổi sáng trời lạnh quá nếu không có cặp mắt còn lạnh hơn của bố nhìn trừng trừng nó đã nhõng nhẽo với mẹ đòi *"nghỉ học một buổi thôi"*. Cho nên kết quả là nó đi học đều đặn. Nhưng hoặc là vì bài vở nhiều quá, tiếng Việt, tiếng Tây, và có cả một giờ chữ Hán mỗi tuần nữa; hoặc là vì nó tối dạ; hoặc là vì nó nhỏ xíu trong lớp học gồm hầu hết các anh các chị lớn sầm sầm, có người hơn nó đến chín mười tuổi; hoặc là vì tất cả những lý do nó vừa nêu lên gộp lại, kết quả là chuyện đi học của nó trở thành một hình phạt trong thời thơ ấu.

Suốt năm Lớp Năm (nay là lớp 1), hình như nó không học được gì mấy. Nó làm được vài phép toán cọng trừ; nó phải viết chữ cho ngay ngắn, rõ ràng, chữ nào ra chữ nấy -- chữ u phải khác chữ n, chữ i không được lẫn với chữ t, số 4 không được viết giống số 6 -- khó quá; phải viết ám tả (chính tả)đừng quá mười lỗi; vẽ bản đồ rồi tô màu làm sao cho phân biệt được nước này với nước khác, đừng để màu vàng của nước mình lem qua màu nâu của Cao Mên, hoặc màu xanh của biển Nam Hải; và cuối cùng là phải giữ tập vở cho thẳng thớm, tươm tất, các góc trang giấy không được cuốn lại như lỗ tai chó.

Học hành sao khổ thế! Chỉ có một trường hợp

ngoại lệ, nó thích cuốn *Quốc Văn Giáo Khoa Thư* và cuốn *Luân Lý Giáo Khoa Thư*. Những bài học và hình vẽ trong đó luôn luôn đưa trí tưởng tượng của nó đi mông lung và và gieo vào lòng nó những tình cảm êm đềm.

Một lần, cô Lộc gọi chú bé lên bảng:

"Trò N.! Bản đồ Âu Châu lần này coi cũng được được. Nhưng có đúng trò vẽ và tô màu lấy hay không? Hay là trò nhờ người khác làm?"

Nó trả lời lí nhí những gì mà chính nó cũng không hiểu.

"Trò phải nói thiệt. Nói láo cô cho *zéro*. Trò nhờ ai vẽ?"

Nó càng lúng túng, sợ hãi, nước mắt muốn chảy. Thấy tội nghiệp, chị Phụng, người học trò lớn tuổi, nói giúp:

"Dạ thưa cô, trò N. không nhờ ai vẽ giùm cả. Trò Lan vẽ xong chê xấu liệng vô sọt rác, trò N. lượm đem đi nộp cô, thưa cô."

Một lần khác, cô bắt viết vài dòng tả cây lúa. Nó nộp giấy trắng bị *zéro*, bị cô la rầy. Cô hỏi tại sao trò làm biếng không chịu *"tập làm văn"*, nhưng nó có bao giờ thấy cây lúa đâu! Một lần khác nữa, nó chép bài từ bảng đen vào tập vở gần xong thì hết trang giấy. Lật qua trang mới, thấy sạch sẽ và thơm tho, mà chỉ còn có mấy dòng là hết bài, cho nên nó ráng nắn nót viết cho đẹp. Nếu bài còn dài phải viết nhiều, thế nào nó cũng viết nguyệch ngoạc như gà bới. Về nhà bố xem lại vở, giận dữ:

"Cái thằng hư đốn này! Lại nhờ người khác chép bài hả? N.!"

Nó ngạc nhiên không hiểu đâu vào đâu. Bố mắng tiếp:

"Bài vở phải tự chép lấy. Lần sau mà còn làm biếng sẽ ăn roi. Nghe chưa?"

Nó nhìn bố không tìm được lời giải thích. Nó vốn "mủ mít", ai nói đến nó là nó trít miệng. Hơn nữa quả thật lần đầu tiên nó viết được mấy hàng chữ trông sạch sẽ, đẹp đẽ. Những trang trước chữ nó viết trông như con trùn bò, chị nó bảo như thế. Nó lại lí nhí trả lời bố những gì chính nó cũng không hiểu.

"Hả? Lại còn muốn nói chi nữa? Có nghe lời bố dặn không?"

"Dạ. Con nghe."

Đại khái chú bé học hành như thế, nhưng không hiểu sao năm nào nó cũng được lên lớp. Có lẽ nó được vớt.

Đến lớp ba, nó bắt đầu lơ mơ cảm thấy vài điều vui vui trong việc học, nhưng lúc đó nó phải xa Đà Lạt. Đó là chuyện về sau.

Học đường cũng có mấy thứ khác đáng nhớ.

Chẳng hạn vào giờ thủ công, học trò được phép ra khỏi lớp, tới hai hàng cây keo giữa sân trường gỡ những cục nhựa đọng trên thân cây vo tròn lại bằng hòn bi chai đem vào lớp làm keo dán, tốt và sạch hơn hồ chị ở (chị người làm) nấu từ bột gạo. Siêng thì đi kiếm cái "nắp keng" (nắp chai bia, chai nước ngọt) cho chút nước vào hòa với cục keo, làm biếng thì chỉ cần thè lưỡi liếm cục keo cho ướt ướt là dán được ngay. Làm xong bài thủ công đôi khi hai cái môi của nó dính trít, mấy ngón tay dày cộm lên, cả keo là keo.

Sung sướng nhất là đến giờ tập thể thao được "lên gò" phía sau trường. "Lên gò!" Lòng nao nức, tay chân ngứa ngáy. Đó là một một ngọn đồi nhỏ và thấp được thiết trí mấy dụng cụ dùng để tập thể thao, một giải đất cát để tập nhảy cao, nhảy dài, một cuộn dây dừa to để "leo dây" và chơi trò "kéo co". Và hấp dẫn hơn cả là cái cầu tập thể dục. Cầu là một thanh gỗ chiều dài khoảng sáu thước, bề ngang khoảng hơn một gang tay, bắc ngang trên hai cây cột cao khoảng bốn thước, bên dưới cầu lủng lẳng hai cái xích đu. Trèo lên cầu từ một phía của cầu có cái thang nghiêng, nhưng một khi qua được bên kia cầu, phải ôm cây cột tròn tuột xuống. Ai muốn đi qua cầu phải được anh *moniteur* (huấn luyện viên thể dục) nắm tay dẫn đi. Con nít đi một mình không quen, ngợp, té, cho nên bị cấm.

Nó bị phạt quỳ mấy lần vì lén đi qua cầu một mình để nhìn xuống những mái trường ngói nâu nối đuôi nhau, có lá thông khô phủ từng vạt, có những tổ chim sẻ, chim én nhỏ xíu. Nó vẫn thích đi phá tổ chim.

Nhưng đáng nhớ hơn cả vẫn là Đà Lạt của những ngày nghỉ học. Những ngày đó chú bé như con chim sổ lồng.

*

Một năm có bốn mùa xuân, hạ, thu, đông, như được học tại lớp? Không, các mùa của chú bé khác hẳn. Khi gió ẩm ướt, trời thỉnh thoảng gầm gừ, mây xám có hôm kéo về đầy trời, và nghe sướng tai làm sao, những tiếng reng réc đầu tiên rụt rè, lẻ tẻ, thân yêu, quen thuộc phát ra từ một vài kẽ đá, gốc cỏ, bụi cây, cột đèn đường v.v... nó vui mừng biết rằng mùa đá dế lại về.

Có những tuần lễ trời trong, gió cao, nắng ấm, ấy là mùa thả diều. Nó còn bé tí, không biết làm diều. Bắt chước người ta nó làm đại, cũng khung tre, cũng phất giấy mỏng, cũng hai cái đuôi diều dài như nhau làm bằng những dung giấy hẹp dán nối lên nhau, và cũng đi theo tụi nhỏ khác mang diều tới thả nơi khoảnh đất rộng trống gió cuối đường *Rue d'Annam*. Nhưng diều của nó không biết bay dù nhiều lần nó bắt chước cầm diều chạy một đoạn ngắn và buông dây ra từ từ, thì chiếc diều đâm sầm xuống đất. Đó cũng là nơi tụi nhỏ tụ tập chơi nhiều trò nhất.

Từ khoảnh đất đó nhìn thẳng phía trước xuống

lòng thung lũng, nó thấy được con đường cong cong hai bên phố xá thưa thớt mà người ta gọi là đường Cầu Quẹo. Nhìn xa hơn nữa, trên sườn chênh chếch từ lòng thung lũng đi lên, tầm mắt nó chạm phải những hàng thông chạy dài theo một con đường vắng. Nó đã theo bố đi trên con đường đó mấy lần nhưng nó không biết tên đường. Về sau nó biết đó là đường *Pasteur*, sau đổi thành đường *Hai Bà Trưng*.

Nhích lên một chút nữa là những dãy nhà tường trắng, mái đỏ trông rất ma quái, dễ sợ. Bọn trẻ con cùng khu phố thường bảo nhau đó là vùng nhà thương, nhà xác, nhà mồ, lẽ dĩ nhiên có nhiều ma. Thỉnh thoảng bọn chúng nghe tiếng kèn lính từ một phía núi nào đó vọng đến, lại kháo nhau rằng Tây sai những toán lính tới vùng nhà xác thổi kèn để đuổi ma quỷ.

Ngay phía trước khu thả diều trên một đỉnh đồi là nhà thờ Tin Lành mới xây xong. Bên mặt nhà thờ, trên một đỉnh đồi khác, một ngôi chùa cũng đang được xây nửa chừng. Sau này đó là chùa Linh Sơn. Còn phía ngược lại là phố xá, là cái chợ có cái tháp cao còi hụ vào lúc đúng ngọ trên đó có chạm hình nổi *"Mọi Cà Răng Căng Tai"*, đàn ông răng cà sát nớu, đóng khố, tay cầm xà gạc, đàn bà mặc váy, ở trần, trái tai đeo "thứ gì không biết" căng tròn lên to đùng, mỏng dính.

Vào dịp nghỉ hè thầy Khoái, ông thầy giáo trẻ tuổi ở trọ tại nhà của nó, thỉnh thoảng thầy lấy xe đạp chở nó xuống hồ Đà Lạt câu "cá trắng". Nó nghĩ thầm mùa câu cá lại về, chứ không phải mùa hè. Nó được giao phó việc cầm lon trùn và xách chiếc giỏ mây đựng cá. Không bao giờ nó đủ kiên nhẫn ngồi lâu với thầy. Câu một con cá sao mà khổ thế, ngồi chờ mãi. Thế mà thầy vẫn tỉnh bơ. Nó đòi về hoài làm thầy bực mình dọa lần sau không cho nó đi câu nữa. Thật ra nó đâu muốn đi câu cá, nó chỉ muốn được thầy chở xe đạp chạy qua những đoạn đường dài, nhất là khi xuống dốc chiếc xe đạp lao như bay như biến. Đà Lạt có nhiều dốc mà!

Mùa gì nữa? Còn nhiều mùa lắm. Chán chơi trò này đổi qua trò khác cũng được kể như sang mùa. Chẳng hạn sau mấy tuần đá banh xoay qua đánh bi đánh đáo, thế là mùa đánh bi đánh đáo bắt đầu. Nó không biết tại sao mùa bắn chim đang vui bỗng nhảy qua mùa đá kiện. Mọi đứa trẻ không ai bảo ai đều chuyển mùa. Có lẽ có một đứa nào đó, lớn tuổi hơn mấy đứa kia, chơi mau chán thứ gì đó nên đổi môn, thế là tụi nhỏ khác, trong đó có nó, "nhắm mắt" làm theo.

Đá kiện thì chắc đứa trẻ nào cũng biết. Hai "đồng xu nửa" (hồi đó *đồng xu nửa* mệnh giá nhỏ nhất, bằng một nửa *đồng xu một*. Sau này nó có nghe người ta nói: Bảo Đại hại ăn mày. Là vì ông vua đó ra lệnh đúc *đồng xu nửa*. Trước đó *đồng xu một* là nhỏ nhất, ăn mày xin, chìa ra cho) có lỗ đặt chồng lên nhau, một rẻo vải nhỏ luồn qua lỗ, thắt lại thành kiện.

Rồi chia phe nhau đá. Đá tay đôi tay ba tay bốn gọi là "đá kiện giao", chuyền kiện cho nhau, đứa nào đá hụt là thua, bị loại. Hoặc đá một mình tính điểm, ai tới trước 50 điểm, tức là đá một lèo 50 cú, chẳng hạn là thắng cuộc. Có hai kiểu đá: "đá bàn" bằng lòng bàn chân, "đá chó", bằng mu bàn chân. Đứa thua phải cõng đứa thắng đi quanh vài vòng, hoặc bị "ăn đột", nghĩa là bị đứa thắng dùng nắm tay nện vào vai, vào lưng, nhiều ít tùy giao hẹn trước, nhưng nặng nhẹ là do lòng tốt của đứa thắng. Thường thì nhẹ vì tuy là con nít, tụi nó cũng biết dễ gì mình thắng mãi, nếu cứ lên gân nện đứa thua, lỡ tới phiên mình thua, lãnh đủ. Có lúc nó bị nện đau đến méo mặt. Đến khi nó thắng, trước khi ra tay trả thù, nó đọc lên một câu "thiệu" mà tụi con nít vẫn nói trong những dịp như vậy, *"Dễ người dễ ta, khó người khó ta".*

Đá banh thích hơn đá kiện nhiều. Banh càng to càng thích. Tụi nó thường chỉ đá banh ta-nít (tennis) đã trụi hết lông xin được của ai đó không biết, đá chân không, đá trên sân trường, trên vỉa hè, trên góc phố vắng người đi, ngoài cổng chùa v.v...Đông thì mỗi phe dăm ba đứa, ít thì mỗi phe một đứa, có hoặc không có trọng tài cũng không sao, lấy sách vở, hoặc guốc giép, hoặc cục đá cục gạch, hoặc bất cứ cái gì vớ được, chất thành hai tụ nhỏ cách nhau để làm gôn (khung thành). Đấu một chốc phải đo lại gôn, bằng không cái gôn "tự nhiên" hẹp lại lúc nào không ai hay. Chiều cao của gôn được xác định bằng cú nhảy cao thẳng người hai tay đưa lên trời của thằng giữ gôn. Nếu muốn ăn gian, lúc banh bắn vào gôn không lấy gì làm cao lắm mà thằng giữ gôn vẫn bắt không được, thì chỉ có việc đứng chùn người lại một chút, hai cánh tay dạng ngang thay vì đưa thẳng lên trời, thế là banh được coi như đã vượt quá sà ngang tưởng tượng.

Một hôm, thằng "Ông Anh" ở cùng phố cho tụi nó biết đã tìm gặp được một chỗ đá banh mới trên một ngọn đồi mà đỉnh đồi đã được san phẳng, nơi đó nay mai sẽ dựng lên một ngôi trường trung học. Sau này đó là trường nữ trung học Quang Trung, rồi đổi tên thành trường Bùi thị Xuân. Chỗ đá banh đó rộng lắm, tha hồ đá thẳng cẳng, mỗi phe phải có ít nhất là bốn năm đứa, chưa kể hai thằng giữ gôn.

Muốn được "ông anh" kêu đi chơi, nó phải mang theo một trái banh lớn để đá trên sân rộng, không được xài banh ta-nít. Nó không hiểu tại sao ông anh không đặt điều kiện như vậy đối với tụi nhỏ khác. Có lẽ vì nó nhỏ nhất trong bọn chăng, dễ bị ăn hiếp? Nó năn nỉ mẹ mua cho một quả banh cao-su to có khứa trông giống trái "ba-lông" của người lớn chơi "*dưới* xẹc" (Cercle sportif). Gọi là "dưới xẹc" vì xẹc nằm trên vùng đất thấp bên cạnh bờ hồ, nay có tên là Hồ Xuân Hương. Mẹ bằng lòng với điều kiện nó đừng làm bể, làm mất trái banh.

Nó đi theo "Ông anh", ôm quả banh vào lòng đầy cả hai cánh tay, sung sướng. Đem banh lên đồi chia phe đá với nhau một hồi mệt toát cả mồ hôi, thì ạc-bít (arbitre: trọng tài) cho nghỉ đờ-mi-tăng (mi-temps). Bỗng có một người lớn lạ mặt đạp xe đạp từ ngoài đường nhựa tạt vào xem tụi nó chơi. Nó không thể đoán ra tuổi của người lớn, 20 tuổi hoặc 30 tuổi đều là lớn như nhau, và đều đáng kính, đáng sợ. Người lớn bảo thằng "Ông Anh":

"Ê! Đưa trái banh tao coi."

Đối với tụi nó, "ông anh" oai quyền là thế, nhưng trước người lớn, thằng này lại hết sức ngoan ngoãn hai tay mang banh đến.

"Tụi mày tiền đâu mua trái banh này?"

"Dạ, không phải của tụi tui. Của thằng N."

"Thằng N. là thằng nào?"

"Ông anh" chỉ nó. Người lớn ra lệnh:

"Ê, tới đây mau!"

Nó riu ríu tới. Người lớn véo tai nó rồi xoay xoay trái banh trong tay hai ba vòng, ngắm nghía, lại quay nhìn nó, rồi đứng dậy thủng thẳng đi đến cuối bãi, cầm trái banh tung nhẹ lên trước mặt cho vừa tầm rồi lấy sức đá mạnh quả banh xuống thung lũng dưới xa. Xong đâu đấy người lớn cười khoái trá, leo lên xe đạp đạp một lèo mất dạng.

Tụi nó nhìn nhau ngơ ngác. Một chốc sau "ông anh" ra lệnh bò xuống thung lũng tìm banh. Cây cỏ cao và rậm, lại sợ rắn, sợ chó, sợ banh đã lọt qua phía bên kia hàng rào của khu vườn trồng cà phê của "thằng Tây", cuối cùng tụi nó bỏ cuộc.

Buổi chiều về nhà trễ sợ mẹ hỏi banh đâu. Mẹ không hỏi liền nhưng mấy ngày sau mẹ có hỏi, nó tìm cách nói quanh, cho người này mượn, cho người kia mượn, giấu giếm chuyện mất trái banh được cả tháng trời. Thế là hết mùa đá banh. Từ đó, hễ gặp người lớn lạ mặt, nó né né, gờm gờm.

*

Nhưng mùa gì cũng không bằng mùa đá dế. Mùa dế đến, theo chân dế, theo tiếng dế gáy thiết tha, giục giã, nó đi nhiều nơi. Đi tới cuối đường Cầu Quẹo, đi lên Cây Số Bốn, Cây Số Sáu, đi xuống dốc Nhà Làng, đi qua xóm Nhà Bò, đi lại phía Nhà Đèn, đi lên đồi Cù, đi xuống cầu Ông Đạo, đi về cầu bà Cửu Huờn v.v... Có khi đi thật xa, gần tới Bơ-tí Lít-xê (Petit Lycée). Nhiều hôm vào thứ năm, chủ nhật, hồi đó là những ngày nghỉ học, dậy thật sớm, nắng vừa lên trời còn lạnh, tụi nó đã rủ nhau đi bắt dế. Đi trễ bọn khác bắt hết dế sao.

Muốn bắt được nhiều dế cứ việc đến các vườn la-ghim (légumes) của các ấp Hà Đông, ấp Nghệ Tịnh gần Mả Thánh. Dế vùng này to, mập, chậm, đá dở. Tụi nhỏ cho rằng những con dế làm hang trong đất xốp, đất dùng để trồng trọt, dế được ăn toàn "đồ bổ", mau mập, cô giáo nói la-ghim bổ lắm, là loại dế bở, đá vài phút là te cò chạy dài. Ăn cực khổ đá hay hơn.

Còn loại dế thấy ánh đèn đường ban đêm bay sà tới lại càng tệ, bắt đem về nuôi thêm chật hộp. Thà bắt dế chó nhốt chơi vài ngày rồi dụt đi còn hơn. Dế chó nhỏ con, có vạch màu vàng hình chữ V trên đầu, không biết đá, tiếng gáy nghe như tiếng rên dài dài từng chuỗi, không nhịp nhàng từng hồi ngắn như dế than, dế lửa.

Phải tìm cho được những con dế ở các hang thật sâu đào xuyên qua rể cây lớn, hoặc xuyên qua hốc đá. Hang càng khó đào, dế càng đá hay. Tụi nó không có cuốc, xẻng, mỗi đứa chỉ đem theo một khúc cây ngắn, vót nhọn, dùng để đào hang, mấy cái hộp quẹt hoặc lon sữa bò dùng đựng dế. Đào thật cẩn thận, bằng không đâm chết dế. Có hang sâu quá đào không nổi, tụi nó hè nhau đi kiếm vũng nước, dòng suối, lấy nước đổ vào hang cho dế ngộp phải trồi đầu lên. Một gia đình dế nộp mạng "đầu hàng" theo thứ tự như sau: dế con bò lên trước, rồi đến dế mái, dế mẹ. Có nhiều con dế mẹ vì một con dế trống đầu đàn có nhiều vợ, sinh ra nhiều đàn con. Sau một lúc lâu, cuối cùng mới đến phiên con dế trống, chịu ngộp giỏi nhất, nhưng rồi cũng phải bò lên. Con dế này cánh dợn sóng, hai chấm vàng tươi ở gốc cánh nằm kế cái đầu, hiện lên rực rỡ dưới ánh mặt trời. Dù dế than hay dế lửa, hai chấm đó cũng vàng rực. Dế mái không có hai chấm đó. Lúc này thì cặp râu dài của con dế đã ướt mèm dính bùn, mấy cái chân trước bước lê lết, mệt nhọc, hai cái chân sau duỗi thẳng.

Đó là con dế trống đầu đàn. Nó lấy lại sức rất mau. Chỉ mấy phút sau nếu tụi nhỏ không kịp bắt nó nhốt vào hộp, nó phóng đi cái vèo mất tiêu. Khi tìm không ra vũng nước, tụi nhỏ họp nhau đái vào hang. Một đứa đái không đủ nước!

Có khi chúng mạo hiểm phá hang rắn để bắt dế. Dế ở chung với rắn con nào con nấy dài thòong. Dế mà dài như thế tức là bị lai với rắn chăng, tụi nhỏ nghĩ như thế, đá hay lắm, nhưng tiếng gáy dở ẹc, là vì cánh của loại dế này thường bị rách hoặc lũng lỗ. Nó gáy lên nghe thua vịt đực kêu.

Kinh nghiệm của tụi nhỏ cho thấy rằng dế than "đen thùi lui như cục than" thúc giỏi, thúc có nghĩa là đẩy, nhờ có cặp giò sau rất cứng và mạnh, trong khi dế lửa "đỏ hồng như ngọn lửa" nghiến đau nhờ có cái càng rất cứng và bén. Nó nghiệm ra điều đó chưa chắc đúng, sau này nó sẽ có bằng cớ. Nhưng dế than phải thật đen, dế lửa phải thật đỏ. Loại dế lai màu nâu nâu đá không hay. Tụi nhỏ được cho biết, ai là người đầu tiên nói điều đó nhỉ, dế than dế lửa lấy nhau đẻ ra dế nâu.

Con dế là người bạn thân yêu của tuổi thơ ấu. Lần đầu gặp nhau, nó là kẻ đi ruồng bắt, con dế là kẻ trốn tránh, nhưng một khi đã sống chung với nhau một thời gian ngắn độ vài giờ, dế và nó thương yêu nhau, quấn quýt bên nhau. Bắt được dế hay, nó lấy cái hộp thật tốt, hộp đựng bánh bích-quy chẳng hạn, cho đất vào, moi sẵn hang cho dế chui vô, trồng một ít cỏ thật xanh, kiếm rể cỏ non cho dế ăn, thay vì cho ăn hạt cơm hoặc cọng giá, những thứ đó chỉ làm cho dế mập phì, chậm chạp.

Rồi nó bỏ ra rất nhiều công sức để làm cái "nhử" Đó là một cục "dầu hắc" nhựa đen vo tròn to bằng đầu con dế gắn, vào một đầu cây nhang dài khoảng nửa gang tay, đầu kia làm cán, rồi xin chị nó một sợi tóc gấp làm đôi cột vào cục nhựa cho thật khéo, thật thẳng, giả làm cặp râu dế. Thế là xong cái nhử. Hai ngón tay cầm cán nhử xe xe cho tóc của đầu nhử ngoáy vào dế. Những thằng lười và ác chỉ việc ngứt đầu một con dế dở, có sẵn râu, rồi lấy cây nhang đâm vào làm cán thành một cái nhử gọn gàng. Nhưng loại nhử này bết lắm, đầu dế không thể dính chặt vào đầu cán nhang, xài năm bảy lần là sút ra. Những thằng lười và ác đó nhiều lúc thấy dế dở bị cái nhử ngoáy mãi mà không chịu hăng lên, bèn cầm hai con dế lên, dí càng chúng nó vào nhau cho chúng nó cạp nhau cho đến chết.

Nhưng dầu hắc đâu mà có? Rất dễ kiếm. Chỉ việc lấy mũi dao nạy vài cục nhựa trải đường lên đem về hơ lửa là xong ngay. Còn tóc phải năn nỉ xin chị, tóc nó cụt ngủn, không làm râu dế được.

Đừng lấy ngón tay hoặc cái que lùa dế xáp vào nhau, dế đâm hoảng bỏ chạy. Cũng đừng xách mép dế lên rồi thổi vào bụng dế cho nó nhột, nó đập cánh rồi nó "hăng" lên; lỡ đứt mép, con dế rớt xuống cái bịch, hoảng, bỏ chạy. Những đứa "ba trợn" nắm cặp râu dế xách con dế lên quay tròn cho dế chóng mặt nổi khùng lên đá. Cũng không được. Râu bị cong queo hoặc bị đứt, con dế không râu kể như mù, bò loạng quạng, ngẩn ngơ như người mất vía.

Phải dùng nhử để chọc tức con dế, dụ con dế đuổi theo nhử. Chẳng hạn con dế đang nằm trong cái hang nhỏ trong hộp bích quy, lấy nhử ngoáy ngoáy thế nào cho hai đầu sợi tóc chạm nhẹ vào dế, thế là nó sẽ vừa gáy vừa đuổi theo nhử. Đừng ngoáy mạnh quá, gặp dế nhát gan là hỏng, nó sợ bỏ chạy luôn. Hoặc là khi con dế đang đứng ở một góc hộp, dù nhử vào đuôi, nó cũng sẽ xoay người lại ngay, há rộng cái càng sẵn sàng "xáp trận".

Thằng bé cứ thế nhìn con dế một cách say sưa. Ngồi một mình chơi với con dế cả tiếng đồng hồ, chốc chốc lấy nhử ngoáy để lại được thấy con dế hăng máu lên, mở rộng hai càng trông như hai lưỡi mác, hai cánh phồng lên cọ sát vào nhau phát ra tiếng gáy reng reng trong khi thân hình rùng rùng chồm chồm như ngọn lửa đang bốc, nếu là dế lửa, hay như chiếc khăn voan màu đen nhỏ xíu no gió, nếu là dế than, rùng rùng chồm chồm theo điệu nhún của cặp giò sau thật cao và thật dài. Trông oai ghê! Và đẹp hơn tất cả mọi thứ trên cõi đời này.

Con dế, ý chừng biết thằng bé đang ngây dại nhìn, càng cao hứng chạy quanh trong lòng chiếc hộp sắt sục sạo tìm kiếm xem thử có một tên dế nào khác dám mò vào đất này của riêng nó.

Lẽ dĩ nhiên mỗi chiếc hộp dành riêng cho một con dế trống. Nhốt chung những con dế trống với nhau, chúng đá loạn xạ vài ba trận rồi sẽ làm quen với nhau, tử tế với nhau, thế là hết đá. Cũng không cho dế mái vào ở chung, nó "phá đám", làm yếu sức con dế trống. Dế nhất được ở trong hộp bích quy, dế nhì hộp bằng bìa cứng, dế ba, dế tư đựng trong lon sữa bò hoặc hộp quẹt cũng được. Có khi nó bắt vài ba con dế mái chơi, nhốt chung một hộp. Dế mái hiền khô, không bao giờ đá nhau.

Mỗi khi đi học về thằng bé mang dế đi đá với dế của lũ con nít hàng xóm. Ít khi nó mang dế nhất ra đá với những con dế bậy bạ. Đá bừa bãi dế sẽ "hết hăng". Muốn dế đá hay, phải biết để dành "sức khỏe" và "sức hăng" của dế. Ai bày cho nó mánh lới đó hè, nó quên mất.

Năm nó lên bảy, nó không bao giờ quên năm đó, đầu mùa mưa, từ ngôi nhà đang ở trên đường *Rue d'Annam* (sau đổi tên là đường Hàm Nghi, nay không biết tên gì) nó đi theo người cậu lên Cây Số Sáu thăm ngôi nhà tranh bố vừa mới cho cất xong, ngôi nhà thứ nhì của bố mẹ. Đi bộ xa, mệt, chiếc dù của cậu không đủ che, dưới bầu trời trăng trắng, đục đục, mưa lâm râm, lành lạnh, đường đất đỏ lầy lội, đôi dép của nó bị tuột hoài cậu phải xách giùm. Chỉ còn một đoạn đường ngắn nữa là đến nơi, cái mặt đang bụ xụ của nó bỗng sáng rực lên khi nó nghe tiếng dế gáy. Chỉ một con dế đang gáy mà thôi, tiếng gáy reng reng, ròn rã, vang dội cả một vùng rộng lớn. Chắc là đứng xa cả mấy trăm mét cũng nghe.

Có đứa bảo dế trống gáy như thế để dụ dế mái tới. Sai! Tiếng gáy dụ dế mái tới nghe khác hẳn, không đều đều nỉ non như khi dế kêu trong giấc ngủ ngày hoặc ngủ đêm, không oai hùng rổn rãng như khi dế khoái chí vì chuyện gì đó nhất là sau khi thắng trận. Trái lại dụ dế mái tới thì nghe chắc chắc, chập chập, chọt chọt như khi người ta chắc lưỡi làm thân với con chó lạ.

Nó biết rằng vùng này không chỉ có con dế ấy mà thôi. Những con dế khác sợ tiếng gáy đó nên đều nín khe, không dám hó hé. Nó lắng nghe, xoay quanh một hồi, định hướng, thì biết được con dế nằm trong một cái hang bên dưới một tảng đá lớn cạnh cây thông già đứng ngay gần lối ra vào cái sân trước mặt ngôi nhà tranh của bố mẹ.

Cậu vô nhà, nó không vô theo. Nó bước tới ráng sức vần tảng đá đi nơi khác, không nổi. Cậu đứng bên cửa, thấy nó loay hoay mãi, cậu ra tay. Cậu vào nhà xách cái cuốc chỉa ba đào một đường rảnh nhỏ quanh tảng đá. Chỉ thoáng một cái cậu đã nạy được tảng đá lên, một cái hang sâu hiện ra.

Tiếng gáy đã ngưng từ lúc nhác cuốc đầu tiên bổ xuống, nhưng nó biết con dế vẫn còn nằm dưới hang. Cậu định đào tiếp, nó nói để nó làm. Nó sợ cậu vô ý cuốc trúng con dế.

Nó ngồi chồm hỗm, ì ạch xoay người quanh cái hang nhiều lần, cúi đầu mắt dí vào hang tìm kiếm. Hang sâu, chẳng thấy được gì. Nó ngồi ngay người lại, định đi kiếm nước đổ vào hang, bỗng nghe vù một tiếng. Con dế từ trong hang phóng mạnh ra chạm ngay vào bụng nó. Nó giật mình đưa tay vào bụng đỡ thì may thay cái vạt áo trước của nó vướng vào tay trùm lên con dế. Nó không mang theo hộp, nó đâu định đi bắt dế, thế là hai bàn tay của nó bụm vạt áo thật kỹ. Cứ thế, tay giữ vạt áo cho đến khi cậu coi xong nhà cửa trở về ngôi nhà dưới phố, nó vừa đi theo cậu vừa vui sướng trong lòng. Nó biết rằng đây là một con dế trống thứ vô cùng khó kiếm.

Đó là con dế lửa đỏ như lửa không pha một tí màu nào khác, cánh dợn sóng lằn sâu, hai chấm nhỏ ở gốc cánh vàng trực, thân hình dài bằng ngón tay trỏ của nó, nhưng bề ngang lớn hơn. Hai sợi râu dài hơn cả thân hình, nguyên vẹn, đều đặn. Có lúc hai sợi râu trông như một cặp song kiếm tuốt trần vung vẫy, có lúc trông như hai cái lông đuôi chim trĩ đính trên chiếc mão của ông tướng hát bội. Cái đầu to, tròn, lồi lên hai con mắt như hai hột cườm đen. Và sáu cái chân cũng đen nhánh, với những cọng như gai nhỏ, răng cưa, móc câu trùm lên trên, còn mới tinh khôi, nhọn hoắt. Cặp giò sau bặm xị, dài thoòng, xếp lại thành góc rất nhọn chứ không phải duỗi ra bè bè như những con dế oải.

Nó nuôi con dế ấy trong chiếc hộp sắt chứa đầy

đủ đất, cỏ non, và một cái hang cạn làm mồi cho con dế đào tiếp.

Hôm sau, nó nhử con dế lửa ấy vào một cái hộp các-tông trống trơn làm đấu trường -- hộp bích quy bằng sắt không làm đấu trường được vì đáy hộp cứng và trơn, không có chỗ cho gai chân dế bám, dế dễ bị trượt khi bị "thúc" -- cho đá thử với con dế ba của thằng hàng xóm. Con dế lửa của nó chỉ cần chỉa hai cái râu chiếu vào đầu con dế kia, con kia đã khiếp sợ bỏ chạy. Đá với con dế nhì cũng chỉ cần một cú "thúc" là thắng. Đúng vậy, dế lửa hay, thúc vẫn giỏi. Cần gì phải dế than mới thúc giỏi như bọn bạn trẻ con ưa nói!

Cuối cùng thằng hàng xóm phải đem dế nhất ra đấu, một con dế than đen thui, bự sư, to hơn con dế lửa của nó, hung hăng vô lối, chưa đá, chưa thắng đã chạy lui chạy tới, xoay người qua trái, qua phải, rồi xoay tròn tìm kiếm, gáy om sòm dọa nạt.

Con dế nhất đó của thằng bạn cũng biết đem tiếng gáy và cặp râu ra hù dọa con dế lửa của nó, nhưng chẳng "ăn thua" gì. Sau khi phồng đôi cánh lên gáy reng reng và xỉa vào nhau bằng cặp râu như Zorro đấu kiếm, vâng, nó đã được coi phim Zorro tại rạp Lang Biang, hai con dế mới kéo giạt hai cặp râu dài ra hai bên cho đỡ vướng, và há rộng càng ra đo xem ai khủng khiếp hơn ai. Nhiều con biết liệu sức, vừa đo càng xong là quay người co giò chạy re.

Cặp dế này khác, đo càng xong, từ từ xáp trận. Con dế lửa của nó mạnh quá, lấy càng làm mủi nhọn đi trước, lấy đôi chân sau làm sức đẩy, đẩy mạnh con kia lùi một quãng dài dần dần đến cuối chiếc hộp, rồi ép vào thành hộp. Con kia bị kẹt, thân hình cong vòng như con tôm, may sao, sau một hồi vùng vẫy, nó bật người ra khỏi cặp càng siết chặt của con dế lửa, và văng mình ra xa. Nó không chịu nổi cái nghiến ghê gớm của con dế lửa, quả có thế. Con dế lửa đứng yên một chỗ rùng mình lui lui tới tới, phồng đôi cánh đỏ rực gáy dòn, rồi xoay mình hai ba vòng mà không hề bị chóng mặt hay lảo đảo, rồi nhập cặp râu lại cho giống đôi song kiếm chiếu thẳng vung về phía trước, xong xuôi đâu đấy khua chân chạy rần rần quanh chiếc hộp tìm kiếm quân thù.

Không có một ông tướng cải lương hay hát bội nào trên sân khấu "diệu võ dương oai" đẹp bằng con dế lửa của nó. Lẽ dĩ nhiên những chữ "diệu võ dương oai", "đôi song kiếm", sau này nó mới biết; ngoài ra hồi đó nó chưa coi Phùng Há hay Bích Thuận đóng vai Lã Bố nên không chắc mình so sánh có đúng hay không.

Con dế than kia quả không phải đồ bỏ, dù đang đứng khờ khờ, lạc lõng giữa lòng chiếc hộp. Nếu còn tỉnh táo nó không bao giờ đứng vớ vẩn giữa lòng cái hộp như thế, trái lại luôn luôn đứng xuôi người sát thành hộp hoặc ngay tại góc hộp, hoặc tại miệng hang. Để tránh những cú tấn công bất ngờ.

Bỗng nó sực tỉnh trước tiếng gáy của con dế lửa. Nó lập tức sửa cách đứng cho vững vàng, hai càng mở ra rồi khép lại đến mấy lần chừng như đang phân vân nói năng lẩm bẩm một mình, hoặc tính toán điều gì, hay cũng có thể nó muốn gò lại cặp càng vừa bị sai khớp trước khi xáp trận. Cuối cùng nó há càng ra thật to, rồi hạ càng xuống sát đáy hộp, lừ lừ tiến tới phía con dế lửa đang "diệu võ dương oai". Có khi càng nhọn vướng vào đáy hộp làm cho cái đầu của nó giật giật.

Thằng nhỏ hồi hộp. Tụi nhỏ kia đang châu đầu quanh cái hộp bỗng nhao nhao, coi kìa, coi kìa, nó bị thương, con dế than bị thương, cái giò sau bên trái xuội lơ kéo lê trên đáy hộp. Nhưng con dế lì lợm đó vẫn lừ lừ bò tới. Con dế ấy đi "bộ hạ", nguy hiểm lắm đó. Những con dế lắc xắc xáp trận mà cứ ngớp ngớp cái đầu lên cao khỏi mặt hộp thì chỉ bị một cái thúc của đối phương cũng đủ văng lộn mèo. Con dế bị thương vẫn "bộ hạ" lừ lừ tiến.

Thằng nhỏ hàng xóm bỗng la lên, thôi, thôi, huề, không thèm đá nữa đâu, rồi thò tay vào chiếc hộp định bắt con dế của nó ra. Nó và bọn trẻ ngồi xem cũng hét to, không được, không được, đừng ăn gian, bắt nó ra là chịu thua. Cho nên trận chiến lại tiếp diễn. Lần này lẹ, chưa đá đã xong. Sau khi cho giựt hai cặp râu ra hai phía, hai cặp càng mở rộng so lại xem ai rộng hơn ai, chuẩn bị xáp trận, bỗng dưng con dế than bị thương đột ngột quay đầu bỏ chạy.

Con dế lửa rượt theo. Thằng bé hàng xóm vội vàng đưa cái nhử cản đường con dế lửa, bằng không con dế nhất của thằng hàng xóm có thể "tử trận" không chừng. Vâng, tử trận, không biết có được nghe ai giải nghĩa chưa, nhưng chúng nó đều hiểu nghĩa hai chữ đó.

Chú bé quý con dế vô cùng, quý hơn tất cả những gì nó có. Quý hơn sách vở nhà trường, trái banh, cái ná bắn chim, con diều giấy, mấy hòn bi chai, con vụ v.v... Quý hơn cả con Ba Tô sau này.

Trời Đà Lạt buổi sáng lạnh, thằng bé chỉ muốn nằm hoài trong chăn ấm, thế mà từ khi có con dế lửa, nó chịu khó dậy sớm một chút để trước khi đi học, lúc nào cũng thế, nó dành mấy phút mở hộp dế lửa ra ngắm nghía một hồi rồi lấy nhử ra ngoáy vài cái, tức thì con dế từ trong hang nhỏ chui ra, vung hai thanh kiếm râu, giương hai cái càng nhọn như hai lưỡi dao, gáy ròn rã như nói vài lời chào hỏi buổi sáng, rồi chui vào hang, chờ nó. Đi học về, vừa vứt cái cặp lên góc bàn, nó đến ngay hộp dế lửa mở ra coi, rồi cái nhử ngoáy ngoáy, long rộn lên vì vui sướng.

Nó khéo tay, hiểu được ý dế, khéo cư xử, dần dần nhử được con dế lửa bò lên bàn tay trái của nó. Thế là bàn tay trái nhỏ xíu để ngửa trên đó con dế đỏ như cục than hồng an tâm bước tới bước lui, không đủ chỗ bước ngang, bàn tay phải của thằng nhỏ cầm nhử chốc chốc ngoáy, tiếng dế gáy ròn rã vang lừng.

Thằng bé đi khắp khu phố với con dế trên bàn tay, tìm địch thủ, những hôm nghỉ học. Hầu hết đều không dám đem dế ra đá với con dế lửa vô địch đó. Bọn nhỏ kia nhìn theo nó thèm thuồng. Nhưng mỗi khi có người lớn để ý đến, nó lịt lịt lẫn tránh, rồi lặng lẽ chạy về nhà cho dế vào hộp cất kỹ. Nó nhớ trái banh bị đá mất dưới chân đồi.

Một hôm bố rầy nó:

“Cái thằng N. này. Con dế cưng của con ban đêm nó gáy to quá. Không ai ngủ được!”

Đó là bố nói, riêng nó, tiếng gáy nghe trong trẻo và êm ái hơn tiếng chuông đồng trên bàn thờ Phật, đưa nó vào giấc ngủ lúc nào không hay, đưa nó đi đến những giấc mơ đẹp. Nó mơ con dế lửa sẽ ở suốt đời với nó như đôi bạn thân, dần dần trước sự cưng chiều và hiểu biết của nó, con dế sẽ thương nó hơn nữa, như nó đã thương con dế vậy. Bảo đừng gáy là không gáy để bố khỏi la, bảo lên bàn tay là từ cái hang nhỏ trong hộp bích quy bò ra rồi bò lên bàn tay liền, không cần phải ngoáy, phải nhử. Lỡ gặp người lớn, nó chưa kịp bảo, là nhảy tọt vào túi áo của nó ngay.

Nhưng nó rất sợ cái đầu, cái cổ, cái mỏ quá lẹ của con gà trống. Có một lần, lâu rồi, nó đem một hộp dế để cạnh lồng gà định ngoáy ngoáy cho con dế gáy xem thử con gà có hoảng không. Phặp một cái, con dế lai đó đã nằm quay đơ trong mỏ con gà trống. Cho nên nó không bao giờ dám đem con dế lửa tới gần lồng gà, dù nó cũng khoái ngắm nghía gà, nhất là mấy con gà con tròn vo, lông vàng mịn.

Mẹ đưa ý kiến:

"Mẹ cũng mất ngủ vì con dế. Mẹ đem hộp dế ra để sau hè là yên chuyện."

Nó không chịu. Lỡ bị ăn cắp. Lỡ gặp kiến đùn. Cuối cùng mẹ nó để hộp dế lên trên gác lửng gần mái nhà. Tiếng gáy nghe xa hơn.

Một hôm khác bố gọi nó đến:

"N.! Con chơi dế sa đà. Bỏ cả học hành."

Vì con dế, nó cố gắng để ý đến bài vở hơn để khỏi bị la là bỏ cả học hành. Nó cảm thấy học hành có "tấn tới" nhiều, chỉ tiếc rằng cô Lộc và bố chưa nhận ra cái giỏi kín đáo ấy của nó.

Một buổi chiều đi học về, như mọi khi, nó bắc ghế trèo lên gác lửng lấy hộp dế xuống, lòng hân hoan sắp gặp lại người bạn thân. Mở hộp ra, nó lấy nhử ngoáy vào miệng hang. Con dế hôm nay lì, nó ngẫm nghĩ, chưa chịu thò đầu ra. Nó ngoáy ngoáy tiếp, thọc cái nhử vào sâu hơn. Vẫn im hơi. Tim nó đập mạnh. Nhử một hồi lâu vẫn không ăn thua. Nó muốn khóc. Con dế đã chết? Nó lấy mũi dao cẩn thận nạy ra từng cục đất nhỏ ở miệng hang. Dần dần phá hết cái hang vẫn không thấy tăm hơi con dế. Nó khóc oà, chạy xuống nhà bếp. Mẹ đang làm cơm tối.

"Mẹ, mẹ. Con dế của con đâu?"

"Chắc nó bay rồi."

Nó khóc to:

"Không, không, không phải."

Bố từ nhà trên nghe ồn đi xuống. Mẹ thở dài. Bố nhìn nó, nó cúi mặt. Bố nghiêm giọng:

"N., chuyện chi đó nữa?"

Mẹ đỡ lời:

"Con dế của con nó bay rồi."

Nó ấm ức:

"Không, nó không bay. Dế hay không bay. Dế dở ngoài cột đèn đường mới ưng bay."

Bố bật cười. Ít khi bố cười:

"Thì nó không bay. Nó nhảy, nó phóng đi mất."

Thằng bé nấc lên một tiếng, tránh cái nhìn của bố, nước mắt chảy xuống ròng ròng. Bố gắt:

"Cái thằng này..."

Bỗng, thật bất ngờ, bố dịu giọng:

"Bố không ưng con chơi dế đâu. Chiếm hết cả ngày giờ của con. Nhưng, thôi được, mất con này đi bắt con khác. Kiếm không ra con đỏ đỏ như vậy thì cứ việc ra ngoài chợ mua, thiếu giống gì cái thứ đó.

Tại các cổng trường cũng thấy bán. Đây, bố cho mấy xu...Ra chợ mua con khác về chơi, nhưng chơi bớt bớt đi nghe! Để ngày giờ học hành."

Nó cố nén tiếng nấc mà nén không nổi. Sức mấy có con dế nào hay bằng con dế đó. Nó không nói con dế giỏi, con dế tài, mà con dế hay. Nước mắt càng ràn rụa, mũi chảy thò lò. Nó đưa cánh tay định quẹt mũi, sực nhớ, khựng lại. Mẹ vội lấy khăn lau mũi cho nó.

Nó cảm thấy lòng căm ghét dâng lên. Ghét ai đây? Ghét bố hay ghét mẹ? Hình như nó ghét mẹ nhiều hơn. Ghét mẹ dễ. Ghét mẹ mấy ngày cũng không sao. Bố thì khác.

Mùa dế rồi cũng qua đi, và chú bé không bao giờ tìm được chú dế lửa thân yêu. Nó ủ rũ nhiều ngày, nhiều tháng, khiến bố mẹ vô cùng ngạc nhiên. Mãi về sau khi nó đã lớn khôn nhiều, con dế lửa mất đi vẫn để lại trong lòng nó một vết thương chưa thành sẹo, một nhớ tiếc không nguôi.

*

Những con dế than, dế lửa quả là những hình ảnh vô cùng rực rỡ nổi bật lên trên khung cảnh quá êm đềm của Đà Lạt thời thơ ấu. Đà Lạt thơ ấu! Đúng thế, thời thơ ấu của chính Đà Lạt và cũng là thời thơ ấu của nó. Đà Lạt còn nhiều thứ khác nữa, như nó đã nói và nó sắp nói thêm, và lần nói thêm này nó xin được tóm tắt. Nó sợ "làm nhàm tai người khác", như chị thường mắng nó khi nó say mê kể hoài về chuyện bắt được con dế lửa trước ngôi nhà trên Cây Số Sáu.

Những con vụ bay vèo vèo trên các lề đường, thời đó vắng người đi. Con vụ được đẽo từ sọot chỉ máy may, đẽo đi một vành thôi, một cây đinh giày "săng-đá" đóng vào chân vụ. Quay con vụ. Khi con vụ sắp hết đà quay, dùng cây roi cán là chiếc đũa, phần kia là sợi dây vải, quất mạnh vào vụ, phải biết cách quất, thế là con vụ lại quay xoắn tít.

Cũng trên những lề đường đó, tụi nhỏ tụm năm tụm ba lấy đất sét hòa với nước nhồi nặn thành những cái cốc đáy mỏng nhưng thành dày. Vừa nặn xong, cốc đang còn ướt dẻo, trở úp miệng cốc nện mạnh xuống đất, tạo nên tiếng nổ chát chúa. Đó là trò chơi "đốt pháo đất sét". Đất sét còn thừa chúng trộn muối vào nặn thành những hòn bi tròn lùi vào bếp tro hồng ngày mai đem ra chơi. Chơi bi đất sét tự làm lấy mau bể nhưng vui hơn bi chai mẹ mua. Hoặc nặn ống điếu, gắn cọng đu đủ tía làm cần hút, bắt chước ống điếu của "mọi cà răng căng tai". Có đứa nghịch ngợm ăn cắp thuốc lá thiệt nhét vào điếu đất sét hút. Ho sặc sụa.

Trên nhiều đường phố, hồi đó ít xe cộ, ít người, tụi nhỏ tay cầm cán là chiếc đũa hoặc khúc cây ngắn, vừa chạy theo vừa đánh vào vành bánh xe đạp con nít, hoặc vành sắt, hoặc vành thúng vành rổ, giữ sao cho nó không ngã lăn hoài.

Có lúc đang vui chơi bỗng thấy voi, thế là bọn

chúng bỏ cả cuộc chơi để đi coi voi. Lâu lâu, chuyện này không hiếm, con voi đứng lại ngay giữa đường phố ỉa một đống to tướng. Tụi nhỏ cho là gặp được điều may lớn. Mấy đứa lì lợm liền chạy đến giật lông đuôi voi. Voi đau quay người lại gầm lên, mọi trên bành voi la hét rùm beng, tụi nhỏ chạy té re. Nghe nói dùng lông đuôi voi xỉa răng, răng hết sâu. Đó là những con voi của người thượng đem dâng cho nhà vua, vua Bảo Đại, trên đường đi qua khu phố của chú bé.

Chúng chạy theo voi nửa đường rồi quay về tiếc rẻ, nhưng không đứa nào dám mạo hiểm chạy theo voi lên tận "ba-le" (Palais impérial, dinh vua Bảo Đại). Thằng bé lại càng không dám. Ham đi lêu lổng xa quá lỡ quên đường về sao! Chính bản thân của nó đã một lần khổ sở vì chuyện đó.

Một chủ nhật, như mọi chủ nhật khác, chị nó đi "bà xơ" cùng với tất cả học trò con gái khác trong lớp dù có "theo đạo" hay không. Đó là chuyện bắt buộc. "Theo đạo" có nghĩa là theo đạo Thiên Chúa, và "đi bà xơ" là đi đến một ngôi nhà thờ nào đó để được các bà xơ (soeurs) dạy bảo nhiều thứ như thêu thùa, nấu ăn, trồng rau, trồng hoa, ca hát, các môn thể thao, các bài giảng trong Kinh Thánh v.v... Học trò con trai thì đi "lu-vờ-tô" (louveteau, sói con). Học trò con gái khoảng ba mươi đứa sắp hàng hai đi bộ từ nhà trường qua nhiều dãy phố để đến nhà thờ.

Sáng hôm ấy, chưa biết sẽ chơi món nào, nó bỗng

nẩy ra cái ý chạy theo đuôi đoàn học trò con gái, có chị nó trong đó, xem họ làm gì. Lẽ dĩ nhiên nó chạy theo xa xa đằng sau, khỏi bị ai để ý. Đoàn học trò ra khỏi cổng trường quẹo trái đi một quãng ngắn trên con đường nhỏ lát đá, rồi quẹo phải đi trên con đường nhựa tiến về phía ngôi chợ to lớn của thành phố, tháp ngôi chợ có chạm hình mọi "cà răng căng tai", rồi lại quẹo trái xuống một con đường vừa rất dốc vừa cong queo hai bên là các dãy phố để đến khu Cầu Quẹo. Những nơi này nó đều biết.

Đoàn người tiếp tục đi, lách theo một con đường mòn nhỏ, băng ngang qua một khu vườn trồng la-ghim, tiến đến một con suối. Con suối này chảy ra thác Cam Ly mà nó từng được nhà trường dẫn đến coi. Một chiếc cầu gỗ cong cong bắc ngang qua dòng nước chảy khá mạnh. Cầu nhỏ, bọn con gái phải từng đứa một đi qua.

Nó đứng chờ khuất sau hàng cây "bông trắng" xanh tươi. Nó thầm nhủ hôm nào mình sẽ trở lại đây chặt cây bông trắng đem về làm nạng ná bắn chim. Nạng cây bông trắng không bền bằng nạng cành ổi nhưng cân đối và dễ uốn. Khi mọi người đã qua hết cầu, sắp hàng hai trở lại, tiếp tục đi khá xa, nó chạy nhanh qua cầu rồi lẽo đẽo đi theo.

Nó bắt đầu chột dạ. Liệu chốc nữa có nhớ đường về hay không? Cảnh vật chung quanh lạ lùng, ghê ghê. Đoàn người đi băng ngang một con đường cái trải đá, lại theo một con đường mòn hai bên cây cối rậm rạp, lên một con dốc khá cao để đến một con đường cái khác chắn ngang. Về sau lớn lên, nó biết đó là đường Thi Sách gần cư xá Đờ-Cu (Cité Decoux). Rồi họ rẽ sang phải. Nó đi đằng sau xa, lòng hồi hộp, ngớp ngớp nhìn theo đoàn người rồi vô tình nhìn chệch qua phía trái. Sau mấy rặng thông rậm rạp, xanh ngắt, là những tòa nhà ngang dọc tường trắng xóa, mái ngói đỏ loét, không một bóng người, hiện lên chấp chới trong ánh nắng sớm.

Nó thấy cái dáng lạ lạ, quen quen. Bỗng nó rụng rời. Đúng là nhà thương và nhà xác mà tụi nhỏ thường thì thầm nhắc đến.

Nó quay người định chạy lui nhưng sợ lạc đường. Không dám nhìn qua phía trái nữa, nó cúi gầm đầu đi theo đoàn con gái. Đi thêm một quãng đường, họ rẽ sang trái, đi vào cổng một khu nhà thờ rộng lớn. Sau này nó biết đó là khu nhà thờ Saint Domaine de Marie. Nó cũng len lén đi vào cổng. Đoàn con gái cứ thế đi xuống tận dưới thung lũng khá xa. Rồi vui chơi, múa hát, học hành trong một ngôi nhà thật dài có mái che nhưng không có vách, giống như cái prề-ô (préau: nhà chơi của trường học), còn nó thì đứng lấp ló sau các gốc cây.

Nó chờ mãi. Lạnh và đói. Sao chị lâu về thế. Trời bỗng tối sầm, rồi mưa to. Nó tìm cách ẩn mưa dưới những cành cây lớn. Trận mưa không lâu nhưng nó cũng bị ướt như chuột lột và run lên vì lạnh. Nó khóc tấm tức. Sao mãi chị vẫn không chịu về. Nó đói meo.

Cuối cùng, chắc là đã chiều rồi, mọi người sắp hàng hai ra về, nó lại chạy theo đằng sau xa, lòng lo lắng nghĩ đến trận đòn đang chờ nó. Chắc chắn bố không thể nào tha thứ cho nó cái tội đi lêu lổng suốt ngày. Từ đó nó không bao giờ dám đi đâu xa một mình.

Nhưng coi voi vẫn không thú bằng coi "mọi về". Lâu lâu, nó không nhớ trong bao bao lâu, người Thượng không biết từ những ngọn núi nào kéo nhau về rần rần. Một đoàn người thật dài đi tỉnh bơ ngay trên đường phố chứ khỏi cần phải đi trên lề đường để tránh xe kéo, xe ngựa, hoặc xe hơi. Hồi đó ít xe hơi lắm. Đoàn người đông hơn toán con gái "đi bà xơ" nhiều, già trẻ lớn bé đều có đủ, đúng là mọi "cà răng căng tai", răng cà sún sát nớu, trái tai đàn bà con gái căng to bằng miếng gỗ dẹp tròn lớn bằng miệng ly uống nước, lủng la lủng lẳng. Lại có cả heo, chó, gà mang theo, ốm nhom. Đàn bà thì ở trần, mặc váy đen vằn trắng, cũng mang gùi hoặc mang em bé sau lưng. Đàn ông chỉ đóng chiếc khố, da của họ trông dày cộm và đen thui, lưng mang gùi, tay cầm roi mây, xà gạc.

Tụi nhỏ bàn loạn lên với nhau rằng nghe nói trong rừng cây cối rậm rạp không thể nào đi được một bước nếu không dùng xà gạc dọn đường, còn roi mây là để đánh cọp. Cọp không biết đau nhưng sợ tiếng gió phát ra từ cái roi mây, "ông anh" bảo thế. Oai hơn cả vẫn là những người lè kè trên vai chiếc nỏ, để ló ra sau gùi cái ống tre đựng tên nhọn. Tụi nhỏ lại kháo lên rằng nỏ và tên để săn voi, tức là con thú rừng to nhất, mạnh nhất, khôn nhất và dữ nhất, khác hẳn những con voi tuy cũng to, mạnh nhưng rất hiền của nhà vua. Mũi tên tuy nhỏ nhưng rất "lợi hại", rất độc, trúng voi voi chết, vì được ngâm trong "nước miếng buổi sáng" để lâu ngày. Cô giáo bảo nước miếng buổi sáng độc lắm, mỗi sáng phải đánh răng để tẩy độc đi.

Tụi nhỏ đứng trố mắt nhìn đoàn mọi đi qua cho đến người cuối cùng, rồi đi theo xem thử họ sẽ đi đâu. Thì ra mọi đi chợ. Họ bán heo, gà, bắp, kê, mật ong, thịt rừng, móng cọp, nanh heo rừng v.v...và mua gạo, muối, rượu. Họ biết xài tiền nhưng không biết đếm. Chẳng hạn họ bán ba xu một con gà thì họ nói con gà này giá một xu, một xu, một xu, vừa nói vừa chìa một ngón tay thôi, chìa ra làm ba lần. Họ không chịu bán chó. Xong họ ngồi chiếm hết những bậc tam cấp của chợ, mỗi người lấy từ trong gùi một cái đãy dài làm bằng lát cuốn tròn đựng cơm nguội và mắm cá, lắc lắc cái đãy đổ cơm và mắm lên bàn tay đen thui, vắt lại thành cục cho vào miệng ăn ngon lành. Hết vắt này đến vắt khác. Ăn xong, họ đến những vòi nước máy công cọng kê miệng uống, rồi lấy ống điếu cần thật dài mồi lửa hút thuốc. Có người mua chai nước ngọt uống một ngụm, rồi tới vòi nước máy châm thêm cho đầy đưa cho người khác uống, người đó cũng uống một ngụm lại đi lấy nước máy châm thêm, cứ thế thay nhau uống mãi không hết một chai.

Không đầy một tiếng sau, họ đã lục tục kéo nhau đi cùng những con chó ốm nhom. Bọn nhỏ đi theo. Chúng nó rất lấy làm lạ khi thấy đoàn mọi không trở về con đường cũ. Hình như họ đã bỏ rừng cũ, định đi đến một vùng núi rừng xa xôi, bí mật, nào khác nữa. Bọn chúng chỉ đi theo vài chặng đường rồi đành đứng lại nhìn theo tiếc ngẩn ngơ.

Quay trở về chúng tha hồ vẽ ra trong đầu không biết bao nhiêu là cảnh rừng rú, núi non, âm u, ghê gớm. Rồi bàn bạc, hù dọa, cãi cọ, đứa nào cũng nghĩ rằng mình biết nhiều về mọi hơn đứa khác

Những ngày sau đó, mỗi lần nhớ đoàn mọi, tụi nhỏ lại đi lên mấy cái gò cây cỏ mọc hoang rậm rạp cầm ná cao su làm bộ đuổi theo heo rừng tưởng tượng, gặp chim sâu nhỏ xíu bằng ngón chân cái là cùng nhau chỉa ná bắn, trúng, không biết ai bắn trúng, tranh nhau nhổ lông, xẻ bụng kiếm lửa nướng lên chia nhau ăn, đứa cái cánh, đứa cái đùi, đứa cái đầu, đứa cái lưng, nhai ngang xương, không bỏ một chút nào. Ăn xong đi kiếm trái mác mác (chanh dây) làm món tráng miệng, bóp nhẹ đủ bể làm hai làm ba kêu rốp rốp để lòi cái ruột màu tím gồm một lớp hột trong trong như hột é ngâm nước, ngọt, chua, hăng hăng mùi rừng. Có khi hái được những trái mâm xôi đỏ thắm nằm từng cụm trong đám lá nhám xanh dày cộm to bản.

Hoa dại cũng khá thơm mọc rất nhiều trên gò, và cũng có nhiều bướm cánh đủ màu rực rỡ, nhưng chúng nó thích cỏ gà hơn. Trên gò cỏ gà tươi tốt, bặm xị, chúng tha hồ nhổ từng nạm thắt thành nút đá nhau.

Chơi trên gò chán lại kéo nhau lên một con dốc gần nhà bưu điện trèo lên mấy cây to mọc hai bên đường hái những trái màu trắng ngà nhỏ như đầu ngón tay mà người ta gọi là trái xá lị, ăn thấy vừa ngọt, vừa chua, vừa chát. Xong rủ nhau đến trước mặt nhà của một thằng bạn học ở cuối phố bẻ đọt hoa hồng bụ bẫm tước lớp vỏ xanh bên ngoài, ăn cái thân non mềm mại ngọt lợ lợ. Hoặc đến nhà một thằng khác có mở quán bán đường đen coi ong ruồi bay rà rà trên mặt cửa kính thỉnh thoảng nhểu ra vài giọt mật. Tụi nhỏ ngồi chờ ong bay qua khung cửa kính khác, rồi tranh nhau thò ngón tay quẹt mật ong cho vào mồm mút.

Ăn gì cũng thấy ngon, nhưng cái ao ước tha thiết nhất của tụi nhỏ vẫn là món cơm nguội ăn với mắm cá mòi đựng trong cái đãy làm bằng lát lấy ra vắt trong nắm tay từng vắt nhỏ đút vô miệng nhai nhồm nhoàm, chóp chép ngon lành. Phải chi mình là mọi để được ăn như thế!

III

Đà Lạt và tuổi thơ ấu của nó cứ thế trôi qua cho đến một ngày đầu mùa mưa, đầu mùa đá dế, năm 1945.

Thật ra những năm tháng trước đó cũng có một số biến động mà nó chẳng hiểu đâu vào đâu. Chẳng hạn bỗng dưng xuất hiện những đoàn quân Nhật trông dữ dằn, nói năng toàn cái giọng nạt nộ. Bọn Tây trước kia dữ không kém, nhưng đến lúc đó lại đổi tính, "hiền từ ra phết", chữ của mẹ. Rồi "đùng một cái", cũng chữ của mẹ nó, Nhật làm sếp, Tây biến đi đâu mất cả, và nó được nghỉ học mấy ngày.

Một buổi sáng chủ nhật nó xin phép bố cho lên chơi với thằng bạn học ở trên Cây Số Bốn. Lên đó bắt dế. Mấy mùa dế đã qua mà nó chưa kiếm cho ra một con dế thật hay, thật đẹp. Nó ngồi bệt xuống thềm nhà, nhớ con dế lửa thân yêu năm nào.

Bỗng nhiên nó thấy chị người làm từ xa hớt hơ

hớt hải chạy tới kêu nó về nhà gấp. Nó đứng dậy theo về lòng bồn chồn lo lắng. Rồi từ lo lắng đến hết ngạc nhiên này tới ngạc nhiên khác. Trên nhiều con đường, đường cái, đường đất, đường mòn, đường dốc, dưới thung lũng, trên sườn đồi...đổ về thành phố, lũ lượt những đoàn người đi hàng một, tay cầm dao, rựa, xà beng, gậy. Có cả mọi cầm nỏ trông oai nhất. Hai bên đường, trước cửa mọi nhà, bày ra những thúng cơm vắt, mỗi vắt to hơn nắm tay người lớn, và thịt kho, cá kho, muối mè.

Thỉnh thoảng vài ba người tách ra khỏi đoàn ghé vớ lấy nắm cơm, chút đồ ăn, rồi vội chạy theo cho kịp đoàn. Về đến nhà nó cũng thấy cơm vắt, thịt kho mẹ nó bày ra trước cửa nhà từ hồi nào. Lạ quá, hồi sáng sớm nó rời khỏi nhà, có thấy gì đâu. Sau đó nó được biết ta đem quân đi bao vây quân Nhật ở Nhà Đèn. Phải có lương thực đầy đủ để đi "đánh giặc".

Đánh nhau hai ngày thì phải, ta chết mất mấy người. Nhật bên trong Nhà Đèn chết nhiều hơn, người ta bảo thế, nhưng vẫn cứ lì lợm không chịu trả Nhà Đèn cho ta.

Nó không biết cuộc chiến về sau kết thúc như thế nào, chỉ thấy bố và vài người bạn thân thường nhỏ to chuyện trò một cách bí mật. Trước kia đâu có thế. Nó rất tò mò muốn biết có chuyện gì, mon men đến gần nghe lóm thì bị bố đuổi "đi nơi khác chơi!" Thế mà có một lần nó cũng nghe được lõm bõm vài câu:

"Hết tuần lễ vàng tới tuần lễ bạc, sắp kiệt quệ rồi. Anh còn chịu nổi nữa không?"

"Không chịu nổi cũng phải ráng chịu, ai sao mình vậy."

"Lại còn cái chuyện này, tại sao không gọi ông ấy là ông Minh mà gọi là cụ Hồ. Nghe nói ông ấy chưa già mấy. Trẻ hơn ông anh của tôi đó anh!"

Nghe được chừng đó nó lại bị đuổi đi nơi khác.

Sau đó có lệnh tạm đóng cửa trường.

Bố mẹ lo âu "xoắn vó". Gia đình nó sắp "lên đường chạy giặc". Có khi gọi là "tản cư", chữ nghe lạ hoắc. Bố, mẹ, chị, và nó, cùng với tất cả những gì có thể mang theo đều được đưa lên đầy một chiếc xe ngựa. Chạy. Một dây thừng buộc vào cổ một con ngựa khác chạy theo sau để luân phiên tiếp sức cho con ngựa chạy đằng trước, sẽ lóc cóc trên những con đường rất dài.

Nó bé dại ngu ngơ -- bạn học cùng lớp đều lớn hơn nó ít nhất vài tuổi cũng thường bảo nó ngu – nên chẳng hiểu tại sao khi không lại bỏ nhà mà đi. Hình như người ta sắp đánh nhau thì mình phải chạy đi nơi khác mà người lớn gọi là tản cư. Thế là được nghỉ học một thời gian, tốt quá. Có lâu bằng nghỉ hè hay không, nó ngẫm nghĩ.

Chiếc xe rời bỏ ngôi nhà, giã từ Đà Lạt, nghe nói sẽ hướng về phía Trại Mát, Cầu Đất, những cái tên nó nghe lần đầu trong đời. Bố mẹ khác hẳn mọi ngày, ít nói, không vui, chị thì cũng có vẻ muốn im lặng, chú đánh xe lầm lì. Chỉ một mình nó sung sướng trong lòng.

Nhưng vui sướng hơn cả nó là con Ba Tô, một “nhân vật” rất quan trọng đối với nó, có thể một phần nào thay thế được cho con dế lửa đã “bay” đi đâu mất mấy năm rồi.

Đó là con chó Bẹc-giê mới lớn, có bộ lông láng lẩy, phần lông hướng lên trời tức là lông lưng thì đen, hướng xuống đất tức là lông bụng thì vàng, mỏ dài, hơi nhọn, hai tai cũng nhọn, dài, và đứng thẳng, mà cái lưỡi cũng dài luôn, có chấm chấm mấy cái bớt đen. Bốn chân thì khỏi nói, dài hơn cả cặp giò của nó, thân hình và cái đuôi lại cũng rất dài, và rất đặc biệt là đuôi nó thẳng ro chứ không cuốn tròn như đuôi con chó vàng hàng xóm -- những chi tiết ấy khắc sâu vào trí nhớ bé thơ của nó.

Lúc mới gia nhập vào gia đình nó, con Ba Tô bé như con heo con, được nó bồng đi chơi quanh vùng. Nhưng con chó khôn lớn nhanh hơn nó nhiều. Chỉ một thời gian ngắn, ngắn là bao ngắn nó không nhớ, con chó đã biến thành con ngựa con cho nó cưỡi trên lưng. Đó là con ngựa không yên cương, không biết ăn cỏ, mà chàng kỵ sỹ thì không đeo cung, không mang gươm, nằm dài trên lưng ngựa má áp sát vào lớp lông cổ mịn màng nghe mùi là lạ, hôi hôi, thơm thơm, hai tay ôm chặt lấy cổ ngựa, hai chân quắp cứng vào bụng ngựa. Thế mà ngựa vẫn có thể chạy được mươi bước.

Kỵ sĩ tí hon và con ngựa Ba Tô quấn quýt nhau, chơi đùa với nhau, bất cứ lúc nào có mặt bên nhau.

Thường lệ thì hễ cả nhà cần đi đâu, bố đều khóa trái hai cánh cửa lớn, con Ba Tô ngoan ngoãn ở lại giữ nhà.

Con mèo Xiêm thì khỏi nói, luôn luôn ở trong nhà. Chỉ ban đêm có khi chạy đi chơi đâu không ai biết. Chị thích con mèo, nó thích con chó. Trong trí nhớ của nó, con mèo Xiêm nghiêm trang, lặng lẽ, lười biếng, nằm suốt ngày trong nhà bếp cho ấm. Lông nó toàn trắng, trừ những đầu mút, nghĩa là cái mỏ, hai tai, bốn chân và phần cuối của đuôi, tất cả đều đen.

Sáng hôm tản cư con Ba Tô trở chứng. Nó chạy ra vỉa hè sủa dăm ba tiếng, rồi chạy vào nhà ngửi chân người này, hít tay người nọ, liếm mặt nó, rồi chạy ra ngoài hè sủa tiếp. Cứ thế mấy chục lần. Mà sủa khơi khơi thế thôi, chứ có người nào đến đứng lảng vảng trước cửa nhà mình rình rập dòm ngó ăn trộm gì đâu.

Cuối cùng khi đồ đạt đã chất lên xe xong, bố sắp sửa đóng cửa lại, và ngoắt con Ba-Tô. Thường lệ, thấy thế, Ba-Tô biết ý, chạy vào nhà ngay. Lần này nó cứ chạy quanh. Thằng bé hiểu ngay nói với bố Ba Tô cũng muốn đi "tản cư". Bố như sực nhớ ra bảo thế là phải lắm, bố quên khuấy đi mất, phải cho Ba Tô đi theo với chứ. Chị hỏi rứa con mèo thì sao. Mẹ buôn bã nói không biết tính ra răng cả, hơn nữa, có lẽ thấy mọi người chộn rộn quá, con mèo chạy trốn đi đâu mất rồi.

Nó muốn cho con Ba Tô lên xe, nhưng bố lừ mắt. Mẹ nói nhỏ rằng không được mô hai con. Nhiều người, con thấy đó, còn phải gánh mấy đứa con bé tí chạy bộ, mình chở con chó trên xe coi mô được. Nó không đồng ý nhưng đành tạm chịu thua cái đã.

Chiếc xe ngựa quá nặng nề, cồng kềnh, có thêm "con ngựa xơ cua" chạy theo sau. Trong xe hết chỗ để thì treo lủng lẳng hai hông xe đủ thứ hăm bà lằng. Xe không thể chạy nhanh, cho nên Ba Tô không những đuổi theo dễ dàng mà còn thừa sức tung tăng chạy rẽ ra nơi này nơi khác dòm dòm ngó ngó, ngửi ngửi khịt khịt, rồi co một cẳng sau lên đái tỉnh bơ. Thấy Ba Tô lần đầu tiên được đi xa nhà chạy nhảy loạn xạ, thằng bé đâm lo, năn nỉ:

"Bố ơi, ngừng xe lại bắt con Ba Tô lên để con ôm nghe bố. Con sợ nó chạy mất."

Bố hơi gắt:

"Không mất đâu. Chó không bao giờ lạc đường. Cứ để nó chạy theo như rứa là được rồi."

Thằng bé không dám nói thêm. Nó không hiểu tại sao con Ba Tô đái nhiều quá thế. Hở một chút là đái một chút. Chút ít thôi. Đái vào cột đèn đường, vào gốc cây. Có khi đái cả vào thềm nhà, tường nhà người ta, bị người ta đuổi, co giò chạy tiếp. Nó hỏi, bố bảo chó đi đường xa thì đái rắc.

Nếu là trước kia, nó còn hỏi nhiều, chẳng hạn đái rắc nghĩa là gì, tại sao bây giờ nẫy ra cái kiểu đái mới mẻ ấy, chứ thường ở nhà lâu lắm con chó mới đi đái một trận dài. Thằng bé thường dẫn con chó đi ỉa đi đái nên biết rõ điều ấy hơn ai cả.

Nhưng buổi sáng hôm đó bố mẹ, và cả người đánh xe ngựa đều khó hiểu, có vẻ như không ưa nó nói lý láu huyên thuyên, nó đành câm miệng, nhưng trong lòng ấm ức. Ngồi lắc lắc, giật giật trên xe thật đã, lại được nhìn cảnh lạ đường xa, tuy thế mắt nó không quên chăm chú dõi theo từng điệu bộ của Ba Tô, lúc chạy lúc nhảy lúc đứng lại nghe ngóng. Nó vừa lo âu vừa vui sướng lây.

Một lần khi xe chạy ngang qua một tòa nhà lớn, sau này nó biết đó là Nhà Ga Đà Lạt, rồi trèo ì ạch lên một trái đồi nhỏ thông xanh trùm đến ngọn, rồi đổ nhanh xuống một thung lũng cây cỏ um tùm, nó không thấy tăm hơi của Ba Tô đâu cả. Nó đứng lên ngồi xuống không yên trên chiếc gối dày cộm mẹ dành riêng cho nó, mắt thì bắt đầu cay sè muốn khóc, môi run run, vì lo lắng cho con chó. Chị nó liếc thấy bực mình bảo nó đừng mu khóc nũa, đừng són nước đái ra đó, dị lắm. Thì may quá, Ba Tô phóng vụt ra từ một lùm cây, miệng ngoạm một con gì đó, chắc là con chuột bự, hay con thỏ rừng, hay con chồn. Nó nằm xuống bên đường, hai chân trước đè chặt con mồi, tính ăn thịt hả? Chiếc xe vẫn chạy, con chó đành thả con mồi, chạy theo xe. Chỉ loáng một cái, con Ba Tô đuổi kịp xe ngay, lại còn dư sức chạy qua mặt một đoạn, rồi đứng lại ngoảnh đầu, vẫy đuôi, đợi chờ, mặt mày hí hửng.

Dần dần chiếc xe ngựa không còn ì ạch lên dốc nữa. Trên những con đường lạ hoắc, dốc nghiêng nghiêng, thường là dốc xuống chứ không phải dốc lên, con ngựa kéo chiếc xe nặng chạy thong thả, nhẹ nhàng hơn, còn con Ba Tô cứ thế khi có khi không, khi còn khi mất, chơi trò cút bắt với thằng bé. Mỗi khi con chó xuất hiện, mắt chó và mắt nó luôn luôn gặp nhau, như muốn chuyện trò riêng. Chị vui lây, vẫy tay chào Ba -Tô. Nó không vẫy tay đáp lại, mà vẫy đuôi, sủa lên mấy tiếng nhỏ, rồi lại quay người chạy ra khỏi lề đường, biến mất trong những lùm cây rậm rạp.

Đi khá lâu, nó không biết đã đi được mấy tiếng đồng hồ, xe dừng lại đổi ngựa, con ngựa chạy theo sau được cho ra đằng trước, và ngược lại. Cơm nắm, muối mè, tôm kho, thịt kho được mẹ mang bày ra ăn. Ngựa cũng được tháo dây cương cho gặm cỏ ven đường. Mọi người ăn uống vội vã cho qua bữa. Nó nuốt cơm không xuống. Lần này sao lâu quá mà không thấy Ba-Tô xuất hiện.

Bố vẫn lặng lẽ nhưng không giấu được nét lo âu, mẹ luôn luôn trông như một tảng nước mắt sắp vỡ òa, chị không lớn tuổi hơn nó nhiều nhưng còn giữ được bình thản, chú đánh xe vẫn lầm lì như hồi sáng.

Riêng nó thấy đi tản cư như thế này thì thật là sướng, tuy có lúc hoảng hốt vì con Ba Tô. Như lần này chẳng hạn. Nó nghĩ người ta còn đi lạc nữa là. Nó từng bị lạc đường đến nửa ngày khi đi bắt dế trên Cây Số Sáu hè năm ngoái.

Ăn uống xong, cả nhà, tuy không ai nói ra, đều có ý chờ Ba Tô. Chờ lâu quá không thấy. Nắng đã chiếu nghiêng nghiêng, buổi chiều chưa tới, mà núi rừng bắt đầu lạnh. Sương từ mặt đất dâng lên làm khó thấy những ngọn đồi gần. Đồi xa thì chịu thua, chìm nghỉm trong mù. Núi cũng vậy, vì núi còn xa hơn nữa. Vài ba chiếc xe ngựa tản cư chở đầy người và đồ đạt chạy trên cùng con đường đã qua mặt chiếc xe chở gia đình nó.

Chú đánh xe ngựa tới thì thầm bên tai nó:

"Coi đó tề, ai nấy đều hớt hơ hớt hải như con gà mở cửa mả. Mà chú bé này cháu thì khóai lắm, phải không?"

Nó chẳng hiểu gì. Nhưng đoán đó là lời khen. Bỗng nó thấy từ xa một người đàn bà gánh một gánh đi tới. Người đàn bà gầy gò, bận áo len màu "cháo lòng" cũ rích có nhiều lỗ lủng, đi chân đất, lưng ẹo xuống dưới cái đòn gánh cong như vòng cung. Một đầu gánh gồm nồi đất, bịch gạo, mấy củ khoai, mấy trái chuối, áo, quần, mền, chiếu, và những thứ khác mà nó không biết là cái gì. Đầu kia, trong cái thúng lớn, hai đứa bé nhỏ hơn nó nhiều ngồi đâu lưng vào nhau, lem luốc, mũi thò lò thụt vô lòi ra như hai con sâu rọm. Một trong hai đứa ôm bầu sữa đút vô miệng.

Người đàn bà lần từng bước đi ngang qua, tay trái đè lên phần trước của chiếc đòn gánh, tay phải vói ra đằng sau níu chiếc gióng lên. Hai cái thúng quá nặng, đu đưa, khiến người đàn bà đi cà giựt, cà giựt.

Nó nhớ mấy chị người làm trong khu phố đêm đêm sắp hàng hứng nước nơi cái vòi máy nước công cộng gần nhà nó. Họ gánh hai thùng nước đầy mà vẫn đi một cách nhẹ nhàng. Vậy thì cái gánh của người đàn bà này chắc chắn phải nặng hơn nhiều.

Chú đánh xe ngựa bỗng dưng quay nhìn người đàn bà, rồi ngứa miệng la to:

"Mới ra khỏi nhà hả?"

Người đàn bà làm như không nghe, tiếp tục bước. Chú đánh xe tự nhiên xía vô việc của người ta:

"Bỏ bớt đồ đi, đừng ham hố."

Người đàn bà quắt mắt nói to:

"Mặc kệ người ta."

"Có bỏ bớt đồ tui cũng không thèm lượm đâu mà sợ. Chị thấy đó, xe tui đã đầy ứ rồi. Tui biết trước sau cũng phải bỏ bớt đồ lại. Bỏ trước hay hơn bỏ sau."

Người đàn bà lại làm như không nghe thấy gì, cứ lầm lủi bước. Chú đánh xe nói tiếp:

"Tui dám cá giỏi lắm là lết tới nửa cái dốc đằng kia chị sẽ bỏ lại hết. Con cũng bỏ luôn cho mà coi."

Chú đánh xe vừa nói dứt, người đàn bà đột ngột đứng lại, hạ nhanh đôi thúng xuống, quăng mạnh cái đòn gánh vào lề đường, ngồi bệt xuống đất. Hai đứa con nít có lẽ bị thốn đít vì cái thúng đụng đất mạnh quá, khóc ré lên như vừa bị ai nhéo. Mẹ chúng nó đưa tay vỗ về hai đứa nhỏ, rồi cúi đầu, ôm mặt không cho ai thấy. Hai đứa nhỏ đã nín, bây giờ hình như tới phiên người đàn bà đó khóc? Nó chẳng hiểu đâu vào đâu.Chú đánh xe đã đến thế mà cũng chưa chịu buông tha:

"Quay về nhà cho rồi. Tui nói thiệt, không ai thèm ngó tới chị đâu mà sợ."

Tự nhiên mẹ nó đưa tay ôm lấy ngực, rồi nước mắt chảy ướt hai bên má, khóc không ra tiếng. Nó ngơ ngác nhìn mẹ. Bố bảo mẹ mau nước mắt. Nó thì đoán bệnh khóc cũng là bệnh hay lây, bệnh đái cũng vậy, tụi nhỏ thường bảo nhau thế. "Bệnh đái là bệnh hay lây/ thấy thằng khác đái mình bày chim ra". Thấy người ta khóc, mẹ khóc lây chứ gì.

Bố thở dài bảo tất cả lên đường. Nó vội nhắc cho bố biết con Ba Tô chưa chạy theo kịp mà. Bố nghiêm mặt. Thế là nó riu ríu trèo lên xe, cố cầm nước mắt, sợ chị chọc quê, sợ bố bạt tai. Mẹ nó buồn bã nhìn nó, đứng về phe nó, nó biết, nhưng không hiểu sao mẹ vẫn im lặng không chịu nói giúp cho nó một tiếng. Biết đâu có mẹ nói bố sẽ bằng lòng chờ con Ba Tô. Nó nghĩ thầm hễ có rừng núi là có ma quỷ, rắn rít, cọp, voi, đười ươi, và nhất là sư tử, mạnh và dữ hơn chó nhiều. Ở trường cô giáo dạy sư tử là chúa sơn lâm, ngang hàng với cọp. Chứ đâu phải chỉ có hươu, nai, chồn, thỏ. Thôi, thế là rồi đời con Ba Tô. Chắc bị sư tử hay cọp ăn thịt Nó bắt đầu cảm thấy "tản cư" không vui như nó tưởng. Nó hoang mang. Và một nỗi buồn lạ xâm chiếm.

Xe chạy lóc cóc mãi cũng tới Cầu Đất. Dừng lại nghỉ. Đồ đạc được chuyển từ xe ngựa vào một ngôi nhà chậtních. Gia đình nó ở lại đó một hôm. Hôm sau chuyển đồ đạc lên xe vận tãi, bỏ lại xe ngựa, chạy tiếp. Qua khỏi Dran, Krong pha, Tuộc Chàm (Tour Cham - Tháp Chàm), đến Phan Rang lại nghỉ.

Bố mẹ và cả chị trông hốc hác, phờ phạc, và mệt nhoài vì những đống hành lý, chỉ có nó con nít không làm gì được, mà cũng không được đứng xớ rớ vướng tay vướng chân người ta. Nó bị bỏ quên, đi thơ thẩn một mình suốt buổi. Có khi buồn quá, nó chạy tuốt ra bờ sông ngồi vọc cát. Cát trắng đâu mà nhiều thế, khác hẳn ở bờ hồ Đà Lạt. Gió cũng nhiều. Gió thổi cát vào mắt xót. Nó chảy nước mắt vì cát và vì khóc. Ba-Tô ơi. Và nắng gắt làm rát da mặt, da lưng.

Ở Phan Rang được mấy ngày, lại lên xe tãi đi đến thành Diên Khánh gần Nha Trang. Chú thím họ sinh sống tại vùng này ngỏ lời mời gia đình nó ở lại trong bao lâu cũng được, khi nào yên yên sẽ tính chuyện trở về Đà Lạt sau. Nó hỏi chú thím họ là gì, được trả lời rằng không phải là chú thím ruột. Nó nói cũng chưa hiểu rõ, lại được trả lời chưa hiểu thì thôi, đừng hỏi lôi thôi nữa. Quả thật nó không được cưng như xưa, nó lầm bầm trong miệng.

Nhà rộng, vườn dừa um tùm, tiếng quết chả dòn dã suốt ngày, chú thím làm chả lụa bán. Nghe chị nói chả lụa thành Diên Khánh ngon lắm, nó chờ được ăn.

Mấy con heo trong chuồng ụt ịt nghe lạ và vui tai, gà, vịt thì từng đàn lội dưới ao, lại thêm mấy con ngỗng to đẹp trắng phau phau ngúc ngắc cái cổ dài ò à ò è đuổi theo dọa nó. Nó bớt hoang mang, nó bớt buồn.

Bố từ chối lời mời của chú, nói rằng chỉ ở lại đây ít hôm rồi về Huế.

Ủa, về Huế sao? Thế là bỏ Đà Lạt đi luôn? Tại sao thế? Tại sao về Huế? Cái xứ Huế ghê gớm, huyền bí đó, nó có biết, hiện lên như một đám mây mù rất xa trong trí nhớ của nó - nhiều chuyến về Huế ăn Tết, ăn giỗ, đám ma, đám cưới, về thăm nội, thăm ngoại, đi bằng xe lửa từ Đà Lạt đến ga Tháp Chàm thì đổi xe, vào lúc giữa khuya, có xe lửa khác đưa đi ra Trung, ra Huế xa lắc xa lơ. Nó còn nhớ một lần nửa đêm thức dậy, tại ga Tuộc Chàm, trong ánh đèn vàng mờ đục, bỗng thấy những người đàn bà Hời mặc áo dài trắng, không phải kiểu áo dài của mình, chít khăn đen, đầu đội những chiếc vò cao nghều nghệu, chân đất, đi lui đi tới dọc theo đường rầy trông giống ma.

Chú bảo đang đánh nhau lớn ở Nha Trang, không thể theo đường quốc lộ để ra Huế được. Thỉnh thoảng nó nghe tiếng nổ như trời gầm từ xa vọng lại, nghĩa là có đánh nhau lớn như chú nói? Mình đánh Nhật như hồi đánh Nhà Đèn Đà Lạt? Hay mình đánh ai? Hay ai đánh mình? Mà sao lại đánh nhau kỳ cục thế? Gia đình nó và biết bao nhiêu người khác chạy tán loạn vì người ta đánh nhau. Mà sao lại đánh nhau dai vậy, sao không đánh nhau vài ngày rồi thôi như hồi ở Đà Lạt. Ầm! Ầm! Ầm! Ghê khiếp quá! Bố bảo đó là tiếng súng đại bác. Nó thầm nghĩ trúng đạn đại bác là "tử trận."

Một buổi chiều, nó thấy nhiều xe tải chở đầy những người lính trẻ tuổi gầy còm, tay ôm súng, đầu đội nón ca-lô bằng vải hoặc bằng giấy, mặt mày lầm lì, nước da xanh xao, đôi mắt xa xôi, hơi buồn buồn thì phải, từ đâu ghé đến thành Diên Khánh đậu lại choáng hết mấy khúc đường. Các anh lính nhảy xuống xe ngồi bệt xuống đất duỗi thẳng cẳng, lưng dựa vào phên tre, tường vôi của những căn nhà dân cư quanh vùng, súng gác trên chân, lấy cơm vắt, bánh tráng, bánh tét, bánh ú từ trong những gói bằng lá chuối ra ăn. Có anh quên ăn ngồi ngủ gà ngủ gật.

Chỉ trong giây lát, đoàn xe lại rồ máy ầm ĩ, rồi những tiếng còi "tu huýt" rít lên nghe muốn xốp phổi. Các anh lính trẻ lại ôm súng nhảy vội lên xe. Anh nào nhảy lên không nổi thì đã có những anh đứng trên xe lôi lên lẹ làng. Đoàn xe chạy về phía có tiếng súng đại bác đang vọng lại từng hồi ghê khiếp. Họ liều mạng đến thế à? Lỡ đạn đại bác bay đến trúng họ? Lỡ "tử trận" như con dế bị cắn lòi ruột?

Nó sợ. Nó hoang mang. Nó cảm thấy thương xót đoàn quân đó quá. Nó ngẩn ngơ nhìn theo cho đến khi chiếc xe cuối cùng của đoàn xe chạy khuất sau hàng dừa nhánh lá đu đưa trong gió ở một khúc đường quanh, rồi cứ thế chạy xông tới nơi có tiếng đại bác ầm ... ầm ...ầm ... tung lại đằng sau những đám bụi mù mịt.

Chú nói muốn ra ngoài nớ thì phải đi bọc đường rừng, nghĩa là phải đi ngược chiều với đoàn quân đổ về phía Nha Trang, rồi sẽ đến ga Lương Sơn nằm nép bên bờ biển. Đi bằng cách đó may ra còn xe lửa đi tiếp ra Tuy Hòa, Quy Nhơn ...

Ngày hôm sau gia đình nó lại lên đường, thuê người gánh gồng hành lý đi bộ ra Lương Sơn theo lối đường rừng. Nó lẽo đẽo chạy theo muốn hụt hơi.

Đến ga Lương Sơn có xe lửa. Ban ngày đoàn tàu nằm dài nghỉ dưỡng sức trên con đường rầy vắng. Hành khách đông, đông quá, đều được lệnh tìm chỗ trốn dưới các lùm cây rậm hoặc hang, hố quanh đó. Đêm đến mọi người lại được cho trở về các toa, chen chúc nhau, chồng chất lên nhau. Và đoàn tàu mò mò chạy tiếp. Nghĩa là ban ngày sáng sủa thì nghỉ, ban đêm tối tăm thì chạy, nó thấy thật là ngược đời. Sau nó mới biết làm như thế để tránh máy bay thả bom. Lúc đó nó càng nhận ra rằng "tản cư" không sung sướng chút nào cả. Trái lại là khác.

Nỗi khổ theo những ngày tiếp đó tăng thêm hoài như không bao giờ dứt, bắt đầu từ hôm xe lửa đi qua chiếc cầu thật dài bắc ngang qua sông Đà Rằng thuộc tỉnh Tuy Hòa. Chiếc cầu kinh hoàng! Chiếc cầu dài vô tận! Trong đêm tối đen, không đèn đóm, không còi tàu, cửa đóng kín bưng, mọi người không ai dám hó hé một tiếng, đoàn tàu nín thở chạy qua cầu. Đông nghẹt cả người và đủ thứ hành lý, đồ đạc, đoàn tàu quá tải như không lết nổi, máy móc như đều rủ liệt, rù rù lăn bánh trên chiếc cầu rung rinh.

Thì ra một khúc cầu bị bom thả sập mấy hôm trước, được nối tạm, không biết có chịu nổi sức nặng của đoàn tàu hay không. Lỡ cầu sập, chắc là mọi người đều chết hết, trong đó không chừng cũng có bố mẹ và cả nó nữa.

Nó bắt đầu run. Mọi người cũng sợ, không ai bảo ai đều chắp tay lầm rầm khấn vái. Nó cũng bắt chước chắp hai bàn tay lại. Nhưng đó là chuyện nó chưa muốn nói đến nhiều.

*

Gia đình nó trải qua nhiều gian lao cuối cùng cũng tới được chốn quê hương mà nó dần dần cảm nhận một phần nào những nét đẹp lạ lùng, và thần bí của cố đô, của đền đài miếu mạo rêu phong, u uẩn, của sông núi trông như những bức tranh thủy mặc. Một thành phố khốn đốn nhưng trang trọng và sang cả nằm co cụm như một ốc đảo bao vây bởi những làng quê xôi đậu ngập chìm trong khói lửa liên miên.

Nhưng hồi ấy nó chỉ biết đó là nơi nó được sinh ra, nơi trên giấy khai sinh ghi là chánh quán của nó, tầm mắt nó chỉ thấy được bàn thờ ông bà tổ tiên âm u hương khói, mồ mả lạnh lẽo đầy cỏ cú, cỏ may, sim dại nằm ven những chân đồi, chân núi. Và thấy rõ hơn hết là hình bóng của bà nội tóc bạc phơ, móng tay dài ngoằn cong queo, người héo quắt như thân chuối khô, sống "một mình chóc ngóc" trong ngôi nhà từ đường cũ nát, những tháng năm loạn lạc, đói kém, con cháu mỗi người đi một ngả.

Bà nội giỏi chữ Hán, thỉnh thoảng đọc mấy câu thơ lạ. Và lạ hơn nữa bà nói bà đã quen sống với rắn, những con rắn lồng đục thủng những mắt ống tre trên mái nhà để đuổi chuột, thỉnh thoảng buông mình từ sà nhà xuống lưng chừng gian nhà quạnh hiu, vắng teo, đu đưa cái đầu bóng loáng cùng cặp mắt thôi miên, nhìn bà. Bà thản nhiên nhìn lại.

Gia đình nó từ Đà Lạt tản cư về, bà nội vui hẳn lên. Nhưng ngày vui ngắn lắm. Chẳng bao lâu gia đình nó, lần này thêm bà nội, lại kéo nhau chạy ra hướng bắc tản cư đến những làng quê thuộc tỉnh Quảng Trị khi mặt trận ở Huế vỡ. Nó nhớ mang máng vài nơi mà gia đình nó đã chạy tới như Ngô Xá, Mai Xá. Tiếp theo, thảm họa xẩy đến với gia đình nó. Cuối cùng nó lại hồi cư trở về quê hương chánh quán tang tóc, nghèo khó, chứ không phải về thành phố của những ngày thơ ấu.

Bà nội sống còn sau lần chạy giặc ấy hồi cư về ngôi nhà từ đường cũ nay càng tiều tụy hơn, rắn lồng lui tới càng nhiều hơn. Những khi không thấy ai, bà tưởng thế chứ thực ra nhiều lúc nó tình cờ đứng quanh quẩn đâu đấy, bà lẩm bẩm, *"rắn lồng lộn lạo thủy tinh lờ mờ".* Bà nói gì vậy, lớn lên nó cũng chẳng hiểu. Khi học xong ở Huế, nó lại ra đi. Bà ở lại một mình rồi qua đời.

IV

Mười năm sau tôi trở lại Đà Lạt. Tôi đi từ Huế. Có người cho rằng sau một thời gian dài trở về nơi đã sống từ thuở thơ ấu ta thường thất vọng. Tầm nhìn xa hơn, hiểu biết rộng hơn, kinh nghiệm sống nhiều hơn, sẽ làm mất mát đi rất nhiều điều mà ta trông chờ nơi quê cũ. Những nhận xét ấy liệu có áp dụng được vào trường hợp của tôi hay không?

Chiếc máy bay Bristol hai động cơ đáp xuống phi trường Liên Khương, hồi tôi còn bé tên của nó là Liên Khàng, vào buổi trưa có nắng, gió, và lạnh. Tôi bồi hồi xúc động. Tôi cảm nhận ra ngay rằng Đà Lạt muôn vàn thương nhớ bây giờ vẫn giữ được một cách rất kín đáo những nét hoang sơ ngày xưa, đồng thời đang tỏa ra biết bao nhiêu hương sắc, âm thanh, hình dáng mới. Thật ra tôi của những năm tháng ngu ngơ ngày xưa làm sao nhận ra được khuôn mặt tươi sáng, lung linh, huyền ảo của thành phố cao nguyên này. Đà Lạt ngày xưa của tôi chỉ là thành phố của những mùa vui chơi hồn nhiên, thơ dại với hoa cỏ, núi rừng, của con dế lửa gáy vang lừng một buổi sáng mưa lâm râm, của con chó Ba Tô những ngày đầu tản cư hoang mang.

Chiếc xe hơi của hãng Hàng Không Việt Nam đưa tôi từ phi trường về trung tâm thành phố vượt qua những cánh rừng thông ngút ngàn, những thung lũng cũng thông xanh trùng trùng điệp điệp, vượt qua con đèo dài ngoằn ngoèo cũng thông và thông tràn ngập.

Tôi đi xuyên qua màu xanh phơn phớt của những cành thông non chìa tay dài ra làm thành vòm trên cao vẫy gọi, màu xanh thẫm của những hàng thông mọc hai bên đường hân hoan đón mừng, màu xanh thẫm dần của những lớp thông chen chúc đằng sau xa nô nức chen nhau chờ đợi, hết lớp này đến lớp khác, những màu xanh đậm nhạt khác nhau chồng lên nhau, quyện vào nhau, dàn trải ra thật xa và thật sâu đến tận cuối tầm mắt. Tôi cảm thấy tôi biến thành gió mang theo hương thơm của hoa rừng cỏ nội, của những lớp vỏ thông khô, nhựa thông nâu, phấn thông vàng. Tôi cảm thấy tôi biến thành nốt nhạc hòa điệu trong những đợt âm thanh vi vu, man mác trong không gian. Tiếng gì đó nhỉ? Vâng, tôi nhớ ra rồi -- tiếng thông reo.

Hàng vạn, hàng triệu cây thông vừa mới chạy dồn về đây chen nhau đứng sẵn trước cửa ngõ Đà

Lạt nghênh tiếp người trở về.

Xe đưa tôi đi dưới những ngọn nắng êm êm, những ngọn gió mát rười rượi, những vạc sương lác đác phủ mờ mờ trên nhiều chặng đường. Tôi đi sâu vào bầu không gian càng lên cao càng tinh khiết hơn, càng tỏa ra cái lạnh se se, xao xuyến đến bùi ngùi. Nước mắt rưng rưng. Nếu không có hành khách đi cùng xe, tôi khóc.

Đi hết con đường đèo, thông thưa dần. Qua khỏi một ngọn dốc nữa, kìa, thành phố của tuổi thơ đây rồi, quen thuộc như đã thấy trong nhiều giấc mơ, những mái ngói đỏ tươi, những mái ngói nâu sẫm, những khung tường nhiều màu, những hàng cây xanh mướt, những cụm thông trên những đồi cỏ tròn như bát úp tụm năm tụm ba thủ thỉ chuyện trò, những hàng rào làm bằng nẹp gỗ mỏng sơn trắng thật thấp, thật dài và thật sơ sài chạy tung tăng lượn vòng vèo, những con dốc thoai thoải đổ êm êm xuống các khu vườn trồng khoai tây, cà chua, xà lách, bắp sú, đậu hòa lan. Và kia kìa, soi bóng cây trên đồi, soi mây trời buổi xế chiều, soi cái tháp chuông cuả ngôi nhà thờ trên cao có hình con gà, là mặt hồ nước trong xanh, sóng lăn tăn.

Tôi trở lại Đà Lạt vào mùa hè 1955. Mười năm về trước, tôi nhỏ xíu, mà thành phố cũng nhỏ như tôi. Nay đã có một số chuyển biến không thể ngờ tới cho cả hai, Đà Lạt và tôi.

Đà lạt đang lớn lên từng bước, đang trở thành một thiếu nữ khuê các vừa qua cơn đau nhẹ. Đó là thành phố ít bị khói lửa tàn phá nhất trong chiến tranh tuy dăm ba vết thương cũ vẫn còn lưu lại. Đẹp quá, thanh tân quá, trong trẻo quá. Nước da còn hơi tái xanh, khuôn mặt hơi gầy chưa kịp phấn son, đôi mắt hơi lơ đãng còn vương chút mệt mỏi, còn đọng chút đau đớn, mái tóc mượt như tơ còn lẫn dăm sợi rối buông uể oải xuống vầng trán phảng phất chút sầu muộn.

Tôi ngoan cố. Tôi nhất định không đánh điện tín báo trước cho mẹ và chị đón tôi ở phi trường. Tôi muốn đi từ ngạc nhiên này đến ngạc nhiên khác cho tôi và cho người tôi thương yêu. Xe tắc-xi đưa tôi đến một căn nhà tiều tụy nằm bên con suối nhỏ, suối này chảy ra thác Cam Ly. Mẹ tóc bạc phơ, nước mắt ràn rụa, người của mẹ bé lại, con thì lớn lên nhiều quá, nhìn nhau bỡ ngỡ một giây, ôm chầm nghẹn ngào.

Nhưng chị ở đâu? Chị con đan len ngoài phố, để mẹ đi "xoắc" một cái mua mấy thứ con ăn, và kêu chị bỏ buổi làm việc về sớm với con.

Tôi đi trên các viả hè Đà Lạt lòng bồi hồi nhận ra nhiều nét vừa quen vừa lạ, khiến cho tôi cảm thấy vừa gần gũi, vừa bỡ ngỡ. Rồi thời thơ ấu sống dậy -- một buổi sáng mùa hè êm ả mưa nhẹ như sương vang lừng tiếng gáy của con dế lửa; một buổi sáng mùa thu lạnh lẽo lóc cóc chiếc xe ngựa chạy trên con đường dài đánh lạc con chó Ba Tô của tôi. Đánh mất luôn tuổi nhỏ của tôi.

Đường và địa danh đã mang tên Việt Nam, chẳng hạn đường Hàm Nghi thay vì Rue d'Annam, đường Duy Tân thay vì Maréchal Foch, đường Hai Bà Trưng thay vì Pasteur, đường Phan đình Phùng trước chỉ quen gọi tên là đường Cầu Quẹo. Hoặc những địa danh như cư xá Chi Lăng thay thế tên Cité Saint Benoit, hồ Than Thở thay Lac des Soupirs, rừng Aí Ân thay cho Bois d'Amour, trường Hùng Vương trước kia là trường Yersin v.v...

Đà Lạt khoác chiếc áo mới, Đà Lạt bừng bừng sức sống. Cũng như Nha Trang, Đà Lạt là thành phố trẻ, trẻ hơn, và cũng như Nha Trang thành phố biển mang rất nhiều dáng dấp của Huế, thành phố núi Đà Lạt thiên nhiên có khác, nhưng tâm tình là Huế. Huế, Đà lạt, Nha Trang là ba chị em thân thiết. Lẽ dĩ nhiên cũng có những người từ Sài Gòn, Đà Nẵng v.v...đến cư ngụ, sinh sống; hoặc những người Tàu mở quán ăn, tiệm thuốc bắc; hoặc một số phong cách mới rất tây phương và rất có ảnh hưởng; và đặc biệt là sau khi đất nước chia đôi năm 1954 một số người từ Bắc di cư vào mang theo nếp sống thanh nhã.

Ngoài những trường hợp vừa nói, đại đa số người Đà Lạt đều có liên hệ xa gần với Huế từ huyết thống, tính tình, tập tục, giọng nói, cho đến món ăn, cách phục sức, cách trang hoàng nhà cửa.

Tôi tìm đến ngôi nhà cũ trên đường Rue d' Annam.

Ngôi nhà không còn, vỉa hè còn. Tôi nhận ra vị trí cũ của ngôi nhà, nay là cái nền xi măng nứt nẻ loang lỗ cỏ dại trên đó một cái chòi nhỏ lợp tôn được cất lên lôi thôi dùng làm chỗ chứa vỏ ruột bánh xe hơi phế thải, những ống sắt cong queo, những miếng thiếc thừa, những lon dầu nhớt vung vãi, những thùng đựng đủ loại bù lon, đinh, dây chì, dây kẽm, và vài ba chiếc ghế gỗ nhỏ thấp chủn nằm bên cạnh cái lò bếp dựng bằng ba viên gạch mẻ trên đó đặt một cái nồi đất không có vung, ám khói. Bếp lửa đã tắt, nồi đã cạn nước, trong đó mấy củ khoai luộc cháy đen. Chòi vắng, không thấy ai ở đấy.

Mười năm về trước nơi khoảnh đất hoang vắng này là một căn nhà khá xinh xắn ôm ấp lấy một gia đình còn nguyên vẹn, mỗi chiều về vang lên tiếng nói tiếng cười, tiếng giã hành tỏi, mùi xào nấu, và ánh lửa bập bùng từ lò bếp in những hình bóng quen thuộc lên vách tường.

Đứng trên nền nhà cũ, tôi nhìn quanh. Một số nhà láng giềng ngày xưa mọc lên cao hơn, tươm tất hơn. Chẳng qua là vì gia đình tôi đi tản cư xa quá rồi đi luôn trong khi nhiều gia đình khác cũng tản cư nhưng đến Phan Rang, hay Tháp Chàm, hay Nha Trang rồi quay trở lại sớm. Chỗ tôi đứng không phải là cao điểm của thành phố nhưng tôi cũng nhìn thấy được nhiều.

Phía triền đất cao, những đồi thông xanh ngắt chen lẫn dăm ba thân cây cháy đen và mấy cái gò cỏ dại mọc đầy. Kế đến là nhà thờ Tin Lành một góc vòm bị trụt lỡ in hình thuôn thuôn lên trên nền trời cao không một gợn mây. Tiếp theo là chùa Linh Sơn mờ mờ ảo ảo sau những hàng cây trông như tranh vẽ cảnh bồng lai. Phía thung lũng, dưới phố xa, phơi mình trong nắng mai trong và lạnh, là đường Cầu Quẹo văng vẳng vọng lại tiếng người nói, tiếng xe chạy. Bên kia thung lũng, đường Hai Bà Trưng uốn éo khi ẩn khi hiện như một con sông đang trôi. Và phía bên trên nữa sau đường Hai Bà Trưng, là khu Nhà Thương, đường Thi Sách, và vùng Saint Domaine de Marie, tưởng như nằm gọn trong vườn Địa Đàng. Tôi đảo mắt tìm Nhà Thờ Con Gà, cầu Ông Đạo, và cái hồ thường bị sương mù phủ lên một lớp dày. Không thấy. Nhà cửa, cây cối, đồi non che khuất.

Tôi đi lên Cây Số Sáu.

Ngôi nhà ngày xưa bố vừa cất xong còn in rõ trong trí nhớ. Nền nhà nằm bên mé thấp của con đường nhỏ trải đá, mé bên kia của con đường là triền đất chạy lên vùng cao mọc đầy thông. Ngay cả cái mái nhà của bố mẹ cũng không cao ngang với mặt đường, vách nhà làm bằng thân cây thông dài và thẳng xẻ làm đôi còn nguyên vỏ sù sì đóng chồng mí lên nhau. Trước mặt nhà là một cái sân nhỏ có lối đi rải đá cuội nối với con đường cái trên kia. Sau lưng nhà, mảnh vườn khá rộng đổ xuống cái thung lũng thật sâu. Phần trên của vườn trồng rau xanh, đặc biệt là khoai lang vỏ màu trắng, củ nhỏ, dài như củ càrốt, nấu chín bẻ làm đôi hiện lên lớp bột khoai trông sáng óng ánh ăn ngọt lịm. Phần dưới của vườn trồng cà phê, hồi đó cây chưa lớn mọc chen chúc thành một đám xanh um. Hình như cà phê chưa trổ ra được lứa trái đầu tiên thì gia đình tôi đã tản cư. "Mảnh vườn dốc" chưa khai phá xong, dăm bảy cây thông bị cưa sát gốc nằm ngổn ngang. Biên giới của vườn là những cọc cắm chưa thành hình cái hàng rào. Đấy là ngôi nhà của thời thơ ấu vẫn con nằm nguyên trong ký ức.

Nay tôi trở lại. Trước tiên tôi nhận ra hai con đường nhỏ tụm nhau lại ở cuối Cây Số Bốn rồi chạy thêm một quãng nữa để chuyển qua Cây Số Sáu. Thế Cây Số Năm nằm ở nơi nào, quả tôi không biết.

Tôi đi quanh tìm kiếm một hồi lâu, gặp lại con đường chạy vòng trên triền đất cao hơn mái nhà ngày xưa. Cây thông già dưới gốc có con dế lửa ngày xưa gáy vang lừng cũng còn đó. Tiếng gáy ngày xưa bỗng dưng ròn rã vang dội trong lòng tôi ngay lúc này. Cái thung lũng cũng còn đó, không sâu thẳm như tôi nghĩ. Tầm mắt của tôi bây giờ lớn hơn ngày xưa, nên tôi nhìn xa ra thấy bên kia thung lũng cánh rừng thưa cây che khuất từng đoạn của một con đường nhỏ đất đỏ chạy uốn éo.

Hồi bé tôi cho rằng cuối thung lũng là hết, nghĩa là chỉ có rừng rồi núi non. Núi là giới hạn cuối cùng. Không có "bên kia núi". Nhưng tôi không thể nào tìm ra nền nhà cũ, nói gì đến ngôi nhà tranh vách làm bằng thân cây thông còn nguyên vỏ.

Khi tôi vừa mới lớn lên thì cụ hàng xóm nghèo khó trước kia ở cạnh nhà tôi đã già lắm. Tóc bạc, má nhăn, miệng móm, răng còn vài chiếc lung lay trệu trạo nhai trầu. Tiếng nói của cụ do đó khò khè, ngắt quãng, khó nghe. Cụ là một trong số người ít ỏi không đi tản cư, ở lại một mình ... mà ... mà chịu trận chớ cháu ... tới mô thì tới ... tra rồi ... có chết cũng ... cũng vừa. Tôi nhận ra cụ, nhưng cụ nhìn tôi ngẫm nghĩ. Tôi phải "khai báo" dông dài.

Khi nhận ra tôi, cụ giữ tôi lại suốt buổi chiều kể lể đủ mọi thứ chuyện. Đến đoạn nói tới con chó của tôi, cụ thở dài. Đôi mắt hom hem, lờ đờ bỗng nhiên bừng lên một vài tia sáng mơ hồ.

Cụ kể chuyên cũ. Tôi lắng nghe, thỉnh thoảng nói chen vào đôi câu.

Những ngôi nhà mà chủ đã đi tản cư bỏ trống thì mấy ngày sau cửa ngõ bị đập phá, đồ đạt bị lấy sạch, trừ nhà của gia đình tôi. Nhờ con chó. Nhưng rồi sau đó cũng tiêu tan hết, cụ nói.

Một ngày sau khi gia đình tôi đi, cụ thấy con chó về. Nó chạy theo chắc không kịp, hay bị người ta chặn đuổi nên chạy trở lại, đó cháu. Tôi không thể tưởng tượng được rằng nó đã chạy xa đến thế mà có thể tìm lại đường về nhà, nhưng cụ bảo chó tìm về nhà giỏi lắm, vì đi mô xa nó cũng làm dấu. Tôi sực nhớ thế là đúng rồi, nó "đái rắc" tại nhiều nơi dọc con đường đi để làm dấu mà quay lui. Nó đâu biết rằng chúng tôi “tản cư”. Đi, đi mãi.

Đêm hôm đó nghe rẹt rẹt ngoài cửa nhà tôi, cụ cứ tưởng bọn hôi của tới phá phách, cướp bóc. Cụ sợ quá, nằm yên, nín khe. Sáng hôm sau cụ mới biết. Thì ra con chó đã cào cửa cả đêm. Không vào nhà được, con chó nằm mẹp ngày lẫn đêm trên vỉa hè ngay trước cửa, gầm gừ khi thấy ai đi ngang qua gần. Suốt mấy ngày nó không ăn không uống, không đi đâu cả, cứ nằm hoài trước nhà, lông lá bù xù, cái bụng xép ve, cặp mắt buồn thiu. Thấy tội nghiệp, xóm giềng muốn đem nó về nuôi nhưng mỗi lần ai tới, nó nổi dữ lên, phùng mang trợn mắt, mà cá mới có cái mang chớ bác, tôi nói đùa, ừ thì rứa đó, để tui nói tiếp, làm ai cũng ớn xương sống.

Bà cụ dù thiếu thốn, mỗi buổi tối trước khi đi ngủ vẫn sớt ra bớt một chút cơm nguội, cơm cháy cho vào miếng lá chuối đem để trước nhà cụ rồi đóng cửa lại đứng nép bên trong nghe ngóng. Chỉ một chốc sau, con chó đánh hơi được, đến ăn sạch bách. Nhưng nếu cứ thế cũng kẹt cho cụ, người không đủ ăn, của đâu cho chó mãi.

Con Ba Tô khôn lắm. Từ hôm được cho ăn, tui để đồ ăn trước cửa nhà tui chớ có mời mọc chi mô, nhưng nó biết tui cho nó, thoáng thấy tui nó vẫy đuôi một cách uể oải, nhưng hễ tui đến gần, nó lại gầm gừ. Cụ nghĩ trước sau gì nó cũng sẽ ngoan ngoãn, lúc ấy cụ sẽ dụ nó về nhà nuôi thêm vài tuần lễ cho nó có da có thịt hơn, rồi đem đi bán. Cơm và vô lỗ miệng không đủ, có mô nuôi chó. Nó đẹp quá, thế nào cũng có người mua, cụ biết chắc như thế.

Nhưng mọi chuyện không xẩy ra suôn sẻ như cụ muốn. Sau đó khoảng một tuần lễ, đêm mô cũng rứa, lúc ai nấy đã ngủ ngon, con chó nó mới tru. Thoạt đầu là vài ba tiếng sủa trong cổ họng, ngập ngừng, như dò đường, như rà mìn. Rồi tru to lên dần dần. Rồi cau có, gắt gỏng, giận dữ. Chỉ chưa đầy nửa giờ sau, những tiếng sủa rời rạc ban đầu nối lại thành những chuỗi tru dài liên tục, càng lúc càng dài như bất tận, khi trầm khi bổng, khi to khi nhỏ, khi rì rầm cằn nhằn nhức nhối, khi hét tướng lên như điên tới nơi. Tiếng tru nghe ai oán quá cứ thế tuôn ra từ cái mỏ dài nhọn hoắt chỉa thẳng lên trời.

Nếu cứ thế, con Ba Tô biến thành chó dại mất. Mọi người trong khu phố vừa bực bội, vừa thương hại con chó mất chủ. Tôi chêm thêm, chắc nó không phải giống chó bẹc-giê đâu. Nó giống chó sói nên mới tru.

Những ngày ấy Đà Lạt là thành phố gần như bỏ ngỏ. Lực lượng giữ gìn an ninh trật tự chưa kịp tái lập. Bọn hôi của tha hồ hoành hành, chó dại, chó hoang, chó vô chủ, chó đói tha hồ chạy rông ngoài đường phố.

Con chó của cháu, hắn tên chi hè, dạ, con Ba Tô, khác những con chó kia, ban ngày thì cố thủ nơi vỉa hè trước ngôi nhà cũ, ban đêm thì tru tiếp. Biết cụ có chăm sóc con chó, nhiều người hàng xóm bảo cụ nên tìm cách bắt trói nó lại, họ sẽ giúp một tay, lấy dây cột chặt cái mỏ của nó, thế là hết tru, để người ta ngủ cho yên giấc chớ. Bà cụ thấy cũng có lý, nhưng cứ hẹn rày hẹn mai. Cụ biết rằng cấm nó tru một cách tức tưởi như rứa nó chết mất. Để nó tru thêm ít bữa cho hả hơi, rồi sẽ tính.

Gần nửa tháng sau, một buổi chiều khi mặt trời sắp tắt, đường phố không đèn đóm bắt đầu nhá nhem tối, bà cụ định bước vào nhà thắp ngọn đèn dầu thì trông thấy ba tên đàn ông trông chẳng hiền lành chút nào, không biết từ đâu nghênh ngang tới. Một tên cầm cái xà beng, hai tên kia trong tay mỗi tên một thanh củi, và hai ba cái bao bố rách. Bà cụ lo bấn xác, nhưng cố lấy giọng bình tĩnh nhỏ nhẹ hỏi:

"Mấy chú tới đây có việc chi rứa hả mấy chú?"

Chúng gắt:

"Việc chi kệ người ta, hỏi vô duyên."

Ai vô duyên hả cháu? Khi không tới đất của người ta, sắp sửa cướp của, sắp sửa làm chuyện bậy bạ, lại dám nhiếc người ta vô duyên! Đúng là thứ đồ cứt một về sau khu mà miệng thì cứ bô bô hỏi thúi mô rứa, mô thúi rứa. Cái tội đổ hô nớ trời không dung, đất không tha, cho mô.

Nói xong chúng nó hầm hè tiến đến gần con chó,

tên nào tên nấy mặt đanh lại hung ác. Bà cụ muốn kêu cứu hàng xóm, nhưng sợ hãi đến líu lưỡi không nói ra được một tiếng nào. Vả lại trong thâm tâm bà cụ cũng biết rằng có kêu lên cũng vô ích, thời buổi này ai lo việc nấy còn không xong, hơi sức mô xía vô việc làm của bọn dao búa.

Con Ba Tô vẫn lì lợm không chịu bỏ chạy, đi chầm chậm lùi sát vào cánh cửa lớn, gầm gừ dọa nạt. Nhưng ba tên ấy là thứ người da dày lắm, da mặt càng dày hơn, không sợ chó cắn, không sợ người ta rủa, vẫn cứ lừ lừ tiến. Con chó phải lùi xa dần cánh cửa, cụp tai, trợn mắt, nhe răng, sùi bọt mép. Trông nó như con thú dữ trong rừng. Chúng bèn chia lực lượng ra, như chiến đấu ngoài mặt trận, hai tên cầm hai thanh củi thủ thế canh giữ con Ba Tô, tên còn lại cầm xà beng quay lui về phía cánh cửa.

Bà cụ thở dài như trút bớt gánh nặng trong lòng, thầm nghĩ rằng có lẽ bọn này không đến đây giết chó để ăn thịt. Chúng chỉ muốn lấy đồ đạt trong nhà mà thôi.

Cái xà beng nhanh chóng nạy bật cánh cửa ra kêu rẹt một tiếng lớn. Nhanh như chớp, bất chấp hai tên đang cản đường, con chó phóng mình đến ngoạm ngay vào cườm tay tên phá cửa. Cả ba tên xúm lại đánh đập con Ba Tô nghe thình thịch, hừ hự.

Con Ba Tô một mình không có đồng minh, không có vũ khí, mà lạ quá, nó chịu đòn giỏi lắm, không sủa, không gào, không rên, chỉ vùng vẫy nhảy nhót táp tên này, cắn tên nọ, và lãnh những trận mưa đòn.

Sau một hồi, chiếc xà beng nện trúng ngay vào đầu con chó phát ra một tiếng như tiếng nứt nẻ. Ba Tô giật bắn lên cao như trái banh, rồi rơi bịch xuống đất nằm nghiêng bốn chân duỗi dài, thân hình ốm tong teo bầm dập co giật, mồm chảy máu thành dòng, nước mắt ứa ra đục ngầu. Trước khi nằm bất động, nó chu mỏ tru lên mấy tiếng đứt quãng, ngăn ngắn, khe khẽ, yếu ớt. Rồi im bặt.

Bà già òa khóc chồm tới ôm xác Ba Tô vào lòng. Một cái đẩy mạnh, bà lăn quay. Chúng vội vàng dộng xác Ba Tô vào một bao bố, có lẽ để mang về xẻ thịt ra chia nhau ăn, bà nghĩ thế. Rồi chúng tiếp tục nạy cửa.

Con chó tính chuyện gì khi nó thí cả mạng sống chống cự bọn người hôi của ấy? Tôi ngẫm nghĩ. Nó quý ngôi nhà đến thế sao. Quý nơi nó từng sống và đã trở thành một phần của cuộc đời nó, cho nên nó không muốn người khác đến xâm lăng? Hay nó nghĩ đến chúng tôi trước, muốn giữ ngôi nhà để nay mai chúng tôi sẽ trở về đó sum họp với nó? Hay nó đã tuyệt vọng, mất chủ cho nên ngôi nhà biến thành nơi bám víu cuối cùng, phải cố giữ? Hay cái bản năng trung thành của nó là thế, rất đơn giản, ấy là cái bổn phận bảo vệ đến cùng tài sản của chủ cũ? Là gì chăng nữa tôi không biết, không thể đọc đúng ý nghĩ của nó, chỉ có điều chắc chắn rằng nếu nó không bị đi lạc, nó sẽ "lên đường tản cư" theo chúng tôi đến chân trời góc biển, từ núi non đổ xuống đồng bằng, qua cầu Đà Rằng, ra Huế, rồi lại tản cư tiếp, rồi hồi cư, vân vân và vân vân. Chúng tôi đâu nó đó.

Có lẽ tôi phải mở một dấu ngoặc kể lể thêm một chút về hoàn cảnh gia đình tôi. Sau khi chạy giặc về Huế, rồi từ Huế lại tản cư thêm hai lần nữa ra hướng Quảng Trị, gia đình tôi tan nát.

Bố qua đời, mẹ và chị ở lại Huế gần hai năm, tiền để dành cạn kiệt. Lạ cái lạ nước, không biết làm gì để sống, phải tìm mọi cách trở về Đà Lạt. Chiến tranh chưa chấm dứt, phương tiện giao thông chưa tái lập, cũng phải tìm mọi cách mà đi.

Chuyến đi kéo dài hơn ba tháng, trải qua nhiều chặng, đi bộ, đi xe thồ, đi ghe. Cái chặng đi ghe trên biển mới khủng khiếp. Mẹ kể. Chiếc ghe nhỏ nhưng có buồm, lúc thuận gió ghe chạy nhanh, lắc lư, nghiêng ngửa như muốn chìm. Nước vào có khi ngập nửa ghe, mọi người hối hả tát nước. Đã thế, hai ba cơn bão diễn ra. Nhưng chuyện lạ là sau mấy ngày trôi nổi trên sóng gió, khi quay nhìn vào phía bờ biển, lại thấy hòn đảo cũ. Nghĩa là chiếc ghe không tiến tới được chút nào cả. Chuyện đó lặp đi lặp lại nhiều lần.

Trên ghe có bàn thờ Phật. Mọi người lạy lục, cầu khẩn. Bão tố giảm bớt dần. Cuối cùng chiếc ghe thoát ra khỏi vòng xoáy.

Mẹ và chị đến Đà Lạt rất muộn màng, trong khi

bà con quen biết đều đã hồi cư trở lại Đà Lạt từ lâu. Tôi thì ở lại Huế với O Dượng. Có lẽ sợ đi cả gia đình, lỡ chết hết. Mẹ bán nhà cũ, bán đất trên Cây Số Sáu, thuê một căn phòng nhỏ để ở. Mẹ buôn bán lặt vặt ngoài chợ, chị đứng bán hàng cho một tiệm vải và đan len, chờ tôi học ở Huế "thành tài".

Mười năm sau tôi mới trở lại Đà Lạt. Tại sao phải chờ đến mười năm? Không tiền mua vé máy bay đi một chuyến từ Huế vào Đà Lạt thăm mẹ, thăm chị mà không chịu "mở miệng" xin tiền của mẹ, hoặc của cô. Tại sao? Đó là do lòng tự ái, tự trọng, hay do tính nhút nhát không dám làm phiền người khác? Hay vì học chưa xong ở Huế thì không được tự cho phép đi đi đâu xa, dù đi thăm mẹ? Sau một mùa hè ở Đà Lạt, tôi vào Sài Gòn vừa đi học vừa đi dạy học, kiếm sống.

Đà Lạt, những năm tôi quay lại, bừng bừng vươn lên như Thánh Gióng trong chuyện cổ tích. Trường học mọc lên nhiều nơi. Vào giờ đến trường và tan trường ta có thể gặp trên bất cứ con đường nào học sinh, sinh viên ăn mặc thật đẹp, đặc biệt là các nữ sinh má ửng hồng không do son phấn, một tay ôm cặp sách, tay kia giữ vành nón, đi thành hàng dài qua những khu phố dốc tấp nập.

Rồi nào là Viện Đại Học, trường Cao Học Chính Trị Kinh Doanh, Lò Nguyên Tử, trường Võ bị Quốc Gia, trường Chỉ Huy và Tham Mưu, Nha Địa Dư, Viện Pasteur v.v...

Những buổi sáng cuối tuần, ngoài số rất nhiều du khách từ các nơi khác đến, người Việt cũng như người nước ngoài, là những sinh viên sĩ quan trường Võ Bị Quốc Gia trong bộ lễ phục trang nhã đi song song nghiêm chỉnh bên cạnh người yêu. Không nắm tay nhau, không ôm eo ếch của nhau, tuân hành quân phong quân kỷ.

Người ta vào những quán cà phê thơm ngào ngạt trên đường Hàm Nghi, vào những tiệm phở ấm cúng, phở Tùng, phở Ngọc Lan, phở Ga, phở Đắc Tín..., những tiệm cơm tây sang trọng như tiệm Mékong hoặc Chic Shanghai tại khu Hòa Bình, những quán bún bò Huế, cháo lòng, bánh nậm, bánh canh khói từ nồi nước lèo tuôn ra nghi ngút ngay mặt sau của ngôi chợ chính, hay ở cuối dốc đường Duy Tân.

Hoặc là họ xuống Dốc Nhà Làng ngồi trên những bậc tam cấp bằng đá sạch bóng, ăn bánh xèo bánh khoái. Họ đến mua hoặc ngắm hoa, quả, đủ loại, muôn màu muôn vẻ, thơm ngào ngạt, ngay trước mặt chợ. Họ đi vòng các cửa hiệu quanh chợ mua đồ lưu niệm như tên, nỏ, và các thứ vũ khí cuả người Thượng, những móng cọp, nanh heo rừng bịt bạc, phèn la bằng đồng, tù và bằng sừng trâu, những chuỗi hột cườm nhỏ li ti nhiều màu, những tấm ảnh chụp những ngọn thác, những đàn voi, những người đàn bà Thượng mặc váy rằn, ở trần v.v...

Còn dư thì giờ, họ vào những quán kem mọc cheo leo bên sườn dốc cạnh những con đường xuống hồ Xuân Hương, hoặc đi thẳng đến nhà thủy tạ ngay bên bờ hồ có nhiều thức ăn ngon, rồi uống cà phê, hút thuốc lá, nhìn ngắm thiên nhiên phơi phới khoe mình.

Đó là chỉ nói đến một vài nét sinh hoạt xúm xít tại trung tâm thành phố trong một buổi sáng cuối tuần. Xa hơn là vô vàn thắng cảnh nổi tiếng, các tụ điểm giải trí, vườn hoa, chùa chiền, nhà thờ, rồi ghềnh, thác, đồi, non, thung lũng, núi rừng. Nơi nào cũng êm đềm, cũng thơ mộng.

*

Tôi nghĩ đến câu nói "Mới đầu ở ngoài sân, sau lần vô bếp". Câu nói này thường có ý xấu mô tả cái tính lì lợm, sàm sỡ, dành sân lấn đất, "được đằng chân lân đằng đầu" của những kẻ lòng tham không đáy. Câu đó có thể áp dụng vào trường hợp của tôi.

Có dịp là tôi đến nhà anh Quang trên đường Hai Bà Trưng rủ anh đánh vũ cầu tại cái sân xi măng rất rộng trước nhà, hay đánh bóng bàn trong một căn phòng kế phòng khách. Tôi không thích vũ cầu, bóng bàn thì cũng "đại khái", và hình như anh ấy không ưa hai trò chơi này.

Chẳng qua để dãn gân cốt một chút rồi tôi theo anh vào phòng khách kiên nhẫn ngồi nghe anh say sưa nói đến những dự án mở nông trại vùng Tùng Nghĩa, Fim-Nôm, xây nhà, xây đập, đào giếng, nuôi bò, dựng chùa. Anh vẽ đẹp và có khiếu về kiến trúc, trang hoàng.

Tôi nhớ khi còn bé tôi có theo bố đến ngôi nhà này mấy lần. Ngôi nhà mới xây xong, rộng rãi và đẹp nằm trên đường hồi đó gọi là đường Pasteur. Hai gia đình quen biết nhau lâu, và hình như lúc đó Liên, em gái của Quang, chưa ra đời.

Hôm đó, một ngày mùa đông quá lạnh, phòng khách rộng lớn trông có vẻ rộng thêm ra. Tôi ngong ngóng nhìn qua cửa kính trong khi Quang mải miết trình bày một dự định mới. Tôi lơ đãng nhìn đồng hồ treo tường. Tôi biết nếu tôi cứ thỉnh thoảng nhìn đồng hồ đeo tay sẽ bị hiểu rằng tôi không muốn ngồi lại lâu hơn nữa. Đã hơn năm giờ chiều, học trò đi học đã về, trời mùa đông chóng tối.

Học trò đi học đã về rồi mà, ý nghĩ đó luẩn quẩn mãi trong đầu. Tôi lẩn thẩn nhớ câu mắng yêu của mẹ hồi tôi còn bé: *"Học trò đi học đã về/ Cơm canh chưa chín lại trề môi ra."* Không khéo...Bỗng cái bóng của Liên lướt nhanh qua cửa sổ, tay ôm cặp, chiếc quần lụa trắng khép nép, chiếc áo dài màu tím nhạt uyển chuyển, chiếc áo len đen xẻ giữa chỉ cài nút cổ, chiếc khăn quàng màu hồng quấn hờ bên bờ vai, và khuôn mặt quá xinh đẹp hơi cúi nhìn xuống đất có lẽ vì biết có tôi trong phòng đang nhìn theo. Tất cả những hình ảnh đó hiện lên nhanh. Chỉ một thoáng thôi, Liên đã bước nhanh vào nhà bếp. Cánh cửa khép kín!

Quang tiếp tục câu chuyện:

"Anh N. đồng ý không nào, ngôi nhà sẽ nhìn dòng suối chảy ngang trước mặt. Cái gò ngo này đứng án ngữ đằng sau, đây, đây là gò ngo, anh thấy chưa. Đúng phép phong thủy. Ngo là thông đó. Bên trái là con đường nhỏ chạy ra đường cái, bên phải sẽ đào một cái giếng...này này anh có nghe tôi nói không đó? Anh nói sao? Đúng vậy, cái giếng nước. Đã có con suối vẫn phải đào giếng, anh biết tại sao không?"

Tôi trả lời như cái máy:

"Vâng, tôi biết chứ. Mà tại sao hả anh?"

"Hả? Là vì...anh biết tại sao không? Nhưng anh có nghe tôi nói gì không đó?"

"..."

Quang chắc lưỡi:

"Thôi, để tôi nói cho nghe. Vào mùa khô con suối nhỏ này có khi cạn nước, hoặc là vào mùa lá rụng nhiều, dồn lại, hư, thối, nước suối bị ô nhiễm..."

Tôi lơ đãng góp ý:

"Đồng ý với anh, nước suối luôn luôn tinh khiết."

"Ủa, anh nói cái gì vậy?"

Nói xong Quang quay nhìn tôi. Bỗng anh cười khà một tiếng rồi gọi to:

"Liên! Liên làm gì dưới đó? Có anh N. đến chơi. Hôm nay lạnh quá, pha chút trà uống cho ấm bụng nghe Liên."

Anh vui vẻ nói tiếp với tôi:

"Lại có cả bắp non nữa. Nướng lên thoa mỡ hành ăn cho ấm tay, ấm bụng. Anh đồng ý chứ, vừa ăn bắp nướng, vừa rỉ rả nói chuyện, vui hơn. Hôm qua đi La Ba về tôi mua được một bao bắp non mới hái ngoài vườn."

"La Ba?"

"Anh chưa biết La Ba hả? Hôm nào mình xuống đó chơi. La Ba cách đây khoảng bốn chục cây số, đi về hướng phi trường Liên Khàng, rồi quẹo phải độ vài chục cây số. Ngoài bắp ra, chuối La Ba ngon tuyệt. Sau vườn mình cũng có giống chuối La Ba, nhưng đất ở đây không hợp cho lắm, nên chuối không ngon bằng. Trên đường về mình sẽ quẹo qua ngả Ba Lọn cho anh biết thêm một chỗ mới. Anh biết không, Đà Lạt không có mít, vậy mà cứ xuống đèo Ba Lọn là tha hồ ăn mít chín cây. Nhưng không có mít vào mùa này đâu. Liên! Liên! Xong bình trà, em lấy bắp đem nướng nghe. Nướng xong đem lên đây ngay, trời lạnh mau nguội. Bắp nướng phải ăn lúc đang nóng hôi hổi mới ngọt, mới mềm, mới ngon. Để nguội trời đây lạnh nó cứng lại như đá."

Lòng tôi như mở hội. Tôi hỏi một câu gọi là:

"Nhưng sao lại La Ba? Tiếng Thượng hả anh? Cũng như hai chữ Đà Lạt gốc từ tiếng của một bộ lạc."

"Có lẽ không phải. Có lẽ đó là tiếng Pháp. Có lẽ khi lần đầu tiên sắp đến vùng này, tụi Tây chỉ chỏ cái thung lũng xanh tươi đằng kia kìa, dưới kia kìa, *là-bas, là-bas.* Người mình xài luôn chữ đó như địa danh. Cũng như cái tên Nha Trang nghe thật êm tai vậy.

"Câu chuyện là như thế này. Ngày xưa Tây cho xây bệnh viện tường quét vôi trắng tại gần bờ biển. Người mình thường lui tới đó giao dịch, buôn bán, chữa bịnh, bèn gọi đó là vùng "nhà trắng". Tây nghe thế bắt chước gọi đó là "nha trang". Cuối cùng ta nghe hai chữ "nha trang" cũng êm tai, nên chấp nhận nó luôn."

Tôi không quan tâm đến giải thích của anh ta cho lắm, buột miệng nói:

"Hay là...Hay là thế này anh Quang. Mình xuống nhà bếp phụ cô Liên một tay...cùng nhau nướng bắp cho mau."

Quang cười xòa.

Tôi đã để ý đến Liên ngay từ khi mới gặp lần đầu, rồi bồn chồn mong gặp lại, rồi thương nhớ không nguôi. Và cuối cùng tình yêu của tôi và Liên được xác nhận -- một cách thật đơn giản trong cái nhà bếp thân mật có bếp lửa ấm cúng nổ lách tách -- bằng những trái bắp nướng thoa mỡ hành ngon lành, bằng cái nhìn kín đáo dò xét của Quang, bằng những ly nước trà thơm dịu dàng và nóng hổi, và bằng mấy câu mời nhỏ nhẹ, bẽn lẽn của người đẹp.

Ngoài kia trời sắp tối. Đêm mùa đông đến sớm quá và lạnh hơn mấy hôm trước. Ngồi bên bếp lửa ấm vẫn nghe được tiếng gió thổi vèo vèo trên những ngọn thông, trên ngọn cây ngọc lan trước cổng nhà. Nhưng không lẽ ngồi lỳ đây mãi, tôi đành đứng dậy ra về, lòng bồi hồi.

Từ đó chúng tôi được gặp nhau thường xuyên, được đi chơi nhiều nơi. Xa thì thác ghềnh, đồi núi. Gần thì phố xá, chợ búa, những nhà hàng sang trọng, những quán ăn bình dân.

Và thường lui tới những nơi quen thuộc. Những sạp bán chè quanh rạp hát Ngọc Hiệp. Gánh phở Ngọc Lan ở cuối bến xe đò với rất nhiều hành củ ngâm dấm, tủy, và gân gối. Những món Huế đậm đà, cay xé lưỡi sau góc chợ. Ly sữa đậu nành nóng bốc khói cạnh những xe mì thánh mì sợi gần trường tiểu học ngày xưa. Gói đậu phụng rang ấm tay thơm dòn đầu đường Duy Tân khi đèn đường vừa bật sáng, khi buổi tối êm đềm lại về. Và ly cà phê đen nóng, điếu thuốc lá Bastos xanh, nhà thủy tạ tình tứ cạnh hồ Xuân Hương, chập chờn đôi mắt của Liên xao động cùng lớp sóng lăn tăn trên mặt nước.

Rồi...rồi mình đi hồ Than Thở nghe anh, nghe

thông reo, qua hồ Chi Lăng nữa, chỉ cách đó mấy ngọn đồi nhỏ, xem có còn tám ngôi nhà trông kỳ cục nhô ra ngoài mặt nước hay không, công chúa Bạch Tuyết và Bảy Chú Lùn, đó anh. Tiếc quá! Những ngôi nhà xinh đẹp ấy đổ nát dần không được ai coi sóc.

Còn nơi nào nữa không em? Còn nhiều chứ, chẳng hạn trời nắng tốt đi sâu vào làng Thượng, con đường độc đạo, cây to gốc đầy rêu đứng sát nhau làm thành hàng rào hai bên đường, nghe thác Cam Ly đổ ào ào sau lưng. Thác Cam Ly hả em? Anh biết thác Cam Ly từ hồi anh còn bé tí. To lớn, khủng khiếp! Không phải, không phải đâu anh. Hồi nhỏ anh tưởng là to chứ thật ra nó nhỏ lắm. Nó nhỏ nhất, nhưng được cái nó ở gần thành phố. Hôm nào mình đi Pongour nằm sâu trong rừng, nước chảy lớn, hoang vu, hùng vĩ lắm. Hoặc trèo lên nguồn thứ sáu, thứ bảy của thác Đa-tân-la, trước kia gọi là Dantania, đẹp lắm đó anh. Và còn còn nữa, anh em mình sẽ đi thăm hết, nghe anh. Vâng anh nghe, anh nghe không sót một lời, nghe như mật rót vào tai "đó em".

Em biết nhiều quá, còn anh thì mù tịt. Nhưng anh cũng cứ đưa em đi đại vài ba nơi nhé. Đi đâu? Đi trên những con đường nhỏ phủ đầy lá thông khô, những đồi cỏ xanh in rõ màu sắc của những chiếc áo len đỏ, vàng, hay tím em đang mặc, những cánh rừng hoang chưa có đường mòn, cỏ gai vướng chân, cành cây chắn lối làm rối bù hai mái tóc, làm sây sát da thịt. Đi trong sương mù của những buổi sáng sớm thành phố còn thiêm thiếp ngủ, vắng teo, lặng câm, và lạnh cóng để có cảm giác rằng Đà Lạt là của riêng của hai đứa, để thấy sương đọng nhiều trên hai hàng lông mi dài, để nghe hơi ấm của hai bàn tay, và tiếng đập nhẹ của hai trái tim, tiếng chân bước chầm chậm, nho nhỏ, mơ hồ như tiếng vang vọng từ một nơi nào ngoài dĩ vãng.

Hoặc là gặp hôm trời mưa chẳng đi đâu cả. Ngồi bên nhau, nhìn nước mưa chảy giọt ngắn giọt dài trên kính cửa sổ lầu hai, nhìn bong bóng nước dưới kia nổi lên rồi vỡ, ngắm giàn su cạnh nhà bếp cành lá xanh tươi phơi phới, nụ non nhú ra thật nhiều trông như hàng trăm đầu ngón tay đang chỉ trỏ, và ngắm cây ngọc lan cổ thụ trước ngỏ chuẩn bị đâm hoa thơm ngát cho cả một vùng.

Rồi cùng nán chờ mưa tạnh, để xem mấy con chim từ đâu bay đến đậu trên những ngọn cây vả, cây *mimosa* ngoài vườn, rồi bay sà xuống nhảy nhót trong khóm hồng cành lả ngọn ngã sát vào kính cửa sổ. Mấy con chim vô tình tung tăng bên ngoài cửa kính chỉ cách khuôn mặt xinh đẹp, êm ả của Liên vài gang tay.

"Lần sau anh lên vào dịp Nô-en nghe. Rồi ở lại cho đến Tết tây. Đà Lạt tuần lễ đó đẹp lắm. Và lên vào dịp Tết ta nữa, nghe anh!"

"Vâng, Nô-en hoặc Tết ta."

"Không phải. Nô-en và Tết ta. Cả hai."

"Đâu được. Thì giờ của anh đâu có nhiều thế."

"Ngày lễ mà. Bộ anh bận việc cả vào những ngày lễ sao? Rán lên đi anh. Tết tây rồi Tết ta, mỗi cái Tết có cái hay riêng của nó."

"Không."

"Năm này lên cả hai, năm sau một cũng được."

"Không, nhất định không."

"Em giận anh rồi đó."

"Thì cứ giận đi."

Liên im lặng, hỏi gì cũng không nói.

"Thì lên."

Đà Lạt tháng 12 nắng trong veo, trời xanh ngắt và lạnh. Lạnh hơn tất cả những ngày tháng khác trong năm. Buổi sáng buổi chiều đầy sương mù trên những đường đi ven các ngọn đồi mé sau trung tâm thành phố dẫn đến khu Đại Học mà chúng tôi thường tay trong tay đi bên nhau. Đường đi mau hết, thì lại quay ngược về phía hồ. Sương mù nhiều hôm che kín mặt hồ một lớp dày như mây phủ, che kín luôn những trái đồi bao quanh, lan xuống cầu Ông Đạo, tràn qua khu ấp Ánh Sáng, kéo lên vùng khách sạn Palace.

Đến chín mười giờ sương tan. Nắng lên nhuộm hồng ngàn vạn cánh hoa anh đào bên những con đường từ khu Hòa Bình chạy xuống khu chợ, rồi từ đó chạy lên nhà Bưu Điện, rồi rẽ phải chạy lên vùng Biệt Điện của nhà vua, hoặc rẽ trái xuôi về khu Chi Lăng, vùng hồ Than Thở, ấp Thái Phiên, trường Võ Bị...

Còn gặp anh đào tại nhiều nơi khác nữa. Anh đào rung rung trong gió, rải rác trên những đồi cao lũng thấp, hoặc xúm xít nhau thành từng cụm, trên các đường đi, trong những khu vườn rộng bao bọc lấy những ngôi biệt thự tráng lệ.

Ban đêm trời buốt giá. Càng gần lễ Giáng Sinh trời càng lạnh thêm. Đêm Nô-en đường phố đông nghẹt con chiên cũng như người ngoại đạo trong những chiếc aó choàng ấm lũ lượt đi đến những ngôi nhà thờ đèn sao rực rỡ, ngập tràn ánh sáng.

Rồi Tết ta đến. Tết ở Đà Lạt cảnh vật có khác, khí hậu có khác, nhưng mang rất nhiều hình ảnh của Tết ở Huế. Đêm ba mươi phố xá vắng teo, nhà nhà cửa đóng im im, bên trong đèn sáng trưng, trên bàn thờ trầm hương nghi ngút, hoa quả, thức ăn, đồ cúng sắp đầy. Tại góc sân sau, nằm trên lò lửa dựng bằng ba viên gạch lớn và chụm bằng những thanh củi thông to còn nguyên cả vỏ cây sù sì kêu lách tách, là nồi bánh chưng, bánh tét "sắp chín tới nơi", bao vây bởi mấy em bé ngồi quanh nôn nao chờ vớt mấy cái bánh lẻ nhỏ xíu, mấy cái bánh ú, để được ăn nóng sốt trước mọi người.

Đến nửa đêm pháo giao thừa nổ rền khắp nơi,

tiếng vang dội qua về giữa các ngọn đồi, khói pháo không bay được lên cao, bị đám sương mù dày dặc giữ lại. Lễ vật cúng giao thừa được bày ra trước sân rước mùa xuân vào nhà.

Sáng mồng một Tết, trời lạnh, xác pháo phủ đầy trước mỗi nhà, khắp mọi nẻo đường, trên đó đã có những cô bé, cậu bé nóng ruột chạy ra khỏi nhà khoe aó quần mới. Phố đông dần, những con đường dẫn đến các vùng mộ, các ngôi chùa, tấp nập người đi. Sinh hoạt càng lúc càng bừng dậy. Đây tiếng trống múa lân giục giã, kia pháo nổ chát chúa, dưới thung lũng lễ hội mùa xuân, trên phố cao những sòng bài công cọng...

*

Miền Nam sụp đổ. Cũng như đại đa số thanh niên thời đó, tôi vào tù. Sau mấy năm ở trong rừng, tôi được trả lại một phần tự do dành cho loại công dân ở mức thang thấp nhất trong một xã hội, "rất hạnh phúc", "rất tự do", "rất độc lập", "rất dân chủ", và "rất bình đẳng", trong đó, nói như một nhà văn người Anh, có một số người "bình đẳng hơn" một số người khác. Dù sao, dù còn thêm hai năm bị quản chế không được đi xa nơi cư trú, tôi cũng có thể đi ra khỏi thành phố Sài Gòn. Đi chui.

Trước tiên tôi thử đi xuống Vũng Tàu tương đối gần. Nếu trót lọt, tôi sẽ đi Đà Lạt. Vũng Tàu bớt phần nhộn nhịp. Nhưng cũng những cây dù to bảng nhiều màu đứng thành hàng dài trên bãi cát, cũng ruột bánh xe hơi bơm sẵn làm phao cho thuê chất thành từng chồng cao, cũng những gánh hàng ăn vây quanh du khách ngồi trên những chiếc ghế vải bố, những gánh cua, ghẹ, nghêu, sò, hột vịt lộn, đậu phụng nấu, đậu hủ, đu đủ, mãn cầu. Cũng mùi ai ải, mùi gió mặn, mùi tôm cá. Cũng biển xanh, cát trắng, nắng vàng.

Tôi đứng lặng nhìn. Cuộc đời cứ thế bình thản trôi đi mãi hay sao sau bao nhiêu cơn biến động vừa qua? Và biết đâu, nay mai Vũng Tàu còn náo nhiệt hơn. Tôi lần từng bước xuống làn nước ấm. Vài đợt sóng lớn đánh mạnh vào tôi, tôi để mặc cho nước biển bắn vào miệng nuốt ực mặn chát. Vài ba cặp thanh niên thiếu nữ đùa giỡn cười nói la hét vang lừng trên bãi cát gần đó. Tôi bỡ ngỡ. Bỗng dưng tôi thấy mất hết cả mọi cái háo hức mà tôi mang theo từ lúc khởi hành. Quay lên bãi cát, tìm chỗ có bóng mát nằm dài chờ thật lâu chuyến xe đưa trở lại Sài gòn.

Tôi nghĩ đến chuyến đi Đà Lạt sắp tới. Tôi tự hỏi lòng liệu cái thành phố muôn vàn nhớ thương ấy, thành phố của thời thơ ấu, của tuổi hoa niên, của tình yêu, của thơ mộng, sẽ có một diện mạo nào, một cung cách gì? Tự hỏi để làm cái gì vậy, phải chăng để tự dối lòng, vì trong sâu xa tôi thừa biết chuyến trở về thành phố miền núi lần này sẽ mang đến cho tôi không ít buồn khổ.

Đà Lạt, Huế, Sài Gòn, Lục Tỉnh ... đâu phải của

riêng tôi. Nhưng ngày xưa tôi có cái cảm giác đó, cái cảm giác mình là một thành phần của quê hương đất nước, một ông chủ nhỏ bé bên cạnh hàng triệu người chủ khác, dù tôi chưa tậu nổi một cái nhà riêng để ở. Còn bây giờ, khác. Mọi chuyện đều nghịch lý, đảo lộn, đổ vỡ.

V

Tôi có việc cùng một người bạn đi đến quận Fresno, California, cách nơi tôi ở hơn bốn giờ lái xe. Vùng này có nhiều người tỵ nạn Đông Nam Á, đông nhất là người Lào, người Miên và một số người Việt Nam.

Tôi đến thăm một nông trại do người Miên làm chủ. Nông trại được cơ giới hóa, có máy bơm nước, máy điện, máy kéo, máy cày. Ngoài những cây ăn trái như cam, táo, nho, chuối, hồng dòn, hồng mềm v.v..., còn có rất nhiều loại rau quả rất quen thuộc với tôi, như mướp ngọt, bầu, bí, ớt, sả, dưa leo, cà tím, rau húng, mồng tơi. Mọi thứ đều xanh tươi, ngon mắt, nhìn mãi không thấy chán.

Một số người tỵ nạn gốc Nga đến đó mua thật nhiều cà tím chất đầy xe. Có lẽ đấy là "món ăn quê hương" của họ.

Bỗng tôi cảm thấy có thiếu món gì đây. Khoai

lang? Không phải. Sắn, cải ngồng chăng? Hay mướp đắng? Cũng không phải. Tôi nhớ ra rồi, thiếu những giàn su su, khi còn non những trái xanh nhu nhú như những ngón tay chỉ trỏ, những trái lớn hơn có gai ở cuối trái, gọt vỏ để nguyên trái hầm với đuôi bò và rau cần, đậu xanh, khoai tây, cà rốt, hành củ và một số rau mùi khác, rồi rắc kha khá hạt tiêu vào, ăn trong những buổi tối bên ngoài trời lạnh mưa lâu. Mà ăn ở đâu nhỉ? Tôi lại nhớ ra. Đà Lạt! Đà Lạt muôn vàn nhớ thương!

Tôi mua những rau quả ấy mỗi thứ một ít, cho vào đầy một hộp giấy to, chất vào xe, trả tiền, nhưng ông chủ người Miên nhất định biếu không, nói tiếng Anh bập bẹ: "Anh và tôi kể như người đồng hương. Cao Miên, Lào và Việt Nam là ba nước láng giềng mà." Tôi chỉ còn biết cám ơn.

Tôi cầm tay lái trước, bạn tôi ngồi bên cạnh tha hồ ngắm cánh đồng bằng phẳng và rộng mênh mông kéo dài từ Fresno đến thung lũng Bakersfield. Qua khỏi ngọn đèo rất dài để vào quận Los Angeles tôi buồn ngủ quá chừng. Nếu tôi cố lái tiếp không khéo gây tai nạn. Tôi ngừng xe lại nép sâu vào lề đường trao tay lái cho bạn tôi.

Khi xe ngừng hẳn, cơn buồn ngủ cũng giảm bớt đi nhiều. Tôi nhìn bâng quơ xuống triền núi, rồi nhìn xa ra một chút xuống thung lũng dưới kia. Kìa, ô kìa, một thị trấn nhỏ phơi mình dưới bầu trời bao la nhìn lại tôi, những mái ngói đỏ ửng lên, những chòm thông xanh quấn quýt nhau, ríu rít nhau trong nắng. Như một khung trời Đà Lạt. *"Nắng hồn hở nắng trong veo như mắt..."* Tôi xúc động mạnh.

Bạn tôi bảo tôi đổi chỗ ngồi để bạn tôi lái. Chiếc xe lại rời lề đường nhập vào xa lộ tăng dần tốc độ. Tôi điều chỉnh ghế ngồi, ngả mình. Bạn tôi nói, ừ, vậy đó, ngủ một giấc cho khỏe người. Tôi lim dim mắt nhìn lên bầu trời cao trước mặt, chờ giấc ngủ tới. Nhưng tôi không ngủ được.

Bỗng dưng Đà Lạt hiện lên. Mé này là Đồi Cù, là mặt hồ gương, là nhà thủy tạ, rồi nhà thờ Con Gà; mé kia là con đường sương mù Liên và tôi đi qua nhiều lần, một bên đồi thông xanh biếc, bên kia là triền đất đổ xuống thung lũng trồng nhiều loại rau cải, là khu Đại Học, là chùa Linh Sơn; mé nọ là Cây Số Bốn, Cây Số Sáu, là ngôi nhà tranh mái thấp hơn mặt đường, có con dế lửa gáy vang lừng tuổi thơ trong một buổi sáng lặng câm trời mưa lâm râm; và con đường dài những ngày tản cư con Ba Tô chạy theo chiếc xe ngựa lóc cóc mà lại còn ham đuổi chim đuổi thỏ; rồi chệch qua một chút là đường Hai Bà Trưng hai bên nhiều thông, có mấy khúc cong, có một đoạn dốc đổ xuống đường Hoàng Diệu, và có ngôi nhà thân yêu trong đó cái phòng khách đôi khi trông trống trải, lành lạnh, nhưng cái nhà bếp và bếp lửa thì êm đềm, ấm áp vô cùng.

Tôi lại buồn ngủ. Giá tôi được ngủ chỉ một chốc thôi, được ngồi trên chiếc ghế dựa đặt cạnh bếp lửa ấy lơ mơ nghe tiếng than củi nổ lách tách, tiếng gió rít từng hồi ngoài kia. Chiếc xe chạy nhanh thêm trên xa lộ êm, thẳng, và rộng, mang cho tôi cái cảm giác bềnh bồng. Và kia kìa, tôi lại thấy rõ ràng chứ không phải tôi đang mơ, đúng lại là cái thành phố đó nữa, phía trên cao, trên không trung, trên trời, Đà Lạt đang chờn vờn bay bay cùng với phố phường, suối ngàn, hồ thác, rừng thông, đồi non, và sương mù.

Anh Đào Vỡ

Tôi sẽ đi thôi Đà Lạt nhé
Dấu chân son mắt biếc nhớ thương
Môi hồng héo nụ em hờn dỗi
Tà áo tìm tôi trong gió ngoan

Tôi nghe xôn xao trời mênh mông
Trưa cao nguyên vẫn lạnh như đồng
Lũng xa mây tím sầu thăm thẳm
Cùng gió qua đèo tôi ruổi rong

Tôi rời Đà Lạt anh đào vỡ
Quay quắt hồ xưa khua sóng trôi
Ngàn thông ngơ ngác rừng nghiêng ngả
Ghềnh thác đồi non chôn tuổi tôi.

Nhân Ảnh
2025

Liên lạc tác giả
tonthatngu@yahoo.com
(657) 342-9475

Liên lạc Nhà xuất bản
han.le3359@gmail.com
(408) 722-5626

www.ingramcontent.com/pod-product-compliance
Lightning Source LLC
LaVergne TN
LVHW090210051026
849517LV00001B/23
* 9 7 9 8 3 4 9 4 1 5 0 4 3 *